D1770797

ஜி. கார்ல் மார்க்ஸ்

கும்பகோணத்தை அடுத்த கீழப்பிள்ளையாம்பேட்டையைச் சேர்ந்தவர். மெக்கானிக்கல் எஞ்சினியரான இவர் சர்வதேசக் கட்டுமான நிறுவனமொன்றில் மேலாளராகப் பணிபுரிகிறார். ஆனந்த விகடன், உயிர்மை, புதிய தலைமுறை உள்ளிட்ட பல வார, மாத இதழ்களில் கட்டுரைகள், சிறுகதைகள் என தொடர்ந்து எழுதிவரும் இவரின் முதல் நாவல் இது. இதுவரை இரண்டு சிறுகதைத் தொகுதிகளும் மூன்று கட்டுரைத்தொகுதிகளும் வெளிவந்திருக்கின்றன.

தீம்புனல்

ஜி. கார்ல் மார்க்ஸ்

எதிர் வெளியீடு

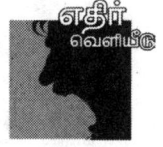

தீம்புனல்
ஜி. கார்ல் மார்க்ஸ்

முதல் பதிப்பு: ஜனவரி 2020
இரண்டாம் பதிப்பு: பிப்ரவரி 2021

எதிர் வெளியீடு,
96, நியூ ஸ்கீம் ரோடு, பொள்ளாச்சி - 642 002.
தொலைபேசி: 04259 - 226012, 99425 11302.

விலை: ரூ. 380

Theempunal
G. Karl Max
Copyright © G. Karl Max

First Edition: January 2020
Second Edition: February 2021

Published by
Ethir Veliyeedu, 96, New Scheme Road, Pollachi - 642 002.
Email: ethirveliyedu@gmail.com
www.ethirveliyedu.in

Cover Design: Santhosh Narayanan
Back Cover Photo: Aamre Karthik
ISBN: 978-93-87333-68-0
Printed at Jothy Enterprises, Chennai.

All rights reserved. No part of this book may be reprinted or reproduced or utilised in any form or by any electronic, mechanical or other means, now known or hereafter invented, including photocopying and recording, or in any information storage or retrieval system, without permission in writing from the Publisher.

அம்மாவுக்கு...

முன்னுரை

கார்ல் மார்க்ஸின் இந்த நாவலைப் படித்து முடித்தபோது சமகாலத் தமிழ்ச் சமூகத்தின் சிக்கலான சுழல்வட்டப் பாதைகளில் ஒரு நீண்ட பயணத்தைக் கடந்து வந்த பிரமிப்பும் பேருவகையும் ஏற்படுகிறது. இது குடும்பங்களின் கதை அல்ல. இது கிராமங்களின் கதை அல்ல. தமிழக சாதியப் பொருளாதார உறவுகளில் கடந்த கால் நூற்றாண்டு காலமாக நடந்திருக்கும் மாற்றங்களைத் துல்லியமாகச் சொல்லும் முதல் நாவல் இது. குடும்ப உறவுகளிலும் சமூக உறவுகளிலும் நிகழ்ந்த மாற்றங்களுக்கும் நில உறவுகளில், உற்பத்தி உறவுகளில் நிகழ்ந்த மாற்றங்களுக்குமான தொடர்புகளை மிக நேர்த்தியாக இந்த நாவல் அடையாளம் காண்கிறது.

நிலம்தான் காலம்காலமாக மனித இருப்பின், பண்பாட்டின் மையப்படிமமாக இருக்கிறது. நிலத்தை வெல்வதும் நிலத்தை இழப்பதுமே மனித குல வரலாற்றின் சாரமாகத் துலங்குகிறது. மனிதனுக்கு பிரபஞ்சம் என்பது நிலத்தோடு பிணைக்கப்பட்டது. மழையும் வெயிலும் காற்றும் நெருப்பும் அவனுக்கு நிலம் சார்ந்த நிகழ்வுகளே. இயற்கையின் எல்லா நடனங்களும் அவனுக்கு நிலத்தின் மீது நிகழும் ஒன்றாகவே கோலம் கொள்கிறது. நிலத்தின் மீதான வழிபாடே மனிதனின் தொன்மையான வழிபாடாக இருக்கிறது. தெய்வங்கள் நிலத்திலிருந்தே பிறக்கின்றன. மனிதனின் பிறப்பும் இறப்பும் நிலத்தின் வழியாகவே அர்த்தப்படுத்தப்படுகின்றன. அதனால்தான் பெண்ணின் படிமமாக நிலமும் நிலத்தின் படிமமாக பெண்ணும் உருவகப்படுத்தப்படுகிறார்கள். நிலம் மனிதனைத் தாங்குகிறது. நிலம் மனிதனுக்கு உணவளிக்கிறது. நிலம் ஒருவனது உடைமையாகிறது. நிலம் ஒருவனின் வம்ச நீட்சியாகிறது. ரத்த வாரிசுகள், சாதிய வாரிசுகளின் கொப்பூழ் கொடிகள் நிலத்தின் வழியாகத் தழைக்கின்றன.

ஆனால் இந்த நிலத்திற்கும் மனிதனுக்கும் இடையிலான உறவு எப்போது கசக்கத் தொடங்குகிறது என்பதற்கான பதிலையே கார்ல் மார்க்ஸின் இந்த நாவல் தேடுகிறது. நிலம் மனிதனைச் சார்ந்திருப்பதுபோய் மனிதன் நிலத்தைச் சுமந்து நடக்கவேண்டிய, அந்த சுமையை எங்காவது இறக்கிவைத்துவிட முடியாதா என்று பரிதவிக்க நேர்கிற காலத்தின் கதை இந்த நாவல். அந்த சுமை சில சமயம் ஒரு சவப்பெட்டியின் சுமையைவிடவும் கனத்ததாக இருக்கிறது. ஒருபுறம் நிலத்தைப் பெறுவதற்கான போராட்டம், இன்னொரு புறம் நிலத்தைப் தக்கவைப்பதற்கான போராட்டம், மற்றொரு புறம் அந்த நிலத்திலிருந்து தப்பி ஓடுவதற்கான மூச்சு முட்டல். நிலம் இப்போது மனிதனுக்கு ஒரு சிறைக்கூடமாகிறது. நிலத்திற்கும் மனிதனுக்குமான உறவின் இந்த சிலந்திவலைபோல் மாறிவிட்ட நவீன காலத்தின் சிக்கலான உறவுகளை இந்த நாவல் நுணுக்கமாகப் பதிவு செய்கிறது.

ஆனால் நிலவுடமையாளர்கள், பாதி நிலவுடமையாளர்களான குத்தகைதாரர்கள், நிலமற்ற விவசாயக் கூலிகள். இதனூடாக செயல்படும் சாதிய அதிகாரமும் படிநிலைகளும் இந்த நாவலில் குறுக்குவெட்டுத் தோற்றத்தில் காட்டப்படுகின்றன.

1980கள் தமிழக அரசியல் வரலாற்றிலும் பண்பாட்டு வரலாற்றிலும் மிக முக்கியமான ஒரு மாறுதல் காலகட்டம். அனைத்து இலட்சியவாத, கோட்பாட்டுவாத அரசியலும் மெல்ல பலவீனப்பட்டு மைய நீரோட்டக் கட்சிகளில் கரையும்போது, பதுங்கி வாழ்ந்துகொண்டிருந்த சாதிய மூர்க்கம் நேரடியாக தன்னைத் தனித்துவமான அரசியல் சக்தியாக தகவமைத்துக்கொள்ளத் துவங்கிய காலம் அது. சாதிய மூர்க்கத்திற்கு எதிரான ஒடுக்கப்பட்டோர் அரசியலும் அப்போதுதான் எழுச்சிபெறத் தொடங்கியது. கல்வியின் பரவலாக்கமும் சமூக நீதி சார்ந்த திட்டங்களும் நில உச்சவரம்புச் சட்டம் மூலமாக நடந்த நிலப்பகிர்மானமும், குத்தகைதாரர் பாதுகாப்புச் சட்டங்களும் நிலத்திற்கும் சாதிக்குமான உறவில் பல நெருக்கடிகளை ஏற்படுத்தின. இன்னொருபுறம் பசுமைப்புரட்சிக்குப் பிறகு விவசாய உற்பத்தி முறையில் நிகழ்ந்த கடுமையான மாற்றங்கள் சிறு குறு விவசாயிகளுக்கு மட்டுமல்ல, பெரும் விவசாயிகளுக்கும் பெரும் நெருக்கடியை ஏற்படுத்தின. விவசாய உற்பத்திச் செலவு கடுமையாக உயர்ந்தது. ஆனால் விளைபொருளுக்கு உரிய விலை கிடைக்கவில்லை. இடைத்தரகர்கள் சந்தையைத்

தீர்மானித்தார்கள். இயற்கை பொய்த்தது. நீர் அரசியலால் காவிரியை நம்பியிருந்த தஞ்சை டெல்டா பகுதி கொஞ்சம் கொஞ்சமாக சிதைய ஆரம்பிக்கிறது. பெருமுதலாளிகள் நிலத்தைக் கைவிட ஆரம்பிக்கிறார்கள். அவர்கள் வணிகம் சார்ந்து பெருநகரங்கள் நோக்கி நகர ஆரம்பிக்கிறார்கள். சிறு குறு விவசாயிகள் சந்தித்த அவலம் மிகக்கடுமையானது. அவர்கள் நிலத்தை வைத்துக்கொண்டு என்ன செய்வது என்ற சிக்கலில் மாட்டிக்கொள்கிறார்கள். வட்டிக்கு வாங்கி பயிரிடுவது அல்லது வங்கியில் கடன் வாங்கிப் பயிரிட்டு அந்தக் கடனை கட்ட முடியாமல் போவது, கடனை அடைக்க நிலத்தை அடமானம் வைப்பது அல்லது விற்பது என்கிற மிகப்பெரிய விஷ வட்டம் அது. இங்கு ரியல் எஸ்டேட் வர்த்தகம் உள்ளே வருகிறது. விளைநிலங்கள் மனைகளாகின்றன. இன்னொரு புறம் மணற்கொள்ளை போன்ற சுரண்டல்கள். மக்கள் அதற்கு மௌனமாக இணங்கிப்போகிறார்கள். விவசாயம் சார்ந்த வாழ்வாதாரம் முற்றிலுமாக முடங்கிப்போய்விட்ட நிலையில் நிலம் எவ்வளவுக்கெவ்வளவு அவர்களது ஜீவாதாரமாகவும் இருக்கிறதோ அவ்வளவுக்கவ்வளவு சுமையாகவும் இருக்கிறது. அவர்கள் தங்களுக்கு வேலைவாய்ப்பையும் வருமானத்தையும் கொண்டுவரும் எந்த ஒன்றையும் வரவேற்கும் மனநிலைக்குத் தள்ளப்படுகிறார்கள். இன்னொரு புறம் படித்த ஒரு புதிய தலைமுறை நிலம் தரும் வரையறுக்கப்பட்ட எல்லைகளைத் தாண்டி நகரங்களையும் புதிய நவீனத் தொழில்முறைகளையும் நோக்கி நகரத் தொடங்குகிறது. அது கிராமங்களும் நிலமானிய முறையும் உருவாக்கும் சாதிய ஒடுக்குமுறையிலிருந்து பெரும் விடுதலையாக அவர்களுக்கு இருக்கிறது. இந்தப் பெரும் உடைவை இந்த நாவல் ஒரு மிகப்பெரிய கேன்வாஸில் எழுதிச் செல்கிறது.

இந்த மாற்றங்கள் எல்லாம் வெறும் உற்பத்தி உறவு சார்ந்த மாற்றங்கள் அல்ல. இது குடும்ப உறவுகளுக்குள், பண்பாட்டு உறவுகளுக்குள், சாதிய உறவுகளுக்குள் பெரும் அதிர்வுகளை உண்டாக்குகின்றன. காலம் காலமாக வழிவழியாக வந்த புனிதங்களும் தூய்மைகளும் அதிகாரங்களும் அகங்காரங்களும் உடையத் தொடங்குகின்றன. ஒரு நிலவுடமையாளனாக இருந்தவன் ஒரு ஹார்ட்வேர் கடையில் முதலாளிக்குக் கடையில் காஃபி வாங்கிக்கொண்டு வருகிற காட்சி மனம் கலங்கச் செய்வது. இதுபோல தன்னிலை அழிவின் எத்தனையோ காட்சிகளை கார்ல் மார்க்ஸின் இந்த நாவல் வரைந்து செல்கிறது. இருபதாம் நூற்றாண்டில் இந்திய மொழிகளில் எழுதப்பட்ட

பல நாவல்களில் இந்தப் பேரவலத்தைக் காணலாம். ஒரு நிலமானிய சாதிய சமூகமும் அதன் குரூரமான விதிகளும் நொறுங்க வேண்டும் என்றால் இந்த வீழ்ச்சி தவிர்க்க முடியாதது என ஒருவர் வாதிடலாம். ஆனால் இந்த வீழ்ச்சிக்குள் மானுடத்துயரம் ஒன்று இருக்கிறது. அந்தத் துயரத்தை அதன் ஆழத்திற்கே சென்று தொடுகிறார் கார்ல் மார்க்ஸ். எனக்கு சத்யஜித்ரேயின் ஜல்சாகர் படம் நினைவுக்கு வருகிறது. நவீன முதலாளித்துவத்தின் வளர்ச்சியின் முன் நிலமானிய சமூகம் உருவாக்கக்கூடிய சில அடிப்படை நியதிகள் சிதைவதைக்காணும் ஜமீந்தார் கடைசியில் தன் குதிரையை செலுத்திக்கொண்டு போகும் அந்தக் காட்சி அவலத்தின் உச்சம். சோமு அந்த ஜமீந்தாரின் இன்னொரு வடிவம். மரபான கிராமங்கள் அழிந்து உருவாகும் வசந்த மல்லிகை நகர்கள் வேறொரு வாழ்க்கை முறையின் அடையாளங்கள். பண்பாடும் வரலாறும் இருப்பவன் இல்லாதவன் என்பதால் மட்டும் அளவிடக்கூடியதல்ல.

ஒரு காலம் தங்களைக் கடந்து செல்கிற காட்சியின் முன் கையறு நிலையில் திகைத்து நிற்கிற மனிதர்களை நாவல் முழுக்கக் காண்கிறோம். நிலமானிய சமூக மனிதர்களுக்கு வழங்கும் அடையாளங்களையும் சாய்மானங்களையும் குறைந்தபட்ச பாதுகாப்பையும் நவீன வாழ்க்கை முறை கொஞ்சம் கொஞ்சமாகக் கலைத்துப்போடுவதை இந்த நாவல் நெடுக எழுதிச் செல்கிறது. எல்லோருமே பொறியில் சிக்கிய ஒரு எலிபோல மாட்டிக்கொண்டிருக்கிறார்கள். நிலம் சார்ந்த பண்பாட்டின் வீழ்ச்சி அவர்களின் தன்னிலைகளின்மீது கடும் தாக்குதலைத் தொடுக்கிறது. வறட்டுக் கௌரவங்களின் முகமூடிகளை காலம் இரக்கமின்றிக் கிழித்துப்போடுகிறது. தங்கள் நில உடைமை மூலமாக தமது பண்பாட்டு அதிகாரத்தை தக்கவைத்துக்கொள்ள முடியாதபோது சாதிய அதிகாரம் மேலும் மூர்க்கமடைகிறது. ஒரு கலப்புத்திருமணத்திற்கு எதிராக நடத்தப்படும் வன்முறை இதற்கு சிறந்த உதாரணம். இன்று தமிழகம் முழுக்க இதுதான் நடந்துகொண்டிருக்கிறது. இடைநிலைச் சாதிகளுக்கும் ஒடுக்கப்பட்ட சாதிகளுக்கும் இடையே உள்ளும் புறமும் நடந்து கொண்டிருக்கும் அழிவையும் வன்முறையையும் மிகத்துல்லியமாகச் சித்தரிக்கும் இந்த நாவல் நம் காலத்தின் மிகப்பெரிய ஆவணமாகிறது.

இந்த நாவலில் மனிதர்கள் தாங்கள் அதுவரை ஊன்றி நின்ற பிரமாண்டமான தளங்கள் நொறுங்கும்போது மானசீகமாகப் பற்றிக்கொள்ளும் இடங்களில் ஒன்று, தன்னுடைய மரபான

அடையாளங்களை இழந்து வணிக நிறுவனமொன்றில் தன்னை ஒப்புக்கொடுக்கும் ஒருவனுக்கு அவன் சார்ந்திருக்கும் அரசியலும் கட்சியும் பெரும் ஆசுவாசமாக இருக்கிறது. அடையாளங்கள் நொறுங்கும் ஒருவன் இந்தப் புதிய அரசியல் அடையாளத்தை விடுதலையாகக் கருதுகிறான். இந்த அரசியல் அடையாளம் அவனுக்குப் புதிய தன்னிலையை வழங்குகிறது. பொருளாதார வாழ்வு தரும் இழிவுகளையும் சமூக இழிவுகளையும் மானசீகமாகவேனும் கடந்து செல்ல உதவுகிறது. உண்மையில் இது வேறொரு நாவலுக்கான திறப்பு. இப்படித்தான் சாதிய சமூகத்தின் கொடுமைகளிலிருந்தும் அழிவுகளிலிருந்தும் திராவிட அரசியலும் இடதுசாரி அரசியலும் தலித் அரசியலும் ஒரு மிகப்பெரிய மன எழுச்சியைத் தமிழர்களுக்கு வழங்கின. ஆனால் அந்த அரசியல் மீண்டும் சாதியச் சூழலை நோக்கி நகர்ந்தது வரலாற்றின் வினோதங்களில் ஒன்று.

இந்த நாவலில் கார்ல் மார்க்ஸின் மொழிநடை ஓர் எதார்த்தவாத நாவலின் எல்லைகளை மீறாமல் மிகக் கவித்துவமான சித்திரங்களை உருவாக்கிக்கொண்டே செல்கிறது. மிகத் துல்லியமான காட்சிப்படிமங்கள் அவரது கவித்துவமான சித்தரிப்புகள் மூலம் எழுகின்றன. இந்தச் சித்தரிப்புகள் காலம், இடம், பொருள் சார்ந்து வாசகனை முழுமையாக தனக்குள் இழுத்துக்கொள்கின்றன. பாத்திரங்கள் தம்மளவில் முழுமை பெற்றவையாகவும் இயல்பு மீறாதவையாகவும் இருக்கின்றன. உரையாடல்களின் வழியே நாவல் தன் பாதையைத் தானே உருவாக்கிக்கொண்டு செல்கிறது.

இந்த நாவலின் கதாபாத்திரமொன்று தன் துயரத்தின் பூதத்திடம் நீதி கேட்டு மன்றாடுவதுபோல இந்த நாவல் முழுக்க நிறைந்திருக்கும் துயர பூதங்கள் தமிழ் வாழ்வின் சொல்லப்படாத கதைகள் பலவற்றை நமக்குச் சொல்லிக்கொண்டே இருக்கின்றன.

தமிழில் மிக முக்கியமான நாவலாசிரியன் ஒருவனின் வருகையை இந்த நாவல் அறிவிக்கிறது.

மனுஷ்ய புத்திரன்

8.11.2019

மாலை 5.38

என்னுரை

இது என்னுடைய முதல் நாவல். இதை எப்படி எழுதத் தொடங்கினேன் என்று தெரியவில்லை. சென்ற 2017 ஆம் ஆண்டு 'வருவதற்கு முன்பிருந்த வெயில்' சிறுகதைத் தொகுப்பிற்காக, சுஜாதா விருது பெற்றபோது அந்த மேடையில் வைத்து, உங்களது நாவல் எப்பொழுது வரும் என்று கேட்டார்கள். எனக்கே அதிர்ச்சியாகிவிட்டது. அப்படி என்ன நாம் சிறுகதைகளாக எழுதிக் குவித்துவிட்டோம், இப்போது நாவலுக்கு ஏங்குகிறார்கள் என்று. அதைக் கூட்டத்திலிருந்த ஒருவரும் எதிரொலித்தார். என்னிடம் கேள்வி கேட்டவர், வாசகர்கள் எதிர்பார்க்கிறார்கள் என்று சொல்லித்தான் அந்தக் கேள்வியைக் கேட்டார். இதெல்லாம் ஒரு நாகரீகம். குறிப்பாக உங்களது சிறுகதைகள் பரவலான வரவேற்பைப் பெற்றிருக்கின்றன என்றுதான் அவர் நாவல் பற்றிய கேள்விக்கு வந்தார்.

பிறகு நானும் மனதைக் கூட்டி, கூச்சம் திறந்து, ஆமாம் நானும் ஒரு நாவல் எழுதிக்கொண்டிருக்கிறேன் என்று அந்த மேடையிலேயே அறிவித்தேன். எதைப்பற்றியது உங்கள் நாவல் என்று கேட்டார். எனக்கு உண்மையிலேயே எதைப்பற்றி என்று தெரியவில்லை. ஆனால் அப்போது ஒரு நாற்பது ஐம்பது பக்கங்கள் மட்டும் எழுதியிருந்தேன். என்ன எழுதப் போகிறேன், இது எப்படியான நாவலாக உருக்கொள்ளப்போகிறது போன்ற எந்தத் திட்டமும் இல்லாமல், "எழுதத் தொடங்குவோம் அது எப்படிப் போகிறதோ அதன் வழியே போவோம்" என்பதாகத்தான் நான் அதற்குள் நுழைந்தேன். என்னை அது ஏமாற்றவில்லை. அல்லது நான் அதை ஏமாற்றவில்லை. இடைவெளி விட்டு, விட்டு கிட்டத்தட்ட கடந்த மூன்று ஆண்டுகளாக இந்த நாவலை எழுதி முடித்திருக்கிறேன். மீதியை இந்த நாவலைப் படிக்கப் போகும் நீங்கள்தான் சொல்லவேண்டும்.

நாவல் என்றால் என்ன என்று தமிழில் எழுதப்பட்டிருக்கும் பெரும்பாலானவற்றை நான் படித்திருக்கிறேன். அதைவிட முக்கியமாக, தமிழில் எழுதப்பட்டிருக்கும் சிறந்த நாவல்களை ஒன்றுவிடாமல் படித்துமிருக்கிறேன். தீவிரமாக நான் வாசிக்கத் துவங்கிய தொன்னூறுகளில், எனது படிப்பை பெரும்பாலும் நாவல்களே ஆக்கிரமித்திருந்தன. அவை அறிமுகப்படுத்திய வாழ்க்கையோடு, அப்போது நான் வாழ்ந்துகொண்டிருந்த என்னுடைய வாழ்க்கையும் கலந்து ஒன்றாகியே அவற்றைப் பற்றிய சித்திரம் என் மனதில் தங்கியிருக்கிறது. உதாரணத்திற்கு யு.ஆர்.அனந்த மூர்த்தியின் "சம்ஸ்காரா" நாவலை, திருவிடைமருதூர் மஹாலிங்க சாமி கோவிலின் ஒரு பிரகாரத்தில் வைத்துப் படித்தது இப்போதும் மிஸ்டிக்காக நினைவில் இருக்கிறது. அப்போது OBC சான்றிதழ் வாங்குவதற்காக தாசில்தார் அலுவலகம் போயிருந்தோம் நானும் என் நண்பன் ஒருவனும். விண்ணப்பத்தை எழுதிக் கொடுத்ததும், மதியத்துக்கு மேல் வந்து பாருங்கள் என்று சொன்னார்கள். எங்கள் இருவரது கையிலும் ஆளுக்கொரு புத்தகம் இருந்தது. அந்த நாட்களில் அப்படித்தான். புத்தகமும் நாங்களும் பிரிந்திருந்ததில்லை. சரி என்று சைக்கிளை உருட்டிக்கொண்டு அப்படியே கோவிலுக்குப் போய் அங்கே படித்ததுதான் அந்த நாவல். இப்போதும் நாரனப்பாவும் அப்புனைவில் செத்து நாறும் எலிகளும் அந்தக் கோவில் பிரகாரத்தோடு சேர்ந்தே என் மனதில் இருக்கிறார்கள்.

சட்டென்று பெய்யத் துவங்கிய மழைக்கு ஒதுங்கிய டீக்கடை பெஞ்சில் இருந்து, அந்த மழை விடுவதற்குள் படித்து முடித்த நாவல்தான் பாவண்ணனின் ஒரு "மனிதனும் சில வருஷங்களும்". எல்லாவற்றையும் இழந்து கடைத்தெருவில் ஒற்றையாளாக நிற்கும் அந்தக் கதை மனிதனை, மழைவிட்ட அக்கடைத்தெருவில் இருந்த எங்கள் ஊர் ஆட்களின் முகத்தில் தேடும் அளவுக்கு தடுமாறிப் போயிருந்தேன் நான்.

இப்படியாக, நான் வாசித்த நாவல்களைப் பற்றி யோசிக்கையில் அதன் மீதான கனவுகள் பெருகுகின்றன. இருபதுகளில் இருக்கும் ஒருவனுக்கு, நாவல்களைப் போன்று உன்மத்தத்தில் ஆழ்த்தும் புனைவு வகை வேறொன்று இல்லை என்று தோன்றுகிறது. செம்மணி வளையல், வெண்ணிற இரவுகள், நிழல் கோடுகள், மோகமுள், கோபல்லபுர கிராமம் என்று யோசித்துப் பார்த்தால் நூற்றுக்கணக்கான நாவல்கள் வரிசையாகத் தோன்றி நிற்கின்றன. எதைப் படித்தாலும் அதைப் பற்றி உரையாடுவதற்கு நண்பர்கள் இருந்தார்கள். நான் ஒரு நாவலுடன்

போனால், அவர்கள் ஒரு சிறுகதையுடன் வந்திருப்பார்கள். கவிதையுடன் வந்திருப்பார்கள். வாழ்வின் நிலையாமைகளைத் தாண்டி, "என் பிரிய நாஸ்தென்கா..." என்று எங்களுக்கே எங்களுக்கான தனித்த இரவுகளில் நண்பர்கள் நாங்கள் பிதற்றியபடியே அலைந்துகொண்டிருந்தோம். வாசித்தல் என்பது பொழுதுபோக்காக இல்லை அப்போது. வாழ்தலுக்கான எத்தனத்தை நாங்கள் புனைவுகளிலிருந்தே பெற்றோம்.

ஆனால் வாழ்க்கை எப்போதும் கனவுகள் மட்டும் கொண்டது அல்லவே. அது எங்களது கால்களைப் பற்றி தரைக்கு இழுத்துக்கொண்டே இருந்தது. சில சமயம் மண்ணில் போட்டு புரட்டவும் செய்தது. அப்போதுதான் ஓடத்துவங்கினோம் என்று நினைக்கிறேன். இரண்டாயிரத்துக்குப் பிறகான பத்து வருடங்கள், வாசிப்பு தடைபட்டுப் போயிருந்த காலம் என்று அனுமானிக்கிறேன். எனது வேலை, அது சார்ந்த உழைப்பு என்னை உறிஞ்சத் துவங்கியிருந்தது. அதில் குறை சொல்ல ஏதுமில்லை. நான் விரும்பியேதான் அதற்கு என்னை ஒப்புக்கொடுத்திருந்தேன். எனது பணி சார்ந்து நிறையப் படிக்கவேண்டியிருந்தது. அதில் மூழ்கிப் போயிருந்தேன். அதற்காக இலக்கிய வாசிப்பை விட்டு முழுக்கவும் வெளியேறியிருந்தேன் என்றும் இல்லை. நிறைய ஆங்கில நூல்கள் படிக்கும் வாய்ப்பை நானே அப்போது உருவாக்கிக்கொண்டேன். அது எனக்கு மிகப் பெரிய திறப்பை வழங்கியது.

என்னுடைய பதின்மத்தில் உலக இலக்கியத்தைத் தமிழ் வழியாகத்தான் படித்திருந்தேன். ஆனால் நானே நேரடியாக ஆங்கிலத்தில் படிக்கையில், என்னை இத்தனை ஆண்டு காலமும் இந்த தமிழ்ச் சூழல் ஒருவித பொய்மையில் இருத்தி வைத்திருக்கிறது என்று குமைச்சலாகிவிட்டது. ஆங்கிலம் தெரிந்த தமிழக புத்தி ஜீவிகள், என்னைப் போன்று தமிழ் வழியாக உலக இலக்கியத்தைப் படிப்பவர்கள் மீது கொலைவெறித் தாக்குதல் நடத்தியிருக்கிறார்கள் என்று தோன்றியது. உலகம் முழுக்க உன்னத இலக்கியம் படைக்கப்பட்டிருப்பது போலவும், நாம் அதை எட்டிப் பிடிப்பதே சிரமம் என்பது போலவும், அப்படி செய்துமுடிப்பதுதான் நமது லட்சியமாக இருக்கவேண்டும் என்பது போலவுமான பிரமையே எனக்கு அந்த வயதில் ஏற்பட்டிருந்தது. அப்படி யோசித்துக்கொண்டது என்னுடைய பிழையாகக்கூட இருக்கலாம். ஆனால் நான் அப்படித்தான் நினைத்திருந்தேன்.

பிறகு, தொடர்ந்த ஆங்கில வாசிப்பின் வழியாகவே, இலக்கியம் குறித்த எனக்கே எனக்கான சில புரிதல்களுக்கு நான் வந்தடைந்தேன். ஓரான் பாமுக்கை ஆங்கிலத்தில் படிக்கையில் அதைவிட சிறப்பான நூல்கள் தமிழில் எழுதப்பட்டிருக்கின்றன என்று எனக்குத் தோன்றியது. இப்படி நான் சொல்கையில், உலகத்தின் எல்லா சிறந்த விஷயங்களும் தமிழிலேயே இருக்கின்றன என்று நான் சொல்ல வருவதாக தப்பர்த்தம் கொள்ளக்கூடாது. ஆங்கிலத்தில் நிறைய படிக்கத் துவங்கியபோது, தமிழ் எழுத்தின் மீதான என் பார்வை மாறியது என்றே சொல்ல வருகிறேன். தமிழ் நிலத்து முன்னோடிகளின் மீது எனக்கு மதிப்புக் கூடியது. சமகாலத்தில் எந்த ஒரு கலையிலாவது நாம் உலகத்தரத்தில் இருந்திருக்கிறோம் என்றால், அது புனைவில் மட்டுமே என்று தோன்றியது. இந்த எண்ணம் மீண்டும் தமிழ் வாசிப்பை நோக்கி உந்தியது. அதை நான் இரண்டாவது இன்னிங்ஸ் என்று வகைப்படுத்துவேன். இம்முறை தமிழும் ஆங்கிலமும் சரிவிகிதத்தில் இருந்தன. இப்போதும் அது தொடர்கிறது.

வாசிப்பு பற்றி ஒரு குறிப்பான சித்திரத்தை வரைந்து உங்கள் முன் வைத்துவிட்டேன். அது எளிதாகவும் இருக்கிறது. ஏன் எழுத நினைத்தேன் என்பது புரியவில்லை. ஏனெனில் வாசிக்கத் துவங்கிய தொண்ணூறுகளின் துவக்கத்தில் எல்லோரும் செய்வதைப்போல நானும் கவிதைதான் எழுதிப்பார்த்தேன். பரவாயில்லை என்று நண்பர்கள் சொன்னார்கள்தான். மிகவும் இரகசியமாக ஒரு சிறுகதை எழுதி அதைப் பாதியில் கைவிட்டேன். திடீரென்று 2014 இல் ஒரு சிறுகதை எழுதினேன். ‘காட்டாமணக்கு’ என்ற அந்தச் சிறுகதை, ‘வருவதற்கு முன்பிருந்த வெயில்’ தொகுப்பில் இருக்கிறது. இரண்டாவது கதையாக, எப்போதோ எழுதிப் பார்த்து பின்பு கைவிட்டதை, மீண்டும் முயன்றேன். அதுதான் ‘ஆட்டம்’ என்னும் சிறுகதை. அதுவும் அதே தொகுப்பில்தான் இருக்கிறது. 2015 க்குள் பத்துக் கதைகள் எழுதினேன். எனக்கே அது ஆச்சரியமாக இருந்தது. உனக்குக் கதை சொல்ல வருகிறது என்று நண்பர்கள் சொன்னார்கள். “காட்டாமணக்குதான் உன்னுடைய முதல் கதை என்பதை நம்பமுடியவில்லை” என்று சொன்னார்கள். நீங்கள் நம்பமுடியாத அளவுக்கு எனக்கு அவ்வார்த்தைகள் உத்வேகமூட்டின. அடுத்த இந்த 2019 இல் ‘ராக்கெட் தாதா’ எனும் சிறுகதைத் தொகுப்புக்கு அடுத்து வரும் இந்த நாவலுக்குப் பின்னால் அத்தகைய குரல்களுக்குப் பங்கிருக்கிறது.

நாவல் குறித்து எனக்கு நிறையத் தகவல்கள் தெரியும். எத்தகைய யுக்திகளை எல்லாம் கைக்கொண்டு தமிழக அளவில், உலக அளவில் நாவல்கள் எழுதப்படுகின்றன என்பதும் தெரியும். அதேபோல என் நாவலை நான்தான் எழுதவேண்டும் என்பதும் எனக்குத் தெரியும். அதுவே இந்நாவல்.

தமிழின் கலை மரபு குறித்து, புனைவில் அதன் சாதனைகள் குறித்து ஒரு வாசகனாக எனக்கு பிரமிப்புண்டு. அதில் லயித்து மறப்பதைப் போன்ற சுகம் வேறில்லை. அதே சமயம் எழுத வருகிறபோது, தமிழின் பிரமாண்டம் குறித்து நான் அச்சமடையவே செய்கிறேன். எனக்குக் கூச்சமாக இருக்கிறது. எனது குரல் வெளிறிப்போகிறது. மிக அந்தரங்கமாக, உன் எழுத்து நன்றாக இருக்கிறது என்று சொல்லப்படும் ஒரு வார்த்தைக்காக ஏங்கத் தொடங்குகிறேன். இந்த மனநிலையைத் தக்கவைத்துக்கொள்ளும் வரை நான் எழுதிக்கொண்டிருப்பேன் என்றே நினைக்கிறேன்.

இப்படிச் சொல்கையில் அதன் இன்னொரு புறம், நான் இதையும் சொல்லியே ஆகவேண்டும். இதைத்தான் எழுதவேண்டும், இதை எழுதக்கூடாது என்கிற தயக்கங்கள் எதுவும் எனக்கில்லை. நான் தவறாகப் புரிந்துகொள்ளப்படுவேனோ அல்லது விமர்சிக்கப்படுவேனோ என்கிற பயமும் எனக்கு இல்லை. எனக்கு வாழ்க்கையைப் பார்க்கத் தெரியும், அதே சமயம் நான் பார்க்கத் தவறும் ஒன்றையும் எனக்கு எழுதத் தெரியும் என்பது போன்ற தீர்மானகரமான கற்பிதங்கள் என்னிடம் இருக்கின்றன. அதை நீங்கள் இந்த நாவலில் கண்டுணர முடியும்.

கலையில் எவ்விதத் தணிக்கைக்கும் பொருளில்லை என்றொரு நிலைப்பாடு எனக்கிருக்கிறது. அது மிச்சமிருந்துகொண்டே இருக்கும் தேடல். உருவாக்குவதற்கும் உருவாவதற்குமான விளிம்பில் வைத்து, தன்னை அப்பட்டமாகத் திறந்துகாட்ட, எழுதுபவன் அஞ்சக் கூடாது என்பது புனைவு குறித்து நான் உருவாக்கிக்கொண்டிருக்கும் கருத்தாக இருக்கிறது. இந்நாவலில் நான் அப்படி இருக்க முயன்றிருக்கிறேன். எனது தர்க்கங்களை கைவிட முயன்றிருக்கிறேன். அதிலேயே சிக்கிக்கொண்டு உழலவும் செய்திருக்கிறேன். ஆனால் எதிலிருந்தும் நான் தப்பித்துக்கொள்ள முயலவில்லை. எழுத்து என்று வருகிறபோது எனக்கு அதன் முன்னால் எந்தக் கூச்சமும் இல்லை. என் நிர்வாணம் என்னை அதனுடன் இன்னும் நெருக்கமாக்கவே செய்கிறது. அதனால்தான் என்னைக் கைவிட வேண்டிய சமயங்களில் எந்தத் தயக்கமுமற்று

கண்ணைக்கூட மூடாமல் அப்படியே குதித்திருக்கிறேன். எனதிந்த புனைவுத்தன்மையை நீங்கள் உணரும் கணத்தில் இந்த நாவல் தன்னை எழுதிக்கொண்டு விடும். நான் அதிலிருந்து நிரந்தரமாக வெளியேறிவிடுவேன்.

'இது உனது முதல் நாவல் போலவே இல்லை என்று சொல்லிக்கொண்டே இருக்கிறான்' ஆறுமுகம் முருகேசன். இந்நாவலின் ஒவ்வொரு அத்தியாயத்தையும் அது எழுதப்பட்டபோதே அவனுக்கு வாசிக்கத் தந்திருக்கிறேன். அவனிடம் இருக்கும் நுட்பமான கவிமனம் புனைவின் அந்தரங்கமான பகுதிகளை இனங்காணும் வல்லமை கொண்டது. அதன் வழியாக அவன் என்னை உற்சாகமூட்டிக்கொண்டே இருந்தான். நான் எழுதும் ஒவ்வொரு வார்த்தையையும் சிலாகித்துப் பேச கவிதா இருக்கிறாள். 'இனி உன்னை நான் பாராட்டப் போவதில்லை, வேண்டுமானால் இந்நாவல் குறித்து அம்மாவிடம் பேசுகிறேன்' என்று சொல்லிவிட்டு, அவளை அழைத்து என் கதைகள் பற்றிப் பேசுகிற சரவணன் இருக்கிறான். ஒரு கறாரான விமர்சகனை தனக்குள் பதுக்கி வைத்துக்கொண்டு, வார்த்தைகளை அளந்து அளந்து பாராட்டும் இளங்கோ இருக்கிறான். 'உனக்கு சொல்வதற்கு நிறைய விஷயங்கள் இருக்கின்றன, அதைச் சொல்லவும் தெரிகிறது' என்று எனை வாழ்த்தும் போப்பு இருக்கிறார். இவர்களே என்னை அடுத்த இடத்துக்கு நகர்த்துகிறார்கள். இந்தப் பங்களிப்புகளின் வழியாகத்தான் நான் இதை உங்களுக்கு இப்போது வாசிக்கத் தருகிறேன். இதிலொரு அப்பட்டமான வாழ்க்கை இருக்கிறது. நான் ஒட்டியும் விலகியும் நிற்கும் வாழ்க்கையாக அது இருக்கிறது. என் கைக்கு சிக்காத புனைவின் வாழ்க்கையாகவும் அது இருக்கிறது.

'எதிர் வெளியீடு' வெளியிடும் என்னுடைய ஆறாவது நூல் இது. அனுஷ்க்கு என் மீது நிறைய அன்பிருக்கிறது. என் எழுத்தின் மீது அதிக மதிப்பிருக்கிறது. அதனால் அவருக்கு நன்றி சொல்வது வெறும் சடங்காகிவிடாது!

அன்புடன்

ஜி. கார்ல் மார்க்ஸ்

gkarlmax@gmail.com

09 நவம்பர் 2019

1

அமாவாசை முடிந்து இரண்டு இரவுகள் கடந்திருந்தன. அதே அடர்த்தியான இருள் விண்ணம் படாமல் இன்னும் மிச்சமிருந்தது. உடலை வியர்க்கச் செய்யும் ஈரப்பதம் நிறைந்து, வெளியெங்கும் மெல்லிய சூட்டை அது பரவச்செய்திருந்தது. அடர்ந்த இருட்டு, செடிகொடிகளின் பச்சையைப் பிரித்தறிய முடியாதபடி கறுப்பாக்கி வைத்திருந்தது. பந்தலில் படர்ந்திருக்கும் புடலையிலையின் பொன் பச்சையும், பந்தலின் உயரத்தைத் தாண்டி அசைந்துகொண்டிருந்த கொட்டைமுத்து இலையின் அடர் பச்சையும் தோற்றத்தில் ஒன்றாகிவிட்டன. பயிரிடப்பட்டிருந்த கத்திரி இலைகள் சுனையுடன் மதர்த்து, காய்கள் பெருகத் தொடங்கியதன் ஆணவம் செடிகளின் உடலில் மின்னிக்கொண்டிருந்தது. ஆனால் அந்த இருட்டுடன் இருட்டாக கொல்லையில் வளைய வந்துகொண்டிருக்கும் இந்திராணியை அக்கருமை எதிலிருந்தும் மறிக்கவில்லை. உச்சி கடந்து, அதே சமயம் சூரியன் தனது உக்கிரத்தைக் குறையா அந்தியில் அங்கு வந்தவள் கவியத் தொடங்கும் இருட்டுடன் தன்னைக் கரைத்துக் கொண்டதால், இப்போதும் அவளுக்குப் பார்வைத் துலக்கமாகவே இருந்தது. அவளது கண்முன்னாலேயே வெளிச்சத்தை இருட்டு விழுங்கியிருந்ததால், அவளது கண்களுக்கு இப்போதும்கூட கத்திரிப்பூவின் வண்ணம் அதன் இலையிலிருந்து தனித்துத் தெரிகிறது.

ஆறு ‘மா’வுக்குமேல் பரந்து விரிந்திருக்கும் கொல்லை. மேலவயல் அல்லிக்குளத்துக்குக் கிழக்குக் கரையில் தொடங்கும் அவளது கொல்லையிலிருந்து தொடர்ச்சியாகத் திடல்கள்தான். ஒவ்வொன்றும் முள் வேலியால் பிரிக்கப்பட்டிருந்தன. சில கொல்லைகள் நடுவில் எந்த வேலியும் இல்லாமல் தலைமுறை தலைமுறையாக வெறும் ஒற்றை ஒதியமரத்தையோ அல்லது ஒற்றை வேப்ப மரத்தையோ அடையாளமாகக் கொண்டு எல்லை வகுக்கப்பட்டிருந்தன. சமீப வருடங்களில் பங்காளிகளுக்குள் அளந்து பங்கு பிரிக்கப்பட்டிருந்த திடல்களில் மட்டும் அபூர்வமாக எல்லைக்கல் நடப்பட்டிருந்தது. அது கூட உழவுமண் பறந்து புதைந்துகொண்டிருந்தது. எல்லைக்கல் கூட ஒரு பேச்சுக்குத்தான். வெற்றுக் காலுடன் கண்ணை மூடிக்கொண்டு நடந்தாலும் எந்த இடத்தில் கால் வைக்கிறோம் என்பதை பாதமே காட்டிக்கொடுக்கும். நிலமென்பது வெறும் கண்ணும் மனசுமல்ல. மொத்த உடலும்தான்.

வேலை செய்யும்போது ஓய்வெடுக்கவும், வீட்டிலிருந்து கொண்டு வரும் சோற்றை வைத்துத் தின்பதற்கும், தளவாட சாமான்களைப் போட்டுவைப்பதற்கும் வசதியாகக் கொட்டகை ஒன்று கொல்லையில் மத்தியில் போடப்பட்டிருந்தது. அன்று கொல்லையில் வழக்கத்தைவிட வேலை அதிகமாகிப் போய்விட்டது இந்திராணிக்கு. வேலியோரங்களிலிருந்து புறப்பட்டு கொல்லையை நோக்கி நீண்டிருந்த கோரைகளைக் களையத் தொடங்கியவள் அது இவ்வளவு நேரத்தை விழுங்கும் என்று எதிர்பார்த்திருக்கவில்லை. நோகும் முதுகை வளைத்து நெட்டி முறித்தபடி திரும்புகையில், குன்றாகக் குவிந்து கிடக்கும் கோரை கண்ணுக்குப்பட்டபோதுதான், தாம் எவ்வளவு வேலை செய்திருக்கிறோம் என்பதே அவளுக்குப் புரிந்தது. அந்த வேலை மும்முரத்தில், இருள் கவிந்தது கூட புலனுக்கு உறைக்கவே இல்லை.

லேசாக உலரவிட்டு அதைப் பசுவுக்குப் போட்டால் கூடுதலாக ஒரு படி பால் கறக்கும் என்று நினைத்துக்கொண்டாள். அப்படியே இதே பச்சையோடு தின்னக் கொடுத்தால் மூன்று நாளைக்கு கழிச்சல் நிற்காது. அதை அள்ளிப் போட்டே முதுகு மேலும் உடைந்துபோய்விடும் என்ற எச்சரிக்கையும் அவளது சிந்தனைக்குள் வராமல் இல்லை. நன்றாக இருட்டிவிட்டது. கொட்டகையின் உள்ளே சென்று அந்த மூங்கில் கட்டிலில் அமர்ந்து ஏதோ நினைவில் ஆழ்ந்திருந்தாள். அவளையறியாமலேயே கண்கள் மூடிக்கொண்டிருந்தன.

அவ்வளவு இருட்டிலும் அது அவளை வெளிச்சத்திலிருந்து துண்டித்துக்கொள்ளும் ஆசுவாசத்தை அளித்தது. கண்ணைத் திறந்தபோது கூடுதலாக இருள் அவளுக்கு முன்னால் நிற்பது போலத் தோன்றியது. மணி ஏழுக்கு மேல் இருக்கலாம்.

கொட்டகையை விட்டு வெளியில் வந்து அந்த இருட்டில் இப்போது கத்திரிக்கொல்லையைப் பார்க்கும்போது ஒரு இருட்டின் மீது இன்னொரு இருட்டை வைத்து அடுக்கியது போன்று அடர்த்தியாக இருந்தது. கரும்பச்சை இலைகள் வரப்பின் விளிம்பை மூடியிருந்தது. நிறைய பூக்கள். கொஞ்ச நேரம் அங்கு நின்றவள், கொல்லையை விட்டு வெளியேறும் படலை நோக்கிப் போகாமல் கத்திரிச் செடிகளின் ஊடு வரப்பில் இறங்கி, கொல்லையின் உட்புறமாக நடந்தாள். காலில் சேறு அப்பியது. இலைகளின் அடர்த்தியால் தரையின் ஈரம் சீக்கிரம் காயாமல் இருந்தது. பகலில் நடந்து நடந்து பழகிய வரப்புதான் என்பதால், கத்தரிக்கொல்லையின் குறுக்காக நடக்கையில் இலையில் உள்ள சுனை காலில் பட்டால் அரிக்கும் என்று புடவையை கணுக்கால் வரை தாழ்த்தி விட்டுக்கொண்டாள். சமமற்ற தரையில் நடப்பதுதான் சிரமமாக இருந்தது. கத்தரிக்கொல்லையைத் தாண்டி பயிரிடாமல் தரிசாகப் போட்டு வைத்திருக்கும் நிலத்தை அடைந்தபோது காலுக்கு ஆசுவாசமாக இருந்தது. காய்ந்த புல்லின் கூர்மை காலில் உரசியபோது பாதங்களுக்கு சுரணை வந்தது போல கூச்சம் மேலிட்டது. அந்தக் கூச்சம் தொடையிடுக்கின் பூனை மயிர் வரைப் பரவி சிலிர்ப்பைத் தந்தது. காலில் ஒட்டியிருந்த சேற்றை காய்ந்த புல்லின் மீது தேய்த்தாள். அவ்வாறு செய்வது உணக்கையாக இருந்ததால், கடைசித் துணுக்கு சேறு காலில் இருந்து விடுபடும் வரை மீண்டும் மீண்டும் தேய்த்தாள். அதற்குப் பிறகு நடப்பதற்கு எளிதாக இருந்தது. “ச்சே... செருப்பு மாதிரி எப்புடி அப்பிக்கிது இந்த சேறு...” என்று ஒரு வசவை சத்தமின்றி உதிர்த்தாள். இந்தக் களிமண் அவளது சொத்து என்கிற உணர்வும் வந்தது. அது அவளது மண். அவளது வியர்வையோடு கலந்திருக்கிற அந்த ஈரம் அவள் உடலுடனும் கலந்த ஒன்று. அந்த நிலத்தின் மீது தீராத பற்று அவளுக்கு. வெறித்தனமான உரிமையும்கூட உண்டு. கிட்டத்தட்ட இப்போது பார்க்கப் போய்க்கொண்டிருக்கிறாளே கலியமூர்த்தியை, அவர் மீதான அவளது காதலுக்கு சற்றும் குறையாதது.

ஐந்து நிமிட நடையில் அவரது கொல்லை. அதிலொரு கொட்டகை. பெரிய புடலம் பந்தல். சுற்றிலும் வாழை சருகு

கட்டி அருமையாகப் பராமரிக்கப்படும் பந்தல் அது. பந்தலுக்கு பின்பக்கமாக கத்திரியும் கொத்தவரையும் பயிரிட்டிருந்தார். பரந்து விரிந்த கொல்லையில், ஒரு பொட்டு இடம்கூட தரிசாக விட்டு வைக்கப்படாமல் எல்லா இடத்திலும் எதாவது ஒன்று பயிரிட்டு அது காற்றில் தழைந்துகொண்டிருந்தது. கொல்லையின் படலை ஒட்டிய பகுதியில், பத்துப் பன்னிரண்டு தென்னை மரங்களும், ஒரு பெரியநெல்லி மரமும் ஒரு கொய்யா மரமும் இருந்தது. அதன் வேர் கொல்லைக்குள் பரவி விளைச்சலைக் கெடுத்துவிடாமல் இருக்க அந்த மரங்களிலிருந்து நான்கைந்து அடிகள் இடைவெளியில் ஐந்தடிக்குக் குறையாத ஆழத்தில் கிடங்கு வெட்டி அதைத் தடுத்து வைத்திருந்தார். நெல்லி, கொய்யா மரங்களின் கிளை, வேலியை ஒட்டி ஓடிய வாய்க்காலின் மீது படர்ந்து நிழல் பரப்பியிருந்தது. அது எப்போதும் அந்தப் பகுதியின் வாய்க்காலை மிகுந்த குளிர்ச்சியாக வைத்திருந்தது. அந்த வாய்க்காலின் கரையில் பட்டு நெசவு செய்யும் சௌராஷ்டிரர்களின் தெரு இருந்தது. காலை மதியம் அந்தி என்று வித்தியாசம் பாராமல் பெண்கள் அந்த வாய்க்காலில் குளித்தபடியே இருந்தார்கள். மூக்கைப் பிடித்துக் கொண்டு தண்ணீரில் மூழ்கும் நேரத்தைத் தவிர மீதி நேரங்களில் வாய் ஓயாமல் எதையாவது பேசிக்கொண்டே இருந்தார்கள்.

இருக்கும் சிறிய வீட்டின் பெரும்பகுதியை தறி மேடை ஆக்கிரமித்துக்கொள்ள, புருஷன் தறி மிதிக்க அருகே உட்கார்ந்து பகலெல்லாம் சீடா போட்டுக்கொண்டிருக்கும் பெண்களுக்கு அந்த வாய்க்கால்தான் சுதந்திர வெளி. அந்த குளிர்ந்த தண்ணீரில் தனது அந்தரங்கங்கள் நனைய நனைய சிரித்தபடியே குளித்துக்கொண்டிருந்தார்கள். நனைந்து போன உடைகள் அவர்களது உடலுடன் ஒட்டிக்கொள்ள, தலையை மட்டும் துவட்டிக்கொண்டு, அந்தத் துண்டை அப்படியே மாரைச் சுற்றி போட்டுக்கொண்டு கால் தடுக்கத் தடுக்க அவர்கள் வாய்க்காலிலிருந்து கரையேறி வீட்டிற்கு நடக்கும்போது மழையில் நனைந்துபோன தவிட்டுக் குருவியாக தோற்றம் கொண்டார்கள். அவர்களது சிவந்த முலைகளும் ஒடுங்கிய அழகான புட்டங்களும் கீச்சு கீச்சென்ற அவர்களது குரலும் அவர்கள் மீதான எந்தக் கவனத்தையும் ஈர்க்காமல் அவர்களை சிறுமிகளைப் போலவே எப்போதும் உணரவைத்தது. கலியமூர்த்தி கிடங்கை ஒட்டி எப்போவாவது வேலை செய்யும்போது அவர்களது பேச்சுக் குரலைக் கேட்டால், சிரித்துக்கொள்வார். அவர்களுக்கும் அங்கு ஓர் ஆண் இருக்கிறார் என்கிற பிரக்ஞையே இருக்காது.

கலியமூர்த்தி பகல் இரவு எல்லா நேரமும் கொல்லையில்தான் இருப்பார். தனி ஆள். எப்போவாவது களை எடுக்க, கொத்த மட்டும்தான் வேலையாட்களை வைத்துக் கொள்வார். மீதி எல்லா வேலையையும் அவரே செய்வார். ஒரு நாலு முழ வேட்டி. அழுக்குத் துண்டு. சொரசொரப்பான தாடியுடன் அடர்த்தியான சுருண்ட மீசை. வலுவான உடம்பு. மண்வெட்டியில் காய்ந்திருக்கும் மண்ணை விரல்களாலேயே சுரண்டி உதிர்க்கும் அளவுக்குக் காய்த்துப் போன கைகள். வெற்றிலைப் பாக்கு போட்டு போட்டு சிவந்திருக்கும் பல்லும் வாயும். வாய் என்ற ஒன்று இருப்பதே தெரியாத அளவுக்கு அது மீசையின் புதருக்குள் ஒளிந்திருந்தது. ஒரு கலயம் கள்ளு வாங்கினால், வடிகட்டாத கள்ளை மீசையை மடித்து உதட்டோடு சல்லடை மாதிரி வைத்துக்கொண்டு உறிஞ்சிக் குடிப்பார். கள்ளில் செத்து மிதக்கும் சிறிய சிறிய வண்டுகள் பூச்சிகள் எல்லாம் வெளியே மீசையில் ஒட்டிக்கொள்ள, வாயை எடுக்காமல் மொத்தக் கள்ளையும் உறிஞ்சிவிட்டு த்தூ... என்று விசிறி ஊதும்போது வண்டுகள் சிதறி விழுவதை, கடையில் இருக்கும் புதிய குடிகாரர்கள் ஆச்சர்யத்துடன் பார்ப்பார்கள்.

“ஏன்... அதை நான்தான் பன்னாடைல வச்சி வடிகட்டித் தர மாட்டேனா... வாய வச்சிதான் உறியணுமா...” என்று கேட்கும் சாக்கனாத்திக்கு சிரிப்பைத் தவிர எதையும் பதிலாகச் சொன்னதில்லை. “அவருக்கு அவரே வாய வச்சி உறிஞ்சினாத்தான் புடிக்குமாம்” என்று கேலி செய்யும் மாமன் மச்சான் முறையுள்ள எவனுக்கும் அப்படியே. அவர்களது கிண்டலை ரசிப்பது போல சன்னமாக முகத்தைச் சுளிப்பார். அவ்வளவுதான். அவர் பேசுகிறார் என்றால் அது இந்திராணியிடம் மட்டும்தான். “மருமகளே...” என்று வாஞ்சையாகத் தொடங்கிய உறவு. “என்ன மாமனாரே...” என்று அவரது மீசையைப் பிடித்து இழுக்கும் அளவுக்குப் போனவள் அவள்தான். மற்றவர்கள் அவரைக் கிண்டல் செய்வார்கள். செய்துகொண்டுதான் இருக்கிறார்கள். ஆனால் இவ்வளவு அலட்சியமாக மீசையைப் பிடித்து இழுக்கும் அளவுக்கு யாரும் போனதில்லை.

அவ்வாறு அவள் மீசையைப் பிடித்து இழுத்தபோது அவர் கொஞ்சம் அதிர்ந்துதான் போனார். சுற்றும் முற்றும் யாரும் இல்லை. அன்று அவர் மட்டும்தான் புடலம் பந்தலின் உள்ளே, முளைக்குச்சி அடித்து அதன் உள்ளே வாழைச் சருகுகளைப் பரப்பி அறுத்து அடுக்கப்பட்டிருந்த புடலங்காய்களைக் கட்டாக

கட்டிக்கொண்டிருந்தார். காய்கள் மீது காயம் பட்டுவிடாமல் உடைந்து விடாமல் அதை அடுக்க வேண்டும். பிறந்த சிசுவைத்தொடுவது போல அதைத் தொட வேண்டும். அவரது கையின் உறுதிக்கு கொஞ்சம் அழுத்தித் தொட்டாலும் காயில் கீறல் விழுந்து விடும். "மாயவரம் ஏவாரி புடலங்காய் கட்டிலிருந்து குத்துமதிப்பாக ஒரு காயை உருவும்போது, தட்டுவாணி மொவன் கைல அந்த விண்ணம்பட்ட காய்தான் சரியா மாட்டும்." அப்படி ஒரு கரிக்கட்டை கை கொண்டவன் அவன் என்று மனதிற்குள்ளேயே நினைத்துக்கொண்டு அந்த வேலையை கவனமாக செய்துகொண்டிருந்தார். அப்போதுதான் இந்திராணி பந்தலின் உள்ளே வந்திருந்தாள். அவரது கொல்லையின் வழியாக அவளுக்குத் தண்ணீர் போய்க்கொண்டிருந்தது. எதுவும் செத்தை கித்தை விழுந்து வாய்க்காலை அடைத்துக்கொண்டிருக்கிறதா என்று அடிக்கடி பார்த்துக்கொள்ள வேண்டும் என்பதால் வந்தவளுக்கு இளகிப்போயிருந்த கோவணத்தோடு மாமன் புடலங்காய்களை அடுக்கிக் கொண்டிருப்பதைப் பார்த்ததும் சிரிப்பு வந்து விட்டது. கூடவே "என்ன ஒரு உழைப்பாளி மனுஷன்..." எனும் வாஞ்சையும் பெருக, கேலி பேசினாள். அது இரண்டொரு வார்த்தைகள் வளர்ந்து மீசையைப் பிடித்து இழுப்பதில் போய் நின்றது. ஒரு கணம் அதிர்ந்தாலும் பிறகு கொஞ்சமாக முதுகை வளைத்து, தன்னைக் கடந்து செல்பவளின் சூத்தா மட்டையில் சுளீரென்று அடித்தார். அவரைப் பொறுத்தவரை அது செல்லமான அடிதான். ஆனால் அவளுக்குப் பலமாக பட்டுவிட்டது. ஸ்ஸ்ஸ்... என்று முனகியவள் "யோவ்... மாமா..." என்று தடவிக்கொண்டே வாய்க்காலை கண்காணிக்கப் போனாள். அந்த வலியை "அது தாங்கமுடியாத வலி" என்பதைப்போல காட்டிக்கொள்ள அவள் விரும்பவில்லை. அது உண்மையும் கூடத்தான். அவள் மட்டும் என்ன, இரண்டு ஆம்பளை ஆள் வேலையை ஒருத்தியாக செய்பவள். வலுவான காலும் கையும் உடையவள். நல்ல கறுப்பு. பல் மட்டும் கொஞ்சம் எத்தலாக இருக்கும். நிமிர்ந்து நின்றால் அந்த தெருவில் இருக்கும் எந்த ஆணையும் விட உயரம் குறைந்தவள் அல்ல. எப்பவாவது அறுத்துக் கட்டிய புல்லுக்கட்டை தூக்கிவிட ஆள் தேடினால், நீ போடா... நீ போடா... என்று மற்ற ஆண்கள் இருப்பதிலேயே உயரமான ஆளை நோக்கிக் கைகாட்டுவார்கள். எதிரே நிற்பவன் ஓர் ஆண் என்பது குறித்த எந்த சிந்தனையும் இல்லாமல், மதர்த்த முலைகளின் நடுவே சிறிய வடத்தைப் போல இருக்கும் சுருண்ட முந்தானையுடன் நிற்கும் அவளது

ஜி. கார்ல் மார்க்ஸ்

ஆகிருதியில் அடிபடாமல் தப்பிப்பது சுமையைத் தூக்கிவிட வரும் எவனுக்கும் சிரமமானது. தூக்கும்போது உதவி செய்பவன் அந்த எடையால் கொஞ்சம் சுணங்கினால், “கட்டத் தூக்கிவிட சொன்னா சிரிய பாத்துகிட்டு முக்கு” என்பாள். சிரி என்றால் மூர்த்தியிடம் அத்தைகள் ரகசியமாக விரலை மடக்கிக் காட்டுவார்களே அதுதான்.

அன்றைய இரவு கொல்லை வேலையை முடித்துவிட்டு வீட்டுக்குப் போனவள், உடைகளை உருவிப்போட்டு விட்டு, கட்டியிருந்த பாவாடையை மக்கட்டாக கட்டிக்கொண்டு தண்ணீரை மொண்டு மொண்டு அலுப்பு தீர உடம்பில் ஊற்றிக் குளித்தாள். சவர்க்காரம் போடும்போது புட்டத்தில் கை பட்டவுடன், கம்பளிப் பூச்சி ஊரும் கனத்தில் இரண்டு மூன்று கோடுகள் இருப்பது தெரிந்தது. சோப்பு போடும் வேகத்தைக் குறைத்து மெல்ல தடவிப் பார்க்கையில், அந்த இடம் கன்றி தடித்துப் போயிருப்பது தெரிந்தது. “அடப்பாவி மனுசா...” என்று வாய்க்குள் சொல்லிக்கொண்டே தடவிப் பார்த்தாள். காந்தல் பரவியது. ஆனால், பரபரப்பும் குதூகலமும் கூடவே வந்தது. மெல்ல சீட்டி அடித்தவாறே உடைமாற்றிக்கொண்டு அதே வேகத்தில் சமைத்து முடித்தாள். குழந்தைகளை வழக்கத்துக்கு அதிகமாகக் கொஞ்சினாள். கண் புருஷனைத் தேடியது. கடைத்தெரு போனவன் இன்னும் வந்திருக்கவில்லை. அவளும் குழந்தைகளுடன் சேர்ந்து சாப்பிட்டு முடித்தாள். “என்னடி... ங்கொப்பன் செல்வராச இன்னும் காணும்...” என்று குழந்தைகளிடம் வம்பிழுத்தாள். “அம்மா... அப்பாவை அப்படில்லாம் சொல்லக் கூடாதும்மா...” என்று பாடம் நடத்தினான் பெரியவன். “சரிதான் போடா... அவன் பெரிய கலட்டரு... இவன் பெரிய தொர...” என்று அவன் கன்னத்தைப் பிடித்து கிள்ளிவிட்டு அவனைப் படுக்கவைத்திருந்தாள். குழந்தைகள் தூங்கிப்போயின.

கடைத்தெருவில் இருந்து லேசான தள்ளாட்டத்துடன் வந்த செல்வராசு, “புள்ளைவோ சாப்டுச்சா...” என்று கேட்டுக்கொண்டே சாப்பிட்டான். கவளம் கவளமாக உருட்டி சாப்பிடுபவனை ஆசையோடு பார்த்துக்கொண்டே பானையில் இருந்த எல்லா சோத்தையும் போட்டு முடித்தாள். அன்றைய கலவி நெடு நேரம் நீடித்தது. அவனை நிறைய இடங்களில் கடித்து வைத்தாள். “அடியே... முரட்டுத் தேவடியா...” என்று முனகிக்கொண்டே அவன் அவளைக் கட்டிக்கொண்டான். சோர்ந்து படுத்தவன் மெல்ல அவளைத் தடவிக்கொண்டே

தூங்கத் தயாரானபோது "என்னடி இது, இங்க இப்படி தண்டிச்சி போயிருக்கு...?" என்று அவளது காதில் கிசுகிசுத்தான். அவளுக்கு சிரிப்பு பொத்துக்கொண்டு வந்தது.

"ம்ம்ம்... உன் சித்தப்பன்... அந்த கிழட்டுப் பயதான்... இப்படி சுளீர்னு அடிச்சிபுட்டான்"

"ம்ம்ம்... நீ என்ன பண்ணின... அந்தாளு கோமணத்தைப் புடிச்சி இழுத்தியா... தேவடியா..." என்று சிரித்தான்.

"நான் ஏன் கோமணத்தை புடிச்சி இழுக்க போறேன்...? அந்தாளு மீசையைப் புடிச்சிதான் இழுத்தேன்..." என்று சொன்னாள். அவன் அதற்கு எதுவும் பதில் சொல்லவில்லை. கொஞ்ச நேரத்தில் அவனது குறட்டை ஒலி சன்னமாகக் கேட்டது. அவளை இறுக்கிப் பிடித்திருந்த கை நெகிழாமல் அப்படியே தூக்கத்திற்குள் விழுந்திருந்தான். அவனை விலக்கிக்கொண்டு அவள் எழுந்து ரவிக்கையை அணிந்துகொண்டு அவனுக்கு அந்தப் பக்கமாக கிடந்த புடவையை எடுத்து கட்டிக்கொண்டாள். அவனது வேட்டியை எடுத்து அவன் கால்களுக்கு இடையில் திணித்து மூடிவிட்டாள். "காலைல பெரியவன் சீக்கிரம் எழுந்துட்டான்னா கண்ண கசக்கிகிட்டு இங்கதான் வந்து நிப்பான்..." என்ற எச்சரிக்கை உணர்வை அந்த தீவிர கலவிக்குப் பிறகும் அவள் கைவிடவில்லை. கொஞ்சம் தண்ணீர் மொண்டு குடித்துவிட்டு அவன் மீது காலை தூக்கிப் போட்டுக்கொண்டு தூங்கிப் போனாள்.

கலியமூர்த்தி கொட்டகையின் வெளியே உட்கார்ந்து பீடி குடித்துக் கொண்டிருப்பது தெரிந்தது. சிறிய ஒளிப்புள்ளி. அதன் சுற்றுப்புறத்தில் புகை நாற்றம். அவரது இருப்பைச் சொல்லும் மணம் அது. அந்த முழு இருட்டில், அந்த நெருப்புக் கங்கின் சிறிய புள்ளியைக் காண அவருக்குக் கிளர்ச்சியாக இருந்தது. அந்த பீடியின் நறுமணம் அவள் மீதான வளையத்தைப் போல இறுக்கியது. இருட்டு என்பது சுதந்திரம். அதுவொரு அலட்சியம். எப்போதும் கைகூடாத நிர்வாணம். அது உடலின் வெட்கத்தை உதிரச் செய்துவிடுகிறது. வேட்கையைப் பெருக்குகிறது. அதை ஊடுருவிச் செல்பவளின் உடலை ஒற்றைப்புள்ளியாக்கி அவளது தீவிரத்தை அதன் மீது குவிக்கிறது. மற்ற எல்லாவற்றையும் நிராகரிக்கத் தூண்டுகிறது. சூழலை நிராகரிக்கும் ஒருத்தி மூர்க்கத்தை நோக்கி நகர்கிறாள். அது ஆதி விடுதலையை நோக்கி உந்துகிறது. உடலையும் மனசையும் லேசாக்கி விடுகிறது. அந்தக் கைவிடுதலின் வசீகரத்தை நோக்கிதான் எல்லாப்பெண்ணும்

போய்க்கொண்டே இருக்கிறாள். ஆனால் அவளை ஏந்திக்கொள்ள ஓர் ஆண் வேண்டும். அவன், அவளுடன் எப்போதும் பொருதத் தலைப்படும் ஆகிருதியோடு இருக்கிறபோது மட்டுமே அவள் கிளம்பிப் போகிறாள். அதுவொரு போர். தன்முனைப்பின் கட்டற்ற அகங்காரம். அது எங்கே தோன்றுகிறதோ அங்கேயே முடிவதற்கு அது அலைகிறது. அவளை அலைக்கழிக்கிறது. அந்த சூடு அவளை நெகிழ்த்துகிறது. அவளது உடம்பைத் துண்டு துண்டாக்குகிறது. அந்த நேரத்தில் சிதறும் உடம்பும் மனதும் அவளுடையது அல்ல. அது வேறு யாருடையதோ. ஒரு பெரும் விருட்சத்தின் கீழே ஆசுவாசமாகக் குடை விரிக்கும் காளானைப் போல, தன்னை சுருக்கிக்கொள்கிறது. கைவிட்டு விடுகிறது. அதுவொரு சிறிய கணம் தான். அந்த போதையை அனுபவிக்க ஒரு தைரியம் தேவைப்படுகிறது. காலமெல்லாம் கசியப் போகிற குருதியை பொருட்படுத்தாத தைரியம் அது. ஆனால், அதை வெறும் தைரியமாக மட்டும் குறுக்கிக் கொள்ளாமல், ஆழ்ந்த அமைதிக்குள் அதைப் பொதித்து விடுகிறபோது மனது தடுமாறுவதில்லை. அது தன்னம்பிக்கையின் உச்சியில் கொண்டு போய் உடலை வைக்கிறது. மனதைப் பரத்துகிறது. அந்த இருட்டில் வேர்களில் ஈரம் படர காற்றுக்கு தன்னை தாரை வார்க்கும் கத்திரிச் செடியைப் போல ஆக்கிவிடுகிறது. இந்திராணி அப்படி ஆகியிருந்தாள்.

கலியமூர்த்தி உட்கார்ந்திருந்த கயிற்றுக் கட்டிலில் சென்று அமர்ந்துகொண்டாள். அவர் ஒரு வார்த்தையும் பேசாமல் அவளைக் கொஞ்சமாக இறுக்கிக்கொண்டு தனது சொரசொரப்பான கைகளால் அவளது கழுத்தில் தடவிக்கொடுத்தார். பிறகு அவளை மடியில் சாய்த்துக் கொண்டு அவளது விரலுக்கு சொடக்கு எடுக்கத் தொடங்கினார். அவள் எதுவும் பேசாமல் ஒரு நட்சத்திரம் கூட இல்லாமல் மையைப் போல அடர்த்தியாக இருக்கும் வானத்தைப் பார்த்துக்கொண்டே படுத்திருந்தாள். அவர் சன்னமான குரலில் முனகுவது போன்ற தொனியில் ஒரு பழைய சினிமாப் பாடலைப் பாடினார். அவள் அவரது தாடியின் மீது கைகளை ஓடவிட்டு, மெல்ல மீசையைப் பற்றி இழுத்தபோது மட்டும் பாட்டை நிறுத்திவிட்டுக் காத்திருந்தார். அவள் தனது கைகளை எடுத்துக்கொள்ளவும் மீண்டும் பாடலைத் தொடர்ந்தார்.

இரண்டு பேருக்கும் இடையில் எந்த சம்பாஷனையும் இல்லை. பேச வேண்டியது ஒன்றுமே இல்லை என்பதைப் போல இருவரும் அமைதியாக இருந்தார்கள். ஆனால் அங்கு

ஓர் உரையாடல் நிகழ்ந்துகொண்டுதான் இருந்தது. நேரம் ஆகிவிட்டதை உணர்ந்து அவள் எழுந்தபோது, “பாத்து பத்திரமா போ...” என்று சொல்லிவிட்டு அவர் அடுத்த பீடியை எடுத்துப் பற்றவைத்தார். “சரி...” என்று சொல்லிவிட்டு அவள் அவரது கொல்லையின் படலைத் திறந்துகொண்டு தனது கொல்லையை நோக்கி நடந்தாள். தனது கத்தரிக்கொல்லையின் வழியாக வந்த வழியே அதே ஈரத்தில் நடந்தபோது அவள் போகும்போது பதித்த அவளது காலடித்தடம் கால்களுக்குத் தட்டுப்பட்டது. கொஞ்ச தூரம் நடக்க, அவளது தடத்துக்குப் பொருத்தமில்லாத இன்னொரு காலடித்தடம் வரிசையாக அங்கு பதிந்திருப்பதை அவளால் உணர்ந்துகொள்ள முடிந்தது. நடையின் வேகத்தைக் குறைத்து கால்களை நெருக்கமாக வைத்து நடந்து பார்த்தாள். கிட்டத்தட்ட கால்களால் துழாவுவது போல. அது இன்னொரு காலடித்தடம்தான் என்பது உறுதியானது. அதுவொரு ஆணின் காலடித்தடம் என்பதையும் அவள் சீக்கிரமாக புரிந்துகொண்டாள். தனது காலை அதில் பொருத்திப் பார்க்கும்போது தனக்குப் பொருந்தாத பெரிய செருப்பினுள் காலை நுழைப்பது போன்ற பிரமையை அது தந்தது. பகீரென்று இருந்தது. கொட்டகையை நோக்கி நடப்பதை நிறுத்திவிட்டு மீண்டும் திரும்பி தரிசு நிலத்துக்கு வந்தாள். கால்களால் காய்ந்த புற்களைத் துழாவினாள். தான் செல்லும்போது காலில் அப்பியிருந்த சேற்றை தடவிக்கடந்த இடம் அவளுக்கு நன்றாக நினைவிருந்தது. அங்கு போய் நின்று, அந்த இடத்திலிருந்து வலப்புறமாக நடந்து பார்த்தாள். காய்ந்த புற்களைத் தவிர காலில் வேறொன்றும் தட்டுப்படவில்லை. அதே வழியாக வந்து இடதுபுறமாக நடந்தாள். அப்போது அவள் தடவியது அல்லாமல் புதிய சேற்றின் தடத்தைக் கால் உணர்ந்தது. கொஞ்சமாக சேறு காலில் ஒட்டியது. அதே பாதையில் நடந்து படல் வரைக்கும் போனாள். வேலிக்காலில் இருந்த ஒதிய மரத்தை கைகளால் தடவிப் பார்த்தாள். கையில் பிசினைப்போல சேறு ஒட்டியது. எவனோ கொல்லையின் உள்ளே வந்திருக்கிறான். வெளியே செல்லும்போது படலைத் திறக்காமல் ஏறிக் குதித்திருக்கிறான் என்பது புரிந்தது. பதட்டமாக இருந்தது. அதே நேரம் உள்ளுக்குள் ரவுத்திரம் கனன்றது. பூவோட, பிஞ்சோட இருக்க கத்திரிக்கா பறிக்க வந்த திருட்டுப் பயலா, இல்ல வேற யாராவதா என்று குழம்பிக்கொண்டே வீட்டை நோக்கி நடந்தாள். படல் திறந்துதானே இருக்கிறது, எதற்காக வேலி மீது ஏறிக்குதித்தான் எனும் கேள்வி அவிழாத புதிரைப்போல அவளது புத்தியைக் குடைந்துகொண்டே இருந்தது.

குவித்துப் போட்டிருந்த புற்களை, இரண்டு ஆக்கைகளைப் போட்டு கட்டினாள். அப்படியே தூக்கி இடுப்பில் வைத்துக்கொண்டு வந்து படலுக்கு வெளியே வைத்தாள். மீண்டும் உள்ளே போய், கொட்டகையிலிருந்த சங்கிலி வளையத்தையும் பூட்டையும் எடுத்துக்கொண்டு வந்து படலைப் பூட்டினாள். சாவியை முந்தானையின் முனையில் முடிந்து இடுப்பில் செருகிக்கொண்டு, அப்படியே குனிந்து மூச்சை அடக்கிக்கொண்டு, புற்கட்டைத் தூக்கித் தலையில் வைத்துக்கொண்டு நடந்தாள். உதிரும் புற்கள் கண்ணை மறைத்தன. அவை பொழுதை இன்னும் இருளாக்கிக் காட்டின. நடக்கும் கால்களை மனசு தொடர்ந்தது. கண்ணை மூடிக்கொண்டால் கூட அவளால் வீட்டை அடைந்துவிட முடியும். உள்ளுணர்வின் தடத்தில் நடப்பவளுக்கு, கண்கள் ஒரு ஒத்தாசைக்கு மட்டும்தான் என்பது போல துலக்கமாக நடந்துகொண்டிருந்தாள். இரவுப் பூச்சிகள் வேலிகளில் வந்து குந்தத் தொடங்கியிருப்பது அவற்றின் ஸ்... ஸ்... ஸ்... ஒலி மூலம் அறிந்துகொள்ள முடிந்தது. வரும் வழியில் வேலிகளைத் தாண்டி, வயல்களில் பயிரிடப்பட்டிருந்த பாகற்காய் கொடிகளில் இருந்து அவிந்த கசப்பு மனம் வந்து நாசியை எட்டியது.

பிரதான தெருவை எட்டியபோது, குண்டு பல்பு எரியும் பிள்ளையார் கோவில் முழுதும் கண்ணுக்குக் கிடைத்தது. ஒரு கையால் தலைச் சுமையை அரவணைத்துக்கொண்டு இன்னொரு கையால் மாற்றி மாற்றி கன்னத்தில் போட்டுக்கொண்டாள். மகமாயி என்று வாய் முணுமுணுத்தது.

தெருவில் எல்லா வீடுகளிலும் லைட்டுகள் எரிந்தன. சோமுவின் வீட்டைக் கடக்கும்போது அனிச்சையாக உள்ளே தலையைத் திருப்பிப் பார்த்தாள். வழக்கத்துக்கு மாறாக வீட்டின் உள்ளே ஆண்களின் தலை அதிகம் தென்படுவது போல இருந்தது. வெளிப்புற தாழ்வாரத்தைக் கடந்து சில வினாடிகள் பார்வையை உள்ளே ஓட்டியபோது, முற்றத்தில் கால்களைத் தொங்கப் போட்டுக்கொண்டும் நின்றுகொண்டும் ஆட்கள் வீட்டின் உள்ளே நகர்ந்துகொண்டிருப்பதை அவளால் அறிய முடிந்தது. என்னவாக இருக்கும் என்று யோசித்தபடியே வீட்டை அடைந்தாள். வாசலை சுற்றிக்கொண்டு கொல்லைப்புறம் போய், கொட்டகைக்கு வெளியே இருந்த கவனையை ஒட்டி புற்கட்டை பொத்தென்று போட்டுவிட்டு கிணற்றடிக்கு நடந்தாள். கழுத்து இறுகி விறைத்துக்கொண்டது போல இருந்தது. தலையை லேசாக உலுக்கிக்கொண்டு புடவையைத் தளர்த்தி

ரவிக்கையின் கொக்கிகளைக் கழட்டி முந்தானையைப் பற்களில் கவ்விக்கொண்டு, வியர்வையில் ஊறிப்போயிருந்த ரவிக்கையை உருவி எடுத்து தோளில் போட்டுக்கொண்டு, வாளியைக் கிணற்றின் உள்ளே தாழ்த்தினாள்.

2

சோமுவின் மூன்று மகன்களும் வீட்டில் கூடியிருந்தார்கள். ராஜேந்திரன் மட்டும் முற்றத்தில் காலைத் தொங்கப் போட்டுக்கொண்டு தூணில் சாய்ந்து உட்கார்ந்திருந்தார். ரெங்கநாதனும் மகேந்திரனும் தூணிலும் சுவரிலுமாக சாய்ந்து நின்றுகொண்டிருந்தார்கள். சோமு அவர்களிடம் சொல்லிக்கொண்டிருந்தார். எல்லாரும் அமைதியாக கேட்டுக்கொண்டிருந்தார்கள். வார்த்தைகளுக்கிடையே நீண்ட இடைவெளி விட்டு, அப்போதுதான் அந்த வார்த்தைகளைக் கண்டுபிடிப்பவர் போலவும், சொல்லலாமா வேண்டாமா என்று ஒன்றிற்கு இரண்டுமுறை பரிசீலிப்பவரைப் போலவும், நிற்பவர்களது முகத்தை ஆழமாகப் பார்ப்பவராகவும், வார்த்தைகள் வெளிப்படுகிறபோது அனிச்சையாக குனிந்துகொள்பவராகவும் தணிந்தகுரலில் சொல்லிக்கொண்டிருந்தார். ராஜேந்திரனும் மகேந்திரனும் அமைதியாக கேட்டுக்கொண்டிருந்தார்கள். நடுவுள்ளவன் ரெங்கநாதன் மட்டும் வெடுக் வெடுக்கென்று அவரிடம் குறுக்கிட்டுக் கொண்டிருந்தான். அவன் பொண்டாட்டி செல்வி, குதிர் மறைவில் சோமுவின் பார்வைக்குப் படாத இடத்தில் நின்றுகொண்டிருந்தாள். மகேந்திரனும் அடிக்கடி அந்தப் பக்கம் பார்வையை ஓட்டி சின்ன அண்ணி அண்ணனுக்கு காண்பிக்க முயலும் சைகைகளைக் கண்டடைய முயன்று கொண்டிருந்தான். சோமு தனது சுபாவத்துக்கு மாறாக அமைதியாக இருந்தார். இந்நேரம் ரெங்கநாதனை எட்டி உதைத்திருப்பார் என்று மகேந்திரனுக்குத் தோன்றியது. ரெங்கநாதனின் வயது ஒன்றும் பொருட்டல்ல சோமுவுக்கு. போன வாரம்தான் செல்வி கோபித்துக்கொண்டு அம்மா வீட்டுக்கு போனதற்காக மூங்கில் குச்சியால் அவனை விளாசியிருந்தார். மறுநாளே வந்து சேர்ந்திருந்தாள் செல்வி. ராஜேந்திரனின் மனைவி ரமணி அடுப்படியை ஒட்டிய தூணில் சாய்ந்து நின்றுகொண்டிருந்தாள். அவள் நிற்பதே தெரியவில்லை. புடவை கொஞ்சம் அலைவதால் அவள் நிற்பதை உணர்ந்துகொள்ள முடிகிறது. சாத்தி வைக்கப்பட்டிருக்கும் ஓவியம் போல இருந்தாள். காலத்தால்

உறைந்துபோயிருக்கும் தனிமையின் அரூப சித்திரம் போல. தனது இருப்பு அங்கு நடக்கும் சம்பாஷணைகளை குறுக்கிட்டு விடுமோ என்று அஞ்சுபவளைப் போலவும் அதே நேரம், அங்கிருந்து அகல்வது அவமரியாதையாகப் போய்விடுமோ என்று தயங்குபவளைப் போலவும் நின்றுகொண்டிருந்தாள். அவளது பார்வைக்கு செல்வியின் இருப்பு தெளிவாகத் தெரிந்தது. அவளது துடுக்குத்தனம் இவளுக்கு அச்சத்தையும் அதே சமயம் மெல்லிய முறுவலையும் தோற்றுவித்துக்கொண்டே இருந்தது. ராஜேந்திரனையும் மகேந்திரனையும் மாறி மாறிப் பார்த்துக்கொண்டு, மாமனார் சொல்வதை கவனமாகக் கேட்டுக்கொண்டிருந்தாள். அவர் குனிந்து கொண்டே பேசும்போது, அவரை உற்றுப் பார்த்து அவர் சொல்வதைக் கேட்பதற்கு அது தோதாக இருந்தது. மற்ற நேரங்களில் அவரது முகத்தைப் பார்ப்பது மரியாதையாக இருக்காது என்று அவள் குனிந்துகொண்டிருப்பாள். தாம் சொல்வதை கூடியிருப்பவர்கள் உற்றுக் கேட்கவேண்டும் என்றுதான் அவர் தலையைக் குனிந்துகொள்கிறாரோ என்றும் கூட நினைத்தாள். இல்லை. அப்படியெல்லாம் அந்த அளவுக்கு அடுத்தவர்களுக்கு மரியாதை கொடுத்து யோசிப்பவரல்ல அவர் என்று அவளுக்குத் தோன்றியது.

குழந்தைகள் அனைவரும் அதே கூடத்தில் வரிசையாகப் பாயில் படுத்திருந்தார்கள். ரமணி ஒரே போர்வையைப் போட்டு எல்லாரையும் போர்த்திவிட்டிருந்தாள். பெரியவள் ரஞ்சிதா மட்டும் தூங்கிவிட்டிருக்கிறாள் என்று தோன்றுகிறது. கொஞ்சம் வளர்ந்த பெண், ரமணிக்கு அவள் வீட்டுவேலைகளுக்கு உதவுகிறாள். அந்த அசதியாக இருக்கும். மூர்த்தியும் அவன் தங்கை கௌரியும், கடைக்குட்டி செல்வகுமாரும் இன்னும் தூங்கவில்லை என்பது போர்வை அசைந்து கொண்டிருப்பதிலிருந்து தெரிகிறது. கூடுதலாக செல்வா வேறு குசுகுசுவென்று பேசிக்கொண்டே இருந்தான். தலை வரையிலும் இழுத்து போர்த்திக்கொண்டிருக்கும் குழந்தைகள் உள்ளேயே ஏதோ ஒன்றுக்கொன்று விளையாடுகின்றன என்று ரமணி அனுமானித்தாள். ஒரு கட்டத்தில் அவர்களது சிரிப்பொலியும் பேச்சொலியும் கூடிக் கூடி வந்து அந்த இறுக்கமான சூழலைக் கேலி செய்வது போல இருந்தது.

“தே... ய்... சத்தம் போடாம அமைதியா தூங்குங்க...” என்று மகேந்திரன் போர்வையை நோக்கிக் குரல் கொடுத்தான். ராஜேந்திரனும் ரமணியும் ஒருசேர குழந்தைகள் இருக்கும்

பக்கமாகப் பார்த்தார்கள். சோமு சில வினாடிகள் அந்த பக்கமாகப் பார்த்து முறைத்து விட்டு பேச்சைத் தொடர்ந்தார். குழந்தைகள் இப்போது பேசுவதை நிறுத்திக்கொண்டன. ஆனாலும் இரவு விளக்குகளின் வெளிச்சமும், பெரியவர்களின் பேச்சுக்குரலும் குழந்தைகளைத் தூங்கவிடாமல் பண்ணியது. கொஞ்ச நேரம் அமைதி காத்த அவர்களால் அந்த அமைதியைத் தக்கவைக்க முடியவில்லை. போர்வைக்குள்ளேயே கையைக் கோர்த்துக்கொண்டு விளையாடத் தொடங்கினர். ஆட்டத்தில் ஏதாவது சச்சரவு வந்திருக்கவேண்டும்.

மெல்ல விவாதம் உயர்ந்து குழந்தைகளின் கூச்சல் அதிகமாகிப் போனபோது, சோமு எழுந்து போய், "முன்டாட்டிய ஓழ்க்க பய புள்ளைவோளா..." என்று சொல்லிக்கொண்டே வதக் வதக்கென்று போர்வையோடு சேர்த்து குழந்தைகளை மிதித்தார். அவர் நடந்து வரும்போதே மூர்த்திக்குத் தெரிந்துவிட்டிருந்தது. போர்வையை விலக்கி தயாராகிவிட்டிருந்தான். ஒரேஒரு மிதிதான்; தப்பித்துவிட்டான். கௌரிதான் இரண்டு மூன்று மிதி வாங்கிவிட்டாள். மூர்த்தி வெளியேறிய வேகத்தில் குவிந்த போர்வையில் அவள் சிக்கிக்கொண்டதுதான் காரணம். பெரியவளுக்கும் இரண்டு மிதி கிடைத்தது. முதல் மிதியில் விழித்தவள், அப்படியே உருண்டு இரண்டாவது மிதியின் வீரியத்தைக் குறைத்துக்கொண்டாள். அதே வேகத்தில் எழுந்துகொள்ளவும் செய்தாள். ரமணி இருந்த இடத்தை விட்டு அசையவில்லை. செல்வி ஒன்றும் சொல்லாமல் சோமுவையும் சிரிப்புடன் தெறித்து ஓடும் குழந்தைகளையும் ஒரே பார்வையில் பார்த்தாள். அவளுக்கும் சிரிப்பு வந்தது.

ரெங்கநாதன், சோமு ஏதோ ஆடுகளைத் துரத்துவது போல எந்த சலனமும் இல்லாமல் பார்த்துக்கொண்டிருந்தான். "அங்க வீட்ல எவன எவன் கடிச்சி வச்சிருக்கான்னு போயி பாத்தாதான் தெரியும்" என்று தான் பெற்றிருக்கும் பிசாசுகள் குறித்த குறிப்புகள் அவன் மனதிற்குள் ஓடின.

வெளியேறிய குழந்தைகள் பக்கத்து வீட்டுத் திண்ணையில் போய் உட்கார்ந்து சிரித்துக்கொண்டிருந்தார்கள். "இவளுக்குதான்டி நிறைய மிதி" என்றான் மூர்த்தி. மற்ற குழந்தைகள் கொல்லென்று சிரித்தார்கள். கௌரிக்கு அவமானத்தில் கண்ணீர் தளும்பியது. "நீ கூடதான் நேத்து அப்பாகிட்ட அடி வாங்கின... எப்படி அழுத..." என்று உதட்டைக் குவித்துக்கொண்டு அவன் அழுதது போல கண்ணீரூடே அவனுக்குப் பழிப்பு காட்டினாள். அது அவனது கேலியை மட்டுப்படுத்தவில்லை. நேற்று என்பது அவனுக்கு

நீண்ட காலத்திற்கு முன்பு நடந்த சம்பவம். இத்தனைக்கும் இப்போது அவனும்கூட ஒரு மிதி வாங்கினான்தான். ஆனால் கௌரி அதைக் கவனித்திருக்கவில்லை. அதனால்தான் நேற்று அவன் அடி வாங்கியதைச் சொல்கிறாள். இருந்தாலும் இந்த அவமானத்திற்கு அவனைப் பழி வாங்காமல் விடமாட்டாள் அவள். நாளைக்கே எங்காவது விளையாடும்போது வழுக்கி விழுந்து சிராய்த்துக்கொண்டால், கண்ணீருடன் போய் அப்பாவிடம் நின்று, “மூர்த்தி என்ன அடிச்சிட்டான்...” என்று சொன்னால் போயிற்று. அவளைக் கேலி செய்ததற்கான தண்டனை அவனுக்குக் கிடைத்துவிட்டுப் போகிறது. அது என்னவோ உண்மைதான். ராஜேந்திரனிடம் அடி வாங்கும் குழந்தைகளில் மூர்த்திதான் முதலிடத்தில் இருந்தான்.

“என்ன இந்த நேரத்தில் திண்ணையில் குழந்தைகளின் பேச்சுக் குரல்...” என்று யோசித்துக்கொண்டே கதவைத் திறந்து கொண்டு பாக்கியம் கிழவி வெளியே வந்தாள். “என்னாடி இது அவுறவமா இருக்கு... இந்த நேரத்துல வந்து இங்க உக்காந்திருக்கீங்க எல்லாரும்...” என்று மேவாயில் கைவைத்து அதிசயித்தாள். குழந்தைகள் ஒன்றும் சொல்லாமல் அமைதியாக இருந்தன. சற்றே நெருங்கி வந்து எல்லார் முகத்தையும் பார்த்துவிட்டு, “நீ வாடி கண்ணு...” என்று கௌரியை மட்டும் உள்ளே கூட்டிக்கொண்டு போய் கதவை சாத்திக்கொண்டாள். வெளியே கொஞ்ச நேரம் அமைதியாக இருந்த குழந்தைகள் பிறகு ஒன்றுக்கொன்று கதை சொல்லிக்கொள்ளத் தொடங்கின. போர்வையில் விட்ட இடத்திலிருந்து மிகச் சரியாக விளையாட்டைத் தொடங்கினான் மூர்த்தி. பரர்ர்ர்ர் பர்ர்ர்ர் என்று குழந்தைகளின் சிரிப்பொலி மீண்டும் மீண்டும் கேட்டுக்கொண்டே இருந்தது. வாசலில் படுத்திருந்த சிவப்பு நாய், இந்த கூக்குரலால் எரிச்சலடைந்து மாட்டுக் கொட்டகையை நோக்கி நகர்ந்தது. தெருவில் ஒன்றிரண்டு தெரு விளக்குகள் மட்டுமே எரிந்துகொண்டிருந்தன. மற்றபடி இருளில் மூழ்கியிருந்தது.

பேச்சுவார்த்தை முடிந்துவிட்டது போல. சித்தப்பாக்கள் இருவரும் வீட்டை விட்டு வெளியில் வருவதை குழந்தைகள் பார்த்தன. சித்தி இன்னும் வரவில்லை. ரெங்கநாதனும், மகேந்திரனும் ஒன்றும் பேசிக்கொள்ளாமல் முன் பின்னாக நடந்தார்கள். இரண்டு வீடுகள் தள்ளி ரெங்கநாதனின் வீடு. மகேந்திரன் பத்துப் பதினைந்து வீடுகளைக் கடக்கவேண்டும். குழந்தைகள் அவர்களைக் கவனித்தபடி விளையாட்டைத்

தொடர்ந்தன. சற்று நேரத்தில் செல்வி ஒரு டம்ளரை புடவைத் தலைப்பால் மூடியபடி எடுத்துக்கொண்டு குழந்தைகளைக் கடந்தாள். பாலோ, குழம்போ, ரசமோ தெரியவில்லை. "போங்க... போயி படுங்க போங்க..." என்று அவளிடமிருந்து குரல் கசிந்தது. குழந்தைகள் தங்கள் வீட்டுத் திண்ணையைப் பார்த்தபோது, அங்கு இப்போது ரமணி தோன்றியிருந்தாள்.

அவர்களை உள்ளே வருமாறு அழைத்தாள். பெற்றவளின் குரலைக் கேட்டவுடன் உள்ளே அழைத்துக்கொண்டு போய், "என்ன நடக்குது உங்க வூட்டுல... ஏன் எல்லா சித்தப்பனுவோளும் வந்திருக்கானுவோ வூட்டுக்கு" என்று கௌரியிடம் துருவித் துருவி கேட்டுக்கொண்டிருந்தவள் விசாரணையை முடித்துக்கொண்டு அவளது கையில் ஒரு முறுக்கைக் கொடுத்து, "யாருக்கும் தராம நீ மட்டும் தின்னு... என் ராசாத்தி..." என்று செல்லம் கொஞ்சி அவளை அவசர அவசரமாக வெளியில் அனுப்பி வைத்தாள்.

படியில் ஏறும்போது குழந்தைகள் கவனித்தன. அப்பா வந்து திண்ணையில் படுத்திருந்தார். "தாத்தா சாப்பிடுறாங்க, சத்தம் போடாம திரும்பப் போயி படுங்க..." என்று அடிக்குரலில் ரமணி அவர்களை எச்சரித்து அனுப்பி வைத்தாள். குழந்தைகள் மீண்டும் வீட்டின் உள்ளே போய் அதனதன் இடத்தில் படுத்துக்கொண்டன. போர்வைக்குள் தலைவரைக்கும் மறைத்துக்கொண்டு அந்த முறுக்கை ரஞ்சிதா தின்னத் தொடங்கினாள். காய்ந்து போன நண்டு ஓட்டை நாய் கடிப்பதுபோல முறுக்கு நொறுங்கும் ஒலி எழும்பியது.

செல்வாவுக்கு எச்சில் ஊறியது. "எனக்கும் கொடு" என்று சண்டையிட்டான். அவள் மறுத்துவிட்டு திரும்பிப் படுத்துக்கொண்டாள். "தாத்தாகிட்ட போயி இப்ப சொல்லவா" என்று மூர்த்தி அவளை மிரட்டிய பிறகுதான் கொஞ்சமாகக் கடித்து அவனுக்குக் கொடுத்தாள். அதை கடித்துப் பார்த்த அவன் தனது முயற்சியில் தோல்வியுற்று அதே சமயம் அதைப் துப்பவும் மனசில்லாமல் சப்பியபடியே உறங்கிப்போனான். மற்ற குழந்தைகள் தூங்குவதற்கும் பத்து நிமிடத்துக்கு மேல் ஆகவில்லை.

சோமு கையைக் கழுவிக்கொண்டு, அந்த கனமான தோல் செருப்பை மாட்டிக்கொண்டு படியைவிட்டு இறங்கி தோப்பிற்குக் கிளம்பும்போது அவரது வீடு மட்டும் இல்லாமல் மொத்தத் தெருவுமே அமைதியில் உறைந்திருந்தது. மூத்திரம் பெய்ய வெளியே வரும் ஆட்கள்கூட இல்லாமல் தெரு

வெறிச்சென்று இருந்தது. அது விசித்திரமான வகையில் சோமுவுக்கு ஆறுதலை அளித்தது. நடந்தார். இரண்டு வீடுகள் கடந்ததும் தெருவின் இருட்டில் அவர் கரைவதை படியில் நின்றுபடி, ரமணி பார்த்துக்கொண்டே கொஞ்ச நேரம் நின்றாள். ராஜேந்திரனின் மெல்லிய குறட்டை ஒலி கசியத் தொடங்கி நின்றுகொண்டிருப்பவளின் காலைத் தொட்டது. சோமுவின் உருவம் முழுக்கவும் மறைந்ததும், வீட்டின் உள்ளே போய் அடுப்படியின் விளக்குகளை அணைத்துவிட்டு, கொல்லைக் கதவைப் பூட்டியிருக்கிறோமா என்று மீண்டும் ஒருமுறை உறுதி செய்துவிட்டு, குழந்தைகள் மீது விலகிக்கிடந்த போர்வைகளை சரிசெய்துவிட்டு ஆலோடியைத் தாண்டி வெளியே வந்து தெருக்கதவை சாத்தி தாழ்ப்பாள் போட்டுவிட்டு, திண்ணையில் ஏறி, உத்திரத்தில் கட்டப்பட்டிருக்கும் மறைப்பின் முடிச்சையவிழ்த்து அந்த ஓலைப்பாயை சரசரவென தரையை நோக்கி தாழச்செய்துவிட்டு ராஜேந்திரனின் அருகில் படுத்துக்கொண்டாள். குறட்டை ஒலி சிறிதாக நின்றது. மெல்ல உருண்டு வந்து அவளை நெருக்கமாகக் கட்டிக்கொண்டார். தூங்கிப்போனார்கள் இருவரும்.

காலையில் எழுந்ததும் முதல் வேலையாக ரமணியிடம் கேட்டான் மூர்த்தி.

“ராத்திரியெல்லாம் என்னம்மா பேசிகிட்டிருந்தாங்க...?”

“நம்ம வய, கொல்லையெல்லாம் திருப்பித் தர சொல்லி செட்டியார் கேஸ் போட்ருக்காராம்.”

“அதெல்லாம் நம்மளோடது இல்லையாம்மா?”

“இல்லடா... குத்தகை...”

“அப்படின்னா...?”

“நெலம் அவரோடது. நாம பயிரு பண்ணிக்கலாம். வெளையறதுல அவருக்குப் பாதி கொடுக்கணும்.”

“கொடுக்கலைன்னா?”

“ம்... கொடுக்காம எப்படி இருக்க முடியும்? நெலம் அவரோடதுல்ல...”

“இந்தா, இந்த டீயக் கொண்டு போயி தாத்தாகிட்ட கொடுத்துட்டு வா...”

மூர்த்தி அந்த சிறிய கூஜாவை வாங்கிக்கொண்டு தோப்புக்கு நடந்தான்.

3

சோமு எழுபதைக் கடந்திருந்தார். உழைப்பின் கண்டுகள் தரித்திருந்த உடல் தளர்ந்து, தசைகள் ஆடத் தொடங்கியிருக்கின்றன. நடையில் கொஞ்சம் சுணக்கம் வந்திருக்கிறது. ஆனால் கம்பீரம் மட்டும் குறையவில்லை. குரலில் அதே மிடுக்கு. இப்போதும் ரமணி கீரைக் குழம்பு வைத்தால் முறைக்கத்தான் செய்கிறார். சோற்றைப் பிசையும் போதே அவரது அதிருப்தி அப்பட்டமாகத் தெரிகிறது. சுந்தரவள்ளி ரொம்பவும் எல்லை மீறும்போது அவளை அடிக்கப்போவது போல பாவனை செய்கிறார். மகன்கள் அவரிடம் அஞ்சி அஞ்சியே பேசுகிறார்கள். அவரால் இன்னமும் ஏர் ஓட்ட முடிகிறது. வரப்பு போடமுடிகிறது. தண்ணீர் பாய்ச்ச முடிகிறது. "அந்த தட்டுவாணி இன்னும் கடைக்கு போறத நிறுத்தலையா..." என்று சிரித்துக் கொண்டே சுந்தரவள்ளிக் கிழவி கொடுத்தனுப்பும் காராபூந்தியையோ, மிக்ஸரையோ திங்கமுடிகிறது. என்ன ஒன்று, வயதாக ஆக பேரக்குழந்தைகள் மீது அன்பு கூடியிருக்கிறது. குழந்தைகள் தங்களது அப்பாவிடமோ அம்மாவிடமோ அடி வாங்கிக்கொண்டு அவரிடம் போய் நின்றால், சொரசொரப்பான கைகளால் தடவி விட்டு பக்கத்தில் படுக்கவைத்துக் கொள்கிறார். தூங்கும் வரை தடவிக் கொண்டிருக்கிறார். மூர்த்திக்கு தடவினால் தூக்கம் வரும். கௌரிக்கு எவ்வளவு தடவினாலும் தூக்கம் வராது. ஒரு கட்டத்தில் "முன்டாட்டிய ஓழ்க்க பய புள்ளைய..." என்று சோமு பல்லைக் கடிப்பார். அடுத்த ரெண்டு நிமிடத்தில் தூங்கிப்போவாள் அவள். ரஞ்சிதா, மூர்த்தி தவிர்த்த மீதி பேரக் குழந்தைகளை அவருக்குப் பிடிக்காது. அவருக்குத் தங்கள் மீது பிரியமில்லை என்று குழந்தைகளுக்கும் தெரிந்திருந்தது. ஒருபுறம் தென்னங்கீற்றால் தடுக்கப்பட்டு, பெஞ்சும் அதன் மீது இரண்டு மூன்று போர்வை விரிப்பும் இரட்டைத் தலையணைகளுமாக இருக்கும் அவரது படுக்கை உள்ள அந்த மாட்டுக் கொட்டகையைச் சுற்றி சுற்றித்தான் விளையாடுமே தவிர உள்ள போகாது. ஒளிஞ்சாம் புடிச்சி விளையாட்டின்போது,

அவர் இல்லாதபோதும்கூட கொட்டகையின் உள்ளே சென்று மறைந்துகொள்ள அந்தக் குழந்தைகள் தயங்கின.

தங்களது அப்பாவைத் தாத்தா முறைப்பதை குழந்தைகள் நிறையமுறை பார்த்திருக்கின்றன. சோமு கிட்டத்தட்ட பத்து நிமிடங்கள் முறைத்தபடியே நிற்பார். ராஜேந்திரனோ, ரெங்கநாதனோ அல்லது மகேந்திரனோ திட்டை வாங்கிக்கொண்டு தலையைத் தாழ்த்தியபடி அசையாமல் நிற்பார்கள். சோமு நகரும் வரை அவர்களும் நகர மாட்டார்கள். யாருடைய வாயிலிருந்தும் எதிர்த்து ஒரு வார்த்தை வராது. தங்களது தந்தையரை தூரத்திலிருந்து பார்க்கும் குழந்தைகளுக்கு பயங்கர சிரிப்பாக இருக்கும். வாயைப் பொத்திக்கொண்டு புர்ர்ர்... என்று சிரிக்கவும் செய்யும். "அடிவாங்கப் போறீங்க..." என்று அவர்களது அம்மாக்கள் சைகையில் சொல்லுவார்கள். குழந்தைகள் அப்படியான சமயங்களில் அடி வாங்கவும் செய்திருக்கிறார்கள். தாத்தா போனபிறகு தங்களது அப்பாவிடம் அல்லது பாதி சண்டையில் தாத்தாவிடமே கூட. என்ன ஒன்று, தாத்தா அடித்தால் வலிக்காது. ஒரு விதமாகக் கைகளை மூடிக்கொண்டு தள்ளுவது போல அதிகமும் வலித்துவிடாமல் பதனமாக அடிப்பார். அப்பாக்கள் அடித்தால் கன்றிப் போய்விடும். அப்பாக்களுக்கு சீக்கிரம் வயசாகி தாத்தா மாதிரி ஆகிவிடவேண்டும் என்று அப்போதெல்லாம் குழந்தைகள் ஜெபித்தன.

அவரது முதல் மகனுக்குப் பிறந்த முதல் ஆண் குழந்தை என்பதால் மூர்த்தி மீது சோமுவுக்கு தனி கவனம் உண்டு. அந்தக் கூட்டுக் குடும்பத்தின் முதல் வாரிசு. அவனையும் சேர்த்து மொத்தம் எட்டுக் குழந்தைகள் வீட்டில். எப்போதும் புகைந்துகொண்டே இருக்கும் அடுப்பும், கருகிக்கொண்டே இருக்கும் பெண்களுமாக வீடு நிறைந்திருந்தது. உறவினர்கள் வேறு திடீர் திடீரென வந்துகொண்டே இருக்க, வீட்டுப் பெண்கள் வெந்துகொண்டே இருக்கவேண்டியிருந்தது. ரமணி எப்போதும் சமையல் கட்டின் உள்ளேதான் இருந்தாள். உட்கார்ந்து இரண்டு வாய் சாப்பிட நேரம் இல்லாமல், வரகாப்பியைப் போட்டு குடித்துக்கொண்டே உழன்றுகொண்டிருந்தாள். இந்த ஓய்வு ஒழிச்சல் இல்லாத சமையல் வேலையின் மீது மற்ற இரண்டு மருமகள்களும் மிகுந்த அதிருப்தியில் இருந்தார்கள். வீட்டில் ஆண்கள் இல்லாத நேரங்களில் முணுமுணுத்துக்கொண்டே வளைய வந்தார்கள்.

முதல் மருமகளான ரமணியின் மீது சோமுவுக்குப் பிரியம் அதிகம். பணக்கார வீட்டிலிருந்து, நகரத்திலிருந்து வாக்கப்பட்டு கிராமத்துக்கு வந்த மருமகள் என்று அவள் மீது கூடுதல் வாஞ்சை. மகன்கள் தவிர்த்து ஒரு வார்த்தை இரண்டு வார்த்தை அவர் வீட்டில் பேசுகிறார் என்றால் அது ரமணியிடம் மட்டும்தான் என இருந்தது. இந்த முதுகை ஒடிக்கும் வேலையில் இருந்து வெளியேறிவிட வேண்டும் என்று தொடர்ந்து முயற்சி செய்த மற்ற மருமகள்கள் ஒரு வழியாக அதை சாதித்தும் விட்டார்கள். எப்படியோ தனிக்குடித்தனம் வைத்துக்கொண்டார்கள். ஆனால் அவர்களது குழந்தைகள் மட்டும் அடிக்கடி சாப்பாட்டுக்கு பெரிய வீட்டிற்கே வந்துகொண்டிருந்தார்கள். யாராவது ஒரு மருமகள் குழம்பு வாங்கவோ ரசம் வாங்கவோ வரும்போது சோமுவின் தலை தெரிந்தால் கொல்லைப்புற வாசலில் இறங்கி சந்தின் வழியாக ஓட்டமும் நடையுமாக மறைந்தார்கள். "இந்தத் திடல்ல நீ பயிறு பண்ணிக்க, அந்த வயல நீ வச்சிக்க..." என்று வாய் வார்த்தையாக மகன்களுக்கு நிலங்களைப் பிரித்துக்கொடுத்திருந்தார் அவர்.

4

நாற்பது ஐம்பது வீடுகள் இருக்கும் தெரு அது. அதில் இரண்டோ மூன்றோ மாடி வீடுகள். ஒரு பத்து வீடுகள் ஓட்டு வீடுகளாக இருக்கலாம். மீதி எல்லாம் தென்னங்கீற்றால் கூரை வேயப்பட்டவை. அவற்றில் பலவும் குடிசைகள். சாணத்தால் மெழுகப்பட்டு, தீற்றுக்கல் வைத்து தீற்றப்பட்டு, கரும்பச்சையாக மினுங்கும் மண் தரைகளைக்கொண்ட வீடுகள். தெருவில் பனியின் ஈரம் காயாமல் இருந்தது. தண்ணீரும், சாணிப்பாலும் தெளிக்கப்பட்ட தரை அதீத குளிர்ச்சியாக இருந்தது. நடக்கும்போது மூர்த்திக்கு சிலிர்த்து, மீண்டும் மூத்திரம் முட்டிக்கொண்டு வந்தது. தெருவின் ஓரத்தில் வீட்டு வாசல் தவிர்த்த மீதி இடங்களில் தும்பைச் செடிகள் தெருவோரமெங்கும் முளைத்திருந்தன. அதன் முனைகளில் பனியின் வெள்ளி உருண்டைகள் இன்னும் ஒட்டிக்கொண்டிருந்தன. அவ்வளவு காலையிலேயே ஒரு வண்ணத்துப் பூச்சி செடி செடியாக உட்கார்வதும் எழுவதுமாக பறந்துகொண்டிருந்தது. அது மூர்த்தியின் கூடவே நடப்பது போல பறந்து வந்துகொண்டிருந்தது. போனமுறை ஒரு வண்ணத்துப் பூச்சியைப் பிடித்தபோது அதன் இறகிலிருந்து ஒட்டிக்கொண்ட வண்ணத்தை சட்டையில் தேய்த்துக்கொண்டான். அது நீண்டநாட்களுக்கு அந்தப் பூச்சியை அவனுடனேயே இருக்க வைத்திருந்தது. இந்த காப்பி கூஜா மட்டும் கையில் இல்லை என்றால், இப்போது அதைப் பிடித்து கொஞ்ச நேரம் வைத்துக்கொண்டிருந்துவிட்டு பிறகு விட்டுவிடலாம் என்று நினைத்தான். அது அவனை ஒட்டி மிகவும் தாழ்வாகப் பறப்பதும் பிறகு தும்பைப் பூவின் மீது அமர்வதுமாக அவனிடம் விளையாட்டு காட்டிக்கொண்டிருந்தது.

அவன் தோப்பின் படலைத் திறந்து கொண்டு உள்ளே நுழைந்த போது, சோமு எல்லா மாடுகளையும் கொட்டகையிலிருந்து அவிழ்த்து வெளிக் கவணையில் கட்டியிருந்தார். பளபளவென வெள்ளை நிறத்தில் இருந்த பொலிகாளை அதன் கழுத்து மயிர்கள் சிலிர்த்தபடி, வெண்ணிறப் பற்கள் வெளித்தெரிய உதடுகளை மடித்துக்கொண்டு மதர்ப்புடன்

நின்றுகொண்டிருந்தது. பசுக்கள், கிடேரிகள், காளைக் கன்றுகள் அனைத்தும் மரத்துக்கு ஒன்றாக கட்டப்பட்டிருந்தன. அவற்றின் பின் கால் சப்பையில் காய்ந்த சாணம் ஒட்டிக்கொண்டிருந்தது. எல்லா மாடுகளுக்கும் வைக்கோல் பிடுங்கிப்போட்டிருந்தார். அதை மெல்லவும் அசை போடுவதுமாக மாடுகள் அமைதியாக நின்றுகொண்டிருந்தன. நிறை சினையாக இருந்த சிவப்புப் பசு மட்டும் மற்ற மாடுகளைக் காட்டிலும் அதிகமாக மூச்சிரைத்தபடி படுத்துக் கிடந்தது. அதன் உடலில் மினுமினுப்பு கூடியிருந்தது. அந்த சிவப்பு வண்ணம் வெல்வெட் துணியைப் போல பளபளப்புடன் இருந்தது. அதன் வயிற்றுப் பகுதியில் இருந்த வெண்மை சாணத்தின் மாசுபடாமல் தூய நிறத்தில் இருந்தது. நிறைந்த மடியும், காம்புகளும் சிவந்து விரைத்திருந்தன. நன்கு கூட்டப்பட்டு பராமரிக்கப்படும் கொட்டகையில் கீழண்டைக் கவணையில் அது கட்டப்பட்டிருப்பதால் சாத்தியப்பட்டிருக்கும் வனப்பு அது. கட்டுத்தரையில் கூட மற்ற மாடுகள் அதை நெருங்கிவிடாமல் தூரமாகக் கட்டியிருந்தார். அது வைக்கோலைக் கடிப்பதிலும் ஆர்வம் இல்லாதது போல தியானித்துக்கொண்டிருந்தது. கண்களின் விளிம்பில் மை தீட்டியது போல அழுத்தமான கறுப்புக் கோடுகள் நீண்டிருந்தன. அதன் கண்களின் மீது படிந்திருந்த நீர்மையின் மினுமினுப்பு, சற்று முன்பு துடைத்து வைக்கப்பட்ட அகல் விளக்கை ஒத்திருந்தது. ஒரு இமைத்தலுக்கும் அடுத்த இமைப்புக்கும் இடையில் பசு நீண்ட நேரம் எடுத்துக்கொண்டது.

அந்த அதிகாலையிலேயே காளையை ஏற்றுவதற்காக தெருவிலிருந்து மூன்று பசுக்கள் தோப்பிற்கு வந்திருந்தன. அதில் ஒரு மாட்டை, முக்கோண வடிவ காளைக்கு போடும் கவணையில் இழுத்து கட்டிக்கொண்டிருந்தார் சோமு. அச்சத்தில் உறைந்து போய் கால்களை குறுக்கிக்கொண்டிருக்கும் பசுவின் பின்புற சப்பையில் உள்ளங்கையால் அடித்து ஹை... ஹை... என்ற சத்தத்துடன் அதைக் கவணையில் பொருத்துவதற்கு முயன்றுகொண்டிருந்தார். அந்தக் கெடேரியின் பின்புறத்தில் வலுவடித்திருந்தது.

பொலிகாளை அதன் கட்டுத்தரையில் நிலைகொள்ளாமல் கால்களை மாற்றி மாற்றி வைத்து அலைந்துகொண்டிருந்தது. செருமுவது போல மூச்சை வேகமாக இழுத்து வெளியேற்றியது. அதன் நரம்பு கொஞ்சமாக வெளித்தெரிவதும் பின்பு உள்ளிழுத்துக்கொள்வதுமாக இருந்தது. அதிலிருந்து ஈரம் கசிந்தபடி இருந்தது. காளையின் வெண்மை நிற வயிற்றிலிருந்து

வெளிப்பட்டிருக்கும் அதன் சிவந்த வண்ணம், கம்பீரம் மிகுந்த அழகுடன் இருந்தது. அதைச் சுற்றிலும் இருந்த அடர்த்தியான தங்க நிற மயிர்கள் தரையை நோக்கி சுருண்டு தாழ்ந்திருந்தன. அது பசுவின் மீது பாய்வதற்குத் தயாராக இருந்தது. ஆனாலும் தலைக் கயிற்றை இழுத்து ஆர்ப்பாட்டம் செய்யாமல் உற்றுப் பார்த்தபடியே அசைந்துகொண்டிருந்தது.

காளை பாயும் முதல் மாட்டிற்கு சினை பிடிப்பதற்கு வாய்ப்பு அதிகம் என்பதால், அதிகாலையிலேயே பக்கத்துக்கு ஊர்களில் இருந்து மாடுகளை ஓட்டி வந்திருந்தார்கள். நான்கு மாட்டிற்கு மேல் அவர் காளையை அவிழ்த்துவிடுவதில்லை. காளை பாயும்போது, நரம்பை எடுத்து பசுமாட்டின் புழைக்குள் லாவகமாக வைக்கவேண்டும். பதட்டத்தில் பசு நகர்ந்து பாய்ச்சலை வீணாக்கும். ஒரு பாய்ச்சலுக்கும் இன்னொரு பாய்ச்சலுக்கும் இடையில் சில சமயங்களில் காளை நிறைய நேரம் எடுத்துக்கொள்ளும். பொறுமையாக மாட்டைப் பிடித்துக்கொண்டு நிற்க வேண்டும். காளை மிதித்துவிட்டு இறங்கியவுடன், அது தனது நரம்பை உள்ளிழுத்துக் கொள்வதற்குள் தண்ணீரை விசிறிக் கழுவி விட வேண்டும்.

சோமு காளையை அவிழ்த்தார். அதன் மூர்க்கத்தின் பொருட்டு அதற்கு சங்கிலியால் மூக்கணாங்கயிறு போட்டிருந்தார். பிடித்துக்கொள்ள இரண்டு புறமும் பிடிகயிறு இருந்தது. மூர்த்தி அவருக்கு உதவியாக இன்னொரு பக்கத்தின் கயிறைப் பிடித்துக்கொண்டான்.

அந்த நேரம் தோப்பின் வழியாக வயல் வேலைக்குப் போகும் பெண்கள் தலையைக் குனிந்தபடி அடக்கிக்கொண்ட சிரிப்புடன் அந்த இடத்தைக் கடந்தார்கள். கொஞ்சம் முதிர்ந்த பெண்கள் "நாங்கள் பார்க்காத நரம்புகளா..." என்று குனிந்தவாறே அந்த இடத்தைக் கடந்துவிட முயலும் இளம்பெண்களைக் கேலி செய்து அவர்களை முகம் சிவக்க வைத்தார்கள்.

கவணையின் உள்ளே நுழைக்கப்பட்டிருந்த கெடேரி உடம்பைக் குறுக்கிக்கொண்டு முதுகை உயர்த்தியபடி நின்றது. சோமு அதன் புழைக்குக் கீழே வயிற்றுப் பகுதியில் அதன் மடியை ஒட்டி கையை வைத்து அழுத்தினார். அதன் நிமிர்ந்திருந்த முதுகு தாழ்ந்தது. அதுவரை மோப்பம் பிடித்துக்கொண்டு நின்றிருந்த காளை தனது முன்னங்காலைத் தூக்கிக் கெடேரியின் மீது பாய்ந்தது.

ஜி. கார்ல் மார்க்ஸ்

காளை அன்று இரண்டு மாடுகளின் மீது மட்டுமே பாய்ந்தது. மூன்றாவது மாட்டைக் கவணையில் கொண்டு வந்து பிணைத்த போது, நீண்ட நேரம் அந்த பசுவின் புழையை முகர்ந்து கொண்டே நின்றிருந்தது.

“என்னடா... வேற எதாவது காளைகிட்ட ஓட்டிகிட்டு போனியா மாட்டை...?”

“ஆமா... ரெண்டு நாளு முன்ன கும்மாணத்துக்கு ஓட்டிட்டு போனேன் வேற ஒரு வைத்தியத்துக்கு... அப்படியே காளைக்கு போட்டு ஓட்டியாந்தேன்...”

“ஓ... அதான் காள தயங்குது... வைத்தியத்துக்கு ஓட்டிகிட்டு போன மாட்டை எதுக்கு காளைக்கு போடுற... கொஞ்சமாவது அறிவு வேணாமா... மவுட்டி புண்ட.... உனக்கு வேல சுருக்கா முடியணும்னா பொருத்தம் இல்லாத நேரத்துல காளைக்கு போடுவியா... கம்னேட்டி...” என்று சொல்லிக்கொண்டே காளையைக் கொண்டு போய் அதன் கவணையில் கட்டினார். அவன் சோமுவின் முகத்தைப் பார்த்தான். “அப்படி அந்த தென்னை மரத்துல மாட்டைக் கட்டிட்டு போ... நாளைக்கு பாத்துக்கலாம்” என்று சொன்னார். அவன் தயங்கியபடி நின்றுகொண்டிருந்தான். அதான் சொல்றேன்ல, “இங்க கெடக்குற மாடுவோ திங்கிற வக்யல அதுவும் திங்கிம் போ...” என்றார். அவன் படலைத் திறந்துகொண்டு தோப்பை விட்டு வெளியேறினான்.

மூர்த்தியிடம் திரும்பி, “கொட்டாயில கட்டிலுக்கு பக்கத்துல இருக்க பொட்டியில முட்டை வச்சிருக்கேன் பாரு எடுத்துட்டு வா” என்றார். ஒரு காகிதப் பொட்டலத்தில் நான்கைந்து முட்டைகள் பொதிந்து சணலால் சுற்றப்பட்டிருந்தன. எடுத்து வந்து அவரிடம் கொடுத்தான். அதைப் பிரித்து அவனது கைகளை விரித்து அதில் வைத்துகொள்ளச் சொல்லிட்டு, காளையின் மூக்கணாம் சங்கிலியைப் பிடித்து அதை அன்னாத்தினார். அது வாயைத் திறந்ததும் அதன் கடைவாயில் முட்டையைத் திணித்து வாய் தாழாமல் உயர்த்திப் பிடித்துக்கொண்டார். முட்டை ஓடு நறநறவென நொறுங்கும் ஒலி மெலிதாகக் கேட்டது. ஒவ்வொன்றாக எல்லா முட்டைகளையும் அதன் வாய்க்குள் தள்ளிய பிறகு கைகளை காளையின் வயிற்றில் துடைத்துக்கொண்டார்.

“தாத்தா, நான் பள்ளியோடம் கிளம்பனும்... நேரம் ஆச்சு” என்று முனகும் தொனியில் சொன்னான் மூர்த்தி. இடுப்புப்

பொட்டலத்தில் இருந்து இரண்டு ரூபாய் எடுத்து அவனுக்குக் கொடுத்தார். தேநீர் நன்றாக ஆறிவிட்டிருந்தது. கூஜாவை எடுத்து ஒரு வாய் தேநீரை வாயில் ஊற்றிக் கொப்பளித்துத் துப்பினார். பிறகு தண்ணீர் குடிப்பது போல மடமடவெனக் குடித்துவிட்டு கூஜாவை அவனிடம் கொடுத்தார். அதை வாங்கிக்கொண்டு மீண்டும் கொட்டகையை நோக்கி நடந்தான். அங்கிருந்த மண்பானையில் தண்ணீர் மொண்டு கூஜாவில் ஊற்றிக் குலுக்கி அதை மரத்தடியில் கவிழ்த்தான். படலை நோக்கி நடக்கையில், காளையை சமீபித்துக் கடக்கும்போது, அது அவனைப் பார்த்து சீறியது. கொஞ்ச நேரத்துக்கு முன்பு பசு மீது பாய்வதற்குத் தயாராக அது நின்றுகொண்டிருந்த போதும், அதற்கு முட்டை கொடுக்கும்போதும் அவன்தான் சோமுவோடு இன்னொரு பக்கம் நின்றிருந்தான். அப்போது அங்கொருவன் நிற்பதையே அது கவனிக்கவில்லை. ஏனெனில் சோமு அங்கே இருந்தார். இப்போது சீறுகிறது. தாத்தா இல்லாதபோது, ஒரு நாள் அதைக் கல்லால் அடிக்க வேண்டும் என்று நினைத்துக்கொண்டான். மற்ற வண்டி மாடுகளுக்கு இருப்பது போல சுருங்கியிருக்காமல், தென்னங்குறும்பையை விடப் பெரிதாக, நன்கு சிவந்திருக்கும் அதன் கொட்டையிலேயே அடிக்க வேண்டும் என்று நினைத்தான். அப்படி நினைக்கையில் அவனுக்கு சிரிப்பு பீறிட்டது.

5

நூற்றைம்பது தென்னைகளுக்கு மேல் உள்ள தோப்பு அது. மேற்கு எல்லையில் நீரூற்று உள்ள கிணறு. தோப்பின் நான்கு புறமும் கட்டப்பட்டிருந்த வேலியை ஒட்டி நிறைய பூவரச மரங்களும், கிணற்றின் அருகில் பலா, நார்த்தை மரங்களும் இருந்தன. தோப்பின் வடக்கு பக்கம் வீதி. தெற்குப் பகுதியின் இறக்கத்தில் வயல்கள். மெயின் ரோட்டிற்கு செல்லும் வழி வரை அவருக்குச் சொந்தமான இடம்தான். சோமுவின் அப்பா காலத்தில் இவ்வளவு இடங்கள் இல்லை. இவர் தலையெடுத்துதான் நிறைய நிலங்கள் வாங்கியிருந்தார். தெருவின் மேற்குப்புற முகப்பில் ஒரு பிள்ளையார் கோவில் இருந்தது. தெருவின் மத்தியில் வீடு. பெரிய வீடு. ஐந்து மூட்டை நெல்லை நன்றாகப் பரத்திக் காய வைக்க முடிகிற அளவுக்கு பெரிய முற்றம். சோமு தோப்பிலிருந்து நடந்து வீட்டிற்கு சாப்பிடவரும்போது, தத்தமது வீட்டு வாசல்படியில் உட்கார்ந்து கதை பேசிக்கொண்டிருக்கும் பெண்கள் எழுந்து நின்றுகொள்வார்கள் அல்லது உள்ளே போய்விடுவார்கள். பெண்களின் ரகசிய உரையாடல்களில், “கெழ பய”, “சோவ பய”, “ஒண்ணுக்கும் உதவாத பய” என்று சகட்டு மேனிக்கு சோமு உட்பட எல்லா ஆண்களையும் அவர்கள் அலட்சியமாகப் பேசுவதை மூர்த்தி பலமுறை கேட்டிருக்கிறான். எப்போதாவது தாத்தாவுடன் தோப்பிலிருந்து நடந்து போகும்போது, எழுந்து நிற்கும் பெண்களைக் காண அவனுக்கு ஆச்சர்யமாக இருக்கும். அத்தகைய தருணங்களில் அவனும் பெரிய மனிதனைப் போல அந்த அத்தைகளின் மீதோ சித்திகளின் மீதோ கர்வமுள்ள ஒரு பார்வையை வீசுவான். ஒரு முறை அவன் அவ்வாறு பார்க்கும்போது அந்த அத்தைகளில் ஒருத்தி தனது கைகளைக் கொஞ்சமும் அசைக்காமல், அதே நேரம் தனது கட்டைவிரலை ஆட்காட்டி விரலுக்கும் நடுவிரலுக்கும் இடையில் வைத்துக்கொண்டு, மற்ற விரல்களை மடக்கி ஒரு சைகை செய்து காட்டினாள். இதைச் செய்யும்போது கைகளைக் கூட அவள் உயர்த்தவில்லை. தனது உடலுடன் ஒட்டி கையை தொங்கவிட்டிருந்தபடியே இடுப்புக்கு அருகில் விரல்களை

மட்டும் மடக்கி அந்த முத்திரையை அபிநயம் பிடித்திருந்தாள். அதன் அர்த்தம் அவனுக்கு எட்டாவது படிக்கும்போதுதான் தெரிந்தது. யோனியின் குறியீடு அது. ச்சீய்... என்று இருந்தது. ஆனால் அதன் அர்த்தம் புரியாத அந்த வயதிலும் கூட அது ஏதோ தவறான சைகை என்பதைப் புரிந்து அதைக் கண்டுகொள்ளாதவன் போல சோமுவுடன் கதை பேசிக்கொண்டே அவர்களைக் கடந்துவிடப் பழகியிருந்தான்.

சோமு எப்போதுமே வீட்டில் படிக்கட்டுகளில் எழுந்து நிற்கும் பெண்களை திரும்பிக்கூடப் பார்க்க மாட்டார். அவர் சிறுவனாக இருந்தபோதே அவருக்கு இதைப்போன்ற அல்லது இதைவிட திமிரான அத்தைகள் இருந்திருக்கக்கூடும் என்று மூர்த்தி நினைத்துக்கொண்டான். ஆனாலும் அவர் அதைப் பார்க்க நேரிட்டால் எப்படி இருக்கும் என்று யோசிக்கையில் மூர்த்திக்குக் கிளுகிளுப்பாக இருந்தது.

சோமு வந்து வீட்டின் திண்ணையில் உட்காருவார். சாப்பாட்டைத் தட்டிலோ அல்லது இலையிலோ போட்டுவிட்டு தண்ணீர் எல்லாம் தயாராக எடுத்து வைத்துவிட்டு யாராவது ஒரு மருமகள் வந்து கூப்பிட வேண்டும். பிறகுதான் உள்ளே போவார். முற்றத்தில் இருக்கும் சருவத்தில் இருந்து தண்ணீர் மொண்டு கையைக் கழுவிவிட்டு சாப்பிட உட்காருவார். சாப்பாட்டுக் கிண்ணத்துடன் பக்கத்தில் யாராவது நின்று கொண்டே இருக்க வேண்டும். அவர் முடித்தவுடன் லேசாகத் தலையைத் தூக்குவார். அதுதான் குறிப்பு. உடனே பரிமாற வேண்டும். எப்போதும் அவருக்குப் பரிமாறும் வேலையை ரமணி மட்டுமே செய்தாள். மற்ற இரண்டு மருமகள்களுக்கும் அதைச் செய்யவரவில்லை. அவர்கள் பரிமாற முயன்ற பல நேரங்களில், அவர் பாதியிலேயே கைகழுவிவிட்டு எழுந்து போக நேர்ந்திருக்கிறது. திட்டவெல்லாம் மாட்டார். எழுந்து போய்விடுவார். அது சத்தியாகிரகம் அல்ல. தண்டனை. அதன் விளைவுகளை மற்ற மற்ற நிகழ்வுகளில் உணரமுடியும். அவர் சாப்பிட்டுவிட்டு தோப்புக்குப் போகும்வரை வீடு அமைதியாக இருக்கும். அவரது மகன்களின் தலைகளைக் கூட பார்க்கமுடியாது. மூர்த்தி மட்டும் இங்கும் அங்கும் அலைந்து கொண்டிருப்பான். அவர் சாப்பிட்டுவிட்டுப் போனவுடன், வீட்டில் சலசலவென பேச்சுக்குரல்கள் உயர்ந்துவரும்.

வயலில் வேலை செய்யும் பறையர்கள், பறைச்சிகள் அவருக்கு எதிரே நிற்க மாட்டார்கள். கொஞ்சம் பவ்யம் காண்பித்து விலகுவார்கள். பயமல்ல அது. பயந்தால் எப்படி "என்னா

பெரியாண்ட நீ..." என்று கிண்டலாகப் பேசமுடியும். தோப்பில் இருக்கும்போது இந்த நெருக்கத்தைப் பார்க்கலாம். அவருடன் இருக்கும்போது மூர்த்தியையே பெரிய மனிதனைப் போல அவர்கள் நடத்துவார்கள். தனது தாத்தாவை ஒத்த வயதுடைய பறையனைக் கூட அவன் வாடா... போடா என்று சகஜமாக அழைப்பான். அவனது தாத்தாவும் ஒன்றும் சொல்லமாட்டார். அவர்களும் முனக மாட்டார்கள். மகேந்திரன்தான் ஒரு முறை செருப்பைக் கழட்டிக்கொண்டு அவனை அடிக்க வந்தபோது அதே பறையன் ஒருவன்தான் வந்து தடுத்தான்.

"வுடு சின்னாண்ட... அது என்ன தெரிஞ்சா சொல்லுது..."

"நீ மொதல்ல ஆண்ட... புண்டன்னு சொல்றத நிறுத்து..."

அவனிடம் சீறிவிட்டு மூர்த்தியை முறைத்தபடி நின்றுகொண்டிருந்தான். பிறகு ஆத்திரம் அடங்கியவுடன் மூர்த்தியை அழைத்து பக்கத்தில் வைத்துக்கொண்டு பொறுமையாக அவனுக்கு விளக்க முயன்றான். மூர்த்திக்கு முன்பாக அப்படி ஒரு கெட்ட வார்த்தையைப் பயன்படுத்தியதில் அவன் லஜ்ஜையடைந்ததைப் போல இருந்தது. மேலும் வயது மூத்த பறையனிடம் கெட்ட வார்த்தைப் பிரயோகித்ததன் குற்றவுணர்ச்சியும் அவனைத் தடுமாறச் செய்துவிட்டது. அந்த ஊசலாட்டமும், மூர்த்தியின் முகத்தில் தெரிந்த அச்சமும், அவனது கோபத்தை விரைவாகத் தணியச்செய்தது.

"தாத்தாவின் வயதுள்ள ஒரு பெரியவரை தான் ஏன் மரியாதை இல்லாமல் இவ்வளவு நாள் அழைத்துக்கொண்டிருந்தோம்" என்று மூர்த்தியும் குழம்பினான். "மரியாதையைத்தான் உங்களுக்கெல்லாம் சொல்லித்தர வேண்டியிருக்கிறது, அவமரியாதை செய்வதை நீங்களாகவே கற்றுக்கொள்கிறீர்கள்" என்று தனக்குள்ளாக முனகும் தொனியில் மூர்த்தியிடம் மகேந்திரன் சொன்னான். பிறகு மூர்த்தியின் தோளில் தட்டிக்கொடுத்துவிட்டு படலைத் திறந்து தோப்பிலிருந்து வெளியேறினான்.

6

போகிப் பண்டிகைக்கு முதல் நாள். ஊரே களைகட்டி இருந்தது. "வாடா கும்மாணம் போய்ட்டு வருவோம்..." என்று சோமு அழைத்தார். மூர்த்திக்கு குதூகலமாக இருந்தது. தோப்பில் உரித்து வைக்கப்பட்டிருந்த தேங்காய்களில் பத்திற்கு மேல் எடுத்து ஒரு சாக்கில் போட்டு வைத்திருந்தார். அதை தோப்பில் வேலை செய்துகொண்டிருந்த ஒருவனிடம் கொடுத்து பேருந்துநிறுத்தம் வரை சைக்கிளில் எடுத்துவரச் சொல்லிவிட்டு மூர்த்தியைக் கூட்டிக்கொண்டு நடந்தார். இவர்கள் போய் சேரும்போது பேருந்து நிறுத்தத்தில் தேங்காய் மூட்டை இருந்தது. தேங்காயைக் கொண்டுவந்திருந்தவன், அருகில் இருந்த டீக்கடையில் நின்று கொண்டு தேங்காய் மூட்டையின் மீது கண் வைத்தபடி யாரிடமோ பேசிக்கொண்டிருந்தான். சோமு அவனைப் பார்த்ததை உறுதி செய்துகொண்டவுடன், அங்கிருந்து கிளம்பி அவரது பார்வையிலிருந்து மறையும் வரை தள்ளிக்கொண்டு போய் பிறகு விருட்டென்று ஏறிப்போனான்.

மூர்த்தி அவன் மறைவதையும் தாத்தாவின் முகத்தையும் மாறி மாறிப் பார்த்தான். அவனது அத்தைகளின் யோனி முத்திரையின் போது இருந்ததைப் போல, அவரது முகம் அப்போது சலனமற்று இருந்தது.

பேருந்தில் நல்ல கூட்டம். பேருந்து நிலையத்தில் சென்று இறங்கும்போது கசங்கிவிட்டார்கள் இருவரும். நசநசவென்று மழை வேறு தூறிக்கொண்டிருந்தது. வீட்டை விட்டுக் கிளம்பும்போது மழைக்கான சுவடே இல்லாமல் இருந்தது. ஆனால் கும்பகோணத்தில் நல்ல மழை பெய்து, அடுத்த பெருமழைக்காக காத்திருப்பதைப் போல தோற்றம் கொண்டிருந்தது. பேருந்து நிலையத்தில் இருந்து சோமு ரிக்ஷா ஒன்றை அமர்த்திக்கொண்டார். வண்டி காய்கறி சந்தைக்குப் போனது. ரிக்ஷாவை காத்திருக்கச் சொல்லிவிட்டு, இரண்டு வாழைத்தாரும், ஒரு கட்டு கரும்பும் வாங்கினார். ஆனால் வண்டியில் ஒரு தாரை மட்டுமே ஏற்ற முடிந்தது. வாழைத்தார் விற்றுக்கொண்டிருந்தவரிடம், "வரும்போது எடுத்துக்கிறேன்

இங்கயே இருக்கட்டும்" என்று சொன்னார். மூர்த்தி தாத்தாவின் முகத்தை ஏறிட்டுப் பார்த்தான்.

"வரும்போது எடுத்துக்கலாம்டா... இங்கதான் இருப்பானுவோ..."

"அதுக்கு தாரை திருப்பி கொடுத்துட்டு காசை வாங்கிக்கொள்ளலாமே" என்பது சிறுவனின் எண்ணமாக இருந்தது. ஆனால் சோமுவுக்கு அது தவறாகப்பட்டிருக்கலாம். "குடுத்த காச திரும்பி வாங்கனுமா" அல்லது "எங்க போய்ட போறானுவ" என்கிற இரண்டில் எதாவது ஒன்றாக இருந்திருக்கலாம்.

செல்லும் வழியெங்கும், கரும்பும், வாழையும், மஞ்சள், இஞ்சிக் கொத்தும் பரபரப்பாக விற்பனையாகிக் கொண்டிருந்தன. அங்கிருந்து ஒரு பதினைந்து நிமிடத்தில் வண்டி செட்டியார் வீட்டை அடைந்தது. அவரது வீடு மூர்த்தியின் வீட்டை விட இரண்டு பங்கு பெரிதாக இருந்தது. வீட்டின் நடுக்கூடத்தில் மூன்று சோபாக்கள் கிடந்தன. அவற்றிற்கு நடுவில் இரண்டு பெண்கள் உட்கார்ந்து காய்கறி நறுக்கிக் கொண்டிருந்தார்கள். செட்டியார் ஒரு சோபாவில் அமர்ந்திருந்தார். சோமுவைக் கண்டதும், "வா... வா... என்ன இது கரெக்டா பொங்கலன்னைக்கு மொத நாள் வந்திருக்க, ரெண்டு நாள் முன்னாடி வரக்கூடாதா..." என்று வரவேற்றார். "என்ன பண்ணுறது... வேலைதான்" என்று சொல்லிக்கொண்டே, தோளில் கிடந்த துண்டை எடுத்து இரண்டு முறை விசிறி விட்டு சோமு தரையில் உட்கார்ந்து கொண்டார். மூர்த்திக்குக் குழப்பமாக இருந்தது. கூடத்தில் செட்டியார் மட்டும்தான் உட்கார்ந்திருக்கிறார். மீதி ரெண்டு சோபாக்களில் யாரும் இல்லை. பிறகு ஏன் சோபாவில் உட்காராமல் தாத்தா தரையில் உட்கார்கிறார் என்று யோசித்துக்கொண்டே மூர்த்தி நின்றுகொண்டிருந்தான். "பய யாரு மொவன்..." என்றார் செட்டியார். "பெரியவன் மொவன்..." என்றார் சோமு. சொல்லிவிட்டு அவனை அழைத்து தன் பக்கத்தில் உட்கார வைத்துக்கொண்டார்.

பிறகு காய்கறி வெட்டிக்கொண்டிருந்த பெண்ணின் அருகில் இருந்த சிறிய கூடையை தம் பக்கமாக நகர்த்தி அதிலிருந்த மொச்சைக் காய்களை ஒரு கை அள்ளி தனக்கு முன்னால் கொட்டி அவற்றை உரிக்கத் தொடங்கினார். மூர்த்தியும் அதிலிருந்து இரண்டு காய்களை எடுத்து உரிப்பதற்குத் தயாரானான். சோமு அவனிடம் எதுவும் சொல்லாமல் அவன் கைகளில் இருந்து

அதைப் பறித்து மீண்டும் கூடையில் போட்டார். அவனது கைகளை தனது சொரசொரப்பான கையால் துடைத்தும் விட்டார். மூர்த்தி என்ன செய்வதென்று தெரியாமல் அவரை வேடிக்கை பார்த்துக்கொண்டே கொஞ்ச நேரம் அங்கேயே உட்கார்ந்திருந்தான். சோமுவும், செட்டியாரும் வயல், வரப்பு, கண்டுமுதல் என்று பேசத் தொடங்கினார்கள்.

அந்த வீட்டுப் பெண்கள் இருவர் குறுக்கும் நெடுக்குமாக வீட்டில் நடந்து கொண்டிருந்தார்கள். அங்கு காய்கறி நறுக்கிக் கொண்டிருந்தவர்களை விட அவர்கள் சிவப்பாகவும், குண்டாகவும் இருந்தார்கள். கழுத்தில் நிறைய நகை போட்டிருந்தார்கள். அவர்களது இடுப்பு பளபளவென மின்னிக்கொண்டிருந்தது. அவர்கள் கட்டியிருந்த சேலை, அவர்கள் ஏதோ கல்யாணத்துக்கோ கோவிலுக்கோ போகும்போது அவனது அம்மா அணியும் சேலையைப் போல புதிதாக இருந்தது. "தம்பி... எத்தனையாவது படிக்கிற, உன் பேரென்ன..." என்று யாராவது அவனிடம் கேட்கக்கூடும் என்று அதற்கு பதில் சொல்வதற்காக தன்னை தயார்படுத்திக் கொண்டிருந்தான். யாரும் மூர்த்தியிடம் அதைக் கேட்கவில்லை. மூர்த்தி மெதுவாக எழுந்து வாசலில் போய் நின்றுகொண்டு தெருவை வேடிக்கை பார்த்தான்.

மழை வலுவாக பெய்யத் தொடங்கியிருந்தது. வாசலில் சாரல் அடித்தது. போட்டிருந்த கால்சட்டையைத் தாண்டி குளிர் ஊடுருவியது. நடுக்கமாக இருந்தது. கைகளை உடலின் குறுக்காக கட்டிக்கொண்டு தண்ணீர் சுழித்தோடுவதை பார்த்துக்கொண்டிருந்தான். பிளாஸ்டிக் காகிதங்களைத் தலையில் சுற்றிக்கொண்டு, உடல் மழையில் நனைய நனைய வண்டியை மிதித்துக்கொண்டு போனார்கள் ரிக்ஷா ஓட்டிகள். தலையை மட்டும் வெளியே நீட்டி தெருவின் இரண்டு புறமும் பார்த்தான். எந்த வீட்டிலும் திண்ணைகள் இல்லை. இரும்பு கிரில் கதவுடன் எல்லா வீடுகளும் வண்ண வண்ண பெயின்ட்டிங்குடன் இருந்தன. வீட்டு வாசலில் சாக்கடை ஓடிக்கொண்டிருந்தது. அதன் மீதிருந்த சிமென்ட் பலகை விலகியிருந்த இடங்களில் மழை நீர் குமிழியிட்டுக்கொண்டு உள்ளிறங்கியது. வாலை ஒடுக்கியபடி சிவப்பு பெட்டை நாய் ஒன்று முழுதும் நனைந்துபோய் தெருவின் ஒரு பக்கத்தில் இருந்து அடுத்த பக்கத்தைக் கடந்தது. தெருவின் நடுவில் சிறிய வாய்க்காலைப் போல மழை நீர் பெருக்கெடுத்து ஓடிக்கொண்டிருந்தது. ஓடிக்கொண்டிருந்த நாய், அந்த நீரோட்டத்தைப் பாய்ந்து கடந்தது. அப்போது ஒடுங்கியிருந்த அதன் வால் நாயின்

உடலுடன் ஒரு கணம் நீண்டு பின்பு மறுபடியும் அதன் கால்களுக்கிடையில் படிந்தது.

சோமு வாசலுக்கு வருவதற்கு அரைமணி நேரத்துக்கு மேல் ஆகிவிட்டது. "போகலாமாடா தம்பி..." என்று கேட்டுக்கொண்டே தோளில் கிடந்த துண்டை எடுத்து மூர்த்தியின் முகம் கழுத்து என்று கால்கள் வரை ஈரத்தை ஒற்றி எடுத்தார். பிறகு தெருவழியாக போய்க்கொண்டிருந்த ஒரு ரிக்ஷாவைக் கைகாட்டி அழைத்தார். துண்டை அவன் தலையில் போட்டுவிட்டு, நீ போயி ஏறிக்க போ... என்று சொல்லிவிட்டு அவன் ஏறி உட்கார்ந்ததும் நிதானமாக அவரும் ஏறிக்கொண்டார். "பெரிய கடைத்தெருவுக்கு போ..." என்று வண்டிக்காரனிடம் சொன்னார்.

அந்த ரிக்ஷா ஓட்டியும் வெற்றுடம்புடன் நனைந்தபடியே ரிக்ஷாவை மிதித்தான். அவர்கள் மீண்டும் சந்தைப் பகுதியை அடைந்தபோது அந்த வாழைத்தார் கடை காலியாகியிருந்தது. கடை போட்டிருந்தவரையும் அந்த இடத்தில் காணமுடியவில்லை. "ஏவாரம் முடிஞ்சி கிளம்பிட்டானுவோ போல..." என்று சொல்லிவிட்டு ரிக்ஷாவை பேருந்து நிலையத்துக்கு விடச்சொன்னார். அவர்கள் வழக்கமாக சாப்பிடும் மிலிட்டரி ஹோட்டலை ரிக்ஷா கடக்கும்போது "இது மத்தியான நேரமும் இல்ல, சாயந்திர நேரமும் இல்ல, கிளப்பு கடையில இந்த நேரத்துல ஒண்ணும் நல்லாருக்காது" என்று மூர்த்தியிடம் சொன்னார்.

பேருந்தில் கூட்டமே இல்லை. அதன் தரை முழுவதும் நசநசவென ஈரமும் சேறுமாக இருந்தது. இருக்கைகள் நனைந்து போயிருந்தன. வண்டி ஓடத் தொடங்குகையில் தொடர்ந்து அடித்த சாரல் இருக்கையில் பட்டுத் தெறித்தது. இடமிருந்தாலும் உட்காரமுடியாமல் நின்றுகொண்டே பயணித்தார்கள். இருவரும் வீட்டை அடையும்போது கிட்டத்தட்ட இருட்டிவிட்டிருந்தது. ரமணி இரண்டு பேருக்கும் சோறு போட்டாள். சோமு சாப்பிட்டு முடிக்கும் வரை சோற்றுத் தட்டுடன் பக்கத்தில் இருந்த தூணை ஒட்டி நின்று கொண்டே இருந்தாள். சோறு ஆறிப்போயிருக்கிறது என்கிற புகாரில்லாமல் மூர்த்தி வேகமாக சாப்பிட்டான். அவனுக்கும் நல்ல பசியாக இருந்தது.

7

கல்லூரி முடிந்து வேலை தேடிக்கொண்டிருந்தான் மூர்த்தி. திண்ணையில் படுத்துக்கொண்டு கையில் கிடைத்த புத்தகம் ஒன்றை வாசித்துக் கொண்டிருந்தவனிடம் மகேந்திரன் வந்து, "வா... போகலாம்..." என்று அழைத்தார். எங்கே என்றெல்லாம் மூர்த்தி கேட்கவில்லை. கேட்கவும் முடியாது. அப்படிக் கேட்க முடியாமல் போனதற்குப் பின்னால் ஒரு கதை இருக்கிறது.

ஒருமுறை அப்படித்தான் தூங்கிக்கொண்டிருந்த அவனை ராஜேந்திரன் வந்து எழுப்பினார். மணி என்னவோ எட்டு ஆகிவிட்டதுதான். இரவு முழுக்க '*வெண்ணிற இரவுகளில்*' திளைத்திருந்த அவனுக்கு "என் பிரிய நாஸ்தென்ஸ்கா..." என்ற வாக்கியம் ரீங்காரமிட்டுக்கொண்டே இருந்தது. அதனால் அப்பாவின் குரல் அவ்வளவாக சுரத்தில்லாமல் ஒலித்திருக்கிறது. ஒரு கெட்ட வார்த்தையும் சேர்த்து அவர் உச்சரித்தவுடன் விழிப்பு வந்துவிட்டது. "ரஷ்ய நாவலில் ஏது கெட்ட வார்த்தைகள்..." என்று அரைத் தூக்கத்தில் குழம்பினான். அதுவும் காதல் கதைகளில் எப்படி கெட்டவார்த்தைகள் வரும்... எல்லோரும் கண்ணியமாகவே இருப்பார்கள், கண்ணியமாகவே பேசுவார்கள், புணரும்போதுகூட கண்ணியமாகத்தானே புணர்வார்கள் என்று நினைத்தான். எப்போதாவது நூற்றைம்பது பக்க ஸ்டெப்பி புல்வெளிகளைக் கடக்கும்போது, அபூர்வமாக வரும் வெண்ணையை ஒத்த அந்த முலைகளின் மீது கை வைத்தாலே பிசுபிசுவென ஒட்டிக்கொள்ளும் வர்ணனையைப் படிக்கையில், அந்த கணவான்கள் எங்ஙனம் அதில் வாய் வைக்கத் துணிவார்கள் என்று அவன் விசனப்பட்டதெல்லாம், கலங்கலாக நினைவுக்கு வந்து அவனைக் குழப்பியது. கண்விழிக்கும்போது, சூரிய வெளிச்சம் நேராகக் கண்ணில் பட்டால் மூர்த்தி அதிருப்தி அடைவான். ஒன்பது மணிக்கு முன்பு விழிப்பு வந்தால் எதிரே இருக்கும் சன்னல் வழியாக வெளிச்சம் வந்து கண்ணைக் குத்தும். ஒன்பது பத்து மணிக்கு மேலே என்றால் இந்தத் தொந்தரவு இல்லை. அப்பாவின் சச்சரவு மட்டும்தான் அப்போது பிரச்சினை. சூரியனை விட உக்கிரமானவை அவரது வாயிலிருந்து உதிரும் சொற்கள். அவர் உக்ரைனில் பிறந்திருந்தால், அந்த

வார்த்தைகளுக்கு வெண்ணை முலைகளே உருகித் தரை மட்டமாகியிருக்கும்.

அன்று அவர் வேலைக்குப் போகவில்லை போல. விடுமுறையாகக் கூட இருக்கலாம்.

“கிளம்புடா... போகலாம்” என்றார். குரல் என்னவோ சாந்தமாகத்தான் இருந்தது.

“எங்க?”

“ம்... உன் வேலை விஷயமா எம்மெல்லேவப் பாக்க போலாம்... நம்ம வட்டத்துகிட்ட சொல்லிருக்கேன்.”

அப்போதுதான் அவரை உற்று கவனித்தான். அவர் குளித்து முடித்து வெள்ளை வேட்டி வெள்ளைச் சட்டையுடன் கிளம்பியிருந்தார்.

“இன்னைக்கு எம்மெல்லேவ பாக்கப் போறோம்னு உனக்கு நேத்தே தெரியும்தான...?”

“ஆமா... அதுக்கென்ன இப்ப...?”

“என்ட்ட நேத்தே சொல்றதுக்கு என்ன உனக்கு...?”

“ஏன், இப்ப தொரைக்கு என்ன பிரச்சினை...?”

இந்தக் கேள்வியால் சீண்டப்பட்டான். *வெண்ணிற இரவுகளின்* கதாநாயகியின் முன்பு அவமானப்பட்டது போல இருந்தது.

“போட்டுக்கிறதுக்கு ஜட்டி இல்ல... தொவைக்கணும்...”

அவர் இந்த பதிலை எதிர்பார்த்திருக்கவில்லை. இருந்தாலும், “சரிடா... கிளம்பு போகலாம். நான் அழைச்சிட்டு வர்றேன்னு சொல்லிட்டேன்... போகலைன்னா நல்லாருக்காது...” என்றார். அவரது குரலில் ஒரு தணிவு வந்துவிட்டது.

“இல்ல நான் வரல... இன்னொரு நாளைக்கு போகலாம்...”

அவனது குரலிலிருந்த உறுதி அவருக்குக் கோபம் வரவைத்துவிட்டது.

“இப்ப கிளம்புறியா இல்லையா... பெரிய மயிறு மாதிரி பேசிகிட்டு...”

அப்போதுதான் அந்த வார்த்தையை அவன் விட்டான்.

“என்னோட வேலையப் பத்தி நீ கவலைப்படாத... மூடிக்கிட்டு கிளம்பு... எனக்கு பாத்துக்கத் தெரியும்.”

இதைக்கேட்டதும் மறுவார்த்தை பேசாமல் அவர் தனது சட்டையைக் கழற்றிக் கொடியில் போட்டுவிட்டு வேட்டியுடன் வெளியேறினார்.

இப்போது சித்தப்பா வந்து கூப்பிட்டதும், ஓரிரு விநாடிகளில் இதெல்லாம் நினைவில் வந்து போனது. மறுப்பு எதுவும் சொல்லாமல் அவருடன் கிளம்பிவிட்டான். போகவேண்டிய இடம் வீட்டிலிருந்து நான்கைந்து கிலோமீட்டர்கள்தான் இருக்கும். சைக்கிளில்தான் போனார்கள். அவன் கல்லூரி முடித்துவிட்டாலும் கூட, அவனை வைத்து அவர்தான் சைக்கிள் மிதித்தார்.

காவிரி, வீரசோழன் இரண்டு ஆறுகளையும் கடக்கவேண்டும். கோடையில் தண்ணீர் இல்லாமல் ஆறு உலர்ந்திருந்தது. முதல் நாள் அந்தியில் அடித்திருந்த காற்றில் மணற்துகள்கள் ஆற்றின் பரப்பை, சித்திரத்தைப் போல அலையலையாகத் தீற்றி வைத்திருப்பது தூரத்திலிருந்தே தெரிந்தது. கரைக்கும் ஆற்றின் மணற்பரப்பிற்கும் இடையே ஒரு ஆள் உயரத்துக்கு மட்டுமே வித்தியாசம் இருந்தது. வெள்ளை மணல், பச்சைக் கரைகளுக்கு இடையில், நனைந்த வேட்டியைப் பிழிந்து சுருக்கங்களுடன் பறத்தி வைத்தது போல விரிந்து கிடந்தது. இரண்டு பேரும் சைக்கிளைத் தள்ளிக்கொண்டு ஆற்றில் இறங்கினார்கள்.

வீரசோழனைக் கடந்து அதன் வடக்குப்புற கரையில் ஏறி, இரண்டு புறமும் இருந்த தென்னந்தோப்புகளையும் வாழைத்தோட்டங்களையும் கடந்து காவிரியை எட்டியபோது, அது வேறொரு நதியைப் போல தோற்றம் கொண்டிருந்தது. அதன் மணலில் சரளைகள் அதிகம் இருப்பது போல நெருடியது. அந்த இடத்தில் நதி சுழித்து ஓடியதன் சுவடுகள் தெரிந்தன. அந்த வளைவில், நீர் பெருகி ஓடிய மழைக்காலத்தில் அது மூர்க்கமாக முட்டி பெயர்த்திருந்த நாணல் புதர் அதன் அடர்த்தி நீங்கிப் பரவலாகியிருந்தது.

இப்போது நீரற்ற ஆறு தனது உடலை முறுக்கிக்கொண்டு சோம்பலாகப் படுத்திருப்பது போல இருந்தது. மணற்பரப்பு நெடுக நத்தை ஓடுகள் வரிசையாகக் கிடந்தன. கோடை நெருங்குகையில் சிறுகச் சிறுக முடிவுறும் சோகை படர்ந்த நீரோட்டம், அவ்வோடுகளை நகர்த்தி நகர்த்தி ஒருவகை மணிச்சரத்தைப் போல கோர்த்து மணலில் பதியவைத்து, கோடைக்கு அவற்றை விட்டுச் சென்றிருந்தது. அது உடலில் இருக்கும் மருவைப் போல மணலின் ஒரு பகுதியாகப் பதிந்து

உறைந்திருந்தது. அவற்றைத் தாண்டி நடக்கையில் இன்னதென்று தெரியாத வெவ்வேறு வண்ணத்திலான பறவை இறகுகள் மணற்பரப்பில் மிதப்பதும் அடங்குவதும், மேலேழுவதுமாக காற்றில் அலைந்துகொண்டிருந்தன. வெள்ளை பளிங்குகளில் தவிட்டை வைத்து ஒற்றி எடுத்தது போல உடைந்த குயில் முட்டை ஓடுகள் ஒளி மங்கிய வெண்மையுடன் கிடந்தன. இவர்கள் போன பாதையில் இவர்களுடைய மிதிவண்டியை ஒத்த இரண்டு மூன்று தடங்களைக் காண முடிந்தது. முந்தைய நாளின் அந்த சுவடுகள் மீது மணல் படரத் தொடங்கியிருந்தது. அந்தத் தடத்தைக் காண, இரவில் கட்டுக் கயிறை அறுத்துக்கொண்டு ஊரைத் தாண்டிப் போகும் எருமையின் கயிற்றுத் தடம் மணலில் இழுபட்டு கோடு உருவாக்கியதைப் போல ஆழமில்லாமல் அதன் விளிம்புகள் கூர்மையற்று நீண்டிருந்தன. திரும்பி வரும்போது ஆறு அதை மிச்சம் வைக்காமல் விழுங்கியிருக்கும் என்று நினைத்தான்.

அந்தத் தெருவை அடைந்தபோது கிட்டத்தட்ட அது மூர்த்தியின் தெருவை விட அகலமாக இருப்பதாக அவனுக்குப் பட்டது. முழுதும் திரும்புவதற்கு முன்னால் பிரதான சாலையில் இருந்தே அந்த வீதியின் விஸ்தீரணத்தை உணர்ந்துகொள்ள முடிந்தது. கண்ணுக்குத் தெரிந்த வீட்டின் கொல்லைப் புறங்களில் எல்லாம் பச்சை வண்ணத்தில் அடர்ந்த குவியலாக மரங்களும், செடிகளும், புதர்களும் செறிந்திருந்தன. பராமரிக்கப்பட்ட கொல்லைப்புறங்களில் மா, பலா, தென்னை போன்றவை சீராக செழித்திருந்தன. சில வீடுகளில் பாக்கு மரங்கள் அடர்ந்து மற்றைய மரங்களை மீறிக்கொண்டு விண்ணை நோக்கி நீண்டிருந்தன. பசிய இலைகளால் நிறைந்திருந்த பலா மரங்களின் அடர்த்தியின் நடுவே பாக்கு மரம் நீண்டிருப்பது, காளியாட்டத்தைக் காட்டுவதற்கு ஜனத்திரளின் தலைக்கு மேலே கைகளால் தனது மகளைத் உயர்த்திப் பிடிக்கும் தகப்பன்களை நினைவூட்டியது. அது எத்தனைப் பசுமையாக, மினுங்கும் பச்சை வண்ணத் தண்டுடன் வரி வரியான தழும்புடன், காய்ந்த மட்டைகள் அதன் உச்சியிலிருந்து தரையை நோக்கி தொங்கிக்கொண்டு நெடுநெடுவென நின்றாலும் அதன் அழகில் ஒருவித பெண்மையின் சாயல் படர்ந்திருப்பதைப் போல தோன்றியது. மற்றைய மரங்களின் பச்சைக் கூட்டத்தில் இருந்து அவசரத்துடன் நீண்டிருக்கும் அதன் குறும்புத்தனத்தில் மிளிரும் சுதந்திரம் அது காற்றில் உரசும் யவ்வனத்தின் ப்ரீதியை கூட்டிக்கொண்டிருந்தது. உற்றுக் கேட்டால் மட்டுமே கேட்கும் அளவுக்கு மெல்லிய அசைவொன்றை அந்த இடம் முழுக்க

கேட்க முடிந்தது. காற்று, பச்சையின் மீது படர்ந்து தவழ்கிற ஒலியது.

சருகுகளின் அதிருப்தியையும் மீறி ஸ்... ஸ்... ஸ்... எனும் ஒலி நிதான கதியில் கசிந்தபடியே இருந்தது. அவ்வொலி அந்த சூழலின் மீது மையலின் ஈரம் படர்ந்த வண்ணத்தைப் பூசிவிட்டிருந்ததால், அது இளங்கோடை என்பதையே நம்பமுடியாதபடிக்கு ஆக்கிவிட்டிருந்தது. இருவரும் எதுவும் பேசிக்கொள்ளவில்லை. விசித்திரமாக வழிநெடுக ஒரு வண்ணத்துப்பூச்சியைக்கூட தான் இதுவரைக் காணவில்லையே என்று மூர்த்தி நினைத்தான். செம்பருத்திப் பூக்கள் தெறித்துச் சிரிக்கும் ஒரு வீட்டைக் கடந்தார்கள். இன்னொரு வீட்டின் வாசலில் அருநெல்லி மரமொன்று மதர்த்துக் கிளைத்திருந்தது. அதன் கிளைகள் வீட்டைக் கடந்து தெருவை நோக்கி நீண்டிருந்தன. அதன் சோபையான கிளைகளில் கொத்து கொத்தாகக் காய்கள் பெருகித் தொங்கின. காய்த்துத் தொங்கும் நெல்லி எப்போதும் சூல் கொண்ட பெண்ணை நினைவூட்டுகிறது.

இவர்கள் போன வீட்டின் வாசலில் முருங்கை பூத்து குலுங்கிக்கொண்டிருந்தது. சிறிய மரக்கதவால் வெளிப்புற முள்வேலியில் திறப்பு உண்டாக்கப்பட்டு அதன் மேல் கம்பியை வளைத்து செய்யப்பட்ட கொண்டி ஒன்றால் தாழிடப்பட்டிருந்தது. சிறிய தோட்டத்தைத் தாண்டி நிழலில் இளைப்பாறிக் கொண்டிருக்கும் அந்த ஓட்டு வீட்டின் நிலைக்கதவு அகலத் திறந்திருப்பதும் அதன் வழியாக முற்றத்தில் நிழலுருவங்களைப் போல ஆட்கள் நடமாடுவதும் தெரிந்தது.

சைக்கிளை அந்த வேலியின் ஓரமாக நிறுத்திவிட்டு, நீண்ட நாட்களாக அந்த வீட்டிற்கு வந்திருக்காதது ஒரு பொருட்டே இல்லை என்பதான உடல் மொழியுடன் மகேந்திரன் அந்த கொண்டியைத் திறந்துகொண்டு உள்ளே போனான். மூர்த்தி அவனைப் பின்தொடர்ந்தான். மகேந்திரனுக்கு அந்த வீட்டில் வரவேற்பு பலமாக இருந்தது. அந்த மத்திய வயதுப் பெண்மணி அவனுடன் அன்பாகப் பேசிக்கொண்டிருந்தாள். மூர்த்தி வீட்டைச் சுற்றி பார்வையை ஓடவிட்டான். பழைய ஓட்டு வீடு. பெரிய முற்றம். அதில் கீற்றால் பந்தல் வேயப்பட்டு வெளிச்சம் தடுக்கப்பட்டிருந்தது. உச்சி வெயில் நேரத்திலும் கூட வீடு குளிர்ச்சியாக இருந்தது.

அந்தத் தெருவில் இருக்கும் ஒருவர் வெளியூர் ஒன்றில் பிசினஸில் இருக்கிறார். அங்கேயே வசதியாக செட்டில் ஆகிவிட்டார். கோவில் திருவிழாவுக்காக ஊருக்கு வந்திருக்கிறார். அவரிடம் சொல்லி, மூர்த்திக்கு அங்கு எதாவது வேலை கிடைக்குமா என்று கேட்பதற்காகத்தான் அழைத்து வந்திருக்கிறான் என்பதை அவர்கள் பேசுவதை வைத்து அவனால் யூகிக்க முடிந்தது.

அப்போதுதான் அடுப்படியை ஒட்டிய குதிர் ஓரமாக, சிவந்த, உயரமான இளம் பெண்ணொருத்தி நிற்பது மூர்த்தியின் கண்ணுக்குத் தெரிந்தது. சிவப்பு நிற தாவணி. வீட்டில் இருப்பதால் மிகவும் அலட்சியமாக உடுத்தப்பட்ட பாவாடை. கணுக்காலுக்கு மேலே இருந்தது. மூர்த்தி பார்க்கும்போது அவளும் பார்த்து மெலிதாகப் புன்னைகைத்தாள். மூர்த்தியும் பதிலுக்கு சிரித்தான். கொஞ்ச நேரம் கழித்து தண்ணீர் கொண்டு வந்து கொடுத்தாள். குடித்துவிட்டு, "வீடு நல்ல கூலிங்கா இருக்கு. தண்ணி மட்டும் ஏன் சூடா இருக்கு" என்று கேட்டான். அவள் அதற்கு பதில் எதுவும் சொல்லாமல் அடுப்படியின் உள்ளே போனாள். அவளது நடையில் ஒருவித துள்ளல் இருப்பதாக மூர்த்திக்குத் தோன்றியது. தனது கிண்டலைத் தானே ரசித்துக்கொண்டு அமைதியாக இருந்தான். கரகாட்டக்காரன் திரைப்படத்தில் வரும் ராமராஜனின் நகைச்சுவையைப் போல இருக்கிறதோ என்று துணுக்குறவும் செய்தான். இருந்தாலும் அவள் சிரித்தது ஊக்கத்தைக் கொடுத்தது. மகேந்திரன் இந்த உரையாடலில் கவனம் செலுத்தாமல் அந்தப் பெண்மணியுடனான சம்பாஷணையில் மும்முரமாக இருந்தார்.

கொஞ்சநேரம் கழித்து அந்தப் பெண் தேநீர் கொண்டுவந்து கொடுத்தாள். புதிய பாவாடையும், தாவணியுமாக உடை மாறியிருந்தது. முகத்தின் பளபளப்பை நோக்கும்போது, இப்போதுதான் அலம்பியிருக்கிறாள் என்பது போல இருந்தது. சிறிய ஸ்டிக்கர் பொட்டு ஒன்றுடன் அவள் மிக அழகாக மாறியிருந்தாள். கண்கள் மின்னிக்கொண்டிருந்தன. மூர்த்திக்குப் படபடப்பாக இருந்தது. அவள் அவ்வளவு வசீகரமாக இருந்தாள். அவனை மிகவும் பொருட்படுத்தினாள். அவனது இருப்பு அவளைத் தவிக்க வைத்ததை அவனாலும் உணர முடிந்தது. அப்படியான நேரங்களில் அவனது விளையாட்டுத்தனம் மறைந்துபோகிறது. உடலை மெலிதாக நடுங்கச்செய்யும் படபடப்பு வந்து தொற்றிக்கொள்கிறது.

"சரி, நீ இங்க இரு. நான் போயி பார்த்து பேசிட்டு வர்றேன்..." என்று சொல்லிவிட்டு மகேந்திரன் வெளியேறினான். அந்தப்

பெண்மணி அவனுக்கு வழிகாட்டுவதற்காக கூடவே போனாள். மூர்த்தி மட்டும் தனித்து விடப்பட்டான்.

திண்ணையை நோக்கி அவன் நகர முற்பட்டபோது, "என்ன பயமா இருக்கா..." என்று கேட்டாள் அவள்.

மூர்த்திக்கு பதட்டமாகத்தான் இருந்தது. இருந்தாலும் அதை முகத்தில் காட்டிக்கொள்ளாமல், "அட... எனக்கென்ன பயம்...? சும்மா போயி திண்ணையில உக்காரலாமேன்னு நினைச்சேன்..." என்று சொன்னான். "பரவால்ல இங்கயே உக்காருங்க..." என்று சொல்லிவிட்டு அவன் உட்கார்ந்திருந்த பெஞ்சுக்கு முன்னால் நாற்காலியை எடுத்துப் போட்டுக்கொண்டு அவளும் அமர்ந்தாள். அவளுக்கு சொல்வதற்கு நிறைய விஷயங்கள் இருந்தன. ஒன்பதாம் வகுப்போடு பள்ளிக்குப் போகவில்லை, வீட்டில் இருக்க போரடிக்கும்தான், மூர்த்தியின் சித்தப்பாவை இதற்கு முன் பார்த்ததில்லை, இவர்களைப் பற்றியெல்லாம் அம்மா இதுவரை ஒன்றுமே சொன்னதில்லை என்றெல்லாம் பேசிக்கொண்டே போனாள். அந்த மெல்லிய இருளும், குளிர்ந்த வீடும், அவளது விகல்பமில்லாத உரையாடலும் அவனை ஈர்த்தன. அவள் பேசும்போது, காதின் ஓரமாக சுருள் முடிக்கொத்து ஒன்று அசைந்து கொண்டே இருந்தது. அவள் பேசாமல் கொஞ்சம் இடைவெளி விட்டபோதெல்லாம், அதுவும் அசையாமல் அவளது காதையொட்டி தாழ்ந்தபடி அசையாமல் நின்றது.

அவளுடன் பேசிக்கொண்டிருந்ததில் நேரம் போனது தெரியவில்லை. சித்தப்பாவும் அவளது அம்மாவும் நிலைப்படியைத் தாண்டி உள்ளே வரும் குரல் கேட்டது. அவர்கள் கிளம்பிப் போகும்போது பேசிக்கொண்டிருந்ததை விட அவர்களது இப்போதைய குரலில் சௌஜன்யம் கூடியிருப்பது தெரிந்தது. அவர்கள் பார்க்கப்போன ஆளுடனான உரையாடல் நல்லவிதமாக இருந்திருக்க வேண்டும். நம்பிக்கையாக நாலு வார்த்தை சொல்லியிருப்பாராயிருக்கும் என்றும் மூர்த்தி நினைத்தான். வெளியூரில் போய் தொழில் செய்கிறார், வருபவர்களது மனம் கோணாமல் எப்படிப் பேசவேண்டும் என்று அவருக்குத் தெரியாதா என்றும் நினைத்தான். நல்லவேளை, "நீயும் வா..." என்று சித்தப்பா தன்னையும் அழைத்துப் போகவில்லை என்பது அவனுக்கு ஆசுவாசமாக இருந்தது. அப்படிப் போயிருந்தால் இந்த சுருள் முடியைத் தவறவிட்டிருப்போம் என்று நினைத்த கணத்தில் அவன் மீதே ஆபாசமானதொரு மனநிலை கவிந்தது. ஆனால், அந்த

மனநிலை சித்தித்ததை விட மிக வேகமாக அதிலிருந்து அவன் வெளியேறவும் செய்தான். அந்தக் கிளர்ச்சிக்கு அவனை வெளியேற்றியதில் பெரும் பங்கு இருந்தது. அந்த வெளியூர் பார்ட்டி அவரது முகவரியைக் கொடுத்திருந்தார். மூர்த்தியுடைய 'சிவி'யை தபாலில் அனுப்பச் சொல்லியிருந்தார்.

மகேந்திரனிடம் அவள் தேநீர் குடிக்கிறீர்களா என்று கேட்டாள். "வேண்டாம்மா... இப்பதான் அவரு வீட்டுல குடிச்சோம்" என்று சொல்லிவிட்டு, "ஆமாம். இல்லையா..." என்பது போல அந்தப் பெண்மணியின் முகத்தைப் பார்த்தான். "ஆமாம் பாப்பா. கிளம்பும்போதுதான் குடிச்சோம்" என்று அவளும் மகளிடம் சொன்னாள். இரண்டு நிமிடம் யாருக்கும் பேசுவதற்கு எதுவுமில்லாதது போல அமைதி நிலவியது. இவனைப் பார்த்து, "கிளம்பலாமாடா..." என்றான். "அட என்ன அவசரம்... இருந்து மத்தியான சாப்பாடு சாப்பிட்டுட்டு போகலாம்... அவங்களும் வாழைக்கொல்லையிலிருந்து வந்துடுவாங்க... ஏன் சாப்பாடு போடாம அனுப்பி வச்சேன்னு திட்டுவாங்க" என்று மகேந்திரனிடம் சொன்னாள்.

"இல்ல... இல்ல... பரவால்ல. இன்னொரு நாள் வர்றேன். கும்பகோணம் போக வேண்டிய வேலை இருக்கு. வீட்டுக்கு போய்ட்டு கிளம்புறதுக்கு சரியா இருக்கும்" என்று சொல்லிகொண்டே எழுந்து வாசல் பக்கமாக நடந்தான். இவன் அவனுக்கு முன்பாக வாசலை நோக்கி நடக்கத் தொடங்கியிருந்தான். மகேந்திரன் மீண்டும் ஒருமுறை அந்த பெண்ணின் பக்கமாகத் திரும்பி "நாங்க கிளம்புறோம்..." என்று சொல்லிக்கொண்டான்.

அந்தத் தெருவைக் கடந்து மெயின் ரோட்டுக்கு வந்ததும் மூர்த்தி அவனிடம், "யாரு சித்தப்பா அவங்க" என்று கேட்டான். "நம்ம சொந்தக்காரங்கதான்டா... உனக்கு பெரியம்மா முறை வரும். ரொம்ப வருசமா பேச்சு வார்த்தை கிடையாது. நீ பேசிட்டிருந்தீல்ல... அந்த பொண்ணுக்கு அஞ்சு வயசு இருக்கும்போது ஒரு மனவருத்தத்துல நம்ம ரெண்டு குடும்பத்துக்கும் உறவு முறிஞ்சி போச்சு. இத்தனை வருஷத்துக்கு அப்புறம் நானே இன்னைக்குதான் வர்றேன். அதுவும் அந்த அண்ணன்... அதான் அந்த பொண்ணோட அப்பா எங்காவது விசேஷத்துல பாக்குறப்பல்லாம் வர சொல்லிட்டே இருப்பாரு, அதனாலதான் ஒரு எட்டு வந்து பாத்துட்டு போலாமேன்னு வந்தேன். இன்னைக்குக்குன்னு பாத்து அவரு வீட்ல இல்ல. விடிய காலைலயே கொல்லைக்குப் போய்ட்டாராம்."

மகேந்திரனின் மீது மூர்த்திக்குக் கொலை வெறி வந்தது. "இந்த மயிரெல்லாம் வரும்போதே சொல்லி கூட்டிட்டு வர்றதுல உனக்கு என்ன பிரச்சினை..." என்று கத்தவேண்டும் போல இருந்தது. ஆனால் அமைதியாக உட்கார்ந்திருந்தான். இந்நேரம் அவளும்கூட தனது அம்மாவிடம் இவனைப் பற்றி விசாரித்துக் கொண்டிருப்பாள் என்று அவனுக்குத் தோன்றியது. அப்படி நினைக்கையில் மிகவும் தளர்வாக இருந்தது. கொஞ்சம் குற்றவுணர்ச்சியாகவும் இருந்தது. "நான் என்ன செய்ய முடியும்..." என்று தனக்கே சமாதானம் சொல்லிக்கொண்டான். இதில் சமாதானம் சொல்லிக்கொள்ள என்ன இருக்கிறது என்றும் நினைத்தான். இருந்தாலும் அவளை கஷ்டப்படுத்திவிட்டது போல ஒரு நினைவு இருந்துகொண்டே இருந்தது. மகேந்திரன் சைக்கிளை மிதித்தபடி மூர்த்தியிடம் ஏதோ பேசிக்கொண்டே இருந்தான். அது காதில் உரசும் காற்றின் ரீங்காரத்தைப் போல எந்த அர்த்தமும் இல்லாமல் இருக்க அவன் சலனமின்றி உட்கார்ந்திருந்தான்.

ஆற்றைக்கடக்கையில் இப்போது அது பாலையைப்போல தகித்தது.

8

ஜூன் மாதம் பிறந்து பதினைந்து நாட்களுக்கு மேல் ஆகிவிட்டது. இதுவரை காவிரியில் தண்ணீர் வரவில்லை. கர்நாடகாவில் மழைப் பொழிவு குறைந்துவிட்டது, அதனால் மேட்டூருக்கு தண்ணீர் வந்து சேரவில்லை என்று பேசிக்கொண்டார்கள். செட்டியார் வழக்கு தொடுத்திருப்பதால் வயல்களில் நட முடியுமா இல்லையா என்று தயக்கம் இருந்தது சோமுவுக்கு. வழக்கு என்று வந்தவுடன் மகன்களுக்கிடையே பிணக்கு கூடிக்கொண்டே போகிறது. மருமகள்கள் குரலை உயர்த்திப் பேசத்தொடங்கியிருந்தார்கள். ஆனால் ரமணி மட்டும் எப்போதும் போல தன்மையாகவே இருந்துகொண்டிருந்தாள். அவளது சுபாவம் அது. எல்லா துயரங்களையும் தனக்கு உள்ளேயே அமிழ்த்தி வைத்துக்கொள்ளும் குணம். கொந்தளிப்பை அடக்கி அடக்கி முகம் சோர்ந்து போயிருந்தது அவளுக்கு. “இதைச் சொல்லி என்ன ஆகப்போகிறது” என்று எல்லா அதிருப்திகளையும் தனக்குள்ளேயே கரைத்துக்கொள்பவளாக மாறிப்போயிருந்தாள். தனது வாஞ்சையைக் கூட வார்த்தைகளால் வெளிப்படுத்த அலுப்படையும் அளவுக்கு அவளது சுபாவம் திரிந்து விட்டது.

வயலில் பம்ப் செட் வைத்திருந்தவர்கள் மட்டும் நட்டார்கள். சோமுவிடம் இருக்கும் நிலத்தில் பம்ப் செட் போட முடியாது. அது அவரது சொந்த நிலம் இல்லை. நூற்றைம்பது ஆண்டுகளுக்கு மேலாக அவரது வம்சத்தின் கட்டுப்பாட்டில்தான் அந்த நிலங்கள் இருக்கின்றன என்றாலும் அதன் சட்டப்பூர்வமான உரிமை அவரிடம் இல்லை. அது செட்டியாரிடம் இருக்கிறது. செட்டியாரால் ஒன்றும் செய்ய முடியாது. ஏனெனில் அந்த நிலம் தலைமுறைகளாக அவர் வசம் இல்லை. ஒவ்வொரு அறுவடையின் போதும் குத்தகை வாங்கிக் கொண்டிருக்கிறார். அதில் சோமு எந்தக் குறையும் வைப்பதில்லை. கூடவோ குறைவோ செட்டியாருக்கான குத்தகையைத் தவறாமல் அவர் அனுப்பிக்கொண்டுதான் இருக்கிறார். ஆனால் வக்கீல் நோட்டீஸில் “கடந்த பத்தாண்டுகளாக நீங்கள் குத்தகை தராமல் பாக்கி வைத்திருப்பதால் எனது கட்சிக்காரர் தனது

நிலத்தைத் திருப்பிக் கேட்கிறார்...” என்று கண்டிருந்ததை மகேந்திரன் படித்துக் காட்டியபோதுதான் சோமு பதறிப்போனார். வக்கீல்தான் சோமுவை சமாதானப்படுத்தினார். “நானே செட்டியாரோட வக்கீலா இருந்திருந்தாகூட இப்படித்தான் நோட்டீஸ் அனுப்புவேன்... இதுக்கெல்லாம் பயப்படாதீங்க... நிலம் நம்ம கைக்கு வந்து நூறு வருஷத்துக்கு மேல ஆச்சு, இந்த வழக்கு கோர்ட்ல முடியறதுக்கு நாப்பது வருஷம்கூட ஆவும். அப்படியே நடந்தாலும் கேஸ் நிக்காது. செட்டியாரு நம்ம நெலத்தை ஒண்ணும் பண்ண முடியாது. என்ன ஒண்ணு... நாம ஒத்துமையா வலுவா நிக்கணும்...” என்று சொன்னார்.

இத்தகைய வழக்குகள் வரும்போது அதை எதிர்கொள்ளும் விவசாயக் குடும்பங்களில் ஏற்படும் சச்சரவுகள் குறித்த அவரது முன் அனுபவம் அவரது குரலில் தெரிந்தது. தனது சந்தேகங்களை மிகவும் வெளிப்படையாக அவர் சோமுவிடம் பகிர்ந்துகொண்டார். அந்த இளம் வக்கீலை சோமுவுக்குப் பிடித்துப்போனது. எப்போது நிலத்தைப் பற்றிப் பேசினாலும், “அவனை வரச் சொல்லிடு...” என்று வக்கீலை பக்கத்தில் வைத்துக்கொண்டே பேச்சு வார்த்தையைத் தொடங்கினார். ஆனாலும்கூட அவர் நினைத்ததைப் போல குடும்பத்தை கட்டுக்கோப்பாக வைத்துக்கொள்வது அவருக்கு எளிதாக இல்லை. அவரது மகன்கள் ஒன்று முரட்டுத்தனமாக இருந்தார்கள், அல்லது பதட்டமடைபவர்களாக இருந்தார்கள். இரண்டு சுபாவத்துக்கும் வேறுபாடு இல்லை என்பதும் ஒன்று மற்றதின் நிழலில் இளைப்பாறும் அதே குணத்தின் வேறு வடிவம்தான் என்பதும் சோமுவுக்கு மட்டுமே புரிந்தது.

வழக்கு தொடுத்திருக்கும் செட்டியாரின் மீது குறை சொல்வதற்கு ஒன்றுமில்லை. செட்டியாரின் மற்றைய தொழில்கள் நொடித்துப் போய் கிட்டத்தட்ட அவர் தெருவுக்கு வந்திருந்தார். அவரது வீட்டைத் தவிர இப்போது அவரது ஒரே சொத்து சோமுவிடம் இருக்கும் நிலங்கள் மட்டுமே. அவரது மகன்கள் குடிக்கத் தொடங்கியிருந்தார்கள். செட்டியாரால், தாம் அதுவரை அனுபவித்து வந்த சொகுசை விட்டு வெளியேற முடியவில்லை. மகன்களிடம் அவரால் எதையும் எதிர்பார்க்க முடியவில்லை. நிறைய பணம் இருந்தவரை மகன்களை அவர் ஒரு பொருட்டாகவும் கருதியிருக்கவில்லை. மகன்கள் மட்டும் என்றில்லை, மனைவியையும் கூட அவர் அவ்வாறு கருதியவர் இல்லைதான். இத்தனைக்கும் இந்த நிலம் அனைத்தும் அவரது மனைவிக்கு சீதனமாகக் கொடுக்கப்பட்டவை.

அவள்தான் எல்லா நிலத்துக்கும் உரிமையானவள். செட்டியார் அவளைத் தனது சொத்தைப் போல பாவிக்கத் தொடங்கியதும் அந்த நிலங்களை சொத்தாகப் பாவிக்கத் தொடங்கியதும் சமகாலத்தில் நடந்தது. அதுவொரு போட்டி. செட்டியார் அவளை மதிக்கத் தொடங்கினால், தனது மரியாதை போய்விடும் என்று ஆழமாக நம்பினார். அந்த நிலங்கள் எல்லாம் மனைவியுடையவை என்பது அவரது மனதில் எப்போதும் குறையாத பதட்டத்தை தக்கவைத்துக் கொண்டே இருந்தது. அதை மீறுவதற்கு அவர் முயன்று கொண்டே இருந்தார். மனைவியை சமமாக மதிப்பது என்பது ஒரு ஆணாக தனது ஆகிருதியை அவளது முன்னால் மண்டியிடச் செய்யும் என்று நம்பினார். அதுவொரு தாழ்வுணர்ச்சிதான். ஆனால் அதை எதிர்கொள்ளும் மூர்க்கத்திலிருந்துதான் தனது இத்தனை ஆண்டுகால அலைக்கழியும் வாழ்க்கையைக் கொண்டு செலுத்தும் வலுவை அவர் பெற்றிருந்தார். அவரால் புறத்தே காண்பிக்கப்படுகிற மேட்டிமைத்தனத்தின் பின்னால் கரையான் புற்றைப் போன்ற நம்பிக்கையின்மையின் நோய்மை படர்ந்திருந்தது. அது வேறு யாரையும் விட அவரது மனைவியிடம் வெளிப்பட்டுவிடக்கூடாது என்பதில் கவனமாக இருந்தார். என்னதான் இருந்தாலும், அவள் தன்னைவிட உயர்ந்தவள் என்ற எண்ணம் அவரது மனதில் ஆழமாக பதிந்து போயிருந்தது. அதை மீறி வெளியேற தன் ஆயுள் முழுக்க அவர் பிரயத்தனப்பட்டுக்கொண்டே இருந்தார். ஆனால், இதோ இப்போது எல்லா தொழில்களும் நஷ்டமடைந்து முடங்கப் போகும் நிலையிலும் கூட அவருக்கு கட்டியவளின் நிலங்களை விட்டு வெளியேறும் சொகுசு வாய்க்கவில்லை. எங்கோ ஒரு இடத்தில் அந்த நிலங்கள் தனது வாழ்வின் இன்றியமையாத ஒரு பகுதியாக மாறிவிட்டது போலவும், அதுதான் தன்னை அடிமைப்படுத்தி வைத்திருக்கிறது என்றும் கூட நினைத்து குமைந்தார். அது மனைவியின் மீதான வெறுப்பாக மாறியது. அதை அவளாலும் எதிர்கொள்ள முடியவில்லை. மிகவும் எளிய மனநிலையும் அன்பும் கொண்ட அவளால், கணவரின் அதிருப்திகளைப் புரிந்துகொள்ளவே முடியவில்லை. அவரது மூர்க்கம் குறித்து அஞ்சி நடுங்குபவளாக அவள் இருந்தாள். அவர் கோபமாக இருந்தால், பதட்டத்தில் அடுப்படிக்கும், கூடத்துக்கும் அலைபவளாக, மாட்டுத் தொழுவத்தில் சென்று பசுமாட்டைத் தடவிக்கொடுத்துக் கொண்டே நீண்டநேரம் கண்ணீர் வடிப்பவளாக அவள் மாறிப் போயிருந்தாள். அவளது சுபாவத்தை உள்வாங்கியே அவளது

குழந்தைகள் பிறந்திருந்தன. செட்டியாரின் மகன்கள் ஒன்று ஊதாரிகளாக இருந்தார்கள் அல்லது பூஞ்சையானவர்களாக இருந்தார்கள். அப்பாவை அவர்கள் மனதார வெறுத்தார்கள். அதே சமயம் அம்மாவிடமிருந்தும் அவர்கள் விலகியே இருந்தார்கள். அப்பாவிடம் இருந்து தங்களைக் காப்பாற்றும் பொறுப்பு அம்மாவுக்கு இருந்தது என்றும், அதில் அம்மா ஒன்றுமே செய்யவில்லை என்பதும் அவர்களது அதிருப்திக்குக் காரணமாக இருந்தது. அதை செட்டியார் வெளிப்படுத்தும் அதே தொனியிலேயே அவர்களும் முரட்டுத்தனமாக வெளிப்படுத்தினார்கள். அவள் தடுமாறிப் போனாள். தனது புத்திக்கு எட்டாத விஷயங்களை எப்படி எதிர்கொள்வது என்கிற எந்த பயிற்சியும் அவளுக்கு இல்லாமல் இருந்தது. அப்போதைய சமயங்களில் தனது அம்மாவை நினைத்து அவள் மறுகுபவளாக இருந்தாள். இந்த நிலங்கள் எல்லாம் அவளது அம்மாவின் அழகு சம்பாதித்து கொடுத்த சொத்து. ஆனால், அந்த வாழ்வின் துர் கரங்கள் எதுவும் தனது மகளைத் தீண்டாமல் அவள் பார்த்துக்கொண்டாள். அவள்தான் செட்டியாரைத் தேடிப் பிடித்தாள். அந்த நிலங்களை அவர்தான் காப்பாற்றமுடியும் என்று அவள் அவதானித்திருந்தாள். ஆனால் செட்டியாரின் மனதினுள் இவ்வளவு மென்மையான தடுமாற்றமுள்ள ஒரு பகுதி இருக்கும் என்பதை அவள் கணிக்கத் தவறியிருந்தாள்.

மிகவும் சிரத்தை எடுத்து கண்ணும் கருத்துமாகப் பாதுகாத்த, வெகுளித்தனமான, திருமணம் வரையிலும் கூட படுக்கையில் சிறுநீர் கழித்துவிடுகிற, தேநீர் லோட்டாவைக்கூட வெறும் கையால் பிடித்துப் பழகியிருக்காத மென்மையான கரங்களையுடைய தனது மகளை சிவந்த பருமனான ஆஜானுபாகுவான செட்டியாருக்கு அவள் மணம் முடித்து வைத்ததன் காரணம் அவரது ஆகிருதியின் மீதிருந்த நம்பிக்கைதான். ஒரு வகையில் தனது அழகு தனக்கு பாதுகாப்புதான் என்றபோதும் இன்னொரு வகையில் தாம் காலமெல்லாம் பதறிக்கொண்டே இருப்பதற்கும் அந்த அழகே காரணம் என்னும் நிஜத்தை அவள் இதன் மூலம் வெற்றிகொண்டுவிட முயன்றாள். பாதுகாப்பாக வளர்க்கிறோம் என்ற பெயரில் கொஞ்சமும் உலகம் தெரியாதவளாக ஒருத்தியை வளர்த்திருக்கிறோம் என்ற ஆற்றாமை அவளுக்கு இருந்தபோதும் மிகவும் எச்சரிக்கையாக இருப்பதை விட, கொஞ்சம் அசமந்தமாக இருப்பது வாழ்க்கையை 'அமைதியாகவும் சந்தோசமாகவும் வைத்துக்கொள்ள உதவும் என்பதை தனது வாழ்க்கையிலிருந்து அவள் கற்றுக்கொண்டிருந்ததை, தனது மகளை வைத்து

சோதித்துப் பார்த்துவிடலாம் என்று அவள் நினைத்தாள். செட்டியாருக்கு தனது மகளைக் கட்டித்தரும் அந்த முடிவை அவள் எடுத்ததற்கு இப்படியும் கூட ஒரு காரணம் இருந்தது. ஒருவகையில் அது சரியென்றும் உறுதியானது. வேறு யாரையும் விட செட்டியார் அவளைப் பாதுகாப்பாகத்தான் வைத்திருக்கிறார்.

சோமுவும் அதே நிலையை எட்டியிருந்தார். அவரது மகன்களால் மாறி வரும் சூழலுக்கு தங்களைப் பொருத்திக்கொள்ள முடியவில்லை. செட்டியார் வழக்கு தொடுத்த செய்தி ஊர் முழுவதும் பரவிவிட்டிருந்தது. வீட்டிற்கு விருந்தினர்கள் வருவது குறைந்து போனது. சோமுவின் நடையில் தளர்ச்சி கூடிக்கொண்டே இருந்தது. அவர் தோப்பிலிருந்து வீட்டிற்கு நடந்து செல்கையில், வாசல் படியில் உட்கார்ந்திருந்த தெருப் பெண்கள், எழுந்துகொள்வதை நிறுத்திக்கொண்டு கொஞ்சமாக உடலை வளைத்து முகத்தைத் தாழ்த்தி தங்களது மரியாதையை தெரிவிக்கத் துவங்கினார்கள்.

"தண்ணியில்லாம சொந்த வயலை நட முடியலைனா என்ன பண்ணுறது, பம்பு செட்டு வச்சிருக்கவன் கிட்ட வேலைக்கு போகலாமே..." என்று ராஜேந்திரனுக்கு அறிவுரை சொல்லத் தொடங்கினார்கள், இதுநாள் வரை அவரது வயலில் வேலை செய்தவர்கள்.

வேலைக்குப் போகலாம்தான். ஆனால் சொந்த நிலத்தில் விவசாயம் செய்கிற காலம் வரை தனக்கு விவசாயம் செய்ய வராது என்பது தனக்கு மட்டுமே தெரியும், ஆனால் வேலைக்குப் போனால் சாயந்திரம் சம்பளம் தரப் போகிறவனுக்கு உடனே தெரிந்துவிடும் என்பது அவருக்கு நன்றாகத் தெரிந்திருந்தது.

ஜூனைக் கடந்து ஜூலையில் கூட காவிரியில் தண்ணீர் வரவில்லை. கிணறுகள் வறண்டு போயின. கைப்பம்பில் எக்கி எக்கி அடிக்க வேண்டியிருந்த சொற்ப தண்ணீரும் உப்பு கரிக்கத் தொடங்கியிருந்தது. காவிரியில் இருந்து கிளை வாய்க்கால் பிரியும் தலை மடையில் நிலம் வைத்திருந்தவர்கள் முதலில் விவசாயத்தைக் கைவிட்டார்கள். கும்பகோணத்தில் கடை வைத்திருந்த முதலாளிகள் வந்த விலைக்கு அந்த வயல்களை வாங்கிப் போட்டார்கள். சென்னையிலிருந்து கூட சிலர் அந்த வயல்களில் முதலீடு செய்யத் தொடங்கினார்கள். அவர்கள் வயல்களை வாங்கியதும் செய்த முதல் காரியம் அதை அப்படியே பாழாகப் போட்டதுதான். மேலும் அருகில் வயல் வைத்திருக்கும்

தீம்புனல் 65

சிறு விவசாயிக்கு எவ்வளவு தொந்தரவு செய்ய முடியுமோ அதைச் செய்தார்கள். கண்ணி வாய்க்காலை வரப்பெடுக்காமல் அப்படியே சிதைய விட்டார்கள். வயல்களில் முட்செடிகள் பெருகுவதை ஊக்குவித்தார்கள்.

விற்க முடியாது என்று முரண்டு பிடித்தவனும், இதையும் விற்றுவிட்டால் சாப்பாட்டுக்கு என்ன செய்வது என்று அச்சத்தில் அரற்றியவனும், அவர்களது முற்றுகையில் சிக்கிக்கொண்டார்கள். எரு வண்டி போகும் பாதைகளை மறித்து முள்வேலிகள் கட்டப்பட்டபோது அவர்கள் மிகவும் தனித்துவிடப்பட்டதாக உணர்ந்தார்கள். வயல்களை விற்று வெளியேறுவதைத் தவிர வேறு வழி இல்லை என்று ஆனது. காவிரி வேறு அவர்களை வயல்களை அண்டவிடாமல் செய்தது.

முதல் வீடு ஒன்று நடு வயலில் கட்டப்பட்டபோது, விரட்டப்பட்ட விவசாயிக்கு எதிரான நினைவுச் சின்னத்தைப் போல அது தோற்றம் கண்டது. அந்த வயல்களில் அதே போன்ற நிறைய வெற்றிச் சின்னங்கள் எக்காளத்துடன் எழுந்தன. வீடு கட்டத்தொடங்கியவர்கள், பாசன வாய்க்காலில் குப்பையைக் கொட்டி அதை வேகமாகத் தூர்க்கத் தொடங்கினார்கள். முதல் தலைமுறையாக அரசு வேலைக்கோ அல்லது தனியார் வேலைக்கோ போன படித்தவர்கள், அங்கு இடம் வாங்கி வீடு கட்டினார்கள். அல்லது கரூர், சேலம் போன்ற பகுதிகளில் இருந்து தவணைக்குப் பணம் தரும் கவுண்டர்கள் அங்கே வீடு கட்டினார்கள். ஆனால் எல்லாருக்கும் தங்களது விவசாய வேர்களை வெட்டிவிட வேண்டும் என்கிற பதட்டம் இருந்தது. அந்த அடையாளத்துக்கு அவர்கள் அஞ்சத் தொடங்கியிருந்தார்கள். தனது வீட்டு வாசலில் பசும்பாலுடன் அல்லது கீரைக்கட்டுடன் நிற்கும் விவசாயி அவர்களது பிம்பமாக இருந்ததை அவர்களால் எதிர்கொள்ள முடியவில்லை. தோற்றுப் போன விவசாயம், அவமானத்தின் எச்சிலை அவர்களது முகத்தில் உமிழ்வதைப் போல ஆத்திரமடைந்தார்கள். அந்த அடையாளத்திடம் இருந்து எவ்வளவு விரைவாக வெளியேறிவிட முடியுமோ அவ்வளவு வேகமாக வெளியேறத் தலைப்பட்டார்கள். அவர்களைச் சுற்றி ஊர்ந்து கொண்டிருந்த, அவர்களது வீடுகளுக்குப் பின்னால் பறந்து விரிந்திருந்த வயல்களுக்கு காவிரி நீரைக் கொண்டு போய்க்கொண்டிருந்த வாய்க்கால்களில் குப்பையைக் கொட்டும் ஊக்கத்தை தங்களது இந்த பிரத்யேக தாழ்வுணர்ச்சியில் இருந்தே அவர்கள் பெற்றார்கள். இரண்டு வறிய தரப்புகள்

ஒரே எல்லையின் வேறு வேறு விளிம்புகளில் நின்றுகொண்டு தங்களது துயரச் சித்திரத்தை வரைந்து அதே வயலில் காட்சிக்கு வைத்தார்கள்.

காவிரி ஒரு தரப்பின் மீது அதிருப்தி கொண்டது. இன்னொரு தரப்பின் மீது அசூயை கொண்டது. தனது வரத்தைக் குறைத்துக்கொண்டது. ஆக தட்டுத் தடுமாறிவரும் தண்ணீர்கூட சோமுவின் வயல்களை எட்டும்போது ஆவியாகிப் போனது. ஆனால் அதே சமயம் மழைக்காலங்களில் மொத்தத் தண்ணீரும் அவரது வயல் இருக்கும் பகுதியை நோக்கியே பாய்ந்து வந்தது. ஊரின் ஒழுங்கு சிதைந்திருந்தது. உதிரிகள் பரிவட்டம் கட்டத் தொடங்கியிருந்தார்கள். ஊருக்குள் நிறைய ரியல் எஸ்டேட் புரோக்கர்கள் முளைத்தார்கள். அதில் சிலர் செட்டியாரைச் சென்று சந்தித்துவிட்டு வந்ததாக ஊருக்குள் வதந்தி பரவியது. “செட்டியார் எப்படியும் நிலத்தைப் பிடுங்கிவிடுவார், அதை வாங்கும் சக்தி படைத்த ஆட்கள் யார்...” என்று மக்கள் கிசுகிசுக்கத் தொடங்கினார்கள். “இவர்களாகத்தான் இருக்கும்...” என்று தொழிலில் நிலைத்திருந்த இரண்டு ஒப்பந்தக்காரர்களைக் கைகாட்டினார்கள். சோமு ஆழ்ந்த மன உளைச்சலுக்கு ஆளானார். மகன்கள் நிச்சயமின்மையின் பதட்டத்திற்கு ஆளானார்கள். சொத்துகளைப் பிரித்துக்கொள்ளலாம் என்று பேசத் தொடங்கினார்கள்.

“சொத்தே நமக்கு இருக்கா இல்லையான்னு தெரியல... இந்த லட்சணத்துல பாகப் பிரிவினை வேற...” என்று ஆத்திரப்பட்டார் சோமு. “அதுக்குன்னு, அப்படியே எத்தன நாள் தான் கூடிக்கூடி பேசிக்கொண்டே இருக்க முடியும்... எதாவது ஒரு முடிவு தெரிஞ்சாதான மேக்கொண்டு எதுவும் செய்ய முடியும்...” என்று முனகினாள் செல்வி.

முதல் முறையாக இப்படியொரு உரையாடலில் வீட்டு மருமகள் நுழைகிறாள். இதை அவள் சொல்லி முடிக்கும்போது ரெங்கநாதன் அவளை வாயோடு சேர்த்து அறையப்போகிறான் என்று சோமு எண்ணினார். எண்ணுவது என்ன, அவரது விருப்பம் அதுவாக இருந்தது. ஆனால் அவன் மிகுந்த பெருமிதத்துடன் அவளைப் பார்த்தான். இவளது கரங்களில் தனது வாழ்க்கையை ஒப்படைத்துவிட்டால், நிம்மதியாக மீதி வாழ்க்கையை ஓட்டிவிடலாம் என்று கணக்கு போடும் ஒளி குன்றிய கண்களின் தடுமாறும் பார்வையை செல்வியின் மீது அவன் ஓட்டினான். இரண்டு நிமிடங்கள் இருக்கும். இந்த பார்வை ஓட்டத்தை மூர்க்கமாக இடைமறிக்கும் காரியத்தை

சோமு செய்தார். நாற்காலியில் இருந்து எழுந்த அவர், "குச்சிக்காரி மவனே..." என்று மூச்சிரைக்கும் வசையுடன் ரெங்கநாதனை எட்டி உதைத்தார். அந்த வலுவான உதையில் நிலைகுலைந்தவன் முற்றத்தில் விழுந்து உருண்டு போய் சுவரில் முட்டிக்கொண்டான். இப்போது ஓடிச்சென்று கணவனைத் தூக்கவேண்டுமா இல்லையா என்று செல்விக்குக் குழப்பமாக இருக்கும் அளவுக்கு அது வலுவான உதை. மேலும் அந்த சம்பவம் ஓர் உதையோடு நின்றுவிடப்போகிறது என்பதற்கு எந்த நம்பிக்கையும் இல்லாத அளவில் சோமுவின் உடல் அதிர்ந்துகொண்டிருந்தது. மேலும் இப்படியான ஓர் உக்கிரத்தில் தமது மருமகளை அடிக்கிறோமே என்று சோமு தயங்குவார் என்பதற்கு எந்த உத்திரவாதமும் இல்லை. அதுவேறு செல்வியை நடுங்கச் செய்தது. அவர் அவனை முறைத்தபடியே இப்போதும் நின்றுகொண்டிருந்தார். செல்வி உறைந்து போய் உட்கார்ந்திருந்தாள். கீழே உருண்ட ரெங்கநாதன் தானாகவே கையை ஊன்றி எழுந்தான். உதவிக்குக் கை நீட்டிய மகேந்திரனை மறுத்துவிட்டு, சோமுவைக் கண்ணெடுத்தும் பார்க்காமல் வாசலை நோக்கி நடந்தான்.

இது நடக்கும்போது சுந்தரவள்ளி வீட்டினுள் இல்லை. திண்ணையில் படுத்திருந்தாள். அவள் இருந்திருந்தால் இந்த உதை வைபவம் நிகழ்ந்திருக்காது. "ஆண்கள் பேசிக்கொண்டிருக்கும்போது உனக்கென்னடி அங்கே வேலை தட்டுவாணி..." என்று மருமகளைத் திட்டியிருப்பாள். அதில் சோமுவின் கவனம் சிதறியிருக்கும். ரெங்கநாதன் தப்பித்திருப்பான்.

சோமு அதற்குப் பிறகு எதுவும் பேசாமல் எழுந்து அவரது கொட்டகைக்குப் போய்விட்டார். மூன்று நாட்களாக வீட்டிற்கு வரவில்லை. சாப்பிடவும் இல்லை. மூர்த்தி கொண்டு வந்து கொடுக்கும் டீயை மட்டும் குடித்தார். அவனைப் பக்கத்தில் உட்கார வைத்துக்கொண்டு தடவிக்கொடுப்பதை மாத்திரம் நிறுத்தவில்லை. ஆனால் தீவிர கவலையில் அவர் இருப்பது எல்லாருக்கும் தெரிந்தது. ராஜேந்திரனோ மகேந்திரனோ யாரும் போய் அவரை சமாதானப்படுத்த அஞ்சினார்கள். அல்லது அவர் அவ்வாறு நினைத்துக் கொண்டார். மூன்றாம் நாள் இரவு, ரமணிதான் மூர்த்தியை அழைத்துக்கொண்டு தோப்பிற்குப் போய், "வாங்க மாமா... இப்படி சாப்பிடாம இருந்தா உடம்பு என்னத்துக்கு ஆகும்..." என்று மெல்லிய குரலில் சமாதானப்படுத்தினாள். "வாங்க தாத்தா..." என்று மூர்த்தி அவன்

பங்குக்கு அவரை அழைத்தான். "சரி போங்க... வர்றேன்..." என்று சொல்லி அவர்களை அனுப்பி வைத்தார். அன்றைய இரவு ராஜேந்திரனின் குறட்டைச் சத்தத்தையும் கடந்து ரமணி நீண்ட நேரம் காத்திருந்தாள். சோமு வரவில்லை. அவளுக்குப் பதட்டமாக இருந்தது. எப்போது தூங்கினாள் என்கிற நினைவு இல்லாமலேயே அவள் தூங்கிப் போனாள்.

காலையில் எழுந்தவுடன் மூர்த்தியை தோப்பிற்கு அனுப்பி அவர் என்ன செய்கிறார் என்று பார்த்து வரச் சொன்னாள். அவன் திரும்பி வந்து, "மாட்டையெல்லாம் அவுத்து வெளியில கட்டிகிட்டிருக்காங்க..." என்று சொன்னான். அவளுக்கு ஆசுவாசமாக இருந்தது. வேகவேகமாக டீ போட்டு அவருக்குக் கொடுத்தனுப்பினாள். அன்று காலை அவர் சாப்பிடுவதற்கு வீட்டிற்கு வந்தார். நான்கு இட்டிலிகளுக்கு மேல் அவரால் சாப்பிட முடியவில்லை. வழக்கத்துக்கு மாறாக, இன்னும் ரெண்டு வைக்கப் போனவளிடம், "இல்லம்மா... போதும்மா" என்று சொன்னார். வெறும் பார்வையாலேயே போதும் என்று சொல்வதில் இருந்து அவர் இறங்கி வந்திருந்தார். இன்னும் நிறைய படிகள் இறங்கவேண்டும் என்பதற்கு அவர் தயாராகிறார் என்பதை உணர்ந்துகொள்ளும் அளவுக்கு ரமணிக்கு ஆராய்ந்து பார்க்கத் தெரியாதுதான்.

9

வழக்கு துரிதமாக முன்னேறத் தொடங்கியது. செட்டியாரின் மகன்கள் யாரும் அதற்குப் பிறகு தோப்பிற்கோ வயலுக்கோ வரவில்லை. அவரது நேரடி மேற்பார்வையில் நடப்படும் வயல்களைப் பார்வையிட வரும் செட்டியார்கூட தோப்பைக் கடக்கும்போது கூண்டு வண்டியிலிருந்து தலையைக்கூட வெளியே நீட்டவில்லை. அந்த வண்டி மாடுகளின் மணிச் சத்தத்தைக் கேட்கையில் சோமு கொட்டகையை விட்டு வெளியே வந்து நின்றுகொண்டிருந்தார். செட்டியாரின் வண்டி அவரது தோப்பைக் கடக்கும்வரை அவர் அங்கேயே நின்றார். அதுவொரு சடங்கு என்பதைப் போல. அதை மீறுவது தனது வாழ்முறையில் அனுமதிக்கப்படாத ஒரு தவறு என்பதைப் போல. வழக்கு விசாரணைக்கு வந்தபிறகு செட்டியார் சோமுவுடனான வரவு செலவுகளை துண்டித்துக் கொண்டிருந்தார். சோமுவும் குத்தகை அளப்பதை அடியோடு நிறுத்தியிருந்தார். வழக்கு, தண்ணீர் வராதது, விளைச்சல் இல்லாமல் போனது, குடும்பத்திற்குள் முளைத்த பூசல் எல்லாம் ஒரே நேரத்தில் வந்து குடும்பத்தின் மீது ஓர் இருட்டைப் போல கவிந்தது.

சோமுவால் குடும்பத்திலும் வெளியிலும் நிகழ்ந்த மாற்றங்களை சகித்துக்கொள்ள முடியவில்லை. தனது கொட்டகையை விட்டு வெளியில் வராமல் நீண்ட நேரம் அதற்குள்ளேயே இருக்கத் தொடங்கினார். அவர் பெயரில்தான் வழக்கு என்பதால் வாய்தாவுக்கு அடிக்கடி கோர்ட்டுக்குப் போக வேண்டியிருந்தது. அங்கு உட்கார இடம் இல்லாமல் நீண்ட நேரம் நின்று நின்று கால் முட்டிகள் நோவு கண்டன. அல்லது தரையில் உட்கார வேண்டியிருந்தது. மூன்று மகன்களில் யாருமே நம்பிக்கை தரும் அளவுக்கு இந்த விவகாரத்தைக் கையாளவில்லை என்று நினைத்தார். கல்லூரிப் படிப்பு வரைப் போயிருந்த மகேந்திரன் மட்டும், அவனுக்கு இருக்கும் சில நண்பர்களைக் கொண்டு இதை ஓரளவுக்கு எதிர்கொள்கிறான் என்று அவருக்குத் தோன்றியது. ஆனால், யாருக்கும் முறையான வேலை இல்லை. அதனால் வருமானம் இல்லை. ரெங்கநாதன் மட்டும் விவசாய வேலைகளை அவரைப் போல செம்மையாக செய்பவனாக

இருந்தான். ஆனால், பொண்டாட்டியை பேசவிட்டு அமைதி காப்பவனாக இருக்கிறானே என்று சோமு மனதிற்குள் குமைந்தார். அடக்கி வைக்கப்பட அந்த கோபம்தான் இரண்டு குழந்தைகளுக்குத் தகப்பனான அவனை உதைக்கும் அளவுக்குப் போனதாக நினைத்துக்கொண்டார்.

அந்த வருடம் கோடை வெயில் சகிக்கமுடியாததாக இருந்தது. தென்னை மரத்தில் குருத்துகள் கருகி முறிந்தன. நிறைய மரங்கள் காய்ப்பில் இருந்து தம்மைத் துண்டித்துக்கொண்டன. அந்த வெயிலைப் போலவே மழையும் அந்த வருடம் அளவுக்கு அதிகமாக இருந்தது. தொடர்ந்து ஒரு வாரம் இடைவிடாத மழை பொழிந்தது. மேலத்தெரு வாய்க்காலின் தண்ணீர் தெருவின் பாதி வரை வந்து நின்றது. மழை நின்ற மறுநாள் இரவில், வீட்டின் மேற்கு பக்கச் சுவர் சரிந்து வீழ்ந்தது. அந்த பெரிய வீட்டின் ஒரு பகுதி உத்தரங்கள் அந்தரத்தில் தொங்கின. யாருக்கும் எந்த சேதமும் இல்லை. சுவற்றின் மீது வைக்கப்பட்டிருந்த ஜாடிகளும் பானைகளும் விழுந்து நொறுங்கியிருந்தன. பானைகளில் கொட்டி மூடி வைக்கப்பட்டிருந்த கேழ்வரகு மாவு தரையில் கொட்டி மழை நீரில் கரைந்தது. அப்போது மழை மெலிதாக தூறிக்கொண்டிருந்தது. மெல்லிய முனகலோடு சுந்தரவள்ளி சென்று உடைந்த பானைகளை ஓரமாக எடுத்துப் போட்டாள். மழையில் நனைந்து கொண்டிருக்கும் மாவின் மீது மேலும் ஒரு குவளை தண்ணீரைக் கொட்டி அதை விரைவாகக் கரைந்து போகச் செய்தாள். வீட்டின் லட்சுமி இப்படி மண்ணில் இறைவது கெட்ட சகுனம் என நினைத்தாள். சகுனம் என்ன இனி சகுனம். ஒரு பக்கச் சுவரே விழுந்துவிட்டது. சத்தியத்துக்கு கட்டுப்பட்ட சுவர் என்பதால் உட்பக்கமாக விழவில்லை; வெளியே விழுந்திருக்கிறது. அந்த வகையில் அற்புதம்தான்.

அன்றைய இரவு மீண்டும் கனமழை பெய்தது. கீழே வைக்கோலைப் போட்டு மேலே சணல் சாக்குகளைப் பரப்பி அதன் மீது பாயை விரித்து குழந்தைகளைப் படுக்கவைத்திருந்தாள் ரமணி. சுவர் இருந்த இடத்தில் பெரிய இருட்டு ஒன்று நின்று கொண்டிருந்தது. கண்ணைப் பறிக்கும் மின்னல் வந்து அந்த இருட்டை விரட்டும்போது கொஞ்சம் தள்ளியிருந்த அடுத்த வீட்டின் சுவரும் மாட்டுக் கொட்டகையும் தெரிந்தன. குளிர் ரத்தத்தை உறையவைத்தது. வாழ்க்கை குறித்த அச்சம் ஊழியின் தாண்டவத்தை விட வலுவாக இருந்தது. அந்த மழையோடு “பெரிய வீடு” என்கிற டாம்பீகத்தை அந்த இல்லம் இழந்திருந்தது. ஒரு வகையில் இரண்டு மூன்று தலைமுறைகளாக

அது தேவையில்லாமல் சுமந்து கொண்டிருந்த ஒன்றை இறக்கி வைத்துவிட்டது. அடித்த பேய் மழையில் அது கரைத்துக் கொண்டு போய்விட்டது. "சந்திரா வாரியிறைத்த மண்ணின் ஆவேசம் அது" என்று ஊரில் கிசுகிசுத்துக் கொண்டார்கள். சுவர் விழுந்துவிட்ட பிறகு சோமு வீட்டுக்கு வருவதை முழுக்கவும் நிறுத்திவிட்டார்.

10

பெரியசாமி அந்தக் கும்மிருட்டில் ஒற்றைச் சந்து வழியாக நடந்துகொண்டிருந்தான். ஆந்தையின் கண்களைப் போன்றவை அவனது கண்கள். பகல் முழுக்க உறக்கத்தில் இருக்கும் அவை ஊர் அடங்கிய பின்பே விழிக்கும். பிள்ளையார் கோவிலுக்கு இடது புறமிருக்கும் சந்து வழியாக சிறு தொலைவு நடந்தால், பரந்துகிடக்கும் வயல்வெளி. அதைக் கடந்து நடந்தால் இரண்டு புறமும் விரிந்து கிடக்கும் திடல்கள். கத்திரியும், அவரையும், வெண்டையும் பயிரிடப்பட்டு கும்பகோணம் சந்தையில் கொண்டு சென்று விற்கப்படும். எல்லா கொல்லைகளிலும் பயிர் செழித்து வளர்ந்திருந்தது. பெரும்பாலான கொல்லைகளில் இரவு நேரத்தில் கொட்டகையில் யாராவது ஓர் ஆண் காவலுக்குப் படுத்திருந்தான். காய்கறிகள் களவு போவதைத் தடுப்பதற்காக அந்த ஏற்பாடு. பறிப்பவன் என்ன பயிரிட்டவனைப் போல காய் எது... பூ எது... பிஞ்சு எது... என்று பார்த்தா பறிப்பான்...? யானை புகுந்த காடு போலல்லவா ஆகும் திருடன் கால்வைக்கும் பயிச்சல் நிலம். மறுநாள் காலையில் சென்று பார்த்தால் உடையவனுக்கு மனசு பதறும். அதனாலேயே வீட்டில் இருக்கும் பெண்கள், யாராவது ஒரு ஆம்பளையை மாற்றி மாற்றி கொல்லையை காவல் காக்கத் துரத்திவிட்டார்கள். "எவனாவது நாசம் பண்ணிட்டுப் போகவா இவ்வளவு தவதாயப்படுறோம்..." என்று சொல்லியே அவர்களை அனுப்பிவைத்தார்கள். பெரியசாமிக்கு மொத்தத் தெருவின் நிலவரமும் அத்துப்படி. யார் யார் வீட்டிலேயே இருக்கிறார்கள், யார் யார் கொல்லைக்குப் போயிருக்கிறார்கள் என்பது அவனுக்கு தெளிவாகத் தெரியும். அதுவுமில்லாமல் திருட்டு என்பது அவனுக்கு கலை. அதில் அவனுக்கு அப்படி ஒரு ஈடுபாடு. திருடுபவர்கள் இருட்டின் எஜமானர்கள். அவர்களிடம் இருட்டு தனது வண்ணத்தைப் பணயம் வைத்துத் தோற்கும். ஒரு வகையில் திருடுபவர்களே இருட்டை வெல்கிறார்கள். பேய், பிசாசு, துஷ்டசாமி போன்ற கிராமத்தின் தொல்கதைகளை தமது இடது கையால் நிராகரிப்பவர்கள் அவர்கள். அவனுக்கு வெளிச்சத்தின் சிறு துளி கூட எப்போதும் தேவைப்பட்டதில்லை.

இருட்டில் எல்லாவற்றையும் அவனால் துலக்கமாகப் பார்க்க முடிந்தது. வாசத்தை வைத்தே விளைச்சலை அவனால் அனுமானிக்க முடிந்தது. அவன் எந்தக் கொல்லையில் அன்று திருட வேண்டும் என்பதையெல்லாம் எப்போதும் முன்பே தீர்மானிப்பதில்லை. அந்த கொல்லை "என்னிடம் வா..." என்று தன்னை அழைக்கிறது என்று அவன் நம்பினான். தான் திருடும் பொருள் தன்னிடம் விரும்பியே அதை ஒப்படைக்கிறது என்று நினைத்தான். அதனால் திருட்டு குறித்த எந்த குற்றவுணர்ச்சியும் அவனிடம் இல்லை. பிறகு, திருடியதைக் கொண்டு அவன் ஒன்றும் சொத்து வாங்கப் போவதில்லை. நன்றாக கிளப்பு கடையில் சாப்பிடுவான். கும்பகோணம் ரயிலடியில் கிடைக்கும் கஞ்சாவுக்குப் பழகியிருந்தான். அதுவும் கூட அடிமையாகிவிட்டான் என்றெல்லாம் சொல்ல முடியாது. அந்தப் பழக்கம் அவனது பிடியில்தான் இருந்தது. எப்போதாவது மகாலிங்கசாமி கோவிலின் பிரகாரத்தை ஒட்டி இருக்கும் வேசிகளின் குடில்களுக்குச் சென்று வருவான். அந்தத் தெருவில் இருக்கும் யாரையும் விட அவன் சுதந்திரமானவனாக இருக்க அந்த திருட்டு அவனுக்கு உதவியது. அவன் திருடனாக இருப்பதற்கு அந்த ஒரு காரணம் மட்டுமே போதுமானதாக இருந்தது.

திருடிக்கொண்டு வரும் பொருட்களை வீட்டில் கொண்டுவந்து போட்டுவிட்டுத் தூங்கிவிடுவான். தேங்காய்களை உரித்து அதன் மட்டையை யாருக்கும் தெரியாமல் மண்ணில் புதைப்பது, காய்கறிகளை உடனே சாக்கில் கட்டி விற்பதற்கு ஏற்பாடு செய்வது, சுரைக்காய், வாழைத்தார் போன்றவற்றை அங்கங்கு காயப்படுத்தி திருட்டு கொடுத்தவனுக்கு அடையாளம் தெரியாத அளவுக்கு ஆக்கிவைப்பது போன்றவற்றை அவனது மனைவியும் அம்மாவும் பார்த்துக்கொண்டார்கள். இந்த விஷயத்தில் மருமகளும் மாமியாரும் மிகுந்த ஒற்றுமையாக இருந்தார்கள். காய்கறியைப் பறிகொடுத்த எவளாவது சாடையில் இவர்களை நோக்கி வைதால், யாரையோ சொல்வது போல மதர்த்த நடையில் அதைக் கடப்பதற்கு இருவரும் பழகியிருந்தார்கள். நேரடியாக இவர்களை யாரும் திட்டமுடியாது. அப்படி நடந்தால் அதற்கு மூர்க்கமாக பதில் சொல்லும் சிறந்த வாய்களை ஆண்டவன் இவர்களுக்குப் படைத்திருந்தான். மற்றபடி இவர்கள் இருக்கும் பக்கமாக மண்ணை வாரித் தூற்றுவது, இவர்களது பெயரில் சீட்டு எழுதிக் கட்டுவது போன்றவற்றை மயிருக்குக் கூட மதிக்க மாட்டார்கள் மூன்று பேரும். ஒரு வகையில் அந்த ஊரை பெரியசாமி பரபரப்பாக வைத்திருந்தான். வேலை செய்த

அலுப்பில் கொல்லையின் மூங்கில் படலைப் பூட்டாமல் வீட்டுக்கு வந்துவிட்ட விவசாயி, பாதி சாப்பாட்டின்போது ஞாபகம் வந்துவிட்டால்கூட தட்டை நகர்த்தி வைத்துவிட்டு எச்சில் கையோடு கொல்லைக்கு ஓடுவான். புணர்ச்சியின் பாதி வழியில் இயங்குபவனை நிறுத்தி, "படல ஒழுங்கா கட்டுனியா..." என்று முனகுமளவுக்கு பெண்களின் தினசரி வாழ்க்கையில் பெரியசாமிக்கு தவிர்க்க முடியாத இடம் இருந்தது. ஆனால் அவர்கள் படலைப் பூட்டுவது, கட்டுவது, காவல் காப்பது இதெல்லாம் பெரியசாமிக்கு ஒரு பொருட்டாகவே எப்போதும் இருந்ததில்லை. இந்த எச்சரிக்கை நடவடிக்கைகள் எல்லாம் அவனை அஞ்சச் செய்வதற்கு பதிலாக கிளுகிளுப்பூட்டுவதாக மாறிப்போயின. அவனுக்கு சவாலாக இருந்த எதையும் அவன் அதே விளையாட்டுடன் எதிர்கொண்டான். இதுவரை அவனை யாரும் திருடும்போது பார்த்ததில்லை. கையும் களவுமாகப் பிடித்ததில்லை. அவன் முன்பாக அவனைத் திருடன் என்று நிரூபித்ததில்லை. அதனால் அவனும் மற்றவர்களைப் போல எல்லா மரியாதைகளுடனேயே அந்தத் தெருவில் இருந்தான். எல்லா விஷேஷங்களுக்கும் போனான். செவ்வாய் வெள்ளிகளில் சாமி கும்பிட கோவிலுக்குப் போனான். ஆடி மாசத்தில் மாரியம்மனுக்குக் காவடி எடுத்தான். அலகு குத்திக்கொண்டான். தீச்சட்டி ஏந்தினான். கோடை விழாவில் தீமிதித்தான். பிள்ளை பெற்றான். அவற்றை அரசுப் பள்ளிக்கு அனுப்பி வைத்தான். எப்போவாவது கோபம் வரும்போது பொண்டாட்டியை அடித்தான். சொந்த அம்மா மீது அவ்வப்போது புகார் தெரிவித்தான். குளிர் காலத்தில் சுருண்டு படுத்து தூங்கியே பொழுதைக் கழித்தான். ஆனால் விவசாயம் பொய்த்தபோது மற்ற விவசாயிகளைப் போல பதறவில்லை. பட்டினி கிடக்கவில்லை அவன். தீபாவளி, பொங்கல் போன்ற பண்டிகைகளை விமரிசையாகத்தான் கொண்டாடினான். எல்லாரையும் போல அவன் மொத்த வீட்டுக்கும் துணி எடுப்பவனாக இருந்தான். அதுவும் ஒஸ்தியான துணியாகத்தான் எடுத்தான். பட்டாசுகளை மட்டும் காசு கொடுத்து வாங்க அவனுக்குப் பிடிக்கவில்லை. தீபாவளிக்கு முதல் நாள் இரவு, கூட்டம் நெரிபடும் கும்பகோணத்து வீதிகளில் தேவைப்படும் வெடிகளை கைலிக்குள் அள்ளிப் போட்டுக்கொண்டு வந்து குழந்தைகளின் முன் கொட்டி அவை சந்தோசப்படுவதைப் பார்த்து ரசித்தான். "தெருவுல எந்த புள்ளையாவது மத்தாப்பு கேட்டா, தரமாட்டேன்னு சொல்லக்கூடாது... அதுங்களுக்கும்

குடுத்துட்டு நீயும் வெடிக்கனும் என்ன...” என்று மகனிடம் கண்டிப்பு காட்டினான்.

அன்றைய இரவு அவனை தென்னை மரங்கள் ஈர்த்தன. மேலூரானின் தோப்பு அவனை வா... என்னிடம் வா... என்று கெஞ்சியது. செழித்து வளர்ந்த ஒதிய மரங்களை வேலிக்கால்களாகக் கொண்ட அந்தத் தோப்பின் முள்வேலி அடர்த்தியாக இருந்தது. ‘ஓணான் கூட புக முடியாத அளவுக்கு’ வேலியைப் பராமரிப்பவன் என்பதில் நிறைய பெருமை மேலூரானுக்கு. ஒதிய மரத்திலிருந்து ஆட்டுக்காக ஒரு கொத்து இலையை எவளாவது இணுக்கி விட்டால் கூட, “என்கிட்ட வந்துட்டுப் போயேன்... மரத்தையே வெட்டித் தர்றேன்” என்று முகத்துக்கு நேராகக் கேட்கும் துக்கிரி. “விடு... விடு... இப்படி வாயாலேயேதான் படுப்பான் அவன், அவ்வளவு தெறம் உள்ளவனா இருந்திருந்தா இந்நேரம் அவன் பொண்டாட்டி காய்ச்சிருக்க மாட்டாளா...” என்று இலை பறித்த பெண்கள் அவனது வசையை இடது காலால் எத்திவிட்டுக் கடப்பார்கள். அது அவனுக்கும் தெரியும். பிள்ளை பெறுவது தென்னை வளர்ப்பது போல எளிதாக இல்லை அவனுக்கு. எவ்வளவு உரம் போட்டாலும் குறும்பைகூட காணாத தென்னையாக இருந்தாள் அவன் பொண்டாட்டி புண்ணியவதி. பூஞ்சையாக, மஞ்சள் வண்ணத்தில் நெடுநெடுவென அந்த ஊருக்குப் பொருத்தமில்லாத உடல் அமைப்பு அவளுக்கு. எப்பொழுது யார் போய்க் கேட்டாலும் கைக்குழந்தைகளுக்கு இட்டிலியோ சுடு சோறோ முகம் சுழிக்காமல் கொடுக்கிறவளாக இருந்தாள். நிகழ்ந்துவிட்ட திருட்டில் அது தவறா சரியா என்று திருட்டுக் கொடுத்தவனின் சுபாவத்தை வைத்து அதன் இழப்பை மதிப்பிடுவது ஊருக்கு வழக்கமாக இருந்தது. அவனுக்கு பிள்ளை இல்லை என்பதும் அவன் கஞ்சனாக இருக்கிறான் என்பதுமே அவனது தோப்பை எல்லாரும் சொந்தமாக நினைப்பதற்குப் போதுமானதாக இருந்தது. அது மேலூரானுக்கும் புரிந்தே இருந்தது. அதனால் ஓணான் புக முடியாத அளவுக்கு முள்ளால் வேலியும், அவன் பொண்டாட்டிகூட நுழைய முடியாத அளவுக்கு வாயில் வேலியையும் சுமந்துகொண்டே அலைபவனாக இருந்தான் அவன்.

வெட்டுக்குத் தயாராக இருந்தது தோப்பு. அதனால்தான் அது பெரியசாமியை அழைத்திருக்கிறது. இரண்டே மரங்களில் அவனுக்குத் தேவையான காய்களை பறித்துக்கொண்டான் பெரியசாமி. காவலுக்கு தோப்பில் இரண்டு நாய்கள் கிடந்தன.

மேலூரானும் தோப்பில்தான் இருந்தான். ஆனால் ஒரு இம்மி அசைவும் இல்லாமல் பெரியசாமி இரண்டு மரங்களிலும் சேர்த்து இருபத்தைந்து காய்களுக்கு மேல் பறித்து கைலியிலேயே கட்டி இறக்கியிருந்தான். பறித்த இரண்டே நிமிடத்தில் தோப்பை விட்டு தேங்காய்களை வெளியில் கொண்டுவந்தான். கொஞ்ச தூரம் நடந்து வந்து வயல்களின் குறுக்காகப் போய் வரப்பில் ஒடுங்கி உட்கார்ந்து, கொண்டுவந்திருந்த சிறிய அரிவாளால், தேங்காயின் பட்டையை உரித்து ஒன்றுடன் ஒன்று பிணைத்து அவற்றைக் கொத்து போல ஆக்கி தலையில் வைத்துக் கொண்டு வீட்டை நோக்கி நடந்தான். நன்கு முற்றிய தேங்காய்கள் தக்கையைப் போல அவனது தலையில் மிதந்தன. அதுவொரு சுமையைப் போலவே இல்லை. நடப்பதற்கு எளிதாக இருந்தது. நடையின் ஓட்டத்தில் பற்றிக்கொள்ள அவசியம் இல்லாத அளவுக்கு அது பொருந்திப் போனது. இரண்டு கைகளையும் சுதந்திரமாக வீசிக்கொண்டு நடந்தான். வீட்டின் பின்புறமுள்ள வாய்க்காலில் இறங்கி மேலே ஏறிவிட்டால் கிணற்றடி. கோடைக்கால வாய்க்கால் மேலோட்டமாகப் படர்ந்த மணல் புழுதியோடு மலர்ந்து கிடந்தது. கடக்கையில் காலுக்கு இதமாக இருந்தது. ஆனால் அந்த இடத்தில் வழக்கத்துக்கு மாறாக புதிய வாசனை ஏதோ வெளிப்படுவதை அவனது நாசி உணர்த்தியது. இரண்டு வினாடிகள் நின்றான். சரேலென்று கொஞ்சமாய் தலையை சாய்த்து தேங்காய்க் கொத்தைக் கீழே போட்டுவிட்டு ஓட எத்தனித்தவனின் காலை இருட்டில் இருந்து யாரோ ஒருவன் இடறி விட்டான். பெரியசாமி எழுவதற்குள் இன்னொரு உருவம் அவன் மீது பாய்ந்து அவனைத் தரையோடு சேர்த்து அமுக்கியது. பெரியசாமியின் முகம் தரையோடு சேர்ந்து அழுந்தியபோது வேகமாக அவன் வெளியிட்ட மூச்சுக்காற்றில் புழுதி சிதறி அவனது கண்ணில் பட்டது. அவனால் தனது கண்களை நோக்கி கைகளைக் கொண்டுவர முடியவில்லை. அடுத்த இரண்டு நிமிடத்தில் அவனது கையை பின்பக்கமாக வைத்து சடுதியில் கட்டியிருந்தார்கள் இருவரும். கட்டப்பட்ட கையோடு சேர்த்து அவனைத் தூக்கி, திருடிக்கொண்டு வந்திருந்த தேங்காய்க் குலையைத் தூக்கி அவன் தலையில் வைத்தார்கள். இப்போது அது தாங்கமுடியாத கனத்துடன் இருந்தது. “நடடா தெருவுக்கு” என்று அவனை பொறடியில் அடித்தான் ஒருவன். அது மகேந்திரனின் குரல். முதல் முறையாக பிடிபட்டான் பெரியசாமி. அதுவும் சொந்த பங்காளியால். ஊருக்கே அது அதிசயமாக இருந்தது. அவனைத் தெருவெல்லாம் அடித்துக் கொண்டே போய் தோப்பில் கட்டினார்கள். விடிய விடிய

அடிவாங்கிக்கொண்டே இருந்தான் பெரியசாமி. அவனது பொண்டாட்டியோ, அம்மாவோ யாரும் வீட்டை விட்டு வெளியில் வரவே இல்லை. வலி தாங்கமுடியாமல் உதட்டைக் குவித்து அவன் அழுதது குழந்தை அழுவது போல இருந்தது. மேலூரான் உட்பட மொத்தத் தெருவும் மகேந்திரனை சபித்தது.

11

வழக்கின் போக்கு, தான் பயந்த மாதிரியே தனக்கு எதிராகப் போவதை சோமு முன்னுணர்ந்தார். வீட்டின் சுவர் இடிந்து விழுந்ததில் அவர் குலைந்து போயிருந்ததால் தாம் கொண்டிருக்கும் அதீத அச்சத்தின் விளைவாகத்தான் இவ்வாறு சஞ்சலப்படுகிறோம் என்று மனதைத் தேற்றிக்கொள்ள முயன்றார். ஆனாலும் அது அவ்வளவு எளிதானதாக இல்லை. மனது ஓயாமல் அரற்றிக் கொண்டே இருந்தது. அவரது வாழ்வின் சமநிலை குலைவதை புரிந்துகொள்ளமுடியாத அளவுக்கு அவர் வெகுளியாக இல்லை. அதிலிருந்து வெளியேறும் வழி குறித்து அவரது மனம் சிந்தித்துக்கொண்டே இருந்தது. ஒரு வழியும் புலப்படாதபோது, அந்த கையறுநிலை ஆத்திரமாகத் திரண்டு வந்து அவரது நெஞ்சில் அழுத்தியது. அப்படியான கணங்களில் தனக்கு வயதாகிவிட்டதை நிர்த்தாட்சண்யமாக உணர்ந்தார். அது அவரது துயரத்தை மேலும் கூட்டியது. அவரைப் பொறுத்தவரையில் உழைப்பு என்பது ஐஸ்வர்யம். உழைக்கையில் உடலுக்கு வரும் ஒத்திசைவுதான் வயதை விரட்டியடிக்கும். தசைகளின் மினுமினுப்பை அதுதான் இழுத்துப் பிடிக்கும். இப்போது ஒன்றுடன் ஒன்று வால் பிடித்தபடி நடந்தேறும் சம்பவங்களால் அவரது முனைப்புகள் மங்கத் தொடங்கின. அது அவரது செயல்பாட்டில், யோசிக்கும் வழிமுறையில் மூர்க்கத்தைக் கூட்டியது.

போதாததற்கு, அவரது வக்கீல் தனது தொழில்முறையை விட்டு விலகி வந்து அவருக்கு வேறு வழிகளில் இந்த வழக்கை எதிர்கொள்ளும் முறைகளைப் பற்றி விவாதிக்கத் தொடங்கியிருந்தார். அத்தகைய உரையாடல்கள் வழக்கின் எதார்த்த நிலவரத்தை அவருக்குத் தெளிவாகப் புரியவைத்தன. அவரது மகன்கள் விரைவாக நம்பிக்கையிழக்கத் தொடங்கினார்கள். அவர்களிடம் முன்பு இருந்ததும் மிகவும் சொற்பமான நம்பிக்கையே. அதை சோதித்துப் பார்க்கும் வாய்ப்பு எதுவும் வராமலேயே சோமு அவர்களைப் பாதுகாப்பாக வளர்த்துவிட்டிருந்தார். இப்போது அதை உரசிப் பார்க்கும் செயல்கள் தீவிரமாக மேலெழும்புகையில் அவர்கள்

தடுமாறுபவர்களாக இருந்தார்கள். இத்தகைய பதட்டத்தை தனது ரத்த ஓட்டம் சுண்டும் காலத்தில் எதிர்கொள்ள நேரிடுவதன் அபத்தத்தை சோமுவால் சகிக்கமுடியவில்லை. அதுவொரு கனத்த இருளைப் போல் அவரது காலடியின் முன்னால் படர்ந்தபடியே இருந்தது. பிசினைப் போல அவரது இருப்பின் மீது ஒட்டியது.

அந்த முறை வக்கீல் வீட்டுக்கு வந்திருந்தபோது வழக்கத்தை விட அது தாமதமானதாக இருந்தது. குழந்தைகள் தூங்கிவிட்டிருந்தார்கள். பகலெல்லாம் அடுப்படியில் வெந்துகிடந்த ரமணிகூட படுக்கையில் தன்னைத் தளர்த்தியிருந்தாள். பேச்சின் ஒருகட்டத்தில் வக்கீல்தான், "இதை இங்கு வைத்துப் பேசவேண்டாம், மாட்டுக்கொட்டகைக்குப் போய்விடலாம்..." என்று சோமுவையும் அவரது மகன்களையும் வீட்டின் பின்புறத்துக்கு கூட்டிப்போனார்.

கிசுகிசுப்பான தொனியில் வக்கீல் பேசத்தொடங்கினார். "விஷயம் இதுதான்... உங்களது சில பங்காளிகளே செட்டியாரிடம் சென்று இங்கு உள்ள நிலவரத்தைச் சொல்கிறார்கள். இந்த விவகாரத்தால் நமது குடும்பம் நிம்மதியிழக்கிறது என்பது செட்டியாருக்கு நன்றாகத் தெரிகிறது. அவருக்கு இருக்கும் ஒரே அச்சம், நிலம் அவருடைய பொசிஷனில் இல்லை; அதை நம்மிடமிருந்து கையகப்படுத்துவது அவ்வளவு எளிதான காரியம் அல்ல என்பதுதான். அந்த அச்ச உணர்வு மட்டுமே நம்மிடம் இருக்கும் வலுவான பிடிமானம். அதுதான் அவர் துரிதமாக காரியங்களில் இறங்குவதை மட்டுப்படுத்தும். ஆனால் அவர் மிகவும் வேகமாக ஏற்பாடுகளை செய்துகொண்டிருக்கிறார். அவருக்கும் இதைவிட்டால் வேறு வழியில்லை என்பதும் உண்மைதான். எதையாவது பற்றிக்கொள்ளும் அவசரத்தில் இருக்கும் அவரிடம் நியாயம், தர்மம் போன்றவற்றை எதிர்பார்க்கவும் முடியாது. நீங்கள் ஒன்றைப் புரிந்துகொள்ளவேண்டும், இப்போது இருப்பவர் இத்தனை வருடங்களாக நீங்கள் பார்த்து வந்த செட்டியார் இல்லை. இதை நீங்கள் நம்பித்தான் ஆகவேண்டும்." இவ்வாறு சொல்லிவிட்டு வக்கீல் சோமுவின் முகத்தைப் பார்த்தார்.

கொஞ்ச நேரம் அங்கு பெருத்த அமைதி நிலவியது.

"என்ன செய்யலாம்னு சொல்லுப்பா..." என்று கேட்டார் சோமு. வழக்கத்துக்கு மாறான வறட்சியுடன் இருந்தது அவரது

குரல். அதில் தொனிப்பது என்ன மாதிரியான உணர்வு என்று அவரது மகன்களால் புரிந்துகொள்ள முடியவில்லை. வருத்தம், எரிச்சல், பரிதாபம் என்று ஒவ்வொருவரும் ஒவ்வொரு மாதிரியாக பொருள் கொண்டார்கள். ஆனால், வக்கீலுக்கு அந்தக்குரலில் வெளிப்பட்ட உறுதி புரிந்தது. அது அவரிடம் ஒட்டிக்கொண்டிருந்த தயக்கத்தை உரித்தெடுத்து அவரது குரலை நேராக்கிவிட்டது. மிகவும் நிதானமான குரலில், அதே சமயம் தாழ்ந்த பாவனையில் அவர் சொன்னார்.

"செட்டியாரை பயமுறுத்துவதைத் தவிர இப்போதைக்கு வேறு வழியில்லை; என்ன இருந்தாலும் அவன் சாதியில செட்டிதானே..."

சாதி குறித்த வக்கீலின் அவதானத்தை சோமு ரசிக்கவில்லை. ஆனாலும் அவர் உடனே பதில் எதுவும் சொல்லாமல் அந்தக் கொட்டகையின் எரவானத்தை உற்றுப் பார்த்துக்கொண்டிருந்தார். அவரது மகன்கள் வாயடைத்துப் போயிருந்தார்கள்.

பிறகு செருமிக்கொண்டே, "என்ன செய்யலாம்னு நினைக்கிற..." என்றார். அப்போது வெளிப்பட்ட சோமுவின் குரல் அவரது மகன்கள் இதுவரை அவரிடமிருந்து கேட்டிராத ஒன்றாக இருந்தது. அங்கு இருப்பது சோமு எனும் முதியவர் அல்ல. அதே சமயம் அதுவொரு முரடனின் குரலும் அல்ல. அந்தக் கேள்வியில் ஆழ்ந்த பொருள் இருந்தது. உறைய வைக்கும் நிதானம் இருந்தது. சொத்துடன் புழங்கும் ஒரு சமூகம் கைக்கொள்ளும் மூர்க்கத்தின் சாயல் மாத்திரம் அல்ல அது, ஒரு வாழ்வு முறையின் கனிந்த உறுதி. தமக்கே தமக்கான நியாயங்களின் மீது கட்டமைந்திருந்த பிடிவாதம் அந்தக் குரலில் இருந்தது.

"ரொம்ப பெருசால்லாம் ஒண்ணும் பண்ணிடக்கூடாது. லேசா கீறிவிட்டா போதும். அந்தாளோட வேகம் மட்டுப்படும். கோர்ட்டுக்கு வெளியில வச்சி மத்துசம் பேச நமக்கு ஒரு வாய்ப்பு கிடைக்கும். மத்தத நான் பாத்துக்கிறேன். ஆனா, இந்த வேலையை உணர்வுப்பூர்வமா செய்யணும். அதுல, இது எங்களோட நிலம்னு ஓர் உக்கிரம் இருக்கணும். அது செட்டிய அசைக்கணும். அவனுக்குப் புடிமானமே இந்த மாதிரி நீங்க யாரும் செய்யமாட்டீங்க அப்படிங்கற மெதப்புதான். உங்க கண்ணியத்த வச்சிதான் அவன் வெறப்பா கோர்ட்டுக்கு வர்றான். போறான். வேற எவனாவது, குத்தகைக்கு நாலு தலைமுறையா நெலத்த குடுத்து வச்சிருந்தவன், அது திரும்ப நம்ம கைக்கு வரும்னு இவ்வளவு நம்பிக்கையா நடப்பானா? எந்த ஊர்ல

இத்தனை தலைமுறை கழிச்சி அது வரைக்கும் பயிச்சல் பண்ணினவன் நிலத்தை விட்டு குடுத்திருக்கான். இது என்ன ராஜராஜன் காலமா? இல்ல... இவன்தான் உழைச்சி சம்பாரிச்சி வாங்குனதா? ஒண்ணு காட்டிக்குடுத்து வாங்கிருப்பான், இல்லன்னா கூட்டிக் குடுத்து வாங்கிருப்பான். வாங்குன குத்தகையே நம்ம உழைப்புதான? இதுல பெருசா யோசிக்க ஒண்ணும் இல்ல. நமக்கு மட்டும் வேற எதுவும் வழிவகை என்ன இருக்கு? இது மட்டும்தான? இதையும் விட்டுட்டு என்ன பண்ணுறது...?" இந்தப் பிரசங்கத்தை வக்கீல் நிகழ்த்தியபோது அவர் சோமுவின் முகத்தைப் பார்க்கவில்லை. சோமுவைச் சுற்றி நின்று கொண்டிருந்த அவரது மகன்களைக் குறிவைத்தே பேசினார்.

கொட்டகையின் அரிக்கேன் வெளிச்சத்தில், சோமு தனது மகன்களின் முகங்களை உற்றுப் பார்த்தார். அந்த இருட்டையும் மீறி அதில் படர்ந்திருந்த அச்சத்தின் சாயல் அவரது முதிர்ந்த கண்களுக்குத் தெரிந்தது. அதை உணர்ந்ததும் அப்படி ஒரு சிரிப்பு வந்தது அவருக்கு. அது நள்ளிரவு நேரம் என்பதையும் மறந்து, அந்தக் காலத்தின் எல்லா அவநம்பிக்கைகளையும் கடந்து அவர் வாய்விட்டு சிரித்தார். அவரது மகன்கள் மவுனமாக ஒருவரது முகத்தை ஒருவர் பார்த்தபடி நின்றுகொண்டிருந்தார்கள். வக்கீலுக்கு சோமு சொன்ன செய்தி தெளிவாகப் புரிந்தது. வழக்கு அது போகும் பாதையிலேயே போகட்டும், என்ன நடக்கிறது என்று கோர்ட்டிலேயே பார்த்துக்கொள்ளலாம் என்பதே அது. சோமுவுக்கு, எதைப் பணயம் வைக்க வேண்டும், அதையும் எப்போது வைக்கவேண்டும் என்று தெரிந்திருந்தது. தன் கையில் உள்ள தானியம் விதைப்புக்கு உகந்ததா இல்லையா என்பதை எக்காலமும் உணர்ந்திருந்த விவசாயியாக அவர் இருந்தார். அறுபது ஆண்டுகளுக்கும்மேல் தீவிரமாக மண்ணுடன் புழங்கிய உடம்பு அது. பேச்சு முடிந்து எல்லாரும் களைந்து செல்லும்போது பின்னிரவு ஆகிவிட்டிருந்தது.

மறுநாள், கும்பகோணம் போயிருந்த மகேந்திரனை ஆள் வைத்துக் கடத்தியிருந்தார் செட்டியார். "பேச்சுவார்த்தை நடத்தி நிலத்தைப் பங்கிட்டுக்கொள்ளலாம் என செட்டியார் சொல்கிறார்... சம்மதமா...?" எனக் கேட்டு தூது வந்திருந்தான் ஒருவன். சரி, "அடுத்த வாரம் பேசிக்கொள்ளலாம்" என்று செட்டியாரிடம் சொல். "அவர் இங்கு வருகிறாரா? அல்லது நான் கும்மாணம் வர வேண்டுமா?" என்றும் கேட்டுச் சொல் என்றார் அவனிடம்.

மறுவாரம் பேச்சுவார்த்தை முடியும் வரை செட்டியாரிடம் பணயமாக இருந்தான் மகேந்திரன். இருக்கும் நிலத்தில் ஆளுக்குப் பாதியாக பிரித்துக்கொள்வது என்று முடிவானது. பாதி நிலங்களை செட்டியாருக்கு நிரந்தரமாக விட்டுக்கொடுத்துவிட வேண்டும். மீதி நிலங்களை செட்டியார் சோமுவுக்கோ அல்லது அவரது மகன்களுக்கோ சோமு விரும்பும் வண்ணம் கிரயம் செய்துகொடுத்துவிட வேண்டும். பேச்சுவார்த்தைக்கு செட்டியார் வரவில்லை. செட்டியாரின் மகன்கள் மட்டும் வந்திருந்தனர். கூடவே கும்பகோணத்தில், அரசியல் செய்துகொண்டிருந்த ஒரு ரவுடி இருந்தான். சோமுவை அவன் உற்றுப்பார்த்தான். அவருக்கு நாற்காலியை எடுத்துப் போடு என்று கூட இருந்த இரண்டு மூன்று ஆட்களில் ஒருவனிடம் சொன்னான். எல்லாம் முடிந்து கிளம்புகையில், "மன்னிச்சிக்கணும்... தப்பா ஒண்ணும் நடக்கல... தம்பி பத்திரமாதான் இருக்கு" என்று அவருக்கு மட்டும் கேட்கும் குரலில் சொன்னான். "அது எனக்குத் தெரியும்" என்று சொன்னார் சோமு. "அவனுக்கு எதாவது நடந்திருந்தா, இந்த பேச்சுவார்த்தை இப்படியா நடந்திருக்கும்" என்று சொல்லிவிட்டு அவனைப் பார்த்து லேசாகச் சிரித்தார். மகன் திரும்பி வரும் வரை அவன் கடத்தப்பட்டதை, அவனது மனைவி உட்பட சோமு யாரிடமும் சொல்லவில்லை. அவன் வீட்டுக்கு வந்த அன்றுதான், "அந்த திருட்டுப் பய பெரியசாமிய புடிச்சி கொண்டுவந்து தோப்புல கட்டுடா..." என்று அவனிடம் சொன்னார்.

12

கோபால் சிவப்பாக, மினிமினுப்பான சருமத்துடன் வசீகரமாகவும் இருப்பான். எப்போதும் சட்டையணியாத உடல் என்ற போதும், வெயிலில் அதிகம் அலையாததால் தோலின் நிறம் பழுப்படையாமல் இருந்தது. ஆனால் அந்த ஊரின் இயல்புக்கு அது மாறானது. ஐந்தாம் வகுப்பு வரைக்கும்தான் படித்திருந்தான். இருக்கும் நிலபுலம் என்னவோ கூடுதல்தான். அதில் பம்பு செட் இருந்தது. மூன்று போகமும் நெல் விளைவிக்க முடிந்தது. நெல் தவிரவும் கரும்பு வாழை என்று எல்லா பருவங்களிலும் ஏதாவது ஒன்று மகசூலைத் தந்துகொண்டேயிருந்தது. அதனால் காவிரியை நம்பியிருப்பவர்களை விட அவனால் சொகுசாக இருக்க முடிந்தது. மணிக்கு ஐந்து ரூபாய் பணம் கொடுத்து இவனது பம்பு செட்டில் இருந்துதான் அவர்கள் தண்ணீர் இறைத்துக்கொண்டார்கள். இலவச மின்சாரத்தை விற்றதால் வரும் காசு கொஞ்சம் நீட்ட முடக்க இருந்தது. அது அவனது நடையில் தெரிந்தது. சிறிய வயதிலேயே அப்பனை இழந்துவிட்டவன் என்பதால் அம்மாவின் கூடுதல் கண்காணிப்பிலேயே வளர்ந்தான். "ஓடாத விழுந்துடுவ..." என்று கண்டிப்பதில் தொடங்கியது மகன் மீதான வசந்தாவின் கவனம். "வரப்ப விட்டு இறங்காத, உனக்கு ஏண்டா அந்த வேலை, நீ போயி நிழல்ல உக்காருடா, அந்த பயலுவோ கூட சேராத, நடவு நடுரவளுங்ககிட்ட போயி ஏன் நிக்கிற, அப்புறம் நடவு நட்டுகிட்டே காலோட மூத்திரம் பேயிறவ உன்ன மதிப்பாளா, நீ போயி பம்பு செட்ல இருக்கிற கட்டில்ல படு போ..." என்று அவனது தினசரி வாழ்வின் எல்லாவற்றின் மீதும் அவளது சொற்கள் இருந்தன. அவன் மெல்லிய ஊளைச்சதையோடு வளர்ந்தான். காம்புகள் புடைத்திருக்கும் மார்பும், கொஞ்சம் தூக்கலான புட்டமும் அவனிடம் நளினத்தைக் கொண்டுவந்திருந்தது. பெண்கள் அவனிடம் வாஞ்சையாக இருந்தார்கள். அவன் மீது யாருக்கும் எந்த அச்சமும் இல்லை. அவன் பம்பு செட்டில் படுத்திருக்கும்போதுகூட, வயல் வேலையை முடித்துவிட்டு தொட்டியில் விழுந்து குளிக்கும் பெண்கள் எந்தப் பதட்டமும் இல்லாமல், புடவையை நெகிழ்த்தி

ரவிக்கையைக் கழட்டி தொட்டியின் விளிம்பில்போட்ட பிறகே சாவகாசமாக பாவாடையை இழுத்து மக்கட்டாகக் கட்டினார்கள். வேறு எந்த இடமாக இருந்தாலும், அதை கவனமாகச் செய்யவேண்டியிருக்கும். பாவாடையை கழுத்து வரைக்கும் கொண்டு வந்து அதை பல்லால் கடித்தபடிதான் ரவிக்கையைக் கழட்டவேண்டியிருக்கும். கோபாலின் பம்பு செட்டில் அந்த சங்கடம் இல்லை. எப்போதும் அங்கே யாராவது ஒரு பெண் குளித்துக் கொண்டோ அல்லது துணி துவைத்துக்கொண்டோ இருந்தாள். அவர்களது அக்குள் முடியிலிருந்து, தொடையிடுக்கின் பூனை முடி வரை எல்லாவற்றையும் சிறுவயது முதலே பார்த்துப் பழகியிருந்தான் கோபால். ஆனால் வசந்தா அங்கு இல்லாதபோதுதான் பெண்களுக்கு அத்தனை சுதந்திரம். தண்ணீரைக் கொப்பளித்தபடி தங்களுக்குள் கேலி செய்துகொண்டே குளிக்கும் பெண்களைப் பார்த்தால், “பாத்துடி... எல்லாத்தையும் கழட்டி போட்டுட்டு முண்டகட்டையா கும்மாளம் அடிக்க வேண்டியதுதான...? தட்டுவாணிகளா... பொம்பளைன்னா கொஞ்சமாவது கூச்ச நாச்சம் வேணாம்...? ஒரு வளந்த புள்ள இங்கயும் அங்கயும் நடக்குறானே, கவனமா இருக்கனுமேன்னு கொஞ்சமாச்சும் பொறுப்பு வேணாம்...?” என்று அவள் வையத் தொடங்குவாள். நட்ட நடவு விளைந்து அறுப்புக்குக்கூட தயாராகிவிடும்; அவள் வைவதை நிறுத்த மாட்டாள். அதற்கு பயந்தே அவர்கள் எச்சரிக்கையாக இருந்தார்கள். ஆனால் அவள் மீது யாருக்கும் கோவம் வருவதில்லை. அவள் பேசும் கெட்ட வார்த்தைகள் யாருடைய மனதையும் தைப்பதில்லை. அவர்கள் ரசித்துச் சிரித்தார்கள். அவளது மனசு நோகாமல் அவளை பார்த்துக்கொண்டார்கள். அவள் மீது அவர்களுக்கு நிறைய மரியாதை இருந்தது. எப்போதும் ஏதாவது ஒரு வேலையை செய்துகொண்டிருப்பவளாக அவள் இருந்தது அதற்கு ஒரு காரணமாக இருக்கலாம். வயல்களில், கொல்லைகளில் தினமும் அவளது பாதம் படாத இடமே இருக்காது. வேலை இருக்கிறதோ இல்லையோ, எல்லாவற்றையும் ஒரு முறை சுற்றி வந்துவிடவேண்டும். அந்த சுபாவம் வேலை செய்பவர்களிடம் அவளுக்கு நெருக்கத்தைக் கொண்டுவந்திருந்தது. வேளாண்மையில் ஈடுபடுபவளுக்கான முதல் தகுதி அவள் சுபாவத்திலேயே இருந்தது.

இந்த நிலங்களைத் தாண்டி வசந்தாவுக்கு ஒன்றின் மீது அதீத பிடிப்பு என்றால் அது எம்ஜியார் மீது கண்மண் தெரியாத அளவுக்கு அவள் வைத்திருந்த பிரியம்தான்.

இத்தனைக்கும் எம்ஜியார் தனது சினிமா வாழ்க்கையின் அந்திமக் காலங்களில் இருந்த சமயம். ஓடுவதையும் குதிப்பதையும் விட தடவுவதில் கூடுதல் சிரத்தை எடுத்துகொள்ளத் தொடங்கியிருந்த காலகட்டம். அவரது கதாநாயகிகள் படம் பார்ப்பவர்களின் கூட்டு சுயமைதுனத்துக்கு அழைப்பு விடுக்க, அவர் கூட்டு ஆர்கஸத்துக்காக உதட்டைச் சுழித்துக்கொண்டிருந்தார். முன்பெல்லாம் அவரது படங்கள் என்றால் புருஷனின் கட்டுப்பாட்டையும் மீறி டெண்டு கொட்டாய்க்குப் போவதை வழக்கமாக வைத்திருந்தாள். அப்போதெல்லாம் தவறாமல் கோபாலையும் தன்னுடன் கூட்டிப்போவாள். திரையரங்கில் மட்டும் அவனை தெம்பான ஆண் துணையாகக் கருதுவாள். அவன் இல்லாமல், உட்கார்ந்திருக்கும் இடத்தை விட்டு நகரக்கூட மாட்டாள். இடைவேளையின்போது, சோடா கலர், கடலை உருண்டை வாங்குவது என்றாலும் அவனையும் தன்னுடன் கூட்டிக்கொண்டு போய் வாங்கிக்கொண்டு திரும்பவும் அவனுடனேயே வந்து இருக்கையில் அமர்ந்துகொள்வாள். அப்படியான நேரங்களில் கோபால் தன்னைப் பெரிய மனிதனாக உணர்ந்துகொள்வான். அவன் தன்னை வளர்ந்துவிட்டதாகக் கருதிக்கொள்ளத் தொடங்கி நீண்ட நாட்கள் ஆகின்றன. வசந்தாதான் அதன் சமிக்ஞைகளைக் கண்டு கொள்ளாமல் கடந்தபடியே இருந்தாள். சினிமாவில் எம்ஜியார் லதாவுடனோ, மஞ்சுளாவுடனோ அருவியில் சரசமாடும்போது அவனுக்குத் தனது பம்பு செட்டில் இருப்பதைப்போல தோன்றியது. பம்பு செட்டில் குளிக்கும் பெண்களை, கொட்டகையின் இடுக்கு வழியாக பார்த்துக்கொண்டே சுயமைதுனம் செய்யும்போதும் அவனுக்கு தான் சினிமா தியேட்டரில் இருப்பது போல நினைவு வந்து அவனை சங்கடப்படுத்தியது. அப்போதுதான் “நான் உன்னுடன் படத்துக்கு வரவில்லை” என்று வசந்தாவிடம் மறுக்கத் தொடங்கினான். வசந்தா அவனிடம் கெஞ்சி அவனைக் கூட்டிக்கொண்டு போனாள். அவன் தீவிரமாக மறுத்த நேரங்களில், சின்ன அழுகையும் கூடுதலான மவுனமும் அவனை வழிக்குக் கொண்டுவந்தது. அப்படியாக வேறு வழியில்லாமல் சினிமா கொட்டகைக்குப் போன சமயங்களில் அவன் அவளை விட்டு தனியாகப் போய் உட்கார்ந்துகொண்டான். அத்தகைய தருணங்களில் வசந்தா, தாம் கைவிடப்பட்டதாக உணர்ந்தாள். தன்னை எல்லாரும் உற்றுப் பார்த்துக்கொண்டே இருப்பது போல இருந்தது அவளுக்கு. அந்த அச்சம் காலம் காலமாக அவளது நினைவில் படிந்து போயிருந்தது. அதை விட்டு

வெளியேற முயன்றுகொண்டே இருந்தாள். எம்ஜியாரை அவள் வைத்த கண் வாங்காமல் பார்த்துக்கொண்டிருக்கும்போது கோபாலை அவள் கவசம் போல பயன்படுத்தி வந்தாள். லதாவை வைத்த கண் வாங்காமல் பார்க்கும் அளவுக்கு கோபால் வளர்ந்துவிட்டபோதும் கூட அதை அவள் நிறுத்தாமல் இருந்தாள். சில நேரங்களில் அவளுக்கு தனது மகன் என்ன செய்கிறான் என்ற குறுகுறுப்பு இருந்தாலும்கூட, அதில் கவனம் போகாமல் அந்த நினைவை நிராகரித்துக்கொண்டாள். அவன் விபரமறியாதவன் என்று தீர்க்கமாக நம்ப விரும்பினாள். அவனும் அவ்வாறே தன்னைக்குறித்து நம்பவேண்டும் என்றும் எதிர்பார்த்தாள். தனது அம்மா என்ன நினைக்கிறாள் என்று முழுக்க புரியாவிட்டாலும் கூட, அவளுக்குத் தாம் எப்படி இருந்தால் பிடிக்கிறது என்பது கோபாலுக்குப் பிடிபட்டுவிட்டது. அவன் அவளது மனது கோணாமல் நடந்துகொண்டான். திறமையான முறையில் நடிக்கத் தொடங்கியிருந்தான். பிறகு அதுவே அவனது சுபாவமாக மாறிவிட்டது. அவனுக்கு ஆரம்பத்தில் இருந்த சஞ்சலங்கள் மறைந்து போயின. தனது அம்மாவின் குரல் பம்பு செட்டின் கதவுக்கு வெளியே கேட்டாலும்கூட, சுய மைதுனத்தின் மத்தியில் இருக்கும் அவனுக்கு அதை நிறுத்தவேண்டும் என்று தோன்றாத அளவுக்கு அவன் தன்னிடமிருந்து அவனை வெளியேற்றியிருந்தான். அப்படியான நேரங்களில், குளித்துக்கொண்டிருக்கும் ஒருத்தியின் உருவத்தைக் காணாது அவளது குரலை மட்டுமே வைத்து தனது கிளர்ச்சியை தக்கவைத்துக்கொள்வது என்பதே அவன் வசந்தாவின் இருப்புக்குக் கொடுத்த மரியாதை. மிகவும் சாதுர்யமாக, எந்த எத்தனமும் அற்று ஒரு தனி உலகத்தை சிருஷ்டித்து வைத்திருந்தான். அதில் யாருமே நுழைந்து அவனை உணர்ந்துகொள்ள முடியாத அளவுக்கு மிகத் தனியானதாக இருந்தது அது. வசந்தாவின் ஆளுமை அவனது சுபாவத்தின் ஒரு கூறாக மாறிப்போயிருந்தது. ஒருவகையில் அது அவனை சிதைத்துப் போட்டிருந்தது. அதில் அவன் கண்ட சுகம் சுயமைதுனத்தின் சுகத்தை விட பன்மடங்கு கூடுதலான ஒன்றாக இருந்தது.

ஆனால் ஒருகட்டத்தில் வசந்தா அவனைப் புரிந்துகொள்வதை நோக்கி நகர்ந்தாள். தனது அரூப அறையை விட்டு வெளியே வந்தாள். வெகுளித்தனமாகத் திரிந்து கொண்டிருக்கும் கோபால் அல்ல பம்பு செட்டின் உள்ளே படுத்திருக்கும் “ஆண்” என்பதை அங்கு குளிக்க வந்த மல்லிகா சில நாட்களிலேயே புரிந்துகொண்டாள். அவன் கொட்டகையின் உள்ளே இருப்பது

தெரிந்தால், "நான் வீட்டில் போய்க் குளித்துக்கொள்கிறேன்" என்று சொல்லிவிட்டுக் கடந்து போனாள். மற்றவர்கள் அதை பெரிதாகக் கண்டுகொள்ளவில்லை. ஆனால் மல்லிகா ஏன் அப்படி நடந்துகொள்கிறாள், என்பதை வசந்தா கவனிக்கத் தொடங்கினாள். அவளுக்கும் புரிந்தபோது தன்னை விட்டு ஏதோ ஒன்று நழுவிப்போனதான துயரம் கவிந்தது. குனிந்து களை பறிக்கையில் அவளையும் அறியாமல் அவளது கண்களிலிருந்து கண்ணீர் வழிந்துகொண்டே இருந்தது. முந்தானையால் துடைத்துக்கொண்டு, உடன் களை பறிக்கும் மற்ற பெண்களிடம் இருந்து தன்னை விலக்கிக்கொண்டாள். அவர்களுக்கு அது ஆசுவாசமாக இருந்ததால் அதைக் கண்டுகொள்ளவில்லை. என்னதான் அழுதுகொண்டே இருந்தாலும் தான் எதற்காக விசனப்படுகிறோம் என்பதை அவளால் புரிந்துகொள்ளவே முடியவில்லை. மனது கனமாக இருப்பது மட்டும் தெரிகிறது. அது கரகரவென கண்ணீராகப் பெருக்கெடுக்கிறது. அது வார்த்தையாக மாறுவதில்லை. தனக்குள்ளேயே இதை உணர்ந்துகொள்ள முயன்றுகொண்டே இருந்தாளேயொழிய மல்லிகாவிடம் ஒரு வார்த்தைகூட அது பற்றி அவள் கேட்கவில்லை. மகனிடமும் எந்தக் கேள்வியும் கேட்கவில்லை. எப்போதும் போலவே அவனை அனுமதித்தாள். ஆனால், முன்னைப்போல தனது மகனை இனி நெருக்கமாகப் பார்க்கமுடியாது என்பதை உணர்ந்துகொண்டாள். ஆனாலும் மகன் மீது பரிவு கூடவே செய்தது அவளுக்கு. சில நாட்களில் அவனுக்குக் கல்யாணம் செய்துவைக்கலாம் என முடிவு செய்தாள். பெண் பார்ப்பது தொடர்பாக உறவினர்களிடம் பேசத்தொடங்கியபோது, அவர்களுக்கெல்லாம் அது ஆச்சர்யமாக இருந்தது. "அவன் ஒரு வெகுளிப்பய... இப்ப என்ன அவசரம்...? கொஞ்சம் பொறுத்து பண்ணலாமே...?" என்பது அவர்களது எண்ணமாக இருந்தது. அதைச் சொல்லவும் செய்தார்கள் வசந்தாவிடம். அவள் அவர்களது கருத்தைப் பெரிதாக எடுத்துக்கொள்ளவில்லை. "அவனுக்கும் வயசாச்சு இல்லையா" என்று கடந்துவிட்டாள். வசந்தாவின் இந்த ஏற்பாடுகள் நடந்துகொண்டிருக்கும்போது, கோபால் மல்லிகாவைக் காதலிக்கத் தொடங்கியிருந்தான். அவளிடம் உடனே அதைச் சொல்லவும் செய்தான். அவனது காதலை ஏற்றுக்கொண்ட மல்லிகா கொடுத்த முத்தம்தான் அவனது வாழ்வில் முதல் முத்தமாக இருந்தது. அவளைக் கல்யாணம் செய்துகொள்கிறேன் என்று சொன்ன நாளில் இருந்து பெண்கள் குளிக்கும்போது பார்ப்பதை நிறுத்தியிருந்தான். மல்லிகாவை

அவனுக்குக் கல்யாணம் செய்து வைப்பதில் வசந்தாவுக்கும் ஆட்சேபணை இல்லை. அவளும் உழைப்பவள். கடைசிக் காலத்தில் தன்னைக் கைவிடாமல் பார்த்துக்கொள்வாள் என்று நம்பினாள். "அவள் என்ன என்னைப் பார்த்துக்கொள்வது..." என்று இறுமாப்புடன் நினைத்துக் கொண்டாலும், தனது மகனுக்கு அவளைப் பிடித்திருக்கிறது என்பது தெரிந்த நாளிலிருந்து அவள் மீது கனிவு வந்துவிட்டிருந்தது அவளுக்கு. இருந்தாலும் தனது எச்சரிக்கையுணர்வைக் கைவிடாமல் அவளை ஏற்றுக்கொண்டிருந்தாள். தன்னுடன் அவளை மிகவும் நெருக்கமாக பொருத்திப் பார்த்துக்கொண்டாள். அவ்வாறு அவளைப் பொருத்திப் பார்த்துக்கொள்ளும் நேரங்களில் அவள் மீது அதீத நெருக்கமும் அதே சமயம் சகிக்க முடியாத ஒவ்வாமையுமாக குழப்பமாக இருப்பதாக உணர்ந்தாள். எப்படி இருந்தால் என்ன அவளும் நல்ல பெண்தான் என்ற சமாதானம் மட்டுமே அவளை இதிலிருந்து கடந்துபோவதற்கு துணை புரிந்தது.

அவனது கல்யாணம் முடிந்த இரண்டாவது மாதத்தில், நடந்த இடைத் தேர்தலில் அவனுக்கு தேர்தலில் நிற்க வாய்ப்பு கிடைத்தது. அவனது அப்பா கட்சிக்காரராக இருந்ததும், அவனது அம்மா தீவிர எம்ஜியார் ரசிகையாக இருந்ததும், பெண்களை பொது வெளியில் ஏறெடுத்துக் கூட பார்க்காத அவனது குணமும் அவனுக்குக் கட்சியில் இடம் பெற்றுத் தந்திருந்தது. மல்லிகா மட்டும் அன்றைய இரவில் அவனிடம் கேட்டாள். "தூரத்திலிருந்து பார்த்து பெருமூச்சு விட்டுக்கொண்டே இருப்பதுதான் நல்லவனுக்கு அடையாளம் இல்லையா..." என்று. அவளுக்கு எம்ஜியாரைப் பிடிக்கவே இல்லை. அவரது நடையுடை எல்லாம் பெண்களையே ஞாபகப்படுத்துவதாக அவளுக்குப் புகார் இருந்தது. முயக்கத்தின் போது ஒருமுறை அவளது காதில் அவன் கிசுகிசுத்தான். "எனக்கும் எம்ஜியாரைப் பிடிக்காது குட்டி; நான் ஒரு படம் கூட எம்ஜியாருக்காகப் பாத்ததில்ல. என்னை நம்பு." இதைச் சொல்லும்போது அவனது குரல் இறைஞ்சுவது போல இருந்ததாக அவள் நினைத்தாள். அதை உதடுகள் கோணும் மெல்லிய சிரிப்புடன் ரசித்தாள். ஆனாலும் அதை ஏற்றுக்கொள்வது போல காட்டிக்கொள்ளாமல், பரவாயில்லை விடு என்று சொல்லிவிட்டு அவனைக் கட்டிக்கொண்டாள்.

கோபாலின் அரசியல் வாழ்க்கையில், அவனால் சகித்துக்கொள்ள முடியாத ஒன்று இருந்தது என்றால் அது அவன் தொடர்ந்து

சட்டை அணிந்து கொண்டே இருக்க வேண்டியிருந்ததைத்தான். பொதுக்கூட்டங்களுக்கு செல்லும்போது ரொம்பவும் அவஸ்தைப்பட்டான். "எப்படா... கூட்டம் முடியும்" என்று இருந்தது அவனுக்கு. வீட்டை நோக்கி ஓடி வந்து சட்டையைக் கழற்றி எறிந்தான். மல்லிகாவுக்கு அவனது செய்கை விசித்திரமாக இருந்தது. அவளால் அவனது ஒவ்வாமையைப் புரிந்துகொள்ள முடியவில்லை. "என்னமோ தெரியல குட்டி, சட்டையே போடாம சுத்திட்டேனா... ஒரு அரை மணி நேரத்துக்கு மேல இந்த கருமம் புடிச்ச சட்டையைப் போட்டிருந்தா யாரோ என்ன நெறிக்கிற மாதிரியே இருக்கு, மூச்சு முட்டுது" என்று அலுத்துக்கொண்டான். அப்போது அவள்தான் பள்ளியில் படித்திருந்த மகாத்மா காந்தியைப் பற்றி அவனுக்கு சொல்லிக்கொடுத்தாள். இப்போது உனது கட்சி ஆட்சியில் இருக்கிறது. அடுத்த முறை எப்படியும் அது தோற்றுப்போகும். அப்போது நீ எதிர்க்கட்சி ஆள் ஆகிவிடுவாய். எப்படியும் அடுத்த வருடமும் காவிரியில் தண்ணீர் வராது. அப்போது விவசாயிகள் படும் கஷ்டங்களை முன்னிட்டு நீ சட்டையைத் துறப்பதாக அறிவித்து விடலாம், அதுவரை பொறுத்துக் கொள் என்று ஆறுதல் சொன்னாள். அவனுக்கும் அந்த ஏற்பாடு சரி என்று பட்டது. ஆனால் அப்படிச் செய்வதில் நிறைய சிக்கல்களும் இருக்கின்றன என்பதையும் அவனுக்குப் புரியவைத்தாள். அது தங்கநகைகள் மீது அவனுக்கு இருந்த பிடிப்பு. முக்கியமாக அவன் சிறுவயதில் இருந்து போட்டிருக்கும் தங்கச் சங்கிலி. அது இல்லையென்றால் எதையோ இழந்தது போல இருக்கும் அவனுக்கு. அதைக் கைவிடுவதற்கு எப்படியாவது நீ பழகிக்கொள்ள வேண்டும் என்று அறிவுறுத்தினாள். உன்னால் அது முடியும். தினமும் சுயமைதுனம் செய்துகொண்டு, அம்மாவுடன் எம்ஜியார் படத்துக்கு போய்க்கொண்டு இருந்தாலும் கூட, நீ பெண்களை ஏறெடுத்தும் பார்க்காதவன் என்று ஊரை நம்பவைத்திருக்கிறாய் அல்லவா, அதனால் இதையும்கூட நீ லாவகமாக செய்துவிட முடியும் என்று அவனுக்கு நம்பிக்கையூட்டினாள். சுயமைதுனத்தை ஒரு உதாரணமாக அவள் சொன்னது அவனுக்கு அதிருப்தியாக இருந்தது. ஆனாலும் தன் மீது அவள் கொள்ளும் கரிசனத்தை நினைத்தபோது அவனது கண்கள் கலங்கின. "எவ்வளவு திறமைசாலியான மனைவி தமக்குக் கிடைத்திருக்கிறாள், தாம் எவ்வளவு பாக்கியசாலி" என்று நினைத்துக்கொண்டான். அந்த நேரத்தில் கடவுளுக்கு நன்றி சொல்ல வேண்டும் என்றும் கூட அவனுக்குத் தோன்றியது. ச்சே... இது என்ன

புது பழக்கம் என்று உடனே கூச்சமடையவும் செய்தான். அவன் ஒன்றும் தீவிரமான கடவுள் பக்தன் அல்ல. தெருவில் பால்குடம், அலகு, காவடி எடுப்பது போன்ற விசேஷங்களில் "ஊர்க்காரன்" என்ற வகையில் பட்டும் படாமல் அதில் கலந்துகொள்வதோடு சரி. அவனுக்கு கடவுள் பற்றியோ, கடவுள் மறுப்பு பற்றியோ எதுவும் அபிப்ராயங்கள் இருந்ததில்லை. கட்சிப் போஸ்டர்களில் அதன் ஓரத்தில் தாடியுடன் இருக்கும் அந்தப் படத்தைப் பார்க்கும்போது, "இவருதான் பெரியாரா... இவரு நம்ம கலியமூர்த்தி மாதிரி இருக்காருல்ல..." என்று நினைத்துக்கொண்டான். யாராவது ஒரு பேச்சாளர் அவரைப் பற்றி பேசும்போது, அவரது சிந்தனைகளை விதந்தோதும்போது "அவர் கலியமூர்த்தியேதான், அதே முரட்டுத்தனம் அவருகிட்டயும் இருந்திருக்கு" என்ற முடிவுக்கு வந்திருந்தான். இந்த மாதிரியான கற்பனா சக்தி அவனது கட்சி வாழ்க்கைக்கு மிகவும் உதவிகரமாக இருந்தது. தேவையில்லாத மனத்தடைகளில் இருந்து அவனைக் காப்பாற்றியது. அவனுக்கு எல்லாமே எளிதானதாக இருந்தது. ஒரு கலவரம் நிகழ்ந்தாலும் அவனுக்கு அதில் வருத்தம் தோன்றுவதில்லை. அதை அடக்குவதில் கொஞ்ச பேர் இறந்து போனாலும் அனுதாபம் வருவதில்லை. சிறிது நேரம் குழம்பிவிட்டு பிறகு மறந்துவிடுபவனாக இருந்தான். ஆனால் இதற்கு எதிராக லௌகீக விஷயங்களில் மிகவும் கூர்மையான சுபாவம் கைவந்திருந்தது. என்ன பயிரிட வேண்டும், யாரிடம் தானியங்களை விற்றால் கூடுதல் விலையும், சரியான நேரத்தில் கைமேல் காசும் வரும் என்று அவனுக்குத் தெரிந்திருந்தது. இந்த புத்திசாலித்தனத்தைக்கொண்டு அவனால் ஒப்பந்தக்காரர்களை கறாராகக் கையாள முடிந்தது. அத்தகைய தருணங்களில் "காரியக் கிறுக்கன்" என்று ஒரு சாராரும், "வெறும் கிறுக்கன்" என்று மற்றொரு பிரிவினரும் தாங்களாகவே அவனைப் பற்றி முடிவுக்கு வந்திருந்தார்கள். அவனுடன் சண்டையிட வேண்டிய அவசியம் அவர்களுக்கு இல்லாமல் போனது. எதிரிகள் உருவாகும் ஊற்றே அவன் வாழ்வில் இல்லை. விசித்திரமானதும் அதே சமயம் ஆதாயம் உள்ளதுமான அரசியல் வாழ்க்கை அவனுக்கு அமைந்து போனது. ஏதேனும் குழப்பமான விவகாரங்களில் அல்லது உறுதியான முடிவெடுக்க வேண்டிய சமயங்களில் மல்லிகாவிடம் அந்தப் பொறுப்பை முழு மனதோடு ஒப்படைத்தான். தான் அதிலிருந்து முற்றிலும் விலகி நின்றான். அதைக் கட்சியினரும் புரிந்துகொண்டார்கள். தாங்கள் பாதிக்கப்படும்போது மல்லிகாவை சபிப்பதும், ஆதாயம் அடையும்போது கோபாலை

விதந்தோதுவதுமாக, கோபாலைக் காட்டிலும் விசித்திரமான வழியில் அவனது அரசியல் வாழ்க்கையை மெருகேற்றினார்கள்.

அடுத்து வந்த ஆண்டுகளில் அவனுக்குத் தொடர்ந்து ஏறுமுகம்தான். காவிரி பொய்த்ததால் எலிக்கறி தின்ன வேண்டிய நெருக்கடிக்கு ஆளான விவசாயிகள் கூட்டம் கூட்டமாக ரோட்டுக்கு வந்து போராடியபோது கூட, "மணல் காண்ட்ராக்ட் எடுத்தவன் ஏன் இந்த வருஷம் குறைவாகக் கணக்கு காட்டியிருக்கிறான்..." என்று மனக்கிலேசம் அடைந்தான். சிணுங்கலாக, "அந்த எலிக்கறி எப்படி இருக்குன்னு ஒரு நாளைக்கு தின்னு பாக்கணும் மல்லிகா..." என்று பொண்டாட்டியிடம் கொஞ்சினான். "ஆமா, இப்படித்தான் உடும்பு கறி சாப்பிடனும்னு ஆசைப்பட்டீங்க... அன்னைக்கு எடுத்த வாந்தியில உங்க குடல் வெளியில வந்துட போகுதோன்னு பயந்தது எனக்குதான் தெரியும், இந்த லட்சணத்துல எலிக்கறி சாப்பிடுறாராம் இவரு." பதிலுக்கு அவளும் அவனைக் கொஞ்சினாள். ஆட்டுப்பால் அருந்தும் பழக்கத்தைத் தவிர இன்னொரு விஷயத்திலும் அவன் காந்தியைப் போலதான். வீட்டில் புழங்கும் பணத்தை அவன் கையாலும் தொட்டதில்லை. அந்த வரவு செலவுகளை மல்லிகாவும் வசந்தாவும்தான் பார்த்துக்கொண்டார்கள். சோமுவின் வழக்கு விவகாரம் தெரியவந்தபோது, அவரது கையை விட்டு போகப்போகிற நிலங்களை செட்டியாரிடமிருந்து, தாமே வாங்கிக்கொள்வோம் என்று மல்லிகா ஆசைப்பட்டாள். வசந்தாதான் வேண்டவே வேண்டாம் என்று தடுத்தாள். அந்த சொத்துகளை வாங்கினால் அது தனது குடும்பத்தை அழித்துவிடும் என்று அஞ்சினாள். என்னதான் மேலே மேலே போனாலும், சொந்தங்களிடம் படாடோபம் காண்பிப்பது சாபத்தை பெற்றுத்தரும் என்று பயப்படும் பழைய தலைமுறைக்காரியாக அவள் இருந்தாள். மல்லிகாவுக்கு அந்த விஷயத்தில் ஏமாற்றம்தான். எவன்கிட்டயோ போகப்போற நிலம், நம்மிடம் இருந்தால் என்ன என்று அவள் நினைத்தாள். ஆனால் வசந்தாவால் அதை அவ்வளவு எளிதாக எடுத்துக்கொள்ள முடியவில்லை. அவளுக்கு சோமுவின் மீது நிறைய மரியாதை இருந்தது. ஒருவகையில் அது பயமும் கூட. அவளும் மண்ணுடன் உறவாடுபவள்தான் என்பதால் ஒருமுகப்பட்டிருக்கும் சுபாவம் அது. சோமுவுக்கும் செட்டியாருக்கும் பேச்சு வார்த்தை நடந்து நிலத்தை பங்கிட்டுகொள்ளப்போகிறார்கள் என்று முடிவானதைக் கேட்டபோது அவளுக்கு ஆசுவாசமாக இருந்தது. அதே

சமயம் மல்லிகாவை எல்லா நேரங்களிலும் தனது கட்டுக்குள் வைத்துக்கொள்ள முடியாது என்றும் அவளுக்குப் புரிந்தது.

வயலுக்குப் போவதை வசந்தா குறைத்துக்கொண்டிருந்தாள். வருடா வருடம், கிரயம் செய்துகொள்ளும் நிலங்கள் கூடிக் கூடி வந்தன. எல்லாவற்றையும் பார்த்துக்கொள்ள ஆட்கள் இருந்தார்கள். அவள் போகாவிட்டாலும், ஒரு பருவம் கூட இடைவெளி விடாமல், விவசாயத்தை செய்துகொண்டிருந்தாள். அதில் செலுத்தும் உழைப்பை ஒப்பிடும்போது அதிலிருந்து கிடைக்கும் வருமானம் சொற்பம்தான். ஆனாலும் இந்த விவசாயம் ஒன்றுதான் அவளை ஊருடன் பிணைத்திருந்தது என்பதால் அதை இழந்துவிடக்கூடாது என்பதில் அவள் கருத்தாக இருந்தாள்.

நீண்ட நாட்களுக்குப் பிறகு அவள் அன்று கொல்லைக்குப் போனாள். எதிரே பெரிய வரப்பில் சோமு நடந்து வந்துகொண்டிருந்தார். அவருக்கு வழிவிட்டு ஒதுங்கி நின்றுகொண்டாள். அவர் அவளைக் கடக்கும் நேரத்தில், "இன்னமும் இப்படி அலைக்கழியனுமா... புள்ளைங்ககிட்ட எல்லா பொறுப்பையும் விட்டுட்டு அக்கடான்னு வீட்ல படுக்கலாம்ல..." என்று கேட்டாள். இதை எதிர்பார்த்திருக்காதவர் போல அவர் ஒரு நிமிடம் நின்று அவளை உற்றுப் பார்த்தார். பிறகு அவளுக்கு அந்தப் பக்கமாக முகத்தைத் திருப்பிக்கொண்டு வெறுப்புடன் காறி உமிழ்ந்தார்.

"ஆத்தக்கூட பாழாக்கி சேர்க்குற காசு... எல்லாமே பாழாப்போவும் பாத்துக்க..."

இதை அவள் எதிர்பார்க்கவில்லை. ஒரு புன்னகையுடன் அவர் தன்னைக் கடந்து செல்வார் என்றுதான் நினைத்திருந்தாள். அவளது உடல் ஒரு கணம் நடுங்கி மீண்டது. உதடுகள் துடித்தன. ஆனாலும் ஒரு வார்த்தை கூட பேசவில்லை அவள். அவளது பார்வையிலிருந்து அவர் மறையும் வரை நீண்ட நேரம் அந்த வரப்பிலேயே குன்றிப்போய் நின்றுகொண்டிருந்தாள். அவளது கொல்லை இருக்கும் திசையை நோக்கி வெறித்துப் பார்த்தாள். கொல்லைக்குப் போகும் திட்டத்தைக் கைவிட்டு வீட்டை நோக்கி நடந்தாள். நடக்கையில் ரொம்பவும் சோர்வாக இருந்தது. அன்றைய இரவு பொங்கி வந்த அழுகையை அவளால் நிறுத்தவே முடியவில்லை. கண்ணீரின் இடையே இறந்து போன தனது புருஷனை மனம் நொறுங்க சபித்தாள். அவளை யாரோ நடு வனாந்திரத்தில் காணடித்துவிட்டதைப் போல மருட்சியாக

இருந்தது. நள்ளிரவு வரை தூக்கம் வராமல் புரண்டு புரண்டு படுத்துக்கொண்டிருந்தாள்.

காலையில் சூரியன் எழும் வரை அம்மாவின் தலை திண்ணையிலோ வாசலிலோ தட்டுப்படாததைக் கண்ட கோபால், "எம்மா... எம்மா..." என்று அழைத்துக்கொண்டே அவள் படுத்திருக்கும் இடத்திற்குப் போனான். அவளது வாயிலும் மூக்கிலும் நிறைய எறும்புகள் மொய்த்திருந்தன. அவள் செத்து நீண்ட நேரம் ஆகியிருக்கவேண்டும். வேக வேகமாக எறும்புகளைத் தட்டிவிட்ட அவன் அவளை மடியில் எடுத்து போட்டுக்கொண்டு அவளது தலையைக் கோதிவிட்டபடியே தேம்பித் தேம்பி அழுதான். புருஷனின் அழுகுரல் கேட்டு ஓடிவந்த மல்லிகாதான் மற்ற எல்லா ஏற்பாடுகளையும் செய்தாள். அந்த ஊரில் நடந்த விமரிசையான சவ ஊர்வலங்களில் ஒன்றாக அது இருந்தது. தகவல் கேள்விப்பட்டவுடன் வந்த சோமு, பச்சைத்தண்ணீர் கூட குடிக்காமல் பந்தலிலேயே உட்கார்ந்திருந்தார். அவளது சாவு ஒரு தனிமனுஷியின் சாவு அல்ல, ஒரு வாழ்வு முறையின் முடிவு என்று அவருக்குத் தெரிந்திருந்தது. அவரால் வசந்தாக்களை எதிர்கொள்ள முடியும், சண்டையிட முடியும். ஆனால் மல்லிகாக்களின் உலகம் முழுக்கவும் வேறானது. அதில் அவருக்கு எந்த இடமும் இல்லை என்று புரிந்ததால் வந்த துயரம் அது. அந்தக் கலக்கம் அவரை அந்த இடத்தை விட்டு அசையவிடாமல் இருத்தி வைத்தது. வசந்தாவின் உயிரற்ற உடலைப் பார்த்தபோது அவளது பால்யம் அவருக்கு நினைவுக்கு வந்தது. வசந்தாவின் இழப்பு ஸ்தூலமானது. கோபால் இழந்துகொண்டிருப்பது அரூபமானது. அதை வசந்தாவும் தெரிந்தே வைத்திருந்திருக்கிறாள். இந்த சாவின் மூலம், வசந்தா அதை சோமுவுக்கும் உணர்த்திவிட்டாள் என நினைத்துக்கொண்டார். அந்த இழவு வீட்டுப் பந்தலில் உட்கார்ந்துகொண்டு அவர் இரண்டு சொட்டு கண்ணீர் விட்டார் என்றால், அது இதை நினைத்துதான்.

13

பிள்ளையார் கோவிலின் முதல் சோமவாரம் சோமுவுடையது. அடுத்தடுத்த நான்கு சோமாவரங்களுக்குப் பிறகு சாமி புறப்பாடு. பிள்ளையார் என்றைக்குமே கோவிலை விட்டு வெளியே போனதில்லை. ஊர்வலம் செல்வதற்காகவே சில சாமிகள் கோவிலில் இருந்தன. கோவிலுக்கு வெளியே ஒரு சாமியும் இருந்தது. கருப்பசாமி. பிள்ளையார் கோவிலின் வடக்குப்புற பிரகாரத்தை ஒட்டி, கருப்பசாமியின் குடில். துஷ்ட சாமி அது. பிள்ளையார் மீது எல்லாருக்கும் இருந்தது பக்தி கலந்த உரிமை என்றால் கருப்பசாமி மீது இருந்தது பயம். கருப்பசாமியின் சிலையைக்கடந்துதான் போகவேண்டும் என்பதால் ஒதுக்குப்புறமாக இருக்கும் கோவில் கிணற்றில் தண்ணீர் எடுக்கக்கூட குமரிகள் அஞ்சினார்கள். அவ்வளவு சுத்த பத்தமாக அவரைக் கடக்க வேண்டியிருந்தது. பிள்ளையார் கோவில் குருக்கள் மட்டும் தான் அந்த இடங்களுக்கு சர்வசாதாரணமாக சென்று வருபவராக இருந்தார். "அப்போதுதான் குளித்து விட்டு வருபவரைப் போல குருக்கள் எப்படி பளபளப்பாக இருக்கிறார் பார்..." என்று ஆச்சர்யப்பட்டார்கள் பெண்கள். "அவரு நெறத்துக்கு குளிக்காட்டியும் கூட அப்படித்தாண்டி இருப்பாரு" என்றாள் ஒருத்தி. மினுமினுவென்று கத்திரிப் பூ வண்ண முலைக்காம்புடன் அவரை நெருக்கத்தில் பார்க்கையில் பெண்களே சங்கோஜப்படும் படியான அழகுடன் மிளிர்ந்தார் குருக்கள். சுத்தமான வெள்ளை நிற பஞ்சகச்சம். அதைவிட சுத்தமான மேல் துண்டு. அக்குளைச் சுற்றிக்கொண்டு கழுத்தின் மீது படர்ந்து முதுகை நோக்கி நீண்டிருந்தது அது. அவசரத்துக்கு வேட்டியாகக் கூட கட்டிக்கொள்ளலாம். அத்தனை நீளம். அகலம். ஜரிகை பார்டருக்கும் ஒண்ணும் குறைச்சல் இல்லை. அவரால் மட்டும் எப்படி காவிக்கறை படியாமல் வேட்டியையும் துண்டையும் பஞ்சு போன்ற வெண்மையில் வைத்துக்கொள்ள முடிகிறது என்று தெரியவில்லை. மழிக்கப்பட்ட முன் மண்டை. நீண்ட கூந்தல் தலையின் உச்சியில் குவித்து முடிந்து வைத்திருந்தார். அத்தனை வயதிலும் ஒரு நரை முடி இல்லை. கூந்தலின் பளபளப்பு அவரது சருமத்துடன் போட்டியிடும்

அளவுக்கு வனப்பாக இருந்தது. கூடுதலாகவும் இல்லாமல் குறைச்சலாகவும் இல்லாமல் மையமான எண்ணெய் தடவலுடன் மினுங்கியது.

என்னதான் சோமவாரம் சோமுவுடையதாக இருந்தாலும், சாமிக்குப் படைக்கும் நைவேத்தியம் ஐயர் வீட்டில் இருந்துதான் வந்தது. சோமுவுக்கு மட்டும் என்றில்லை, எல்லோரது சோமவாரத்துக்கும் சாமிக்குப் படைக்கும் உணவு குருக்கள் வீட்டில் இருந்துதான் வரும். ஒவ்வொரு சோமவாரத்துக்கும் முதல் நாள் பச்சரிசி, வாழை இலைக்கட்டு, தேங்காய், கொஞ்சம் பணம் ஆகியவற்றைக் கொண்டுபோய் குருக்கள் வீட்டில் கொடுத்துவிடுவது வழக்கமாக இருந்தது. அவர் மறுநாள் சோமவாரத்தன்று இரவு எட்டு, ஒன்பது மணி வாக்கில் கோவிலுக்கு வருவார். தெருவிலுள்ள அனைவரும் கோவிலில் காத்திருப்பார்கள். பூஜை நடக்கும். பயபக்தியாக எல்லோரும் தொழுவார்கள். விபூதியையும், குங்குமத்தையும் கை படாமல் ஏந்தியிருக்கும் மக்களின் கையில் போடுவார். குழந்தைகளுக்கு மட்டும் அவரே பூசி விடுவார். அந்த ஊரிலுள்ள எல்லா ஆண்களின் பெயரும் கிட்டத்தட்ட அவருக்குத் தெரிந்திருந்தது. எல்லாரையும் டேய்... என்று வாத்சல்யமாக அழைத்தார். சாமி... என்று விளித்துதான் எல்லாரும் அவருக்கு பதில் சொன்னார்கள். அவர் சமஸ்கிருதத்தில் ஸ்லோகங்கள் சொல்லும்போது, ஒரு வார்த்தை கூட புரியாவிட்டாலும், எல்லாரும் உற்றுக் கேட்டார்கள். சோமுவை மட்டும் "யோவ்... சோமு..." என்றும் சொல்லும் பெருந்தன்மை அவருக்கு இருந்தது. "சா... மி..." என்று நெருக்கமான அதட்டலோடு குருக்களை அழைக்கும் சுதந்திரம் சோமுவுக்கும் இருந்தது.

தீபாராதனை முடிந்ததும், அவரது வீட்டிலிருந்து தயார் செய்து கொண்டு வந்திருக்கிற பொங்கல், சுண்டல், புளியோதரையை இரண்டு மூன்று பேருக்கு அவரது கையால் கொடுப்பார். மீதியை அப்படியே பாத்திரத்தோடு யாராவது ஒருவரிடம் ஒப்படைத்து எல்லாருக்கும் கொடுக்கச் சொல்வார். ஒன்றுடன் ஒன்று ஒட்டாமல், அந்த புளியோதரை அவ்வளவு ருசியாக இருந்தது. மணக்கும் நெய்யுடன் அந்த சர்க்கரைப் பொங்கல் தேவாமிர்தமாக இருந்தது. "இந்த அய்யரு வீட்டுல எப்படித்தான் இப்படி கையில ஒட்டாம புளிசாதம் கிளறுறாங்களோ தெரியல..." என்று கோவிலின் வாசலில் நின்று அதைப் பெற்றுக்கொள்ளும் பெண்கள் பேசிக்கொண்டார்கள். பெண்கள் பூஜைநேரங்களில் கோவில் வளாகத்துக்கு வருவதில்லை.

கோவிலுக்கு வெளியில் கும்பலாக நின்றுகொண்டிருப்பார்கள். அவர்கள் நிற்கும் இடத்துக்கு தீபாராதனை முதல் நைவேத்தியம் வரை வேறு யாராவது ஊர்க்காரர்கள் கொண்டுபோனார்கள். “எவ எப்படி இருப்பான்னு யாருக்கு தெரியும்” எனும் அவர்களது மாதவிலக்கு தீட்டு குறித்த அச்சமா அல்லது வேறு ஏதாவது காரணமா என்று தெரியவில்லை. அந்த பெண்களும் மனமுவந்துதான் அங்கு நின்றார்கள். எந்தப் புகாரும் இல்லை அவர்களுக்கு. மகேந்திரனுக்கு மட்டும் அதில் எரிச்சல் உண்டு. திருட்டுப் பயல்லாம் கூட கோவில்ல உக்காந்துப்பானாம்... பொம்பளைங்கள வெளியில நிக்கவைப்பானாம். தம் வீட்டுப் பெண்கள் விசேஷ நாட்களில் கோவிலுக்கு செல்வதற்கு அவன் விதித்த தடையின் பின்னால் மூர்க்கமான அதே சமயம் அவர்கள் விவாதித்து மீறமுடியாத அளவுக்கு சரியான காரணம் ஒன்று இப்படியாக அமைந்து போனது.

கொள்ளிடக்கரையில் இருக்கும் குலதெய்வம் கோவிலுக்கோ, வலங்கைமான் திருவிழாவுக்கோ வண்டி கட்டிக்கொண்டு போகும்போது, ராஜம் கிழவிதான் எல்லாருக்கும் புளியோதரை கிளறிக் கொடுப்பாள். “அவளுக்குத்தான் நன்றாகக் கிளற வரும்” என்று எல்லா பெண்களும் ஒருமனதாக ஏற்றுக்கொண்டிருந்தார்கள். ஆனால், அவள் கிளறுவது கட்டியாக இருக்கும். பரிமாறுவதற்கு அதை வெட்டியெடுக்கையில் சில நேரங்களில் பித்தளைக் கரண்டியே மாட்டிக்கொண்டு உடைந்திருக்கிறது. அப்படி ஒரு உறுதி அந்தக் கட்டுச் சோற்றில். “ஐயரு கொண்டார மாதிரி நீ எப்ப ஆத்தா நல்லா புளி சோறு கிளறுவ...” என்று மூர்த்தி ஒரு தடவை அவளிடம் கேட்டான். சாப்பிட்ட பிறகும் கூட பிசுபிசுவென கையில் ஒட்டிக்கொண்டிருக்கும் சோற்றுப் பசையை கால்சட்டையில் துடைக்க வேண்டியிருந்த சலிப்பு அவனது குரலில் தென்பட்டது. கூட இருந்த பெண்கள் கமுக்கமாக சிரித்தார்கள். “ஒண்ணோட ஒண்ணு படாம கிளறுறதுக்கு நான் என்ன பாப்பாத்தியாடா, சாண்ட குடிக்கி...” என்று அவனது கன்னத்தில் இடித்தாள். “மகமாயி... என்ன மன்னிச்சிக்க... உன்னோட சன்னதில வச்சு கெட்ட வார்த்தை பேசிபுட்டேன்...” என்று கன்னத்தில் போட்டுக்கொள்ள மறக்கவில்லை அப்போதும்.

அவளுக்கு எல்லா சாமியும் மகமாயிதான். உப்பிலியப்பன் கோவிலுக்குப் போனாலும் சரி, கும்பேஸ்வரன் கோவிலுக்குப் போனாலும் சரி, “ஆயி... மகமாயி...” என்றுதான் வேண்டுதலைத் தொடங்குவாள். நிறைமாதமாக இருக்கும் பக்கத்துக்கு வீட்டு

வெண்ணிலாவுக்கு பூப்போல புள்ள பொறக்கணும் என்பதில் தொடங்கி இந்த வருஷம் அவரைக்கொடிக்கு அசுவினி வராம, பூ கொட்டாம நீதான் பாத்துக்கணும், என்பது வரை அவளது வேண்டுதல் பட்டியல் எல்லாவற்றையும் உள்ளடக்கியதாக இருக்கும். "எல்லா சாமியும் ஒண்ணுதான்" என்பது ஒருவகையில் சமாளிப்புதான். உண்மையில் அவளுக்கு மகமாயியைத் தவிர வேறு ஒரு சாமி பெயரும் தெரிந்திருக்கவில்லை. ஆனால் சம்ஸ்கிருத ஸ்லோகம் சொல்லப்படும்போது, அவள் கண்ணை மூடி பக்தியில் திளைப்பதைக் காண அப்படியே அந்த ஆண்டாளைக் காண்பது போலவே இருக்கும். கையில் ஒட்டாமல் புளியோதரை கிளறுவதற்கு மட்டும் கற்றுக்கொண்டிருந்தால், அவள் இந்நேரம் ஆண்டாளை மிஞ்சியிருப்பாள். கடைசி வரைக்கும் அந்த நிலையை அவளால் தொடமுடியாமல் போனது. அவள்தான் என்ன செய்வாள்...? "சான்ட குடிக்கி" என்று நொடிக்கொரு தரம் சொல்லும் வாய் சம்ஸ்கிருத ஸ்லோகத்துக்கு மாறுவது ஒன்றும் அவ்வளவு எளிதல்ல என்பது அவளுக்கும் புரிந்திருந்தது. ஆனால் "காட்டேரிக்குக் களி விட்டெறியும்" இரவு நேர பூஜையின்போது மட்டும் அவள் தன்னை பரிபூரணமாக உணர்பவளாக இருந்தாள். அதில் அவளுக்குக் கைகூடி வந்த நெருக்கமும் உரிமையும்தான் ஸ்லோகங்கள் அவளது வாயில் ஸ்பஷ்டமாக நுழையாமல் போனதற்கு காரணமாக இருக்குமோ என்னவோ. காட்டேரியை விளிக்கும்போதும் கூட அதே மகமாயி புராணம்தான். "நான் தூக்கி போடுற இந்தக் களியை ஏத்துகிட்டு மக்க மனுவுக்கு கஷ்டம் குடுக்காம நீதான் காப்பாத்தனும் மகமாயி..." என்று சொல்லும்போது, "ஒரு முறையாவது இவ்வளவு அன்பை புருஷனுக்குக் காண்பித்திருப்பாளா...?" என்று மூர்த்தி அதிசயித்திருக்கிறான். சோற்றுக்குண்டானை அவர் முன்னால் "நங்"கென்றுதான் வைப்பாள். கிழவரும் லேசுப்பட்ட ஆள் இல்லை. அவளது அவமதிப்பை எல்லாம் அவர் விளையாட்டாகவே எடுத்துக்கொள்வார்.

சாமிநாதத் தாத்தாவுக்கு சீட்டாடும் பழக்கம் இருந்தது. கையில் பணமில்லாததால் ஒரு முறை, அவள் தூங்கிக் கொண்டிருக்கும்போது அவளது தாலிக் குண்டை கழற்றிக்கொண்டு போய் சூதாடித் தோற்றுவிட்டார். கதவை சாத்திக்கொண்டு, அவரது மொத்த குடும்பத்தையும் வைது தீர்த்தாள். ஆனால் அவ்வளவு ஆத்திரத்திலும் ஒரு வார்த்தை கூட வீட்டை விட்டு வெளியே கசியவில்லை. தெருவுக்குத் தெரிந்தால் தனது மரியாதை என்னாவது என்கிற சங்கடம்.

“தாலிக் குண்டை கழட்டுறது கூட தெரியாம தூங்கியிருக்காளே” என்று யாராவது சொல்லிவிடுவார்கள் என்பதுதான் அவளது அச்சம். காட்டேரியையே அனாயாசமாகக் கையாளும் ராஜம், புருஷனிடம் இப்படி ஏமாந்து போனதில் என்ன பெருமை இருக்க முடியும். அதிர்ஷ்டவசமாக அந்த வருஷம், அவரைக்காய் நல்ல விளைச்சலாக இருந்தது. அதில் புது தாலிக்குண்டு வாங்கிப் போட்ட பிறகுதான், குளத்துக்கே குளிக்கப் போனாள். அதுவரைக்கும் அவசர அவசரமாக கிணற்றில் குளித்துவிட்டு ஓடி வந்துகொண்டிருந்தாள். ‘என்ன மயிறு குளியல் இது. ஆற அமர மஞ்ச போட கூட முடியாம காக்கா குளியல்’ என்று அவள் கொண்டிருந்த புலம்பல் முடிவுக்கு வந்தது. எல்லாம் இந்த கெழப்பயலால வந்தது என்று குமைந்தாள். அந்த துர்ச்சம்பவத்திற்குப் பிறகு அவள் ராத்திரிகளில் ரவிக்கையைக் கழட்டிப் போடுவதில்லை. ரவிக்கையோடு சேர்த்து, தாலிக்கயிறை ஊக்கால் பிணைத்து வைத்திருந்தாள். கிழவர் ரகசியமாக சிரித்துக்கொண்டார். இனிமேல் அந்த தாலிக்குண்டை கழற்றிக்கொண்டு போய் சூதாடும் திட்டம் அவரிடம் இல்லை. இருந்தாலும், அந்த உறுதியை அவளுக்குத் தரத்தயாரில்லை அவர். அவள் தனது கழுத்தைக் குறுக்கிக்கொண்டு உறங்குவதை ரசித்துக்கொண்டிருந்தார். என்னதான் இருந்தாலும், பாவாடை, ரவிக்கையை எல்லாம் கழட்டி எறிந்துவிட்டு, புடவையை மட்டும் மேலெல்லாம் சுற்றிக்கொண்டு, தாலிக்கொடி ஒரு பக்கம் சரிந்து கிடக்க, சற்றே தளர்ந்த முலைகள் நெஞ்சின் இருபுறமும் பக்கத்திற்கொன்றாய் பரவியிருக்க மல்லாக்க படுத்து குறட்டையுடன் தூங்கும் அவளது சுதந்திரம் பறிக்கப்பட்டிருப்பதில் அவருக்கும் வருத்தம் இருக்கத்தான் செய்தது. நெஞ்சை இறுக்கும் ரவிக்கையுடன் அவளால் அக்கடா... வென தூங்கமுடியவில்லை. அடிக்கடி புரண்டு புரண்டு படுத்தபடி பெருமூச்சு விட்டுக்கொண்டே உறக்கத்தைத் தொடர்பவளாக இருந்தாள். தன் மேலேறிப் புணரும் அவளது இளமைக்குப் பிறகு, முதுமையில் அவளது அச்சம் கலந்த இந்தத் தூக்கமே கிழவரை பரவசத்துக்கு உள்ளாக்கியது.

14

ஊரே கோவில் முன்பு கூடியிருந்தாலும், சோமுவையும் அவரது மனைவியையும் தவிர அவரது வீட்டிலிருந்து வேறு யாரும் கோவில் திருவிழாவில் கலந்துகொள்ளவில்லை. மகேந்திரன் தன்னை முழு கடவுள் மறுப்பாளனாக நிலைநிறுத்தியிருந்தான். பிள்ளையார் கோவில் குருக்கள் மிகப்பெரிய எதிரியாக அவனுக்கு மாறிப்போயிருந்தார். திவசத்திற்கு தேதி சொல்வதற்காக, கோவிலுக்குப் போகும் வழியில், வீட்டு வாசலில் வண்டியை நிறுத்தி காலை ஊன்றியபடியே, சோமு... சோமு... . என்று அழைத்துக்கொண்டிருந்தவரிடம், "அப்பா வீட்டில் இல்லை சுந்தரம்..." என்று குரல் கொடுத்தான் மகேந்திரன். உன்னை விட வயது அதிகமான சோமுவை நீ எப்படி இவ்வளவு தோரணையாகப் பெயர் சொல்லி அழைக்கலாம் என்பதற்கான எதிர்வினை அது. குருக்களுக்கு சட்டென்று முகம் சுருங்கிவிட்டது. அப்போது ரமணி திண்ணையில்தான் உட்கார்ந்து ரஞ்சிதாவுக்குத் தலை சீவிக்கொண்டிருந்தாள். அவளுக்கும் சங்கடமாகப் போய்விட்டது. ஒரு பெரியவரை இப்படி நிந்தித்திருக்க வேண்டாம் என்று அவளுக்குத் தோன்றியது. மகேந்திரன் வெளியே வந்து, "போய்ட்டானா குடுமி" என்று சிரிப்புடன் கேட்டான். ரமணி அமைதியாக இருந்தாள். தலையை அம்மாவுக்குக் கொடுத்தபடி குனிந்து கொண்டிருந்தவளுக்குதான் சிரிப்பு பீறிட்டுவந்தது.

"போய்ட்டாரு சித்தப்பா..."

"சோமுவாம் சோமு... பாப்பாரப்பய இனிமே யாரையும் இவ்வளவு அலட்சிய மசுறாப் பேசமாட்டான்ல..."

மகேந்திரனின் குரலில் தொனித்த களிப்பு ரமணியைத் துணுக்குறச் செய்தது. அமைதியாக மகளின் கேசத்தில் சீப்பை நுழைத்து எடுத்துக்கொண்டிருந்தாள்.

"நீ கோவிலுக்கு போறப்ப எப்பவும் போல, குருக்கள சாமின்னே சொல்லு சரியா..."

"சரிம்மா..."

"இங்க நடந்த எதையும் மூர்த்திகிட்ட சொல்லாத..."

"ஏம்மா...?"

"சொல்லாதன்னா சொல்லாத அவ்ளோதான். அவன் இதுக்கு மேல ஆடுவான்..."

தனது அதிகாரத்துக்கு உட்பட்ட எல்லாரையும் நாஸ்திகர்களாக மாற்றிவிடும் முஸ்தீபில் இருந்தான் மகேந்திரன். குழந்தைகள் மிகவும் எளிதாக அந்த அதிகார எல்லைக்குள் வந்துவிட்டிருந்தார்கள். இருந்தாலும் அவர்கள் வேடிக்கை பார்க்கும் ஆர்வத்தில் கோவிலுக்கு ஓடுவதை அவனால் தடுக்கமுடியவில்லை. மெல்லிய அதிருப்தியோடு அதை அனுமதிப்பவனாக இருந்தான். ராஜேந்திரன் எப்போதும் கோவில், திருவிழா போன்ற விஷயங்களில் கவனம் செலுத்துபவர் அல்ல. அவருக்கு எதில் ஆர்வம் என்று அவரால் ஒரு முடிவுக்கு வர முடியாமல் இருந்தது என்பதைத் தவிர அதற்கு பிரத்யேக காரணங்கள் ஒன்றும் இல்லை. அது மட்டுமல்லாமல் தீவிர கட்சி அனுதாபியாக வேறு இருந்தார். கோபாலின் கட்சிக்கு எதிர்க்கட்சியாக இருந்தது அவருடையது. கட்சி அபிமானிக்கும், தீவிர கட்சிக்காரருக்கும் இடையில் ஊசலாடிக்கொண்டிருந்தது ராஜேந்திரனின் நிலை.

"எட்டாவதுதான்டா படிச்சிருக்கான், அவனுக்கு இருக்க தமிழ் அறிவு இங்க எவனுக்கு இருக்கு..." என்று தமிழில் புலவர் பட்டம் பெற்றிருந்த தனது தம்பியின் நண்பர் ஒருவருடன் உச்சஸ்தாயியில் தனது தலைவரைக் குறித்து அவர் விவாதித்துக்கொண்டிருப்பதை சோமு பலமுறை கேட்டிருக்கிறார். "திருக்குறளுக்கு உரை எழுதுவதற்கு, திருவள்ளுவரைவிடத் தமிழ் நன்றாகத் தெரிந்திருக்க வேண்டும்" என்ற தனது கட்சி மேடைப்பேச்சாளரின் பிரஸ்தாபத்தை அவர் நம்பிவிட்டார் என்பது அவரது குரலில் தொனித்த உறுதியில் தெரிந்தது. புலவர் தனது புலமைக் குறைவை ஒத்துக்கொண்டார். புலமைக்கும், விவாதத்திறனுக்கும் இடையில் சிக்கித் தவித்தது அவரது மனம். மூத்த சகோதரனைப் போன்ற ஒருவருடன் விவாதத்தில் பொருதும் எல்லைகள் வேறு அவரைக் குறுக்கின. அதுவுமில்லாமல் புலவருக்கு கடவுள் மறுப்பில் அத்தனை ஆர்வம் இல்லை. ஞாயிறுகளில் ராகுகால பூஜைக்கு தவறாமல் சரபேஸ்வரர் கோவிலுக்குச் செல்பவராகவும், செவ்வாய் வெள்ளிகளில் மறக்காமல்

அம்மன் கோவிலுக்குச் செல்பவராகவும், மற்றைய தினங்களில் செல்லும் வழியில் சைக்கிளை நிறுத்திவிட்டு குடுகுடுவென்று ஓடிப்போய் எதிர்ப்படும் பிள்ளையார் சிலைக்கு முன்பு நின்று தோப்புக்கரணங்கள் போடுபவராகவும் அவர் இருந்தார். போதாததுக்கு எப்பொழுதும் அவரது கழுத்தில் சரம்சரமாக சிறிய உருத்திராட்ச மாலைகள் வேறு தொங்கிக்கொண்டிருந்தன. அந்த மாலைகள் அவரது சிவந்த நிறத்துக்கு இன்னும் ஒளி கூட்டின. அவர் நடக்கும்போது அவை ஒன்றோடு ஒன்று உரசி இனிய ஒலியைக் கூட எழுப்பின. அவரைப் பற்றி யோசிக்கும்போது அவரது தமிழோடு சேர்ந்து அந்த மணியோசையும் இயைந்து வந்து நினைவின் ப்ரீத்தியைக் கூட்டியது என்றாலும் இந்த பக்தியின் மூலம் மற்ற நண்பர்களால் அவர் கிண்டலுக்கு உள்ளாக்கப்பட்டார். அதை அவரும் எளிதாகவே எடுத்துக்கொண்டார். ஆனால் மூர்த்தி தனது ஐந்து, ஆறு வயதிலேயே, "மனுநீதியும் ஒரு குலத்துக்கு ஒரு நீதியும்" என்ற புத்தகத்தையெல்லாம் படிப்பதைப் பார்த்துவிட்டு அவர் பதற்றமடைந்தார். இருந்தாலும் தேவாரம், திருவாசகம் பாடல்களைக் கொடுத்தாலும் அதே ஆர்வத்துடன் படிப்பவனாக அவன் இருப்பதைக் காண அவருக்கு ஆறுதலாக இருந்தது.

சபரிமலைக்கு மாலை போட்டிருப்பவர்களைப் பார்த்து, "ஐயப்பன் ஆம்பள சாமியா பொம்பள சாமியா...?" என்று கேட்டு, அப்போதுதான் தனது நாத்திக அறிவை மூர்த்தி நிலைநாட்டத் தொடங்கியிருந்தான். அவனது துக்கிரித்தனம் அவருக்கு அதிர்ச்சியாக இருந்திருக்க வேண்டும். அவனை அழைத்து பக்கத்தில் உட்காரவைத்துக்கொண்டு, "அது அவர்களது நம்பிக்கை; அவர்களை அவமதிப்பது தவறு" என்று தன்மையான குரலில் அவனிடம் சொன்னார். "இந்த புத்தகத்தில் இதெல்லாம் தவறு என்றுதானே போட்டிருக்கிறது" என்று கேட்டான். "ஒரு புத்தகத்தில் எழுதப்பட்டிருப்பதில் எது தவறு எது சரி என்று புரிந்துகொள்ளும் அளவுக்கு உனக்கு இன்னும் வயதாகவில்லை. எல்லாவற்றையும் படித்துவைத்துக்கொள்; உனக்கு நன்றாக புரியத்தொடங்கும் காலத்தில் அது குறித்து நீ கேள்வியெழுப்பலாம்" என்று அவனிடம் சொன்னார். வயலில் வேலை செய்யும் சித்தப்பன்களைவிட, கொத்தனார் வேலைக்குப் போகும் மாமன்களைவிட, தான் புத்திசாலி என்று நிரூபிக்கும் வாய்ப்பு மறுக்கப்படுவதை நினைத்து மூர்த்திக்கு விசனமாகத்தான் இருந்தது. இத்தனைக்கும் இவன் துடுக்குத்தனமாக சொல்வதை எல்லாம் ரசிப்பவர்களாக அவர்கள் இருந்தார்கள். எப்போதும் புத்தகமும் கையுமாக அலையும்

சிறுவனின் மீது அவர்களுக்கு வசீகரம் கூடியது. இவன் படித்துக் காட்டும்போது, “அப்படியாடா தம்பி, இதெல்லாம் தப்புன்னா போட்ருக்கு...? என்னால நம்பவே முடியலையே...!” என்று ஆச்சர்யப்பட்டார்கள்.

ஆனால் புலவரின் தமிழிலும் அவரது வசீகரிக்கும் குரலிலும் மூர்த்தி மயங்கித்தான் போனான். எல்லாவற்றையும் விட அவனையும் பெரிய மனிதனைப் போல மதித்து அவனிடம் இதையெல்லாம் அவர் சொல்லிக்கொண்டிருப்பது அவனுக்கு மிகுந்த ஆச்சர்யமாக இருந்தது. புலவரின் திருமணம் வரை அவர் மீதான பிரமிப்பு அவனுக்கு நீடித்தது. தனது திருமணத்திற்குப் பிறகு அவர் மூர்த்தியின் வீட்டுக்கு வருவதை நிறுத்தியிருந்தார். அவரது நண்பர்களிலேயே அவருக்குதான் முதலில் திருமணம் நடந்தது. ஏனெனில் அவருக்குதான் முதலில் வேலை கிடைத்தது. அரசு வேலை கிடைத்ததை அவரால் நம்பவே முடியவில்லை. ஆற்றங்கரையில் ஒதுங்கப் போனவனுக்கு புதையல் அகப்பட்டதைப் போல அவர் திகைத்துப் போய்விட்டார். அது அவரது வாழ்க்கையையே மாற்றிவிட்டது. அதிர்ச்சி மேல் அதிர்ச்சியாக வேலை கிடைத்த ஆறே மாதத்தில் வாத்தியார் வேலை செய்யும் பெண்ணுடன் திருமணமும் நிச்சயமாகிவிட்டது. இப்போது நினைத்தாலும் அத்தகைய இன்ப அதிர்ச்சிகளை புலவர் எப்படி தாங்கிக்கொண்டார் என்பதை மூர்த்தியால் கற்பனை செய்யமுடியவில்லை. மூர்த்தி கல்லூரிக்குப் போகத்தொடங்கிய காலத்தில் ஒருமுறை அவரைப் பேருந்து நிலையத்தில் வைத்து பார்த்தான். ஆளுக்கொரு பக்கமாக அவரது இரண்டு குழந்தைகளும் அவருடன் நடந்துகொண்டிருந்தன. ஒருவிதமாக கனிந்து போயிருந்தார் அவர். இவன் நெடுநெடுவென வளர்ந்து போயிருப்பதில் ஆச்சர்யம் அடைந்தவரைப் போல இருந்தது அவரது பார்வை. அவரது மனைவியை மிகவும் கூச்சத்துடன் இவனுக்கு அறிமுகம் செய்து வைத்தார். ஆச்சர்யமாக இருக்கிறதா? ஆமாம். திருமணம் ஆன இந்த பத்து ஆண்டுகளில் ஒரு முறை கூட அவர் வீட்டுக்கு வந்திருக்கவில்லை. வீட்டிலும் அவரைச் சுத்தமாக எல்லாரும் மறந்து போயிருந்தார்கள். மூர்த்தியின் அம்மா மட்டும் அவ்வப்போது அவரைக் குறித்து ஏதாவது வருத்தத்துடன் சொல்லுபவளாக இருந்தாள். பிறமொழிக் கலப்பில்லாமல் தூய தமிழில் யாராவது பேசுவதைக் கேட்டாலோ அல்லது வானொலியில் அவ்வாறான செய்திகள் ஒலிபரப்பப்படுவதை கேட்க நேரிட்டாலோ அவளுக்கு அவர்மீதான நினைவுகள்

எழுந்து வந்தன. "அந்த புள்ளைக்கு வைராக்கியம் அதிகம்தான்" என்பது அவளது அவதானம்.

எவ்வளவு கேலிகளுக்கு இடையிலும் அவர் தனது தனித்தமிழையோ ஆன்மீக ஈடுபாட்டையோ கைவிடவில்லை என்பது அவர் மீதான அவளது மரியாதைக்கு ஒரு காரணமாக இருந்திருக்கக்கூடும். அதே சமயம் அவரது நினைவு, மனிதர்கள் மீதான பெரிய அதிருப்தியையும் நிச்சயமின்மையையும் கொண்டு வந்து அவளது இதயத்தில் கொட்டியது. அவர் இந்த வீட்டிலிருந்து சட்டென்று விலகிப்போனதை அவளால் ஜீரணிக்க முடியவில்லை. அதில் இயல்புக்கு மீறிய கபடம் இருந்திருக்கிறது என்று நினைத்தாள். எல்லாருக்கும் ஏதோ ஒன்று தேவையானதாக இருக்கிறது. அந்த ஏதோ ஒன்று மிகவும் அற்பமானதாக இருக்கிறது. அது கிடைத்துவிடுகிறபோது கண்முன் இருக்கிற இந்த பரந்த வாழ்க்கையே அவர்களுக்கு பொருளற்றதாக மாறிவிடுகிறது. தன்னளவில் அவர்கள் மிகவும் சுருங்கிப் போகிறார்கள். பதட்டமடைந்து விடுகிறார்கள். எல்லாவற்றிலும் இருந்து தங்களைத் துண்டித்துக் கொள்கிறார்கள். பழைய நினைவைத் தூண்டும் மனிதர்களிடம் இருந்து அப்புறப்பட்டுவிடுவது அதன் முதல் நடவடிக்கையாக இருக்கிறது. அது எளிது என்பது மாத்திரம் அல்ல, அதுவொரு சவுகரியமும் கூட. பிக்கல் பிடுங்கல் இல்லாத ஒரு மோன நிலைக்குப் போய்விட, எந்தவித புற கோரிக்கைகளிலிருந்தும் தம்மை விலக்கி வைத்துக்கொள்ள அது பயன்பட்டுவிடுகிறது. அப்படித்தான் புலவர் அந்த வீட்டிலிருந்து தன்னைத் துண்டித்துக்கொண்டார் என்று ரமணி நினைத்தாள். புலவரின் செழிப்பும், அப்பா அப்பா என்று மரியாதையுடன் பேசி யாருடன் பொழுதைக் கழித்துக்கொண்டிருந்தாரோ அந்த சோமுவின் வீழ்ச்சியும் ஒரே தாளகதியில் சீராக நடந்தது. ரமணி, இதை நினைத்து நினைத்துதான் கசந்துபோனாள். அதுவொரு பெண்ணின் மனது. மனித மனதின் கீழ்மைகளை உணர்ந்தவுடன் வாடிப்போகிற தன்மையைக் கொண்டிருக்கிற மென்மையான மனது அவளுக்கு.

15

அன்றைய சாமி புறப்பாடு எல்லா வருடங்களையும் போல சிறப்பாகவே இருந்தது. என்ன ஒன்று முன்பெல்லாம் அத்தனைக் கூட்டத்தில் ஒன்றிரண்டு பேர் குடித்திருந்தால் அதிகம். இப்போது அவர்களின் எண்ணிக்கைக் கொஞ்சம் கூடியிருக்கிறது. குடித்திருப்பவர்கள் சப்பரத்தை ஒட்டியோ, அக்கினி குண்டத்தை எடுத்து வருபவர்களை சமீபித்தோ நடக்காமல், தங்களை விலக்கி வைத்துக்கொண்டிருந்தார்கள். ஊர்வலம் செல்லும் வழியில் பத்து பதினைந்து வீடுகளுக்கு முன்னால் நடந்து, தெரு மீது தாழ்ந்து கவிந்திருக்கும் மரக்கிளைகளை கழித்து விடுவது, வீதியோரங்களில் கிடத்தப்பட்டு ஆனால் வீதியின் மையத்தை நோக்கி நீண்டிருக்கும் கலப்பை, பரம்பு பலகை, வைக்கோல், மூங்கில் கழிகள் போன்றவற்றை உள்ளே தள்ளிவைத்து மாட்டு வண்டியின் மீது பவனி வரும் சாமிக்கு இடைஞ்சல் இல்லாமல் பார்த்துக்கொள்வது போன்ற, கடவுள் பக்தியுடன் நேரடியாகத் தொடர்பில்லாத வேலைகளுக்குள் தங்களைப் பொருத்திக்கொண்டார்கள். செவ்வந்தி, முல்லை, கனகாம்பரம் என வண்ண வண்ணப் பூக்களால் அலங்கரிக்கப்பட்டிருந்தாள் அம்மன். மின்னும் தங்க வண்ண பட்டுப் பாவாடையின் மீது நீண்ட மாலையாக சாத்தப்பட்டிருந்த, நெருக்கமாகப் பின்னப்பட்டிருந்த மல்லிப்பூ மாலை தங்கத் தகட்டின் மீது பொறிக்கப்படபட்டையைப் போல படர்ந்திருந்தது. கொஞ்சமே கொஞ்சமாக வெளித்தெரிந்த சிலையின் கருத்த முகத்தில் ஜொலித்துக்கொண்டிருந்த மூக்குத்தி, முல்லையின் ஒளிரும் வெண்மையை தனது நட்சத்திர மின்னலின் மூலம் கேலி செய்வதைப் போல முறுவலித்துக்கொண்டிருந்தது. பெட்ரோமாக்ஸ் லைட்காரன் மாட்டு வண்டியை நெருங்கிக் கடக்கும் சமயத்தில் மாத்திரமே, சிலை வெளிப்படுத்தும் இந்த ஜ்வலிப்பின் மாயையை உணரமுடிந்தது. மற்ற நேரங்களில் பூக்குவியலுக்கு நடுவே நார் மழிக்கப்பட்ட சிரட்டையை மறைத்துவைத்தது போலத் தோற்றம் கொண்டிருந்தாள் படைத்தவள். சாமிக்கு முன்னால், பூஜை செய்து விபூதியும் குங்குமமும் பூசப்பட்ட கருப்பசாமியின் ஆயுதமான வாள்களுடன் சிறுவர்கள் நடந்து வந்துகொண்டிருந்தார்கள்.

காவிரி ஆற்றிலிருந்து சாமி புறப்படும்போது, அந்த வாள்களைக் கையிலேந்திகொண்டு நடப்பதற்கு நீ நான் என்று போட்டி போட்டார்கள். அது எல்லா ஆண்டும் நடப்பதுதான். ஆனால் இரண்டு மூன்று தெருக்களுக்கு அதை உயர்த்திப் பிடித்தபடி நடந்தவுடனே சோர்வடைந்துவிட்டார்கள். ஒவ்வொரு வீட்டிலும் நின்று நின்று தீபாராதனையை முடித்துவிட்டு நகரும் வண்டி ஒரு தெருவைக் கடப்பதற்கு இரண்டு மூன்று மணி நேரத்துக்கு மேல் எடுத்துக்கொண்டது. சிறுவர்களுக்கு தூக்கம் கண்களைச் சுழட்டியது. வாள்களைக் கீழே போட்டுவிடுவார்களோ என்று யோசிக்கும் அளவுக்கு அவர்கள் அசதியாகி வீழ்கையில் எந்தக் கேள்வியுமில்லாமல் உடன் நடந்து வரும் அவர்களது மாமனோ சித்தப்பனோ அதைக் கையில் வாங்கிக்கொண்டானர். இப்படியாக சாமி நிலையை வந்தடையும்போது கிட்டத்தட்ட முக்கால்வாசி சிறுவர்கள் தூங்கிப் போய்விடுவார்கள். அவர்களைத் தூக்கித் தோளில் போட்டுகொண்டுபோய் வீட்டில் விட்டுவிட்டு மீண்டும் வந்து ஊர்வலத்தில் கலந்து கொள்வது வழமையாக நடப்பதுதான்.

இந்த சாமி புறப்பாட்டில் பெரியசாமி கலந்துகொள்ளாததையும், அக்கினிக் குண்டம் வேறு ஆளின் கைக்கு மாறியிருப்பதைப் பற்றியும் அனைவரும் முணுமுணுத்துக்கொண்டே இருந்தார்கள். பிடிபட்டுக் கட்டுண்ட நாளிலிருந்து அவன் யாருடைய கண்ணிலும் படுவதே இல்லை. ஒன்றிரண்டு பேர் மட்டும் அந்தி நேரத்தில் கொல்லைப்புறம் வழியாக அவன் கும்பகோணம் பஸ் ஏறுவதற்கு நடப்பதைப் பார்த்திருந்தார்கள். எதிர்ப்படுபவரின் முகத்தைப் பார்த்துவிடுவதை தவிர்ப்பதற்காக குனிந்துகொண்டே விறுவிறுவென நடக்கும் அவனது நடையைக் குறித்து விசனத்துடன் கிசுகிசுத்தார்கள். அவனது மகன் ஊர்வலத்தில் கருப்பசாமியின் வாளை ஏந்தி வந்துகொண்டிருந்தான். எல்லா குழந்தைகளுக்கும் அவனது அப்பன் ஒரு திருடன் என்று தெரிந்துவிட்டிருந்தது. விளையாடும் நேரங்களில் அவனைக் கேலி செய்தாலும், அவன் தின்பண்டங்கள் கொண்டுவருபவனாக, அதைத் தங்களுக்கும் பகிர்ந்து தருபவனாக இருந்ததால் அவனுடன் சமரசம் பேணுவதில் ஆர்வமாக இருந்தார்கள். கொஞ்சம் கொஞ்சமாக குழந்தைகள் அந்த சம்பவத்தையும் மறக்கத் தொடங்கியிருந்தன. பெரியசாமியின் மச்சினன் மட்டும் மாதத்திற்கு இரண்டு மூன்று முறை வந்து தங்கையைப் பார்த்துவிட்டுச் செல்பவனாக இருந்தான். அவள் உள்ளுக்குள் ஒடுங்கிப் போயிருப்பதைக் கண்டதும், “சந்திரா, நீ உன் ஆம்படையானைக் கூட்டிட்டு

அங்கேயே வந்துடு... இந்த ஊர் உனக்கு வேணாம்" என்று அவளை அழைக்கத் தொடங்கியிருந்தான். அவளுக்கும் பிறந்த ஊரோடேயே போய்விடலாமா என்று இருந்தது. அதைச் சொன்னபோது பெரியசாமி நிர்த்தாட்சண்யமாக மறுத்தான். வார்த்தைகள் தடித்து அது சண்டையாக மாறும் சமயங்களில் அவனது குரலில் கோபமும் பச்சாதாபமும் கலந்து ஒலித்து, இறுதியாக அதுவொரு அடிப்பட்ட நாயின் ஊளையைப் போல முடிந்தது. பெருகும் அதிருப்தியை தனது வறண்ட குரலை உயர்த்துவதன் மூலம் அதை நக்கியே சரிசெய்துவிடுபவனைப் போல இருந்தது அவனது சுபாவம். ஆனால் சந்திராதான் நிரந்தர அமைதிக்குள் போய்விட்டாள். அவளது உடல் மொழியில் வெளிப்படும் அலட்சியம் ஆவியாகிவிட்டிருந்தது. கிணற்று நீரில் களிம்பு வாசனை வருவதால், குடிப்பதற்கான தண்ணீரை பொது கைப்பம்பில் பிடிக்கவேண்டியிருந்தது. பகல்களில் பம்படிக்குப் போவதை சந்திரா கூடுமானவரை தவிர்த்தாள். வெளிச்சம் மங்கிய இருள் நேரத்தை அதற்காகத் தேர்த்தெடுத்துக்கொண்டாள். வேறு வழியில்லாமல் அவ்வாறு செல்ல நேரிடுகையில் யாரிடமும் ஒரு வார்த்தையும் பேசாமல் தண்ணீரைப் பிடித்துக்கொண்டு, குனிந்தவாறே அந்த இடத்தை விட்டு நகர்ந்தாள். அங்கு இருந்த மற்ற பெண்களும்கூட அவளைக் கேலி பேசும் மனநிலையில் இல்லை. அவளிடம் ஆறுதலாக இரண்டொரு வார்த்தை பேசுவதற்கான தருணத்தை எதிர்நோக்கியே அவர்கள் காத்திருந்தார்கள். அதுதான் சந்திராவை அச்சமூட்டியது. அவர்களது கண்களில் வெளிப்படும் பச்சாதாபத்தை அவள் அடியோடு வெறுத்தாள். அது சுய வெறுப்பாக மாறி அவளை அலைக்கழித்தது. அப்போது அவளுக்குத் தேவை அவளை வம்பிழுத்து சண்டையிடத் தூண்டும் ஒரு குரல். அத்தகைய குரல் மட்டுமே இப்போது அவள் சிக்கிக்கொண்டிருக்கும் அந்த இருட் குகையிலிருந்து அவளை வெளியேற்ற முடியும் என அவளது அகம் அரற்றிக்கொண்டே இருந்தது. ஆனால், ஒரே இரவில் அந்தப் பெண்கள் நல்லவர்களாக மாற முயன்று அவளை பீதியூட்டினார்கள். அதனாலேயே அவர்கள் அவளிடமிருந்து முற்றிலும் விலகிப் போய்விட்டார்கள். சண்டை என்பது என்ன, அதுவொரு நெருக்கம் இல்லையா, தன்னை நிரூபிக்க, தன்னை ஓ... வென கொஞ்சம் திறந்து வைக்க, அதன் மூலம் அதுவரை செல்லாத இடங்களிலும் உட்புகுந்து நிறைந்துகொள்ள, ஒரு பேச்சு வார்த்தையை மீண்டும் தொடங்கிவைக்க, எச்சரிக்க, எதிர்க்க, ஒரு கையால் சிலரை விலக்கி வைத்து அதற்கு முன் சண்டையிட்டுப் பிரிந்தவர்களை இன்னொரு கையால்

அணைத்துக்கொள்ள கிடைக்கும் வாய்ப்பல்லவா அது? அது இல்லாமல் எப்படி வாழ்க்கையை நகர்த்த முடியும் என்கிற துக்கம் சந்திராவைக் கட்டிப்போட்டுவிட்டது. அந்த முடக்கத்தில் இருந்து வெளியேறும் வாய்ப்பை நோக்கியே அவள் காத்திருந்தாள். ஒரு குழந்தையின் வாய் வழியாகவாவது, பொருக்கு தட்டிப் போயிருக்கும் பூஞ்சையான அவர்களது அன்பின் குவியலை கலைத்துப் போட்டுவிடவேண்டும் என்று நினைத்தாள். ஆனால் அப்பெண்கள் ஒருவரும் அந்த வாய்ப்பை அவளுக்கு வழங்கவே இல்லை. அல்லது அப்படி ஒரு சூழல் அவர்களுக்கு இன்னும் வாய்க்கவேயில்லை. தெருவில் விளையாடும் மற்ற குழந்தைகள் கூட சந்திராவின் மகன் தரும் தின்பண்டத்திற்காக அவனிடம் சண்டை போட மறந்துபோயிருந்தன. அவனது தோளில் கைபோட்டவாறு அவை திரிந்துகொண்டிருந்தன. கீழே விழுந்து முட்டியைப் பெயர்த்துக்கொண்டோ அல்லது யாரிடமாவது அடி வாங்கி அழுதுகொண்டோ அவன் வீட்டுக்கு வருவதும் நின்று வெகுநாளாகிவிட்டிருந்தது. "உம்மொவன் எம்புள்ளைய எப்புடி அடிச்சிருக்கான் பாரு..." என்று அந்த ஒன்றுமில்லாத கீறலின் மீது சுண்ணாம்பைத் தடவி விட்டு தங்களது குழந்தைகளை இழுத்துக்கொண்டு வந்து இவளது வீட்டின் வாசலில் புகாருடன் நிற்கும் அந்தப்பெண்கள் எங்கு போனார்கள் என்று யோசித்து யோசித்து சந்திரா மாய்ந்து போனாள். அப்படியான நேரங்களில் பெரியசாமியின் மீது கசப்பானதொரு உணர்வு வந்து அவளை மூச்சு முட்டச் செய்தது. அப்படியான ஒருநாளில் தனது சகோதரனைக் கட்டிக்கொண்டு அழுதிருந்தாள். அதிலிருந்துதான் பிறந்த ஊரோடு வந்துவிடு என்று சந்திராவை அழைக்கத் தொடங்கினான். ஆனால் வாக்கப்பட்டு வந்த இந்த ஊரோடு ஏதோ ஒன்று ஆழமாக அவளைப் பிணைத்திருந்தது. அதுவொரு சுதந்திரத்தை சாத்தியப்படுத்தியிருந்தது. இது ஆண்களுக்கு வாய்க்காத ஒன்று. கல்யாணம் முடிந்து புருஷன் வீட்டுக்குப் போகும் ஒருத்தி, பாம்பின் சட்டையைப் போல அதற்கு முன்பு இருந்த வாழ்க்கையை உரித்துக் கழற்றி விடுகிறாள். தான் வெளிப்படுத்த விரும்பிய தன்னின் ஒரு பகுதியை மூர்க்கமாக முன்வைக்க விரும்புகிறாள். எத்தனை பேருடன் சண்டை வந்தாலும் சரி, அது புருஷனோ மாமியாரோ அவர்கள் தனது இந்த புதிய ஒருத்தியை ஏற்றுக்கொள்ளச் செய்யவேண்டும் என்கிற ஆவேசம் இருக்கிறது. அது முழுக்க முழுக்க தான் விரும்பும் தான். சந்திராவுக்கும் கூட அப்படி ஒரு தான் இருந்தது. அதை அவள் ஸ்தாபித்திருந்தாள். அதை விட்டுவிட்டு மீண்டும்

பழைய ஊருக்குப் போவதில் அவளுக்குத் தயக்கம் இருந்தது. அண்ணன் பாசக்காரன்தான். ஆனால் அண்ணியை எதிர்கொள்வது சிரமம் என்று தோன்றியது. திருடி கட்டுண்டு, ஊரைப் பெயர்ந்து வந்திருக்கும் ஒருத்தனுக்கு மரியாதை தரவேண்டும் என்று என்ன அவசியம் இருக்கிறது அவளுக்கு. அதுவுமில்லாமல் பெரியசாமியும் அங்கு செல்வதை சீற்றத்துடன் மறுப்பவனாக இருந்ததும் அவளை அலைக்கழித்தது. எல்லாவற்றையும் மனதில் போட்டு உருட்டிக்கொண்டுதான் இன்னும் கொஞ்ச நாள் இருந்து பார்க்கலாம் என்றும் முள் மீது புரண்டபடியிருந்தாள்.

சப்பரம் வடக்குத் தெருவின் தீபாராதனைகளை முடித்துக்கொண்டு தெருவின் கடைசியில் வலதுபுறமாகத் திரும்பி இடையில் இருந்த ஆளரவமற்ற வெட்டிக்கரையில் அசைந்து வந்துகொண்டிருந்தது. அதைக் கடந்து நுழையும் தெருதான் கடைசி. தெருவின் மேற்குப்புறம் கோவில். இரண்டு புறமும் வாய்க்காலும் அதைக்கடந்து வயல்வெளியுமாக பரந்து கிடந்த கரை அடர்ந்த இருட்டில் மூழ்கியிருந்தது. வெட்டிக்கரையின் இரண்டு புறமும் வீடுகள் இல்லாததால் மேளமும், நாயனமும் ஓய்வெடுத்துக்கொண்டன. மாடுகளின் கழுத்து மணியின் ஓசையும் சப்பரத்தின் மரச் சக்கரம் சரளைகளின் மீது உருளும் ஓசையும், நடக்கும் நாயனக்காரனின் தோளில் கிடக்கும் மாலைகள் ஒன்றோடு ஒன்று உரசும் சத்தமும் துல்லியமாகக் கேட்டன. அனைத்தும் அமைதிக்குள் அமிழவும், பெட்ரோமாக்ஸ் லைட்டில் இருந்து வரும் உஸ்ஸ் சத்தம் அதீதமாகக் கேட்டது. அந்த இரையும் ஒலி அதன் உள்ளீடாக மென்மையானதொரு கதகதப்பை அண்மையில் நடப்பவர்களுக்கு உணரச் செய்தது. அதனால் அதன் சத்தம் தொந்தரவாக இல்லாமல் லயமாக உருமாறியிருந்தது. யாரும் யாரிடமும் எதுவும் பேசத் தோன்றாமல் தலையைக் குனிந்தவாறு நடந்துகொண்டிருந்தார்கள். வெட்டிக்கரையைக் கடந்து தெற்குத் தெருவின் கிழக்கு முனையை சப்பரம் எட்டியபோது, முன்பே அங்கு போய் தயாராகக் குந்தியிருந்த வாணவேடிக்கைக்காரன் மாரிமுத்து, அம்மன் தெருவுக்குள் நுழையப்போகிறாள் என்பதை அறிவிக்கும் விதமாக பத்திற்கு மேற்பட்ட வேட்டுகளைப் பற்றவைத்து இடைவிடாமல் வானில் வெடிக்கவிட்டான். காதைப் பிளக்கும் அந்த ஓசை தூங்கியவர்களை எழுப்பியது. அரைத்தூக்கத்தில் இருந்தவர்கள் தலையை உலுக்கிக்கொண்டு முழுதுமான விழிப்பு நிலைக்கு வந்தார்கள். இப்போது மேளமும் அதிரத் துவங்கியது. பிறகு உச்சஸ்தாயியில் முழங்கத் தொடங்கியது. நாதஸ்வரத்திலிருந்து கூரிய ஒலி

தீம்புனல் 109

மேளத்தோடு இயைந்து அந்தக் கருமையும் வெண்மையும் பொருதிக்கொண்டிருக்கும் சூழலின் மீது பாயத் தொடங்கியது. அது தெருவின் மீது அழுத்தமான எக்காளத்தை மிதக்கச் செய்தது. இருட்டின் மீது சீறி அதை அப்புறப்படுத்த முயன்றுகொண்டிருந்த பெட்ரோமாக்ஸ் லைட்டின் ஒளியை சங்கீதமும் சச்சரவுமான ஒலி ஊடுருவி அந்தச் சூழலை மகோன்னதமானதொரு லயத்துடன் நிறைத்தது. ஊர்வலத்தில் வந்துகொண்டிருந்த சோர்ந்து போன பெருசுகளும், உறக்கச் சுமையுடன் வாளேந்தியிருந்த மிச்ச சிறுவர்களும் இந்த உற்சாகத்தால் ஊக்கம் பெற்றார்கள். அருகில் நடப்பவர்களிடம் உயர்ந்த குரலுடன் சம்பாஷணையில் ஈடுபடத் தொடங்கினார்கள். தெருவின் உள்ளே ஒவ்வொரு வீட்டிலும் பெண்கள் கடைத்தெருவில் இருந்து, அன்றைய அந்தியில் வாங்கிவந்திருந்த காகிதப் பொட்டலங்களைப் பிரித்து, சூடம், சாம்பிராணி, பூ ஆகியவற்றை வெளியே எடுத்து தட்டில் பரப்பி வைத்து தீபாராதனைக்குத் தயாரானார்கள். மறந்துவிட்டவர்களைப் போல அவசர அவசரமாக சிறிய கிண்ணத்தில் மஞ்சள் பொடியைக் கொட்டி அதில் தண்ணீரை ஊற்றி கலக்கத் தொடங்கினார்கள். வீட்டின் உள்ளே உறங்கிக் கிடக்கும் குழந்தைகளையும், உழைத்த களைப்பில் உறங்கிக் கிடக்கும் ஆண்களையும், எதுவுமே செய்யாவிட்டாலும் அலுப்பில் உறங்கிக்கொண்டிருக்கும் சில சோம்பேறி ஆண்களையும், “சாமி வந்துடுச்சு... எந்திரிங்க...” என்று உசுப்பிவிட்டார்கள். உயர்ந்து வரும் மேளத்தின் இசையும், வேட்டு சத்தமும் சாமி தங்களைது வீட்டை நெருங்கிவிட்டதான பிரம்மையை தெருவின் கடைசி வீட்டில் இருந்தவர்கள் உட்பட எல்லாருக்கும் ஏற்படுத்திவிட்டிருந்தது.

கொட்டகையில் கட்டப்பட்டிருந்த மாடுகள் எழுந்து நின்று உடலை நீட்டி முறுக்கின. மூத்திரம் பெய்தன. எழுந்துவிட்டோமே என்பதால் வாய் மட்டும் எட்டும் தூரத்தில் கட்டப்பட்டிருந்த தங்களது கன்றுகளை நக்கிக் கொடுத்தன. அப்படியே குனிந்து இரண்டு வைக்கோல் தாள்களைக் கடித்தன. அங்கொன்றும் இங்கொன்றுமான கனைப்பொலிகள் சிதறின.

திண்ணையில் படுத்திருந்த கிழடு கட்டைகள் வெற்றிலைப் பாக்குப் பொட்டலத்தைப் பிரித்துக்கொண்டு சாமி ஊர்வலம் தங்களது வீட்டை நெருங்குவதற்காக, சுண்ணாம்பைத் தடவியவாறு காத்திருந்தார்கள். சப்பரம் ஒவ்வொரு வீட்டிலும் தங்கி, நின்று, தீபாராதனையை ஏற்றுக்கொண்டு, நிதானமாக ஊர்ந்தது. சப்பரத்தில் சம்மணமிட்டு உட்கார்ந்திருந்த குருக்களது

முகம் லைட் வெளிச்சத்தால் கூடுதல் பிரகாசமாக இருந்தது. நீண்ட நேரமாக ஊர்வலத்தில் வரும் சோர்வின் சுவடே அவரது முகத்தில் இல்லை. ஏற்றி முடியப்பட்டிருந்த கருத்த மயிர்ப்பந்து மின்னியது. வண்டி மாடுகள் இரண்டு வீடுகளுக்கு ஒருமுறை மூத்திரமோ சாணியோ போடும் அளவுக்கு கூடுதல் நேரம் எடுத்துக்கொள்ள, ஒவ்வொரு வீட்டின் மீதும் ஒளியை வீசிக்கொண்டிருந்தாள் அம்மன். இனி முழுதாக முன்னூறு நாட்கள் ஆகுமே அவள் வெளிய வருவதற்கு என்கிற எண்ணம் பெண்களிடம் அம்மன் மீது தவிப்பை உண்டு பண்ணியிருந்தது.

வீட்டை விட்டு வெளியில் வந்தவர்கள் கைகளைக் கூப்பிக்கொண்டு தங்களை மறந்து நின்றிருந்தார்கள். வேல் எடுத்து ஆடிவரும் சங்கரின் காலிலும், அக்கினிக் குண்டம் ஏந்திவரும் மற்றவர்களது கால்களிலும் குடம் குடமாகத் தண்ணீரை ஊற்றி, கரைந்தோடும் புழுதி குறித்த அக்கறை இல்லாது அப்படியே விழுந்து எழுந்தார்கள். அந்தக் கறுத்த கால்களைத் தொட்டு கண்களில் ஒற்றிக்கொண்டார்கள். அவன் பங்காளியாக இருந்தான். உறவுமுறைக்காரனாக இருந்தான். தங்களிடம் சண்டையிட்டவனாக, தொடர்ந்து சண்டையிடுபவனாக இருந்தான். ஏமாற்றுபவனாக இருந்தான். ஆனால் எல்லோரது கண்களுக்கும் அப்போது தெரிந்தது அக்கினிக்குண்டத்தை ஏந்தும் ஒரு ஜோடி கைகள் மட்டுமே. அந்த அனலின் தகிப்பை ஏற்றுக்கொண்டு அந்தி தொடங்கி இதோ விடியப்போகும் இந்த நேரம் வரை நிதானமாக நடந்துகொண்டிருக்கும் அம்மனுக்கு ஒப்புக்கொடுத்திருக்கும் கால்களின் மீது பக்தி கொண்டார்கள். அவளது அருள் இல்லையென்றால் இந்நேரம் இந்தக் கால்கள் தளர்ந்திருக்கும் எனும் நினைப்பு எல்லோருக்கும் இருந்தது.

ஐம்பது கிலோவுக்கு மேல் எடையிருக்கும் பெரிய வேல் கம்பை எட்டு மணி நேரத்துக்கு மேல் சுமந்தும், சுற்றியும், தரையில் ஊன்றியும் ஆடிக்கொண்டே வரும் சங்கரின் பூஞ்சையான ஆகிருதியை விட அந்த வேலில் கட்டப்பட்டிருந்த சிறிய வெண்கல மணிகள் எழுப்பும் ஓசை அவர்களுக்கு கண்ணீர் துளிர்க்கச் செய்வதாக இருந்தது. நாற்பது வீடுகளுக்கு மேல் இருக்கும் அந்த தெருவில் நான்கு வீடுகளைக் கடந்திருந்தது வண்டி. தெருவை ஒழுங்குபடுத்தும் ஆட்கள் வண்டி வரும் வீட்டிலிருந்து பத்து வீடுகளுக்கு முன்பாகப் போய் அங்கு தெருவில் கிடப்பதை ஓர ஒதுங்க வைத்துக்கொண்டிருந்தார்கள். அவர்களது போதை முற்றிலும்

கலைந்துபோயிருந்தது. கால்களால் பொருட்களை ஓரமாக ஒதுக்கிவைத்தபடி மெல்ல ஊர்ந்துகொண்டிருந்தார்கள். தெருவே ஒருவித மோனநிலையில் இருப்பதாகப் பட்டது. அப்போதுதான் காற்றில் பரவத் தொடங்கிய கருகல் வாடை, அடர்த்தியான புகையின் வீச்சத்துடன் சப்பரத்துக்கு முன்னால் நடந்துகொண்டிருந்தவர்களின் நாசியை முதலில் எட்டியது.

"இந்த நேரத்துல எவன்டா குப்பையை கொளுத்துறான்..." என்று அவர்களுக்குள்ளாகவே சொல்லிக்கொண்டாலும், அந்தப் புகை வாசத்தின் நெடி, எரிவது வெறும் குப்பை இல்லை என்பதை அவர்களுக்கு உணர்த்திவிட்டது. மேளச்சத்தமும், சந்தன, குங்கும வாடையும், தண்ணீர் தெளிக்கப்பட்ட வாசல்களில் இருந்து கிளர்ந்து வந்துகொண்டிருந்த புழுதியின் மணமும், புகைநெடி பரவும் வேகத்தை மட்டுப்படுத்தியிருக்கிறது. சாமி ஊர்வலத்திலிருந்து தூரமாக தள்ளி நடந்துகொண்டிருந்தவர்கள் மாத்திரமே அந்த வாடையை முதலில் உணர்ந்தார்கள். அவர்கள் கொஞ்சம் வேகமாக நடையை எட்டி வைத்து, புகை நெடி வரும் மேற்கு திசையை நோக்கி, அதே சமயம் சுவாரஸ்யமற்று நடந்தார்கள். கிட்ட நெருங்கவும்தான் அது பெரியசாமியின் வீட்டிலிருந்து உருவாகி வருகிறது என்பது தெரிந்தது. அவனது வீடு வெளிப்புற படலில் இருந்து கொஞ்சம் உள்ளடங்கி இருந்ததும், வாசலில் அடர்த்தியான ஓதிய மரங்கள் போத்துடன் கிளை பரப்பி நின்றிருந்ததும் அவர்களது பார்வையிலிருந்து அந்த வீட்டை மறைத்திருந்தது. உற்றுக் கவனிக்கும்போதுதான் அவர்கள் நினைத்ததைவிட அதிக அடர்த்தியுடன் புகை புறப்பட்டு வருவது தெரிந்தது. அவர்கள் பரபரப்புடன் படலைத் திறந்துகொண்டு வீட்டை நோக்கி விரைந்தார்கள். ஆனால் வீட்டை நெருங்க நெருங்க நெருப்பின் வெம்மை அவர்களை நெருங்கவிடாமல் தாக்கியது. பொன்வண்ணத்தில் வீட்டின் உட்புறம் தகதகவென ஒளிர்ந்துகொண்டிருப்பது அப்போதுதான் தெரிந்தது. வீட்டின் உள்ளே தீ நன்றாக நிலைபெற்று கூரையை எட்டிப்பிடிக்கத் தொடங்கியிருந்தது.

"பெரியசாமி வீடு தீப்புடிசிடுச்சு... எல்லாரும் ஓடியாங்க..." என்று தொப்புளான் படலைத் திறந்துகொண்டு வெளியே ஓடி வந்து கத்தினான்.

அவனது அலறல் அதிர்ந்து பரவிக்கொண்டிருந்த மேள சத்தத்தையும் மீறி எல்லோரது காதிலும் சென்று மோதியது. மேளமும் நாயனமும் ஒரு கணம் தங்களை அமைதியாக்கிக்கொண்டபோது எரியத் தொடங்கியிருக்கும்

வீட்டை நோக்கி மொத்தத் தெருவும் கூச்சலுடன் ஓடின. தான் கையில் பிடித்திருந்த கருப்பசாமி வாளை சப்பரத்தில் உட்கார்ந்திருந்த குருக்களுக்கு அருகில் வைத்துவிட்டு கால்சட்டையை ஒரு கையால் பற்றிக்கொண்டு பெரியசாமியின் மகனும் அருகில் நடந்துகொண்டிருந்த இன்னொரு சிறுவனுடன் வீட்டை நோக்கி ஓடினான். குருக்கள் மட்டும் நெற்றியை சுருக்கிக்கொண்டு வண்டியை விட்டு இறங்காமல் அவர்கள் ஓடும் திசையைப் பார்வையால் தொடர்ந்தபடி யோசனையில் ஆழ்ந்தார். வண்டியோட்டி மாடுகளை இறுகப் பிடித்துக்கொண்டு சப்பரத்திலேயே அமர்ந்திருந்தான். அவனுக்கு நிலைகொள்ளவில்லை. தானும் இறங்கி கூட்டத்தில் கலந்துவிட வேண்டும் போல இருந்தது. ஆனாலும் வண்டியையும் மாடுகளையும் அம்மனுடன் அப்படியே விட்டுவிட்டுப் போகமுடியாது.

என்ன நடக்கிறது என்று அவனுக்கும் குழப்பமாக இருந்தது. "சாமி... சின்ன நெருப்பாதான் இருக்கும், நாலு வாளி தண்ணிய மொண்டு ஊத்தினா சரியாப் போவும்..." என்று குருக்களுக்கு ஆறுதல் சொன்னான். அது அவன் தனக்கே சொல்லிக்கொள்வதுபோல இருந்தது. குருக்களுக்கு ஒன்றும் ஆறுதல் தேவைப்படவில்லை. மீண்டும் ஒருமுறை மேற்குப்புறமாக கண்களை சுருக்கிப் பார்த்துவிட்டு, எதோ ஒரு மந்திரத்தை முணுமுணுத்தவாறு அம்மனின் மீதிருந்த மாலைகளை அவர் ஒழுங்குபடுத்தத் தொடங்கினார்.

பெரியசாமியின் மகன் வீட்டை அடைந்தவுடன், அம்மா... அம்மா... என்று குரல் கொடுத்துக்கொண்டே ஆடுகள் கட்டியிருக்கும் கொட்டகையில் புகுந்து அந்த சந்தின் வழியாக கொல்லைப்புறத்துக்கு ஓடிப்போய் பார்க்க முயன்றான். ஆனால் அங்கு நெருப்பில் மாட்டிக்கொள்ளாமல் இருக்க வேகவேகமாக ஆடுகளை அவிழ்த்து விரட்டிக்கொண்டிருந்த லட்சுமணன் அவனை ஓடாமல் பிடித்துக்கொண்டான். யோசனை இல்லாமல் வீட்டின் உள்ளே ஓடிவிடப்போகிறான் என்கிற அச்சம் லட்சுமணனை ஆட்கொண்டது. தீ வீட்டின் முழுவதும் பரவியது. அப்போதுதான் சந்திரா எங்கு போனாள் என்று அங்கு நின்றவர்களுக்குக் கேள்வி வந்தது. அவள் நான்கு வீடுகள் தள்ளி சின்னப்பொண்ணுவின் வீட்டிற்கு தீபாராதனைக்காக தேங்காய் வாங்கப் போயிருந்தாள். போனவள் அவளுடனே பேசிக்கொண்டிருந்துவிட்டு அப்படியே உறங்கிப் போயிருந்தாள். சின்னப்பொண்ணுவின் புருஷன்

சப்பரத்துடன் வந்துகொண்டிருந்தான். சத்தம் கேட்டுதான் அவளும் சின்னப்பொண்ணும் வெளியே வந்தார்கள். ஒரு நிமிடத்திற்குள் அவளுக்குப் புரிந்துவிட்டது. தலைவிரிகோலமாக அவள் வீட்டிற்கு ஓடிவந்தபோது முழு வீட்டையும் தீ ஆக்கிரமித்துப் படர்ந்துவிட்டிருந்தது. எல்லாருமாக சேர்ந்து முடிந்தவரை தண்ணீரை மொண்டு மொண்டு ஊற்றினார்கள். தீ பரவாமல் இருக்க படல்களைப் பிரித்து எரிந்துவிட்டு இரண்டு வாளிகளில் தண்ணீரை மொண்டுக்கொண்டு ரெங்கநாதனும் ஓடிக்கொண்டிருந்தான். "விலகி நில்லுங்க... ஓரமா போங்க..." என்ற குரல்கள் மீண்டும் மீண்டும் கேட்கத் தொடங்கியது. சொற்ப நேரத்தில் ஜ்வாலையின் உக்கிரம் தெரு வரை எட்டியது. பக்கத்து வீட்டில் இருந்தவர்கள் ஒரு கட்டத்தில் தீ பரவிவிடாமல் இருக்க ஏணியைப் போட்டு தங்களது வீட்டின் கூரையில் தண்ணீரைக் கொட்டத் தொடங்கினார்கள். சாக்குகளை நனைத்து அவசரம் அவசரமாக தங்களது வீட்டுக் கூரைகளின் மீது எறிந்தார்கள். இப்போது பெரியசாமியின் வீடு சொக்கப்பனையைப் போல திகுதிகுவென எரியத் தொடங்கியது. டப் டப் என சத்தத்துடன் ஆணிகள் வெடித்து நெருப்புத் துண்டங்களாக சிதறின. இவர்கள் விசிறியடிக்கும் தண்ணீர் வீட்டை எட்ட முடியாத அளவுக்கு நெருப்பின் ஆங்காரம் தண்ணீருடன் நின்றவர்களைத் துரத்தியது. எல்லோரது முகமும் செம்மையின் பிரதிபலிப்பில் ஒளிர்ந்தது. அந்த ஜ்வாலையின் முன்னால் அவர்கள் மிகவும் சிறியவர்களாகிப் போனார்கள். கூட்டத்தைப் பிளந்துகொண்டு தணலின் உள்ளே பாய முற்பட்டாள் சந்திரா. அங்கு நின்றிருந்த பெண்கள் அவளைப் போகவிடாமல் அப்படியே அமுக்கிப் பிடித்துக்கொண்டார்கள். எதற்காக வீட்டின் உள்ளே போக முயல்கிறாள், அதுவும் பிழம்பாகத் தகித்துக் கொண்டிருக்கும் ஜ்வாலையிலிருந்து எதை மீட்டெடுக்கப் போகிறாள் என்று அவர்களுக்கு குழப்பமாக இருந்தது. "இவ்ளோ களேபரம் நடக்குது... இப்பகூட இந்த பெரியசாமி எங்க போனான்..." என்று அச்சத்துடன் முணுமுணுத்தார்கள். ஆனால் அவன் எங்கே என்று சந்திராவிடம் யாரும் கேட்கத் துணியவில்லை. ராஜம் கிழவிதான் "பெரியசாமி... எலேய்... பெரியசாமி... பெரியசாமி..." எரியும் வீட்டையும் அதன் சுற்றுப்புறத்தையும் பார்த்துக் குரல் கொடுத்தாள்.

ராஜத்தின் அந்த நடுங்கும் குரல் சந்திராவிடம் வெடிப்புடன் கூடிய அழுகையைக் கொண்டுவந்தது.

“ஐயோ... யாராவது உள்ள போங்களேன்... அதால வெளில வர முடியாது... அத நான் சங்கிலியால கட்டி போட்ருக்கேன்... நானே என் புருஷன கொன்னுட்டனே...”

சந்திரா திமிறிக்கொண்டு ஜ்வாலையின் உள்ளே ஓட முயன்றாள். ஆனால் அவளைப் பிடித்திருந்த பெண்களை அவள் சொன்னது உறையச்செய்தாலும், அவர்கள் அவள் மீதான பிடியை நெகிழ்த்தாமல் இன்னும் வலுவாக அவளை அணைத்துக்கொண்டார்கள். அவள் “விடுங்க... விடுங்க...” என்று கெஞ்சினாள்.

டப் என்ற சத்தத்துடன் பத்தாயம் வெடிக்கும் சத்தமும், உள்ளிருந்த நெல் கருகும் வாடையும் பறக்கும் நெருப்புப் பந்துடன் பார்வைக்குக் கிடைத்தபோது, சந்திரா அப்படியே அவர்களது கைகளில் மயங்கிச் சரிந்தாள்.

‘அடிப்பாவி... இப்படிப் பண்ணி வச்சிருக்காளே...’ எனும் குரல் கூட்டத்திலிருந்து அங்குமிங்குமாக ஒலித்தன. சுற்றி நின்றிருந்த ஆண்கள், பெண்கள், குழந்தைகள் அனைவரும் பேச்சற்றுப் போனார்கள். அதைக் கேட்ட ரெங்கநாதனும், லட்சுமணனும், ஓடிப்போய் வீட்டிலிருந்து கொஞ்சம் சாக்குகளை எடுத்துக்கொண்டு வந்து அதில் தண்ணீரை ஊற்றி நனைத்து உடம்பில் சுற்றி கட்டிக்கொண்டு வீட்டின் உள்ளே போக முயன்றார்கள். அவர்களைத் தடுக்கவேண்டுமா அல்லது அனுமதிக்க வேண்டுமா என்று அங்கு நின்றிருந்தவர்களுக்குக் குழப்பமாக இருந்தது. ஏனெனில் தணலின் வெம்மை அத்தகையதாக இருந்தது. அதன் வெம்மை தெருவரை ஆட்களைத் துரத்தி வந்தது. ஆனால் அதையும் மீறி அவர்கள் உள்ளே நடந்தார்கள். நெருப்பிடம் அவர்களது பரிவு பலிக்கவில்லை. உள்ளே போன வேகத்தில் அனலின் வெம்மை தாளாமல் தடுமாறிக்கொண்டே திரும்ப ஓடிவந்து நிலைதடுமாறி விழுந்தார்கள். வெளியே நின்றிருந்தவர்கள் அவர்களைத் தூக்கிக்கொண்டு போய் பக்கத்து வீட்டுத் திண்ணையில் படுக்க வைத்து அவர்கள் மீது தண்ணீரை குளிரக் குளிர ஊற்றினார்கள். மற்றவர்கள் வெறுமனே வேடிக்கை பார்க்கப் பொறுக்காமல் நிதானமாக நின்று எரியும் நெருப்பின் மீது முடிந்தவரை தண்ணீரை சிறிய குவளைகளால் விசிறியடித்துக்கொண்டே இருந்தார்கள். ஆனாலும் தானாக வெந்து அடங்கும்வரை அவர்களால் ஒன்றுமே செய்துவிடமுடியவில்லை. தீ நிலைக்கு வர ஒரு மணி நேரத்துக்கு மேல் ஆனது. அமைதியடைந்தபோது அது மொத்த வீட்டையும் தின்றுத் தீர்த்திருந்தது. டப் டப்

என ஏதாவது வெடிக்கும் சத்தம் மட்டும் விட்டு விட்டு கேட்டுக்கொண்டே இருந்தது. மூங்கில், சமையல் பொருட்கள், துணி என எல்லாம் கலந்து எரிந்த மணம் காற்றில் ஒருவித சகிக்கவொண்ணா அடர்த்தியை நிலைக்கச் செய்திருந்தது. இறுதியாக, கறுத்த சுவர்கள் மட்டுமே எஞ்சி நின்றன. அதன் மீது அங்கும் இங்குமாக உத்திரக் கழிகள் புகையுடன் குறுக்குவாட்டாகத் தொங்கிக்கொண்டிருந்தன. அதன் மீது மிச்சமிருக்கும் நெருப்புத் துளிகள் கற்பூரத்தைப் போல ஒற்றையாக அசைந்தபடி எரிந்துகொண்டிருந்தன. இனிமேலும் தாமதிக்க முடியாது என்ற ஆற்றாமையுடன் இரண்டு பேர் நடைவழியில் தண்ணீரை ஊற்றிக்கொண்டு எரிந்த மிச்சத்தின் மீது கால்களைக் கவனமாக வைத்து நடந்து உள்ளே போனார்கள். அவர்கள் ஊற்றிச் சென்ற நீர் சாம்பலும் கரியுமாகக் கரைந்து தெருவை அடைந்தது. அங்கு நின்றிருந்தவர்களின் வெறும் கால்களை அந்த ஈரம் கூசச் செய்தது. சூடான ஆணிகள் கீழே கிடக்கக்கூடும் என்று செருப்பணியாதவர்கள் வெளியே நின்றுகொண்டார்கள். பெண்கள் வாயில் முந்தானையை வைத்து விசும்ப ஆரம்பித்தார்கள். வேடிக்கை பார்க்கும் ஆர்வத்தில் கண்ணைக் கசக்கிக்கொண்டு நின்றிருந்த குழந்தைகளை வீட்டை நோக்கி துரத்தத் தொடங்கினார்கள். அடம் பிடித்த குழந்தைகளுக்கு படீர் படீர் என அடி கிடைத்தது. நெருப்பின் மீது காட்டமுடியாத ரவுத்திரம் குழந்தைகளின் மீது கவிந்தது. இரண்டு பேர் டார்ச் லைட்டை எடுத்துக்கொண்டு வந்திருந்தார்கள். வீட்டினுள்ளே ஒளியைக் குவிக்க முயன்றார்கள். சாமி ஊர்வலத்தில் இருந்த பெட்ரோமாக்ஸ்காரன்களில் ஒருத்தன், வீட்டின் முகப்பில் போய் நின்று தலையைக் கொஞ்சமாக லைட்டோடு சாய்த்து சிதிலங்களின் உள்ளே வெளிச்சத்தைப் பாய்ச்சினான். அவன் வெளிச்சத்தை நிலைக்கச் செய்த இடத்தில், கருகிக்கிடந்த உத்திர மூங்கிலை விட சற்றே கனம் கூடிய வளைந்த இறுக்கமான கழியைப் போல பெரியசாமி தரையில் கிடந்தான். அங்கிருந்த காய்ந்த மூங்கில் ஒன்றை எடுத்து அந்த இடத்தில் கிடந்த மற்ற மிச்சங்களை லட்சுமணன் ஒதுக்கினான். அவனது கையில் இருந்த கழியில் மெல்லிய அந்த சங்கிலி தட்டுப்பட்டது. சங்கிலி பிணைக்கப்படிருந்த மரத்தூண் முற்றிலும் எரிந்து போய் சிமெண்ட்டாலான அதன் அடிப்புறம் மட்டும் கரிந்து மிச்சமிருந்தது. "கரிக்கட்டையாப் போயிட்டாண்டா பெரியசாமி..." என்று ஆற்றாமையுடன் கூடிய முனகலான குரல் அவனிடமிருந்து வெளிப்பட்டது. "தனக்கே சொல்லிக்கொள்கிறானா அல்லது வெளியே நிற்கும்

தெருவாசிகளுக்கு இதை அறிவிக்கிறானா" எனும் குழப்பத்தில் தவிப்பது போன்ற அந்தகுரல் கமறிப்போய் இனம்புரியாத விலங்கின் குரலாக மாறிவிட்டிருந்தது. அவன் வீட்டில் இருந்திருக்க மாட்டான், எங்காவது வேறு ஊருக்கு திருடப் போயிருப்பான் என்று ரகசியமாக நம்பிக்கொண்டிருந்தவர்கள் எதார்த்தத்துக்கு வந்தார்கள். பெண்களின் அழுகை ஒலி உயரத் தொடங்கியது. ராஜம் பெருங்குரலில் ஒப்பாரி வைக்கத் தொடங்கினாள்.

தண்ணீர் தெளிப்புக்கும், அதிர்ந்த உலுக்குதலுக்கும் பிறகு மயக்கம் தெளிந்திருந்த சந்திரா பிரமை பிடித்தவளைப் போல அந்த சாம்பல் மேட்டையே பார்த்துக்கொண்டிருந்தாள். அவளைத் தாங்கிப் பிடித்துக் கொண்டிருந்த சின்னப்பொண்ணு, தெளித்திருந்த தண்ணீர் அவளது முகத்தில் வழிந்து கொண்டிருந்ததை தனது முந்தானையால் துடைத்துக் கொண்டிருந்தாள். சந்திராவுக்கு இப்போது அழுகை நின்றுபோயிருந்தது. பேசுவதற்கு குரலும் வரவில்லை. இப்போது எல்லா பெட்ரோமாக்ஸ்காரர்களும் வீட்டின் முகப்பை நிறைத்து நின்று கொண்டிருந்தார்கள். கண்ணைக் கூசும் ஒளியில் கரியும் சாம்பலுமாகத் தெரிந்த அந்த வீடு எரிந்தடங்கிய ஒரு கோழிப் பஞ்சாரத்தைப் போல தோற்றம் கொண்டிருந்தது. அவள் எழுந்து முந்தானையால் கண்களைத் துடைத்துக்கொண்டு அதை இடுப்பில் சொருகிக்கொண்டாள். அவளது கண்கள் மகனைத் தேடின. முற்றிலும் அழுகை ஓய்ந்து போய் வெறும் கேவலுடன் அவன் நின்றுகொண்டிருந்தான். மெல்ல எழுந்தவள், அவனை அண்மித்து அவனது கைகளைப் பற்றிக்கொண்டாள். பிறகு வீடு இருந்த இடத்தை திரும்பிக்கூட பார்க்காமல் கூட்டத்தை விலக்கிக்கொண்டு தெருவின் கிழக்குப் புறத்தை நோக்கி நடக்கத் தொடங்கினாள். கூடியிருந்தவர்களுக்குக் குழப்பமாக இருந்தது. பக்கத்து வீட்டிலிருந்து ஒருத்தி ஒரு சொம்பில் தண்ணீர் கொண்டுவந்து, "நில்லு சந்திரா... எங்கடி போற... இதக் குடி மொதல்ல..." என்று கெஞ்சும் தொனியிலும், அதட்டும் தொனியிலுமாக அவளிடம் கோரினாள். "அடியேய்... பொண்ணு... அவ எங்க போறான்னு கேளுடி..." என்று சின்னப்பொண்ணுவை நோக்கியும் இறைஞ்சினாள். சந்திரா அதை நிகர் செய்யவே இல்லை. நடந்துகொண்டே இருந்தாள். அடிகளை வைக்க வைக்க நடையின் வேகம் கூடியது. சிறுவன் எட்டி எட்டி வைத்து அவளுடன் கூட நடந்தான். அதிர்ச்சியில் உறைந்திருந்த ஆண்களுக்கும் ஒன்றும் புரியவில்லை. சிலர் அப்படியே சிலை போல நின்றார்கள்.

இதெல்லாம் நடந்துகொண்டிருக்கும்போது சோமு அவரது வீட்டின் திண்ணையில் உட்கார்ந்திருந்தார். அவரது முகம் பின்கோடைக்கால வயலைப் போல இறுக்கமாக இருந்தது. ரெங்கநாதன் வாளியைக் கொண்டு வந்து திண்ணையில் வைத்துவிட்டு, ஈர சாக்குகளை நடை வழியில் எறிந்துவிட்டு "ஒண்ணும் பண்ண முடியல... எல்லாம் பஸ்பமாப் போச்சு..." என்று சொல்லிக்கொண்டே சோர்ந்துபோய் அமர்ந்தான். இருந்தாலும் அவனுக்கு இருப்பு கொள்ளவில்லை. தெருவில் இறங்கி மீண்டும் எரிந்த வீட்டை நோக்கிப் போனான். சந்திரா எதிரில் வந்துகொண்டிருந்தாள். அவனுக்கு புருவம் சுருங்கியது. மேலும் நடக்காமல் அவளைப் பார்த்தபடி அந்த இடத்திலேயே நின்றான். அவளது கண்களுக்கோ அங்கு யார் நிற்பதும் தெரியவில்லை. அவனைத் தாண்டி அவள் நடந்தாள். சோமுவின் வீட்டைக் கடக்கும்போது, ஏதோ தயங்குபவள் போல ஒரு கணம் நின்றாள். பிறகு இறுக்கிப் பிடித்திருந்த மகனின் கைகளை விடுவித்துவிட்டு கீழே குனிந்தவள் இரண்டு கைகள் நிறையவும் மண்ணை அள்ளி அந்த வீட்டை நோக்கித் தூற்றினாள். இரண்டு மூன்று சிறிய துகள்கள் சோமுவின் மீது பட்டன. அடி வயிற்றில் இருந்து ஒரு கேவல் வெடித்துக் கிளம்பியது அவளுக்கு. அதுவொரு பெண்ணின் குரலைப் போலவே இல்லை. காயம்பட்ட விலங்கின் உறுமலைப் போல அவ்வளவு சிதறலாக இருந்தது. இதை எதிர்பாராத ரெங்கநாதன் "அடியேய்... திருட்டு குச்சிக்காரி... என்ன நாடகம் நடத்துற..." என்று கத்திக்கொண்டே ஓடிப்போய் அவளை எட்டி உதைத்தான். சந்திரா தூரமாகப் போய் விழுந்தாள். அதற்குள் இரண்டு மூன்று பேர் ஓடிவந்து ரெங்கநாதனைப் பிடித்துக்கொண்டார்கள். சோமு எந்த அசைவும் இல்லாமல் சிலையைப்போல அமர்ந்திருந்தார். கதவு சாத்தப்பட்டிருந்ததால் சுந்தரவள்ளியைத் தவிர வீட்டின் திண்ணையில் வேறு யாரும் இல்லை. பதறிப்போன அவள், "அடித் தேவடியா..." என்று வசவை உதிர்த்தவாறு தனது முந்தானையால் சோமுவின் முகத்தையும் சேர்த்து அப்படியே உடம்போடு போர்த்திக்கொண்டாள்.

சந்திரா தன்னை சமன்படுத்திக்கொண்டு கைகளை ஊன்றி எழுந்தாள். ஓடிவந்த சின்னப்பொண்ணுவின் கைகளைத் தட்டிவிட்டுவிட்டு அழத் தொடங்கிய மகனின் கைகளை மீண்டும் இறுகப் பற்றியபடி நடக்கத் தொடங்கினாள். ஒன்றிரண்டு பேர் செய்வதறியாது அவளது பின்னால் நடந்தார்கள். ரெங்கநாதன் இன்னும் ஆத்திரம் தீராமல் வசைகளை உதிர்த்தபடியே இருந்தான். கொஞ்ச தூரம் நடந்தவள், குருக்கள், வண்டியோட்டி,

ஒரு பெட்ரோமாக்ஸ் லைட்காரன் மற்றும் மேளம் நாதஸ்வரம் என சிறு குழுவாக தனித்துவிடப்பட்டிருந்த அம்மனை சமீபித்திருந்தாள். அப்படியே அம்மனை உற்றுப் பார்த்தவள், தாலிக்கயிறை இரு கைகளாலும் பற்றி தலை வழியாக கழற்றி அதைக் கைகளில் சுருட்டி அந்த சிலையின் மீது வீசி எறிந்தாள். மீண்டும் மகனின் கைகளைப் பற்றிக்கொண்டு சப்பரத்தைக் கடந்து மையைப் போல அடர்ந்திருந்த அந்த இருட்டில் புகுந்து நடையைத் தொடர்ந்தாள். அந்த இருட்டின் தனிமையில் வறண்டு போயிருந்த கண்ணீர் திரும்பவும் பெருக்கெடுத்து வழியத் தொடங்கியது. பிடிபட்டுக் கட்டுண்ட நாளில் இருந்து இரவுகளில் வீட்டை விட்டு வெளியேற முடியாமல் அதே நேரம் வீட்டிலும் இருக்க முடியாமல் பெரியசாமி அலைந்துகொண்டே இருந்ததன் அலைக்கழிப்புகள் அவளுடன் கூட வந்தன. சச்சரவுகள் வெடித்த நள்ளிரவுகளில் வேறு வழியே இல்லாமல் அவனைச் சங்கிலியால் தூணில் பிணைத்து வைக்க வேண்டியிருந்ததை நினைத்தபோது அழுகை சீறலாக வெளிப்பட்டது. மகன் பதறிவிடக் கூடாது என்று குரலை கட்டுப்படுத்திக்கொள்ள முயன்றாள். அண்ணன் வந்து அழைத்த போதே அவனுடன் போயிருக்கவேண்டும்; பெரியசாமிதான் ஒத்துக்கொள்ளவில்லை என்று நினைத்தபோது, அது அவன் மீதான குற்றச்சாட்டாக மாறாமல் வெறுமையான அதிருப்தியாக மட்டும் நிலைத்தது. வெறும் பத்து மைல்தான். விடிவதற்குள் நடந்துவிடலாம் என்று நினைத்துக்கொண்டாள். அவள் நடக்க நடக்க அவளுக்குப் பின்னால் கேட்ட குரல்கள் கொஞ்சம் கொஞ்சமாக மங்கிப் பிறகு இல்லாது போயின.

16

நெல் காய வைப்பதற்காக, நெல் மூட்டைகளைக் களத்தில் அடுக்கி மூடி வைப்பதற்காக பயன்படுத்தப்படும் தார் படுதாக்கள் வீட்டில் இருந்தன. ராஜேந்திரனும் மகேந்திரனும் ஆளுக்கொரு பக்கமாகப் பிடித்து அதைத் திண்ணையில் இருந்து கீழே எடுத்து வந்திருந்தார்கள். சுவர்கீழே விழுந்ததும், கற்களுக்கு இடையே இருந்த மண், மழையில் கரைந்து விட, சூளையில் காயவைத்து சுடுவதற்கு அடுக்கி வைக்கப்பட்டிருக்கும் கற்களைப் போல சுவர் தரையில் கிடந்தது. கற்களைப் பாவியது போல இருந்தது. பக்கத்து வீட்டுக்காரன் அதன் மீது நடந்துவிடாமல் கவனமாக விலகிக் கொண்டான். ஆடு மாடுகளைக் கூட அவன் அவிழ்த்துவிடவில்லை. குழந்தைகள் அதன்மீது நடந்து விளையாடிக்கொண்டிருந்தார்கள். மழை விட்டிருந்தது. ஆனாலும் அவ்வப்போது வெறும் தூறலாக தனது இருப்பை அறிவித்துக்கொண்டேயிருந்தது. மீண்டும் எப்போது வேண்டுமானாலும் கனமழை வரலாம் எனும் அறிவிப்பை அனைவரும் ரேடியோவில் கேட்டார்கள்.

சுவரில்லாத இடம் வீட்டின் அந்தரங்கத்தை இல்லாமலாக்கிவிட்டது. அதை உடனே சரி செய்தாக வேண்டும். ராஜேந்திரனும் மாணிக்கமும் தோப்பிலிருந்து காய்ந்த மூங்கில்களை இரண்டிரண்டாகக் கட்டி வீட்டு வாசலில் போட்டார்கள். நீண்ட மூங்கில் கழிகள் என்பதால் முன்புறம் ஒருவரும் பின்புறம் ஒருவருமாக தோளில் வைத்து தூக்கிக்கொண்டு வரவேண்டியிருந்தது. அப்போதும்கூட அந்த கொளுத்தாடை தரையில் கோடு கிழித்துக்கொண்டே வந்தது. தெருவில் விளையாடிக்கொண்டிருந்த சிறுவர்கள் அந்த வளைந்த கோடுகளின் மீது களிப்புடன் சிரித்துக்கொண்டே நடந்தார்கள். கோட்டிலிருந்து வழுவாமல் நடப்பது யார் என்பது குறித்து அவர்களுக்குள் போட்டி வந்துவிட்டது. அந்த கூட்டத்தில் மூர்த்தியும் இருந்தான். தெருவில் தேங்கிக் கிடந்த தண்ணீரால் கோடு தடைபட்டபோது, அந்தத் தண்ணீர்க் குட்டையை சுற்றிக்கொண்டு ஓடிப்போய் மீண்டும் கோட்டில்

இணைந்துகொள்வதற்கு பெரிய போட்டி நடந்தது. இந்த கூக்குரலை கேட்டுக்கொண்டே ராஜேந்திரன் நடந்தார்.

விளையாட்டின் தீவிரத்தில் ஒருவருக்கொருவர் நெருக்கிக்கொண்டு ஓடியதில் ஒரு சிறுவன் தண்ணீருக்குள் விழுந்துவிட்டான். தடுமாறிய வேகத்தில் கால்சட்டையும் அவிழ்ந்து விட அம்மணக் குண்டியில் சேறு ஒட்டிக்கொண்டது. மற்ற குழந்தைகள் சிரிப்பதை விட, தன் அம்மா அதைப் பார்த்துவிட்டாள் என்பதை நினைத்தே அவன் கலங்கி போனான். இனி அந்தி வரை எப்போது வீடு திரும்பினாலும் அடி உண்டு என்று அவனுக்குத் தெளிவாகத் தெரிந்துவிட்டது. சேற்றை அலம்பிக்கொள்வதற்காக வாய்க்காலை நோக்கி ஓடினான். அங்கும் தனியாகப் போவதற்கு அச்சமாக இருந்தது. விளையாட்டிலிருந்து விலகியவர்களில் ஒருவருக்கொருவர் தோளில் கைபோட்டுக்கொண்டு ஆலோசனை செய்ததில் வாய்க்காலுக்குப் போவதற்கு ஒரு கும்பல் தயாரானது. வாய்க்கால் என்று முடிவானதும், மற்றவர்களும் அசட்டையாக அந்த கலங்கிய நீர்க்குட்டையில் காலை நனைத்தவாறு நடந்தார்கள். அப்படித்தான் வேடிக்கை பார்த்துக்கொண்டிருந்த தத்தமது அம்மாக்களின் விரோதத்தையும் சம்பாதித்துக் கொண்டுவிட்டார்கள். ஏற்கனவே நசநசவென மழையில் எரிச்சலுற்றிருந்த பெண்கள், இந்தப் பயலுவ மட்டும் கைக்குக் கிடைத்தால் வெளுக்கலாம் என்று உள்ளுக்குள் கிளர்ச்சியுடன் குமைந்தார்கள்.

மூங்கில் கழிகளை தெரு வாசலில் போட்டதும், தோளில் போட்டிருந்த துண்டை எடுத்து உதறிக்கொண்டே, 'நூல் கண்டு இருக்கிறதா...' என்று மாணிக்கம் ரமணியிடம் கேட்டார். குழந்தைகளின் கிழிந்த புத்தகத்தைத் தைப்பதற்காக வாங்கி வைத்திருந்த தடிமனான நூல் கொண்ட அந்த நூல்கண்டைக் கொண்டு வந்து அவள் அவரிடம் கொடுத்தாள். அதை உதிர்த்துவிட்டபோது அவரது கண்களுக்கு அது சரியாகத் தெரியவில்லை. காற்றைத் துழாவித் துழாவி அந்த நூலின் தடத்தை அவர் கண்டுபிடித்தார். ஆனாலும் ஒரு வழியாக தெரு முனையில் சுவர் இருந்த இடத்தின் தொடக்கத்தில் ஊன்றப்பட்டிருந்த குச்சியில் நூலின் ஒரு முனையைக் கட்டிவிட்டு, இன்னொரு முனையை கைகளால் உருட்டிக்கொண்டே போய் கொல்லைப்பக்கத்தில் ஊன்றப்பட்டிருந்த குச்சியில் கட்டினார். இனி அந்த நூலை ஒட்டி, மூங்கில் கழிகளை நடுவதற்கு குழி தோண்டவேண்டும்.

நான்கடி இடைவெளியில் பாறையால் குழிகளைத் தோண்டத் துவங்கினார். மண் மிருதுவாகவும் தோண்டுவதற்கு எளிதாகவும் இருந்தது. ஒன்றிரண்டு கரையான் பொந்துகள் இருந்தன. ரமணியிடம் மண்ணெண்ணெயை வாங்கி அதன் மீது ஊற்றி, அவை ஊர்ந்து வீட்டின் உள்ளே போவதைத் தடுத்தார்.

அடி பெருத்த நல்ல கனமான மூங்கில்களை கால்களுக்குத் துண்டாக்கி குழியில் நட்டு மண்ணைத் தள்ளி பாறையின் பின் பக்கத்தால் உதிரி மண்ணைக் குழியில் தள்ளி கிடித்தார்கள். மூங்கில்கள் லேசான உறுதியுடன் நின்றன. குறுக்குக் கழிகளால் இணைத்துக் கட்டும்போதுதான் அவை வலுவடையும். அந்த அளவுக்கு தரை இளக்கமாக இருந்தது. பிறகு நடப்பட்ட மூங்கில் கால்களை கொளுத்தாடைகளை வைத்து இணைத்தார்கள். அவற்றின் மீது மூங்கில் பிளாச்சுகளை வைத்து தட்டியைப் போல நெய்து அதன் மீது தார்ப்பாய்களை கோர்த்துக் கட்டினார்கள். வீடு தனது அந்தரங்கத்தை மீட்டுக்கொண்டது. எப்போதும் தன்னை இழந்துவிடக்கூடிய நிலையாமையின் சாத்தியத்தோடு அது விளிம்பில் நின்றுகொண்டிருந்தாலும் அந்த மறைப்பு ஆசுவாசமாகத்தான் இருந்தது. இருந்த தார்ப்பாய்கள் முழு இடத்திற்கும் போதவில்லை. பரணில் கிடந்த சாக்குகளை எடுத்து தட்டியில் வைத்துத் துண்டு துண்டாகக் கட்டினார்கள். மாணிக்கம் வரிந்துகட்டப்பட்ட கோவணத்துடன் அந்த வேலையை நறுவுசாக செய்து முடித்தார்.

“இந்த மழையடை விட்டதும், செவுத்த நறுவுசா கட்டிப்புடனும் பெரியபுள்ள...”

“ஆமாடா...”

சாக்குகளை வரிந்துகொண்டே வந்ததில் கடைசி சாக்கைக் கட்டும்போதுதான், தான் வீட்டிற்கு உட்பக்கம் இருக்கிறோம் என்பது மாணிக்கத்துக்கு உறைத்தது. எல்லா பக்கமும் முழுதாக வெளிச்சம் வருவது தடைப்பட்டதால் முற்றம் இப்போது முழு பெரிய வீட்டின் பரிமாணத்தை எட்டியிருந்தது. அந்த சுவர் விழுந்துவிட்டிருந்ததால் அதனால் சாத்தியப்பட்ட வெளிச்சம் அங்கு இருந்தபோது, மூங்கில்களை நட்டுக்கொண்டிருந்தபோது, பிளாச்சுகளைக் கட்டிக்கொண்டிருந்தபோது, சாக்குகளைப் போர்த்திக் கொண்டிருந்தபோது, போதத்துக்கு வராத ‘ஆண்டையின் வீடு’ என்பது ஒரு சிறிய இடைவெளியும் இல்லாதபோது,

வெளிச்சத்தில் இருந்து துண்டித்துக்கொண்டபோது உறைப்பதன் விசித்திரம் அவருக்குப் புரிந்தது.

வெளிப்புறமாக இருந்த ராஜேந்திரன் அப்போதுதான் கடைசி சாக்கின் விளிம்பை மடக்கி, பாலையை வைத்து இழுத்துக் கட்டிக்கொண்டிருந்தார்.

"பெரியபுள்ள... இரு நான் வெளில வந்திடுறேன்..." என்று அந்த சாக்கைப் பிடித்து மாணிக்கம் இழுத்தார்.

"அப்படியே வாசல் வழியா வாடா, எதுக்கு கட்டினத இப்ப அவுக்க சொல்ற..."

"... ... ..."

அவர் முற்றத்திலிருந்து ஆலோடியை நோக்கி நடந்தார். ஆலோடியின் முனையில் ரமணி நின்றுகொண்டிருந்தாள். உடலைக் குறுக்கிக்கொண்டு மாணிக்கம் திண்ணையை நோக்கி நடந்தார்.

"வேலை முடிஞ்சிச்சா...?"

"முடிஞ்சிடுச்சி ஆயி..."

"சரி சரி..."

அவர் திண்ணையைக் கடந்து வெளியே வந்து தெருவில் இறங்கினார். மீந்த மூங்கில்துண்டுகளும், கழிக்கப்பட்ட மூங்கில் கணுவுகளும், மூங்கில் சோறுமாக தெருவெங்கும் குப்பைகள் சிதறிக் கிடந்தன. அவற்றை அள்ளி ஒரு கிழிந்த சாக்கில் கட்டி ஓரமாக வைத்தார். நீண்ட கழிகளை தனியாகக் கட்டி அதைத் தூக்கி தலையில் வைத்துக்கொண்டு தோப்பை நோக்கி நடந்தார்.

சோமு கொட்டகையின் உள்ளே இருந்தார்.

"ஆண்ட... ஆண்ட..."

"நான் கிளம்பட்டா...?"

"வேல முடிஞ்சிச்சாடா...?"

"ஆச்சு ஆண்ட.... நறுவுசா கட்டியாச்சு... பொட்டு எடவெளி இல்ல. ஆட்டுகுட்டிவோ, நாகுட்டிவோ பூந்துடாம கீழ உள்ள வரிச்சில நல்லா பௌாச்சிய நெருக்கமா வச்சி கட்டியாச்சு... மழை விட்டோன்ன கொஞ்சம் மண்ண வெட்டி ஓரமா அணைச்சி அப்படியே பூசி விட்டுட்டோம்னா பூச்சி பொட்டு ஒண்ணும் வீட்டுவுள்ள வராது."

“அதெல்லாம் அப்புறம் பாத்துக்கலாம்...”

“இல்ல... நாம இந்த கோடைக்கு வீட்ட கட்டத்தான் போறோம். இருந்தாலும் சொல்றேன்...”

“... ... ...”

கொஞ்சம் அதிகமாகப் பேசிவிட்டோமோ என்று மாணிக்கம் துணுக்குற்றார். அதெல்லாம் அப்புறம் பாத்துக்கலாம் என்று தனது பேச்சை இடைவெட்டிய சோமுவின் குணத்தை சட்டை செய்யாமல் விட்டது பிசகு என்றும் அவருக்குத் தோன்றியது. ஆனாலும் கூட, “செவுரு விழுந்துடுச்சு, அப்புறம் என்ன மசுரு... சாக்க வச்சி கட்ட வேண்டியதுதான...” என்ற எண்ணமும் அவருக்கு வராமல் இல்லை.

சோமுவை விட இரண்டு மூன்று வயதுதான் குறைவாக இருக்கும் அவருக்கு. சோமுவுக்கு கல்யாணம் ஆனதிலிருந்து, குழந்தைகள் பிறந்தது வரை, அவற்றிற்கு குழந்தைகள் பிறந்து, இதோ இந்த வீட்டின், இந்த மழையில் ஒரு ஓரம் கரைந்திருக்கும் இந்த வீட்டின் ராஜ செழிப்பின் காலம் முதல் அதனுடன் சேர்ந்து பயணித்தவர் அவர். அவருக்குத் தெரியாத இந்த குடும்பத்தின் அந்தரங்கம் என்று எதுவும் இல்லை. சோமுக்குப் பெண் பார்க்கப் போனபோது, சோமுவின் அப்பாவையும் அம்மாவையும் வைத்து கூண்டு வண்டியில் ஓட்டிக்கொண்டு போனவர் அவர்.

“எலேய் மாணிக்கம் மாணிக்கம்...” என்று புதுப்பெண்ணின் ஓயாத நச்சரிப்புக்கு ஈடு கொடுத்தவர். இப்போதும் சுந்தரவள்ளிக் கிழவிக்கு செவிமடுத்துக் கொண்டிருப்பவர்.

“நான் கௌம்பட்டுமா ஆண்ட...?”

“ம்ம்ம்...”

அவர் போகச் சொல்லிவிட்டாலும் அந்த இடத்தை விட்டு அகலாமல் கொஞ்ச நேரம் நின்றுகொண்டிருந்தார். உள்ளே சோமுவின் அரவம் கேட்கிறதா என்று பார்த்தார். இல்லை. ஏதாவது பணம் தருவார் என்று எதிர்பார்த்தார்.

“நல்ல குளிரு... எரநூறு மில்லி அடிச்சம்னா நல்லாருக்கும்” என்று மனது பிராண்டியது. சோமு வெளியே வருவதன் சுவடே இல்லை. படலை நெருக்கி சங்கிலியை இழுத்து மாட்டிவிட்டு கீழத்தெருவை நோக்கி நடந்தார். செல்லும் வழியில்தான் அவருக்கு நினைவு வந்தது.

“நாலஞ்சு நெத்து தேங்காய்வோ கொட்டா ஓரமா கெடந்துச்சே... அத எடுத்துகிட்டு போனம்னா எதுக்காவதுஆவும்... அத குடுத்தா கூட ஒரு கிளாஸ் கிடைக்கும்...”

மீண்டும் படலைத் திறந்தபோது, சோமு எழுந்து வந்து கொட்டகைக்கு வெளியே நின்றுகொண்டிருப்பது தெரிந்தது. வானத்தை அண்ணாந்து பார்ப்பதும் தாடையைச் சொறிவதுமாக சிந்தனையில் ஆழ்ந்திருந்தார். மாணிக்கம் திரும்பி வந்திருப்பது அவர் அண்மிப்பது வரை அவரது பார்வைக்குப் படவில்லை.

“என்னடா...?”

“ரெண்டு மூணு காய்வோ கிடந்துச்சு அத எடுத்துட்டு போலாம்னு...”

சொல்லிக்கொண்டே உள்ளே வந்து எரவானத்திலிருந்து முள்ளரிவாளை உருவி தேங்காய்களின் நாரை உரித்து அவற்றை ஒன்றாக்கிக் கோர்த்து, தோளில் வைத்துகொண்டு திரும்பவும் படலைத் திறந்துகொண்டு நடந்தபோது மிதப்பாக இருந்தது அவருக்கு.

கொஞ்ச நேரம் யோசித்துக்கொண்டே நின்றிருந்த சோமு மீண்டும் உள்ளே போய் தனது கயிற்றுக் கட்டிலில் படுத்துக்கொண்டார். வெளியே மழை தூறத் தொடங்கியது. ஏற்கனவே கூரை நனைந்திருந்ததால் நரநரவென மழை எழுப்பும் எந்த ஒலியும் இல்லாமல், மண்பானையில் இருந்து சிமெண்ட் தரையில் கவிழக்கப்படும் நீரைப் போல அமைதியாகப் பெருகி ஒலியற்றுப் பொழிந்தது. மீண்டும் பெருமழை.

அன்று இரவு முழுக்க, சீரான இடைவெளியில் எந்த காற்றும் இல்லாமல், இடி முழக்கம் இல்லாமல், பொழிந்துகொண்டே இருந்தது. ஊறவைத்த நெல்லை, கருக்காய் பிரிப்பதற்காக சல்லடையில் கொட்டும்போது வழியும் நீரைப் போல, மிச்சமிருப்பதைக் கழுவிவிடும் எத்தனத்துடன் மழை ஊற்றியது. மாடுகள் அசை போடுவதை நிறுத்திவிட்டு சிலிர்த்த உடம்புடன் விடிவதற்காகக் காத்திருந்தன. சிவப்பு பெட்டை நாய், பதுங்கிப் பதுங்கி வந்து சோமுவின் கட்டிலுக்குக் கீழே போய்அது எப்போதும் படுத்துக்கொள்ளும் இடத்தில், அந்த காய்ந்த மண்ணில் தனது அடிவயிற்றைப் பதித்து படுத்துக்கொண்டது. நீண்ட தூரத்திலிருந்து ஓடிவந்திருக்கவேண்டும். வானம் வெக்காளித்து விட்டது என்று தவறாக அனுமானித்து, நீண்டதூரம் போயிருந்த அது, மழை பெருகவும், வழி நெடுக

ஒண்டி ஒண்டி நடந்து அப்போதுதான் கூடடைந்திருக்கிறது. இனி காலையில் சோமு எழுந்து மாடுகளைப் பிடித்து வெளியே கட்டும்போதுதான் அதுவும் எழுந்து வெளியே வரும்.

சோமு பொட்டுத் தூக்கம் இல்லாமல் சோர்வுற்ற கண்களுடன் படுத்துக் கிடந்தார். இரவின் உச்சியில் கால்களால் மண்ணை சேகரித்து தனது வயிற்றுக்கு கனப்பு ஏற்படுத்திக்கொள்ளும் நாயின் ஒலி முதல், தனது வளர்ந்த கன்றை பெருமூச்சுடன் நக்கிக்கொடுக்கும் சினைப்பசுவின் ஒலி வரை சோமுவுக்குத் துல்லியமாகக் கேட்டது. எல்லா ஒலிகளுக்கு இடையேயும் மழையின் பிரவாகம் இசைக்கோர்வையைப் போல சீரான தளத்தில் கேட்டுக்கொண்டே இருந்தது.

தூக்கமும் அலைக்கழிப்பும் சேர்ந்த அரை மயக்க நிலையில் அம்மனின் பளீரிடும் முகம் இடைவெட்டாக வந்து வந்து போனது. அம்மனின் தோளில் சந்திராவின் தாலி தலைகீழாகக் கிடப்பதன் நினைவு வந்து அவரது தூக்கத்தைப் பறித்து கொட்டகைக்கு வெளியே எறிந்துவிட்டது. அவரது உறக்கம் அந்த இரவு முழுக்க மழையில் நனைந்தபடியே அந்த மண்ணில் கிடந்தது. அதிகாலையில் அது உள்ளே வந்து அவரது கண்களில் மீண்டும் பதிந்திருக்கவேண்டும்.

தலையில் சாக்கைப் போர்த்திக்கொண்டு வந்து காலையில் மூர்த்தி எழுப்பும்போதுதான் அவருக்கு விடிந்துவிட்டதே தெரிந்தது. மெல்லிய தூறலாக மழை இன்னும் மிச்சமிருந்தது. அகன்று விடுவதற்கு விரும்பாததைப்போல மழை கொட்டகையின் வாசலிலேயே சுற்றிக்கொண்டிருந்தது.

“தாத்தா... காப்பி...”

அவன் அந்த கூஜாவை மரப்பலகையின் மீது வைத்தான். அவனது கால்கள் சிலிர்த்து உடம்பு நடுங்குவது வெளிப்பார்வைக்கே தெரிந்தது. அவனை அழைத்து பக்கத்தில் உட்கார வைத்துக்கொண்டார்.

“ஏண்டா, இந்த மழையில சட்டை போடாம வந்திருக்க,” என்று அவனை செல்லமாகக் கடிந்துகொண்டே அவனது நெஞ்சைத் தடவிக்கொடுத்தார். கைகளில் வரி வரியான எலும்புகள் தட்டுப்பட்டன.

“இன்னைக்கு பள்ளிகொடம் லீவுதான...”

“ஆமா தாத்தா...”

"சரி சரி..."

"தாத்தா எப்போது காப்பியைக் குடித்துவிட்டு கூஜாவைத் தருவார், எடுத்துக்கொண்டு வீட்டுக்கு ஓடலாம்..." என்பதிலேயே மூர்த்தி குறியாக இருந்தான். வீட்டிற்குள்ளேயே சில்லு கோடு விளையாடுவதற்கான பெட்டிகளைக் கூடத்தில் பெரியவள் வரைந்துவிட்டிருந்தாள். மூர்த்தி இப்போதுதான் பம்பரம் விடக் கற்றுக்கொண்டிருந்தான். மேலும், பம்பரத்தைத் தரையில் விடாமல், சாட்டையைச் சுழற்றி அப்படியே கைகளில் ஏந்துவதற்கு ஒரு வாரமாக முயன்று இப்போதுதான் அதில் வெற்றியடைந்திருக்கிறான். அவனுக்கு வீட்டிற்குப் போய், எவ்வளவு விரைவாக முடியுமோ அவ்வளவு விரைவாக அந்த விளையாட்டுகளில் பங்கெடுத்துக் கொள்ளவேண்டும் என்று தவிப்பாக இருந்தது.

சோமு கேட்ட கேள்விகளுக்கு ஒற்றை வரிகளில் பதில் சொல்லிக்கொண்டு, அவரது வெற்றிலைப் பொட்டலத்தைப் பிரித்து, அதிலிருந்த சீவல் தாளையும் புகையிலைத் தாளையும் எடுத்து கால்சட்டைப் பைக்குள் வைத்துக்கொண்டிருந்தான். அதுதான் பணயம் வைத்து விளையாடுவதற்கான பணம். இந்த மழையிலும் சாக்கை முக்காடாகப் போட்டுக்கொண்டு தாத்தாவுக்கு காப்பி கொடுக்க வந்திருக்கிறான் என்றால் அதற்கு இப்படி ஒரு முக்கியமான காரணமும் இருக்கிறது. இல்லையென்றால் "அவளைப் போகச் சொல்..." என்று ரஞ்சிதாவைக் கைகாட்டத் தயங்கமாட்டான். நான் போகமாட்டேன் என்று காலை உதைத்துக்கொண்டு தரையில் புரண்டு அழுவதும்கூட அவனுக்குப் பெரிய காரியம் இல்லை.

சோமு காபியை எடுத்துக் குடித்தார். இதமான சூட்டில் அது நல்ல மணமாக இருந்தது. ஒவ்வொரு மிடறு குடிக்கும்போதும், தாம்பூலத்துடன் முயங்கும் காப்பியின் நறுமணம் மூர்த்திக்கு புதியதொரு வாசனையை அறிமுகம் செய்தது. அம்மாவின் மூச்சிலிருந்து வரும் நறுமணத்துக்கும் இதற்கும் இருக்கும் வேறுபாடு அவனுக்குப் புரிந்தது. அப்பா இப்படிக் குடிக்கமாட்டார் என்று நினைத்துக்கொண்டான். அவர் காலையில் வீட்டில் காப்பியே குடிப்பதில்லை. எழுந்ததும் வயலுக்குப் போய்விட்டு அப்படியே கடைத் தெருவுக்கு போனாரென்றால், குழந்தைகள் பள்ளிக்குப் போன பிறகுதான் வீட்டிற்கு வருவார். அதனால் குழந்தைகளுக்கும் அவருக்குமான உறவு என்பது நிறைய இடைவெளிகளுடனேயே இருந்தது.

மூர்த்தி கட்டில் காலில் மாட்டியிருந்த சாக்கை எடுத்து தலையில் முக்காடு போட்டுக்கொண்டு, மீண்டும் கூஜாவை எடுத்துகொண்டு கிளம்பும்போது, தூறல் எந்த மாற்றமும் இல்லாமல் அதே வேகத்தில் இருந்தது.

சோமு போய், எழுந்து நின்றுகொண்டிருந்த மாடுகளின் இடையே இருந்த சாணத்தைக் கால்களால் ஒதுக்கி ஓரமாக வைத்தார். அவரொரு சாக்கை எடுத்துத் தலையில் போட்டுக்கொண்டு, வைக்கோல் பிடிங்கிக்கொண்டு வந்து எல்லா மாட்டிற்கும் போட்டார். வைக்கோல் நனைந்துவிடாமல் இருக்க, கொஞ்சம் கொஞ்சமாகப் பிடுங்கிகொண்டுவந்து போட வேண்டியிருந்ததால் நிறைய முறை வைக்கோல் போருக்கும் கொட்டகைக்கும் நடக்கவேண்டியிருந்தது

மாணிக்கமோ, வெள்ளையம்மாவோ யாராவது ஒருவர் வந்துவிடுவார்கள் என்றுதான் நினைத்தார். வைக்கோல் போட்டு முடியும்போது, தலையைத் தவிர மீதி உடல் முழுதும் நனைந்துபோய்விட்டது. எரவாணத்தில் கட்டப்பட்டிருந்த கொடியிலிருந்து, துண்டை எடுத்து உடலை முழுக்கத் துடைத்துக்கொண்டு, நனைந்த வேட்டியை அவிழ்த்துக் கொடியில் பரத்தினார்.

சிவப்புப் பெட்டை எழுந்து இரைக்குக் கிளம்பியது.

17

கதிர் வெளித்தெரியத் துவங்கும் பருவத்தில் இருந்த பயிர்கள் நீரில் மூழ்கிவிட்டன. கன்னி வாய்க்கால் எது, வடிகால் எது என்று தெரியாத அளவுக்கு எங்கும் வெள்ளக் காடாக இருந்தது. இதோடு மழை விட்டு, இதுவரைத் தேங்கியிருக்கும் நீர் விரைவாக வடியத் தொடங்கினால் மட்டுமே, பயிர்கள் அழுகுவதில் இருந்து காக்கமுடியும். ஆனால் மழை பெய்வதைப் பார்த்தால் அப்படித் தோன்றவில்லை. இன்னும் ஒரு வாரத்திற்குப் பெய்யும் போல இருக்கிறது. நட்டிருப்பது என்னவோ மோட்டா ரகமான 1008 தான் என்றாலும், பத்து நாளுக்கு மேல் தண்ணீருக்கு உள்ளே மூழ்கிக்கிடந்தால் தாக்குப்பிடிப்பது கஷ்டம்தான் என்று யோசித்தவாறே தென்னந்தோப்பின் தெற்கு எல்லையில் போய் நின்று வயல்களைப் பார்வையிட்டார் சோமு. வரப்புகளின் ஓரத்தில் வளர்ந்திருந்த நாணலும், வேலிக்கால்களாக இருந்த காட்டாமணி செடிகளும் மட்டுமே தண்ணீருக்கு மேலே தலையை நீட்டிக்கொண்டிருந்தன. மேலத்தெரு குளம் நிரம்பத் தொடங்கிவிட்டது. ஆற்றில் ஓடுவது போல தண்ணீர் வயல்வெளியெங்கும் நிறைந்து சீற்றத்துடன் ஓடிக்கொண்டிருந்தது.

படலைத் திறந்துகொண்டு, வரப்பில் இறங்கினார். வரப்பிலேயே தண்ணீர் முட்டி உயரத்துக்கு இருந்தது. புறப்பார்வைக்கு அதன் ஓட்டம் தெரியாமல், அலைகளைப் போல அசைந்து கொண்டிருந்தாலும் நடக்கும்போது அதன் வேகத்தை உணர முடிந்தது. நடப்பவரை வயலில் தள்ளிவிடும் மூர்க்கம் அதனிடம் தென்பட்டது. ஏற்றிக்கட்டிய வேட்டியுடன் தொடர்ந்து நடந்தார். வடிகால் வாய்க்காலின் கரையை எட்டும்போது தண்ணீரின் உயரம் முட்டிக்கு மேலே இருந்தது. வாய்க்காலில் இறங்கினால் கழுத்துக்கும் மேலான ஆழத்தில் தண்ணீர் இருக்கும் என்பதை அனுமானிக்க முடிந்தது. வாய்க்கால் கனத்த அமைதியில் உறைந்திருந்தது. ஆனால் நீரின் ஓட்டம் உள்ளே கொந்தளிப்பாகத் தெரிந்தது. ‘இந்த மழைக்கு இவ்வளவு தண்ணீர் தேங்கக் கூடாது...’ என்று நினைத்தார்.

கிழக்கே வடிகால் வாய்க்கால் மீண்டும் ஆற்றில் கலக்கும் இடத்தில், நெய்வேலி காட்டாமணி மண்டிக்கிடக்கிறது. இந்த ஊர்க்காரன் செய்யட்டும், அந்த ஊர்க்காரன் செய்யட்டும் என்று போட்டி போட்டுக்கொண்டு யாரும் அதை அகற்றவில்லை. அது இப்போது வாய்க்காலை மூடிவிட்டிருக்கிறது. வேறு வழியில்லாமல் இப்போது வீட்டுக்கு ஒரு ஆள் மண்வெட்டியையும் அரிவாளையும் எடுத்துக்கொண்டு அவற்றை வெட்டி அப்புறப்படுத்துவதற்காக கும்பலாகக் கிளம்புகிறார்கள்.

வேலையில் இருக்கும் வயல் உடைமையாளர்கள் அல்லது கூடுதல் நிலம் வைத்திருப்பவர்கள் தாம் செல்வதற்குப் பதிலாக தங்களது பங்காக கூலியாட்களை நியமித்தார்கள். நல்ல கூட்டமாக இருந்தது இப்போது. சோமு வயலில் இருந்தபடியே கூச்சலுடன் கிளம்பிப் போகும் அந்தக் கூட்டத்தைப் பார்த்தார்.

"முன்டாட்டிய ஓழ்க்க பய புள்ளைவோளா..." என்று ஆங்காரமாக முணுமுணுத்தார்.

முன்னெச்சரிக்கையாக இல்லாமல், வயல்கள் மூழ்குவது வரைக் காத்திருந்து கடைசி நேரத்தில் அடைப்பு எடுக்கக் கிளம்புவதைக் காண அவருக்கு ஆத்திரமாக இருந்தது. ஆனால் இப்போது இப்படித்தான் இருக்கிறார்கள். போனமுறை பஞ்சாயத்து போர்டில் ஆள் வைத்து வாய்க்காலை வெட்டினார்கள். அதற்குப் பெயர் வெட்டா? "பேள்பவனுக்கு சூத்தில் செடி குத்தாமல் இருப்பதற்கு சுத்தம் செய்வது போல, வாய்க்காலை சுரண்டுவதற்குப் பெயர் வாய்க்கால் வெட்டா" என்று வெளிப்படையாகவே இரைந்தார். வெறும் கோரையைக் கழிப்பதற்கு பணம் ஒதுக்கீடு, அதற்கொரு பணப் பட்டுவாடா, அதை வாங்குவதற்கு கூச்சமில்லாமல் நான் நீ என்று வேலைக்குப் போக ஆட்கள் என்று அவருக்கு ஆத்திரமாக இருந்தது. பத்தாததுக்கு கடைமடையில் வீடுகள் வரத் தொடங்கிவிட்டன. அவர்கள் கொட்டும் குப்பையை வேறு அள்ளவேண்டும். மூன்று நான்கு கொட்டுகள் அகலத்திற்கு வாய்க்காலை வெட்டி அதை கரைகளில் அணைப்பதற்குப் பெயர்தான் வாய்க்காலைத் தூர் வாருவது என்பது. இது எதற்கு, "நாங்களும் செய்தோம் என்று கணக்கு காட்டுவதற்காக ஒரு வேலை..." என்று குமைந்தார். ஆனால் உழவின் பொருள் மாறியிருக்கிறது என்பது அவருக்கும் புரிந்தது. கண்ணுக்குத் தெரியாத பொறி ஒன்றில் வைத்து எல்லாரும் பிணைக்கப்பட்டிருப்பதாகவும் நினைத்தார்.

அங்கிருந்தபடி வயல்கள் மீது, அதன் மீது கடலென தளும்பிக்கொண்டிருக்கும் நீர்த்திரள் மீது பார்வையை ஓட்டியபோது மீன்கள் துள்ளி விழுவதைக் கண்டார். அடிவயிறு மின்னும் கெண்டைகள். குளம் வழிகிறது போல என்று நினைத்துக்கொண்டார். இன்னும் இரண்டு நாட்கள் நெற்கதிர்கள் தண்ணீருக்குள்ளேயே இருந்தால், அவற்றை மீன்கள் தின்றுவிடும்.

அப்படி யோசிக்கும்போது, கசப்புடன் கூடிய துயரமான மனநிலை கவிந்தது. ரமணியின் முகம் நினைவுக்கு வந்துபோனது. களையெடுக்கும் பருவத்தில், அவளது சங்கிலியையும் மாலையையும் வாங்கி அடகு வைத்துதான் உரத்துக்கும் ஆள் கூலிக்குமான செலவைச் சரி செய்திருந்தார். நெல்லு போட்டதும் மீட்டுத் தருகிறேன் என்றெல்லாம் அவர் ஒன்றும் உத்தரவாதம் தரவில்லை. இன்னும் சொல்லப்போனால், அவர் அவளிடம் நகை வேண்டும் என்று கேட்கக்கூட இல்லை.

“இந்த நேரத்துல ரெண்டு உரம் போட்டா பூக்கும்... கள வேற எடுக்கணும்...” சோற்றைப் பிசைந்து கொண்டிருக்கும்போது இவ்வளவுதான் சொன்னார். அவள் கழற்றிக்கொடுத்தாள்.

அதை யோசித்துக்கொண்டு அங்கேயே நின்றிருந்தார். அவர் நின்றுகொண்டிருந்த போதே தண்ணீரின் உயரம் கூடுவதையும், சனி மூலையில் மீண்டும் மேகங்கள் கருத்துத்திரள்வதையும் அவரால் உணரமுடிந்தது.

குனிந்து ஒரு கை நீரை அள்ளி வாயைக் கொப்பளித்தார். திரும்பி நடக்கையில், வரப்பின் ஓரத்தில் இருந்த நீர் முள் கால்களில் உரசியது. அது முழுக்கவும் மூழ்கியிருந்தது. உற்றுப் பார்க்கையில் அதன் அடியில் ஒரு பால் நண்டு கொடுக்குகளை விரித்துக் குந்தியிருந்தது. வரப்பும் தோப்பின் மேடும் சந்திக்கும் இடத்தில் நத்தை ஓடுகள் குவிந்து ஒதுங்கியிருந்தன. காய்ந்த குறும்பைகள், உதிர்ந்த இலைகள், ஒடிந்த பனை மட்டைகள் மிதந்துகொண்டிருந்தன. அதன் மீதிருந்து தவளைகள் துள்ளி சலக்கென்று தண்ணீருக்குள் பாய்ந்தன. கண்ணுக்கெட்டின தூரம் வரை வயல்கள் அப்படியே கடலைப் போல தோற்றம் கொண்டிருந்தன. மெல்லிய அலைகள் தோன்றி தோப்பின் கரைகளில் மோதிக்கொண்டிருந்தன. நடுக்கடலில் நின்று கொண்டிருப்பதைப் போல ஒருகணம் சோமுவை அது உணரச் செய்தது. அது ஒருவகையில் உண்மையும் கூட. அவர் நடுக்கடலில்தான் நின்றுகொண்டிருந்தார்.

18

வானம் வெக்காளிப்பதற்கு ஒரு வாரம் ஆகிவிட்டது. வயல்களில் நீர் வடியத் துவங்கியிருந்தது. நீர் வடிய வடிய கதிர்கள் கண்ணுக்குத் தெரியவே இல்லை. படுத்துவிட்டன. தரை தெரியும் அளவுக்குத் தண்ணீர் வடிந்தால் மட்டுமே, அதுவும் அடித்தண்டாவது உயிருடன் நிமிர்ந்து நிற்கும் சாத்தியத்துடன் இருந்தால் மட்டுமே அதிலிருந்து எதையாவது எதிர்பார்க்க முடியும். இன்னும் இரண்டு சாண் அளவுக்குத் தண்ணீர் இருக்கிறது. ஆங்காங்கே குத்து குத்தாக, தலைசாயாத கதிர்கள் வயல் முழுக்க நின்றுகொண்டிருக்கின்றன. அவை எதோ ஒரு செய்தியை சொல்வதற்காகக் காத்திருப்பதைப் போல. அது விவசாயிக்கான பொறி. அவன் மீண்டும் மீண்டும் கண்ணியில் சிக்கும் சூக்குமம் மிச்சமிருக்கும் அந்தக் கதிரில் ஒட்டிக்கொண்டிருக்கிறது.

மழைக்கால வெயில் தனது கதிரில் நெருப்பைக் கொண்டிருக்கிறது. வெளியில் இருக்கும் தூசுகளைக் கழுவி விடுவதாலோ என்னவோ, மழை முடிந்தவுடன் அடிக்கும் முதல் வெயில் தோலைப் பிளந்துகொண்டு ரத்தத்தைப் போய் தொட்டு சூடாக்குறது.

சோமு மாடுகளை அவிழ்த்து வெளியில் கட்டியிருந்தார். அந்தக் காலையிலும் அவரது உடம்பில் வியர்வை வழிந்துகொண்டிருந்தது. ஆனாலும்கூட மூர்த்தி காப்பி கூஜாவுடன் அவரிடம் போய் நின்றபோது, அவரிடம் உற்சாகம் மிதந்துகொண்டிருந்தது. வைக்கோலை மிதித்துக்கொண்டிருந்த மாட்டை, பட்டென்று ஒலி எழும்பும் விதமாக அதன் வயிற்றில் அடித்தார். வலித்திருக்காது. கையைக் குவித்துக்கொண்டு அடிப்பதால் வரும் ஒலி அது. அது நகர்ந்துகொடுத்தது. கசங்கிய வைக்கோலை காலால் கவணைக்கு அந்தப் பக்கமாகத் தள்ளிவிட்டார். அசைந்த பசு மீண்டும் வைக்கோலைக் கவ்வி அசை போடத் தொடங்கியது.

“தாத்தா காப்பி...”

“கொண்டா...”

வாங்கி தண்ணீரைக் குடிப்பது போல வாயை எடுக்காமல் குடித்தார். முதல் மிடறைக் கொப்புளித்துத் துப்ப மறக்கவில்லை. தாம்பூலம் போல நீர்த்த செந்நிறத்துடன் காப்பி கோடாகப் பாய்வதை மூர்த்தி ஆர்வத்துடன் பார்த்தான். குடித்துவிட்டு அவனிடம் கூஜாவைக் கொடுக்கும்போது சோமுவுக்கு மெலிதாக மூச்சிரைத்தது. தளர்ந்த வயிறு மேலும் கீழும் இறங்குவதை மூர்த்தி கவனித்தான். காலையிலிருந்து வைக்கோல் அள்ளிப் போடுவது, சாணியை ஒதுக்கி வைப்பது, கூறாங்குச்சியால் கூளங்களை ஒதுக்கி வைப்பது என ஓய்ச்சல் இல்லாமல் வேலை பார்த்ததன் நடுக்கம் அவரது உடலின் ஒவ்வொரு அணுவிலும் எதிரொலித்துக் கொண்டிருந்தது.

"இன்னைக்கு லீவுதான உனக்கு...?"

"ஆமாம் தாத்தா இன்று ஞாயிற்றுக்கிழமை..."

தூய தமிழ். புலவரின் கொடை.

"போயி சட்டைய மாட்டிகிட்டு வா... கும்மாணம் போய்ட்டு வருவோம்..."

மூர்த்திக்கு அன்று தாத்தாவுடன் போவதற்கு விருப்பமில்லை. சில்லுகோடும், பம்பரமும், ஐநூறுபெட்டியும் என விளையாட்டுகளால் தெரு நிறைந்து கொண்டிருக்கிறது. அவை மழைக்கால விளையாட்டுகள். தரை ஈரமாக இருக்கும்போதுதான் எளிதாகக் கோடு கிழிக்க முடியும். ஒரு கோட்டைக் கிழித்து அதில் பம்பரத்தைக் குத்தி, யாருடைய அச்சு, கோட்டிற்குத் தள்ளி இருக்கிறதோ அவர்கள்தான் முதலில் பம்பரத்தை வளையத்திற்குள் வைக்கவேண்டும். மூர்த்திக்கு இன்னும் கோட்டில் குத்தும் அளவுக்கு நிபுணத்துவம் வரவில்லை. என்றாலும், அவன் மோசமும் இல்லை என்ற அளவுக்கு ஆடப்பழகியிருந்தான். தெருவில் சிறுவர் சிறுமியர் கூட்டம் கூடியிருக்கிறது. இந்த நேரத்தில் கும்பகோணம் செல்லலாம் என்று கூப்பிடுகிறாரே என அவனுக்குத் தயக்கமாக இருந்தது. ஆனால் முடியாது என்று சொல்வதற்கு குழந்தைகளுக்கு எந்த உரிமையும் அங்கு இருக்கவில்லை. அது தாத்தா என்றாலும் அப்பா என்றாலும் சரி. மறுத்து அடம் பிடிப்பது என்றால் அது ரமணியிடம் மட்டும்தான். அதற்காக எப்போதும் செல்லம் கொஞ்சிக்கொண்டே இருப்பவளும் அல்ல. அவளுக்கும் குழந்தைகளை கரண்டியால் அடிக்கத் தெரியும். கடைசி வீட்டு சரஸ்வதி மாதிரி சூடு போடுவதில்லை. ஆனால் மூர்த்தியை

அவள் தொடர்ந்து எச்சரித்துக்கொண்டே இருக்கிறாள், "உனக்கு ஒரு நாள் சூடு போட்டால்தான் சரியாகும்."

இன்னும் அந்த வைபவம் நடக்கவில்லை. அதைச் செய்யும் அளவுக்கு இன்னும் தனது அக்காவையோ தம்பி தங்கைகளையோ அவன் அடிக்கவில்லை. அல்லது அப்படி அடித்துவிடும் சமயங்களில், அந்தப் பஞ்சாயத்தைக் கவனித்து தண்டனை தரும் அளவுக்கு, சமையற்கட்டில் இருந்து வெளிவர ரமணிக்கு நேரம் போதவில்லை என்பதுதான் காரணம். எப்போதும் அந்த அறையிலேயே அவள் இருத்தி வைக்கப்பட்டிருந்தாள். ஒரு நாளுக்கு பதினைந்து பேருக்கு இரண்டு வேளையும், பத்து பேருக்கு ஒரு வேளையும் என்று கணக்கு வைத்தாலே ஒரு நாளைக்கு அவள் நாற்பது பேருக்கு சமைக்கிறாள். தனியொருத்தியாக. விறகடுப்பு, மாவரைக்க ஆட்டுக்கல், மசாலா அரைக்க அம்மி, பதார்த்தத்துக்குத் தேவையான மாவரைக்க திருவை போன்ற கருங்கல் உபகரணங்களை கவனத்தில் கொண்டால் அவள் சிக்கிக்கொண்டிருப்பது எத்தகைய குவாரி என்பது புரியும். ஆனாலும்கூட இன்னும் வாழ்க்கை சுவராஸ்யமாகத்தான் இருக்கிறது என்ற நம்புகிறாள். சிரிக்கிறாள். நகைச்சுவையை பகிர்ந்துகொள்கிறாள். அவ்வப்போது குழந்தைகளை நையப் புடைக்கிறாள். பிறகு கனிவுடன் அவர்களைக் கொஞ்சுகிறாள். ஐந்து வருடம் முன்பு வரை, ரெண்டு வருடத்திற்கு ஒரு குழந்தையும் பெற்றிருக்கிறாள். இத்தனையும் குவாரி வேலைக்கு எந்த பங்கமும் வராமல். ராஜேந்திரன் ஒரு ஹோட்டல் வைத்திருந்தால் இந்நேரம் இந்த விவசாயத்தை விட்டு வெளியேறியிருக்கலாம். ரமணிக்கும் கொஞ்சம் வேலை குறைந்திருக்கும். இந்த வீட்டின் சமையற்கட்டு எந்த ஹோட்டலின் சமையற்கட்டையும் விட பெரியதுதான்.

சமைக்கத் தொடங்கியிருந்தவளிடம் போய், "அம்மா தாத்தா என்ன கிளம்பி வரச் சொன்னாங்க... கும்மாணம் போகணுமாம்..." என்று சொன்னபோது அவள் கரித்துணியால் அடுப்பிலிருந்து ஒரு சட்டியை இறக்கிவைத்துக் கொண்டிருந்தாள். பார்வையை சட்டியில் இருந்து அகற்றாமல், சரிடா என்று சொல்லிக்கொண்டே அவனது கால் சட்டையைக் கழற்றிவிட்டாள்.

"வெளியருந்தியா?"

"இல்லம்மா வரல..."

"பல்லு...?"

"விளக்கிட்டேன்..."

"சரி போ, முத்தத்துல தண்ணி இருக்கு பாரு குளி..."

"நீ வாம்மா..."

"வர்றேண்டா போடா..."

"அவன் போய் தண்ணீரை மொண்டு மொண்டு வயிற்றின் மீது ஊற்றிக்கொண்டிருந்தபோது அடுப்பில் சட புடா வென எதோ வெடிக்கும் சத்தம் வந்துகொண்டிருந்தது. பிறகு கமகமவென தாளிக்கும் வாசனை முற்றத்தை எட்டியது.

இவன் சோப்பைக் கையில் எடுக்கும்போது வெளியில் வந்துவிட்டாள். நன்றாகத் தேய்த்துக் குளிப்பாட்டிவிட்டாள்.

துவட்டி, உடை மாற்றி, எண்ணெய் வைத்து தலைசீவி, பவுடர் அடித்துவிட்டு அவனிடம் "பத்திரமா போய்ட்டு வரணும்..." என்று சொல்லிக்கொண்டே திரும்பவும் போய் சமையலறையில் நுழைந்துகொண்டாள்.

மூர்த்தி தோப்பிற்குள் நுழையும்போது சோமுவும் கிளம்பித் தயாராக இருந்தார். நான்கு முழ வேட்டி. இரண்டு பக்கமும் நீண்ட பைகள் கொண்ட காலர் இல்லாத ஜிப்பா. இருவரும் படலை சாத்திவிட்டு தெருவில் இறங்கி நடக்கத் தொடங்கினார்கள்.

வலது புறம் திரும்பினால் பேருந்து நிறுத்தத்துக்குச் செல்லும் வழி. ஆனால் சோமு இடது புறம் திரும்பினார். மூர்த்தி ஒன்றும் கேட்கவில்லை. "வேறு வழியாகப் போகிறோம் போல..." என்று நினைத்துக்கொண்டான். நடப்பதற்கு சுணங்குபவன் அல்ல அவன் எப்போதும். இருபுறமும் வயல்கள் கொண்ட நீண்ட சாலையின் வழியாக சோமு நடந்தார். ஒரு கிலோ மீட்டர் தூரத்தில் வீரசோழன் ஆற்றுப்பாலம் வந்தது. மரப்பாலம். ஆற்றில் தண்ணீர் சுழித்துக்கொண்டு ஓடியது. நுங்கும் நுரையுமாக, மிதக்கும் செடிகொடிகளுடன் தண்ணீர் சேறு கலந்ததாக இருந்தது.

தென்னை மரங்கள் நடப்பட்டு, அதன் மீது நடக்கும் பாதை மூங்கிலால் தைக்கப்பட்ட பாலம். சென்ற வாரம் தண்ணீர் பாலத்தின் விளிம்பில் தொட்டுக்கொண்டு ஓடியிருக்கவேண்டும். பாலத்தின் மீது காய்ந்த சருகுகளும் குச்சியுமாகக் கிடந்தது. அதன் மீது நடக்கும்போது, மூர்த்திக்கு உடம்பு கூசியது.

சோமுவின் சொரசொரப்பான கைகளைப் பற்றிக்கொண்டான். கால்களுக்குக் கீழே பாலம் நடுங்குவது போல அதிர்ந்தது. இரண்டு புறமும் பற்றிக்கொள்ள மூங்கிலால் கட்டப்பட்ட நீண்ட கைப்பிடி பாலத்தின் கூடவே வந்தது. அது மூர்த்தியின் கழுத்து மட்டத்தை விட உயரமாக இருந்தது. ஓரமாகப் போனால், அவன் விலகி ஆற்றில் விழுந்துவிடும் அளவுக்கு அதன் இடைவெளி கூடுதலாக இருந்தது. பாலத்தின் நடுவில் நின்றுகொண்டு, ஆற்றின் இருபுறமும் பார்க்கையில், அதுவொரு நீர்ச்சாலையைப் போல இருந்தது. இரண்டு ஓரங்களிலும் அடர்ந்த மரங்களும், நாணல்களும் கரையாகி நின்றிருந்தன. சூரிய வெளிச்சத்தில் நீர் மின்னியது. அதன் மீது மிதந்து கொண்டிருக்கும் பச்சை வண்ண குத்துச்செடிகள், சாலையில் அசையாமல் கிடக்கும் குப்பையைப் போல தோற்றம் கொண்டன. கரைகளில் நெடிதுயர்ந்து வளர்ந்திருக்கும் மூங்கில், அதன் கீழே இருக்கும் கோரையைக் கேலி செய்வது போல அசைந்துகொண்டிருந்தது.

பாலத்துக்கு அருகில் வெள்ளம் கும்மாளமிட்டுக்கொண்டு போவது போல இருந்தது. யாரையும் சட்டை செய்யாத, எதன் பொருட்டும் அஞ்சாத, எதற்கும் கட்டுப்படாத மதர்ப்புடன் மூர்க்கமாக அது பாய்ந்து கொண்டிருந்தது. பாலத்திற்கும் நீர்ப்பரப்பிற்குமான குறைந்த இடைவெளி, ஆற்றின் மீது சிறிய கம்பளத்தை விரித்து அதன் மீது சமன் குலையாமல் சிரமப்பட்டு நின்றுகொண்டிருப்பதைப் போன்ற பிரம்மையை மூர்த்திக்கு ஏற்படுத்தியது. வயிற்றில் சில்லிட்டது போன்ற உணர்வு மேலிட்டது. அதே சமயம் அப்படியே ஆற்றில் விழுந்தாலும், தாம் அந்த செடிகளைப் போல மிதந்துவிட முடியும் என்றும், கரையோரம் வளர்ந்திருக்கும் மரங்களைப் பார்த்துக்கொண்டே போய், எங்காவது ஒரு இடத்தில் இன்னொரு பாலத்தைப் பற்றிக்கொண்டு மேலே ஏறிவிட முடியுமென்றும் அவனுக்கு நம்பிக்கை ஏற்பட்டது. அப்படி நினைத்த கணத்தில் அந்த சாகசத்தின் மீது அவனுக்குக் கிளர்ச்சியாக இருந்தது. எக்கி எக்கி பற்றிக்கொண்டிருந்த கைப்பிடியை விடுவித்துக்கொண்டு, எதையும் பிடிக்காமல் பாலத்தின் மையத்தில் சமச்சீராக நடக்க முற்பட்டான். சோமு அதைத் தடுக்காமல், அவனை ரசித்துக்கொண்டே அவன் பின்னால் அவனைப் பற்றிவிடும் தூரத்தில் நடந்துகொண்டிருந்தார். கரையை நெருங்க நெருங்க, பாலத்தின் ஆட்டம் கூடியது. அப்போது அவராகவே நெருங்கி வந்து அவனது கைகளைப் பற்றிக்கொண்டார்.

ஆற்றின் கரையில் ஆங்காங்கு தேங்கிக்கிடக்கும் மழைநீருடன் சேறாகக் கிடந்தது. "செருப்பக் கழட்டி கையில் வச்சிக்க..." என்று சொல்லிக்கொண்டே அவரும் செருப்பைக் கழட்டி கையில் எடுத்துக்கொண்டார். கரையைக் கடந்து கொஞ்ச தூரம் நடந்தால் அடுத்தது காவிரிப்பாலம். வீரசோழனை ஒப்பிட காவிரியில் தண்ணீர் குறைவாக இருந்தது. ஆற்றின் அகலம் கொஞ்சம் கூடுதலாக இருந்ததால் நீரின் வேகம் மட்டுப்பட்டிருந்தது. கிட்டத்தட்ட மூர்த்தி பாலத்தின் மீது ஓடினான். "பாத்து பாத்து... பௌளாச்சி எதாவது நடுவுல தூக்கிகிட்டிருக்கும்... தடுக்கி விட்டுடும்..." என்று சோமு அவனை எச்சரித்தார்.

'நாம போற நேரத்துல கோனார் வீட்டுல இருக்கணும்' என்று ஆலோசித்துக்கொண்டே இருந்தது அவர் மனது. கணக்கப்பிள்ளை மட்டும் இருந்தா சரியா வராது.

கோனாரின் மண்டிக்குத்தான் சோமுவின் தேங்காய் போகிறது. தேங்காய் வெட்டு முடிந்ததும் ஒரு ஆளை விட்டு சொல்லியனுப்பினால், கோனார் பட்டறையில் இருந்து தேங்காய் கை பார்க்கும் ஆளுடன் ட்ராக்டர் வந்து சேரும். அம்பாரமாகக் குவிந்து கிடக்கும் தேங்காய்களைத் தரம் பிரித்து, ஒல்லி, இளசுகளை ஒதுக்கிவிட்டு நல்ல காய்களை எடுத்துக்கொண்டு டிராக்டர் கிளம்பிவிடும்.

சமீப வருடங்களில் முன்பணமாகவே தேங்காய்க்கான பணத்தை வாங்கிவிட நேர்கிறது. கடன் மாதிரித்தான். வெட்ட வெட்ட கடன் அடையும். இதற்கிடையில் அவசரத்திற்குப் பணம் வேண்டும் என்றால், சொற்ப தேங்காய்களை வேறு ஏவாரிக்கு மாற்றி விடுவதும் நடக்கும். கோனாருக்குத் தெரிந்து அதிருப்தியடைவதும் உண்டுதான். என்றாலும் அவருக்கும் சோமுவுக்கும் சுமுகமான உறவு இருக்கவே செய்கிறது.

இருவரும் பட்டறையைப் போய்ச் சேர்ந்தபோது பத்து மணி ஆகியிருந்தது. அப்போதுதான் மூர்த்தி அவ்வளவு தேங்காய்களை ஒரே இடத்தில் பார்த்தான். மலையைப் போல குவித்து வைத்திருந்தார்கள். தேங்காய்களின் பச்சை மாறி, தோல் கருத்திருந்தது. நெற்றுத் தேங்காய்கள் போல இருந்தன. உள்ளே இருக்கும் மணி முற்றியிருக்காது, தோல் மட்டும்தான் சுருங்கியிருக்கும் என்று மூர்த்திக்கு விளக்கமளித்தார் சோமு. இவ்வளவு லாவகமாக தேங்காய்களை உரிக்கமுடியுமா என்று அப்போதுதான் அவனுக்குத் தெரிந்தது. மூர்த்தி பார்த்துக் கொண்டிருக்கும்போதே அநாயசமாக இருபது காய்களை உரித்து

எறிந்துவிட்டு வியர்வையை வழித்துவிட்டுக் கொண்டான் ஒருத்தன்.

சோமு அச்சப்பட்டதைப் போலவே கோனார் பட்டறையில் இல்லை. வீட்டிலிருந்து இன்னும் வந்திருக்கவில்லை. அவர் வரவில்லை என்பதற்காக வீட்டிற்குப் போயும் அவரைப் பார்க்க முடியாது. அங்கு இருந்த கொட்டகையில் சோமு உட்கார்ந்தார். மூர்த்தி போய் தேங்காய் உரிப்பதை வேடிக்கை பார்த்தான். பிறகு கொட்டகைக்கு வந்தான். சோமுவிடம் கேட்பதற்கு அவனுக்கு சில கேள்விகள் இருந்தன. இந்தத் தேங்காய்கள் எங்கு போகின்றன. எவ்வளவு நாட்கள் அவை அழுகாமல் இருக்கும், நாமே ஏன் அந்த இடத்திற்கு அனுப்பாமல், கோனாரிடம் விற்கிறோம் என்ற கேள்விக்கு, சோமு அவன் கன்னத்தை தட்டிவிட்டு குலுங்கிக் குலுங்கி சிரித்தார். கொஞ்ச நேரம் உட்கார்ந்திருந்தவன், திரும்பவும் எழுந்து போய் பட்டறையை ஒருமுறைச் சுற்றி வந்தான். அவனுக்கு சலிப்பாக இருந்தது. தெருவில் இருந்திருந்தால் இந்நேரம் பம்பரமாவது ஆடியிருக்கலாம். பம்பரத்தை எடுத்து வந்திருக்கலாமோ என்றும் தோன்றியது. இல்லை. தாத்தா வைவார். அவருக்கு தெருப் பிள்ளைகளுடன் சேர்ந்து விளையாடினால் பிடிக்காது. அதுவும் பம்பரம், புளியங்கொட்டை செத்துவது என்றால் கோபம் வரும்.

சோமு, தனது கொட்டகையில் இருப்பவரைப் போலவே நிதானமாகக் குந்தியிருந்தார். இடையில் ஒருமுறை கணக்குப்பிள்ளை வந்து அவரிடம் கொஞ்ச நேரம் பேசிக்கொண்டிருந்தார். இரண்டு பேரும் சேர்ந்து தாம்பூலம் போட்டார்கள். உரக்க சிரித்துக்கொண்டார்கள்.

கோனார் வருவதற்கு பதினோரு மணியாகிவிட்டது.

"வா சோமு... எப்படி இருக்க...?"

"அதுக்கென்ன...!"

கேட்டுவிட்டு பட்டறையை சுற்றிப் பார்க்கப்போய்விட்டார். அவர் திரும்ப வந்தபோது, அவருடன் கணக்கப்பிள்ளையும் அவரது வால் போல ஒட்டிக்கொண்டே வந்திருந்தார். பிறகு கோனாரும் கணக்கப்பிள்ளையும் கணக்கு வழக்குகளைப் பற்றி பேசத் தொடங்கினார்கள். வரவேண்டிய இடங்களிலிருந்து பணம் நிறைய தங்கிப் போனதுதான் பேச்சின் பிரதானமாக இருந்தது. சோமு போனதற்குப் பிறகுதான், லாபத்தைப் பற்றி பேசுவார்கள் போல. அவர்களைக் கவனிப்பதில் எந்த சுவராஸ்யமும்

இல்லாமல், மூர்த்தி மீண்டும் தேங்காய் உரிக்கும் இடத்தை நோக்கி நடந்தான்.

சோமுவும் அவர்களது சம்பாஷணையில் குறுக்கிடவில்லை. பணம் வேண்டும் என்பதை அவர் வெளிப்படுத்தவும் இல்லை. வெறுமனே வேடிக்கை பார்க்க வந்தவரைப் போல குந்தியிருந்தார். கோனார் கல்லாவிலிருந்து பணத்தை எடுத்து சோமுவிடம் கொடுக்கும்போது வெயில் உச்சிக்கு வந்திருந்தது. மணி ஒன்று ஆகிவிட்டது என்று பட்டறையின் முகப்பில் இருந்த கடிகாரம் அறிவித்தது.

சோமு அந்தக் கொட்டகையிலிருந்து வெளியேறவும் மூர்த்தி வேடிக்கையை முடித்துக்கொண்டு அவருக்கு எதிரே வரவும் சரியாக இருந்தது.

"பசிக்குதாடா தம்பி..."

"ஆமா தாத்தா..."

"வா வா... நேரா கிளப்புக்குதான் போறோம்... இதோ இப்ப கார் வந்துடும்..."

பேருந்து நிறுத்தத்தில் போய் நின்ற அடுத்த ஐந்து நிமிடத்தில் கும்பகோணம் செல்லும் பேருந்து வந்தது. உச்சி நேரம் என்பதால் பேருந்தில் கூட்டம் இல்லை. இருவருக்கும் உட்கார இடம் கிடைத்தது. நடந்ததும் பசியின் சோர்வும் சேர்ந்து கொள்ள மூர்த்திக்குக் கண்களைச் சுழற்றி தூக்கம் வந்தது. சோமு அவன் தலையைக் கோதிவிட்டார். அப்படியே தூங்கிப்போனான். பத்து நிமிடம்தான் இருக்கும் கும்பகோணம் வந்துவிட்டது. பேருந்து நிலையத்துக்கு முன்பாகவே, அவனை எழுப்பி இறங்கிக்கொண்டார்.

நேராக ஹோட்டலுக்குதான் போனார்கள்.

பெரிய முற்றமும், அதைச் சுற்றி மேஜை நாற்காலிகளுமாக ஆட்கள் நிறைந்திருக்கும் உணவகமாக இருந்தது அது. இதற்கு முன்பு அத்தகைய உணவகத்திற்கு மூர்த்தியை அவர் அழைத்து வந்திருக்கவில்லை. நான்கு பேர் உட்காரும் பெஞ்சில் இவர்கள் இருவருக்குமான இடம் மீதி இருந்தது. உட்கார்ந்துகொண்டார்கள்.

மூர்த்தியை உள்ளே உட்காரச் சொல்லிவிட்டு சோமு பலகையின் விளிம்பில் உட்கார்ந்துகொண்டார். மூர்த்திக்கு அருகில் இருந்தவர் அவனைப் பார்த்து புன்னகைத்துவிட்டு தனது சாப்பாட்டில்

கவனம் செலுத்தத் தொடங்கினார். அவரது இலையில் பெரிய மீன் தலை ஒன்று குழம்பு சொட்ட சொட்ட இருந்தது. இதுவரை அத்தனை பெரிய மீனை மூர்த்தி பார்த்திருக்கவில்லை. அதன் வாய் திறந்திருக்க, அதன் பற்கள் சிறிய ரம்பத்தைப் போல கூராகத் தெரிந்தன. கிட்டத்தட்ட மூர்த்தியின் தலையில் முக்கால் வாசி இருந்தது. நன்றாகப் பிசைந்து நிறைய குழம்புடன் விரல்களை நக்கி நக்கி அவர் சாப்பிட்டுக்கொண்டிருந்தார்.

உணவகம் களேபரமாக இருந்தது, உணவைப் பரிமாறுபவன், தனது கையில் இருக்கும் குண்டானில் தட்... தட்.... என்று சிறிய தட்டால் தட்டிக்கொண்டே இருந்தான். ஒட்டிக்கொண்டிருக்கும் சாதத்தை உதிரச் செய்பவன் போல இருந்தது அவனது செய்கை. உணவு அருந்துபவர்களை ஊக்கப்படுத்துவது போன்ற தொனியாகவும் இருந்தது.

"இங்க ஒரு மீனு..."

"இங்கநடு துண்டு..."

"இங்க பிசுக்கு..."

"மூணாவது இலைக்கு ராலு..."

"அங்க தலைக்கறி..."

அதுவொரு ராகம் போலவும் இருந்தது. அவன் தட்டுவதற்குத் தகுந்தாற்போல உணவை அள்ளி வாயில் வைப்பதும், முள்ளை உறிஞ்சி எடுப்பதும், கறியை மென்று அடக்குவதுமாக ஒத்திசைவு கூட்டி அனைவரும் அதில் பிணைக்கப்பட்டிருந்தார்கள். சோமுவும் மூர்த்தியும் அதில் இணைந்துகொள்ளத் தயாராகி விட்டிருந்தார்கள்.

"தம்பிக்கு என்ன வேணும்...?"

மூர்த்திக்கு என்ன சொல்வதென்றே புரியவில்லை.

"அவனுக்கு கறி பிரியாணி கால் பிளேட் வை..."

"சரி... இங்க ஒரு கால் பிளேட் கறி பிரியாணி..."

"எனக்கு சாப்பாடு..."

"இங்க ஒரு நுனி இலை போடு..." என்ற அவனது குரல் சமையலறையைத் தாண்டி வீதியை எட்டியிருக்கும்.

கொஞ்ச நேரத்தில் சோமுவின் இலையிலும் ஒரு பெரிய மீன் தலைவந்து பிளந்த வாயுடன் குந்தியது.

அதன் மீது சுடு சோற்றை அள்ளிப் பூசி அதிலிருந்த குழம்பை இல்லாதாக்கினார். பிறகு கொஞ்சம் சதையைப் பிய்த்து மூர்த்திக்கு ஊட்டினார். அம்மீனின் கண்களில் ஒன்றை எடுத்து அவனுக்கு ஊட்டியபோது, மூர்த்தியின் வாயில் பளிங்கைப் போல அது உருண்டது. அதைக் கடிக்கவேண்டுமா அப்படியே விழுங்கவேண்டுமா என்று அவனுக்குப் புரியவில்லை. ஆனால் அதை வாயில் வைத்து விளையாடுவது அவனுக்குப் பிடித்திருந்தது. கொஞ்ச நேரம் இந்தப் பக்கமும் அந்தப் பக்கமுமாக நகர்த்தி விளையாடிய பிறகு, அதைக் கடிக்க எத்தனித்தபோது அது வழுக்கிக்கொண்டு வயிற்றுக்குள் உருண்டது. மூர்த்திக்கு ஏமாற்றமாகப் போய்விட்டது. தாத்தாவின் இலையைப் பார்த்தான். இன்னொரு கண் ஏற்கனவே சோமுவின் வயிற்றிற்குப் போய்விட்டிருந்தது.

பிரியாணியையையும் கறியையும் குருவியைப் போல தொட்டுத் தொட்டு அருந்திக் கொண்டிருந்தவனின் வாயில், துவையல் போல ஏதோ மசாலாவை ஊட்டினார் சோமு. தயங்கியவனிடம் "மூளைதாண்டா... நல்லாருக்கும் சாப்பிடு..." என்றார். அவனுக்கு அந்தச் சுவை உவப்பில்லாததாக இருந்தது. சரி என்று விட்டுவிட்டு ஒரு துண்டு ஈரலை எடுத்து அவன் வாயில் வைத்தார். அது மூர்த்திக்குப் பிடித்திருந்தது.

சாப்பிட்டுவிட்டு எழுந்தபோது, மூர்த்தியின் வயிறு கொட்டாப்பெட்டி போல ஆகியிருந்தது. சோமு தோளில் கிடந்த துண்டால் மூக்கில் வடிந்த நீரைத் துடைத்துக்கொண்டார். வெளியில் வந்து ஓர் இனிப்பு பீடா வாங்கி அதை இரண்டாகப் பிய்த்து, ஒரு பாதி முடிஞ்சதும் மீதிய போடு என்று, பாதியை வாயிலும் மீதியைக் கையிலும் கொடுத்தார். வெற்றிலையின் காரம் சிலிர்க்கச் செய்தபோது, அதன் உள்ளே இருந்த குல்கந்து நாக்கில் இனிப்பாகப் புரண்டது. அவரும் ஒரு பீடாவை வாங்கிப் போட்டுக்கொண்டார்.

அப்படியே இரண்டு பேரும் கடைத்தெருவில் வேடிக்கை பார்த்துக்கொண்டே நடந்தார்கள்.

"இங்கிலீஷ் மருந்து கடை அப்படின்னு போர்ட் இருந்தா பாத்துட்டு சொல்லு..."

"சரி தாத்தா..."

அவரது விரலைப் பற்றிக்கொண்டு ஒவ்வொரு கடையாக அண்ணாந்து பார்த்து படித்துக்கொண்டே வந்தான்.

"தாத்தா, இங்க பாருங்க ஒரு கட..."

படிகளில் ஏறி, இடுப்பிலிருந்து ஒரு சீட்டை எடுத்து பலகைக்கு அந்தப்பக்கம் இருப்பவனிடம் கொடுத்தார். அவன் அதைப் படித்துவிட்டு, மீண்டும் சீட்டை சோமுவிடம் கொடுத்த பிறகு மருந்தை ஒரு காகிதப் பையில் போட்டு கொடுத்தான். அதை வாங்கி மூர்த்தி கையில் வைத்துக்கொண்டான்.

"என்ன தாத்தா இது...?

"முட்டி வலிக்கு மருந்து..."

"... ... ..."

"உனக்கு ஏதாவது வேணுமாடா...?"

"எனக்கு பேனா வேணும் தாத்தா..."

"வாங்கலாம் வா..."

முதலில் பேனா வாங்கினார்கள். பிறகு ஒரு ஹார்ட்வர்ஸ் கடையில் போய், ஆணி, மண்வெட்டிக்கான பூண், மாட்டுக்குத் தீவனம், கொள்ளு எல்லாம் வாங்கினார் சோமு. பொருட்களை வைத்துக்கொள்வதற்கு ஒரு வெள்ளை நிற பருத்திப் பையை வாங்கிவிட்டுக் காசு தரும்போதுதான், இருந்த மொத்தக் காசையும் செலவு செய்துவிட்டோம் என்பது அவருக்கு உறைத்திருக்கவேண்டும். திரும்பிப் பார்த்தால், தனது மேல் சட்டைப் பையில் செருகி வைத்திருந்த பேனாவை தடவிக்கொண்டிருந்தான் மூர்த்தி. இன்னும் அதில் மை நிரப்பப்படவில்லை. இருந்திருந்தால் அந்தக் கடை வாசலிலேயே எதையாவது எழுதிப் பார்க்காமல் அவனுக்கு அடங்கியிருக்காது.

"இவ்வளவுதான் இருக்கு வசிக்கிக்க..." என்று கடைக்காரனிடம் ஐம்பது பைசா குறைத்துக் கொடுத்துவிட்டு பையை வாங்கிக்கொண்டு வந்து சாமான்களை எல்லாம் அதில் அடுக்கி தோளில் வைத்துக்கொண்டபோது மணி நான்குக்கு மேல் ஆகியிருந்தது. வெயில் அதன் உக்கிரம் குறையாமல் நிறைத்துக்கொண்டிருந்தது. தார் சாலை மின்னியது.

வீட்டை நோக்கி இருவரும் நடக்கத் தொடங்கினார்கள்.

"தாத்தா, இப்பவே இதுக்கு இங்க் போட்டு எடுத்துட்டுப் போலாமே..."

"வேணாண்டா... நம்ம கடைத்தெருவுக்குப் போனதும் ஐயரு கடைல போட்டுக்கலாம் வா..."

நடக்க நடக்க தூரம் கூடிக்கொண்டே போவது போல இருந்தது. இருந்தாலும் மூர்த்திக்கு அது மலைப்பாக இல்லை. தினமும் அவன் ஐந்து கிலோமீட்டர்களுக்கு மேல் நடந்துதான் பள்ளிக்குப் போகிறான். இத்தனைக்கும் அவனது நிறுத்தத்திலிருந்து ஐந்து கிலோமீட்டரில் இருக்கும் பள்ளிக்கு முப்பது காசுதான் கட்டணம். "இது ஒரு தூரம், இதுக்கு ஒரு பஸ்ஸா..." என்று சோமு சொல்லியிருந்தார். "ஆமாம்..." என்று ராஜேந்திரனும் அதற்கு ஆமோதித்திருந்தார். ரமணிக்கு மட்டும் இதில் உடன்பாடு இல்லை. ஆனால் அவள் வழக்கம் போல அமைதியாக இருந்தாள். மூர்த்தி பள்ளிக்கு நடந்தே போய்விட்டு, நடந்தே வந்துகொண்டிருந்தான். இப்போதும் அவன் நடந்துகொண்டிருப்பது அவன் பள்ளிக்கு நடக்கும் அதே தார்சாலைதான். நேரம் கூட கிட்டத்தட்ட அவன் வீடு திரும்பும் அதே நேரம்தான்.

19

வயல்களில் அறுவடை முடிந்திருந்தது. கால்களில் பொருக்கு குத்தும் அளவுக்குத் தரை இன்னும் காய்ந்திருக்கவில்லை. குனிவதற்கு சோம்பேறித்தனப்பட்ட அறுப்பு ஆட்கள் நல்ல உயரம் விட்டு தாள்களை அறுத்திருந்தார்கள். அந்தத் தாளின் அடியில் காலை வைத்து அப்படியே சாய்வாக அதை மிதித்துக்கொண்டே நடக்கையில், பஞ்சு மெத்தையில் நடப்பது போன்ற உனக்கையுடன் இருக்கிறது. நடக்கும் அவசரத்தில் கால் பிசகி தரையில் பட்டுவிட்டால், கலவிக்குத் தயாராக இருக்கும் யோனியையொத்த மென்மையான ஈரம் பாதத்தைத் தீண்டி கூசச் செய்கிறது.

குழந்தைகளுக்கு அறுவடையான புத்தம் புது வயலில் விழுந்து புரள்வதற்கு நிறைய விளையாட்டுகள் இருந்தன. வரப்புகளின் ஓரத்தில், எலி வலைகளால் உருட்டிக் குவிக்கப்பட்டிருக்கும் மண், மண்ணாலான முத்துகளைப் போல புதுசு மாறாமல் இருக்கிறது. ஆடுகளை இன்னும் யாரும் அவிழ்த்து விட்டிருக்கவில்லை. நடுநடுவே சில வயல்களில் இன்னும் அறுவடை முடிந்திருக்கவில்லை என்பதுதான் அதற்குக் காரணம். நாற்றங்கால்களாக இருக்கும். அவை ஒதுக்குப்புறமாக இருந்ததால், விளையாட்டுக்கு அவை எந்த விதத்திலும் தொந்தரவாக இல்லை. வரப்பு ஓரங்களில் வளர்ந்து, கதிர்களினூடே நுழைந்து மறைந்து கொண்டிருந்த கோரைப்புற்கள், அறுவடை முடிந்ததும், சரேலென வெளிப்பட்டுவிட்ட தமது அந்தரங்கத்தை எண்ணி நாணியபடி மறைய இடமற்று அலைந்துகொண்டிருந்தன. கட்டுத்தரையில் இருக்கும் ஆடுகளை அறுவடை மண்வாசம் இருக்கவொட்டாமல் பண்ணியது. அறுவடை முடிந்த புது வயலில் அவிழ்த்து விடப்படும் மாடுகள், தாள்களுக்கு அடியில் உள்ள புல்லோடு சேர்த்து வைக்கோலையும் கரண்டியபடி வயலைச் சுற்றிச் சுற்றி வரும். மனசு கேட்காது. ஆனால் வயிறு நிறையாது. ஒரு இடத்தில் கட்டிப் போட்டால் மட்டுமே மண்ணோடு சேர்ந்து தாளைக் கரண்டும் தீவிரத்தை அவை அடையும். ஆடுகளின் சுபாவமே வேறு. வரப்புகளில் எத்தனைப்

பசும்புற்கள் இருந்தாலும், நுனிமேய்ச்சலாக மேய்ந்துகொண்டே போய், இன்னும் அறுவடையாகாத வயலில் நெல்மணிகளை அவசர அவசரமாக அள்ளி அள்ளி விழுங்கும் தன்மையைக் கொண்டிருந்தன. கிட்டத்தட்ட தெருவில் ஓலைப்பாயில் காய வைக்கப்பட்டிருக்கும் நெல்லை வாயால் அள்ளிக்கொண்டு, துரத்தி வருபவளின் சாபத்துக்கு ஆளாவதைப் போல.

சிறுவர்களும் சிறுமிகளும் கொக்கு குச்சியுடன் கோடையை வரவேற்கத் தயாராகியிருந்தார்கள். ஒரு மூங்கில் குச்சியின் முனையில் 'L' வடிவத்தில் ஒரு கணுவை மட்டும் வெட்டாமல் விட்டு விட்டால், கையில் பற்றியிருக்கும் குச்சியின் கீழ் முனை ஒரு கொக்கி மாதிரி இருக்கும். அதன்மூலம் இன்னொரு கொக்கு குச்சியைத் கொத்திக்கொண்டு ஓடவேண்டும். குச்சியைப் பறிகொடுத்தவன், துரத்திப் பிடிப்பதற்கு ஓடி வருவான். அவன் நெருங்கி வருகையில், தனது கொக்குக் குச்சியின் முனையை எலிப்பொந்து, நத்தை ஓடு, காய்ந்த சாணம், நண்டுவளை போன்றவற்றில் வைத்துக்கொண்டால் துரத்திவருபவன் தீண்டாமல் தப்பித்துக்கொள்ளமுடியும். அப்படி குச்சியை வைப்பதற்கு முடியாவிட்டால், அவன் வந்து தொட்டு விடுவான். தொட்டதும் இழுபடும் அவனது குச்சியை எடுத்துக்கொள்வான். அவுட் ஆனவன் தனது குச்சியைத் தரையில் போடவேண்டும். மற்றவர்கள் இழுந்துக்கொண்டு ஓடுவார்கள். அதுதான் விளையாட்டு. கேட்பதற்கு எளிது போலத் தோன்றினாலும், தொடர்ந்து விளையாடுவதற்கு உடலில் நிறைய வலு வேண்டும். கிட்டத்தட்ட ஹாக்கி போல. ஒருவிதத்தில் கால்பந்து போலவும்தான். ஓடிக்கொண்டே இருக்கவேண்டும். அதே நேரத்தில் தரையிலும் வரப்பிலும் கண் கவனமாக இருக்கவேண்டும். முன்னந்தியில் தொடங்கும் விளையாட்டு, கண்களிலிருந்து எலி வளைகள் மறையும் இருட்டு வரைக்கும் நீளும்.

மூர்த்தி ஓடிக்கொண்டிருந்தான். ஹோ வென்ற இரைச்சலுடன் ஒரு பெரிய பட்டாளமே அந்த விளையாட்டில் கலந்துகொண்டிருந்தது. அறுவடைக்கு முன்பு சில வயல்களில் மட்டும் விதைக்கப்பட்டிருந்த உளுந்தும் பயிரும் முளைத்து இன்னும் இலைகள் வெளிவந்திருக்கவில்லை. அதனால் குழந்தைகளின் முன்னால் ஒரு பெரிய மைதானம் விரிந்து கிடந்தது. இயற்கையின் எல்லைகளற்ற விளையாட்டு மைதானம். தாள்களின் மெத்தை விரிக்கப்பட்ட, பிஞ்சுக் கால்களை முத்தமிடும் ஈர நிலத்தின் காதல் கொண்ட

மைதானம். குழந்தைகள் அதன் மீது கால்கள் பட்டும் படாமலும் பறந்துகொண்டிருந்தார்கள். ஓட்டம், ஓட்டம். நடு நடுவே கிறீச்சிடல். வாக்குவாதம், சண்டை, சிறிய அழுகை. சிறுமிகள்தான் அதிகமும் சச்சரவில் ஈடுபட்டார்கள். "நான் அவுட் இல்ல... நீதான் வாச்சாங்குளி அடிக்கிற..." போன்ற புகார்கள் மாற்றி மாற்றி சொல்லப்பட்டன. எலிவளைக்கும், எலிப்பொந்துக்குமான வேறுபாடுகள் விவாதிக்கப்பட்டு தீர்வுகள் எட்டப்பட்டன. எலிகள் வயல்வெளிகளைப் புறக்கணித்துவிட்டு வெளியேறிவிடும் அளவுக்கு அவ்விவாதங்கள் கடுமையாக இருந்தன.

மூர்த்திக்கு வியர்த்து வழிந்தது. கால்கள் சோர்ந்தன. ஆனால் ஓடுவதன் ஆர்வம் குறையவில்லை. யாராவது ஒருவன் தோற்பதும், முகம் சுருங்குவதும், சண்டையிடுவதும் விளையாட்டின் ஆர்வத்தை அதிகரித்துக்கொண்டே இருந்தது. வரப்பு வரப்புகளாக தாண்டித் தாண்டி ஓடிக்கொண்டே இருந்தார்கள். கொக்கு குச்சி அவனது உடலின் ஒரு பாகத்தைப் போன்ற ஒத்திசைவுடன் அவனுடன் வந்துகொண்டே இருந்தது. கண்கள் வெகு விரைவாக எலிவளைகளையும் காய்ந்த சாணத்தையும் கண்டறிந்தது. நிற்பதற்கே தோன்றவில்லை.

சிறிய சிறிய வரப்புகளாகத் தாண்டி ஓடிக்கொண்டிருந்தபோது, வயல்களுக்கு நடுவே இருக்கும் கண்ணுசாமியின் திடலைச் சுற்றியும் ஓடினார்கள். சுற்றிலும் ஏக்கர்களாக விரிந்திருக்கும் வயலின் நடுவே இருக்கும் நூறு குழி திடல் அது. கடலுக்கு நடுவில் இருக்கும் சிறிய தீவைப் போல. சுற்றிலும் வேலி கட்டப்பட்டிருந்தது. திடல்களில் பயிரிடப்பட்டிருக்கும் அவரை, மொச்சைக் கொடிகள் வேலியின் மீதுபடர்ந்து வயல் வரைத் தாழ்ந்திருந்தன. அதுவொரு மறைவான பகுதியாகவும் இருந்தது. கொக்கு குச்சி விளையாட்டுக்கு அதுவொரு முக்கியமான கேந்திரம். ஓட்டத்தில் வலுவற்றவனை அழச் செய்துவிடும் இடம். அந்தத் திடலைச் சுற்றி மற்றவர்கள் ஓடினால், துரத்திச் செல்பவனுக்கு தெம்பு இல்லையெனில் அவர்களை நெருங்கவே முடியாது. சுற்றிச் சுற்றி ஓடி வந்துகொண்டே இருப்பார்கள். நாக்கைத் துருத்தி கேலி செய்வார்கள். தோல்வியின் அழுகை மட்டுமே விளையாட்டை நிப்பாட்டும். அல்லது எவனாவது வளர்ந்த சிறுவன் வந்து மத்தியஸ்தம் செய்து அந்த ஆட்டத்தை முடித்து வைக்க வேண்டும். திடலின் விளிம்புகளில் எலிவளையும் நண்டு வளையுமாக நிறைந்திருக்கும் இடத்தில் ஓடுபவனுக்கு ஓய்வெடுக்கவும் நிறைய வாய்ப்பிருந்தது. அது

குச்சியைப் பறிகொடுத்தவனுக்கு அதை மீட்கும் சாத்தியத்தை கடினமாக்கிவிடுகிறது.

மூர்த்தி ஓட்டத்தின் தீவிரத்தினிடையே, தாத்தா அங்கு உட்கார்ந்திருப்பதைக் கண்டான். அந்தத் திடலுக்குப் போகும் சிறிய வரப்பில், திடலை ஒட்டிய முனையில் அவர் உட்கார்ந்திருந்தார். வெளியில் தொங்கிக்கொண்டிருந்த கொடிகளின் நிழல் அங்கு பிரத்யேக தணுமையைப் பரப்பி வைத்திருந்தது. சட்டையற்ற அவரது கறுத்த உடல் வெளிச்சம் குறைந்திருக்கும் அந்தச் சூழலில் கொடிகளின் பச்சை வண்ணத்துடன் கலந்துவிட்டது போன்ற தோற்ற மயக்கத்தை ஏற்படுத்தி அவரது உருவத்தைத் தீற்றலாக்கிவிட்டிருந்தது. உற்று கவனிக்கவில்லை என்றால் அவர் அங்கு இருப்பதே தெரியாது. ஏற்றிவிடப்பட்டிருந்த நான்கு முழ வேட்டி அவரது தொடையில் ஒரு கோடு போலக் கிடந்தது. வேட்டிக்கும் உடம்புக்குமான நிற வேறுபாடுதான் தூரத்தில் இருந்து பார்க்கும்போது, அங்கு யாரோ உட்கார்ந்திருக்கிறார்கள் எனும் எண்ணத்தை வரவழைத்தது. அல்லது ஏதோ ஒன்று வித்தியாசமாக இருக்கிறது எனும் ஆர்வத்தை பார்ப்பவர்களுக்குத் தூண்டியது. மூர்த்தி ஓடிப்போய் அருகில் பார்த்த பிறகுதான் அது சோமு என்பது அவனுக்குப் புரிந்தது. தாத்தா அங்கிருப்பது, விளையாட்டின் களிப்பை அவனுக்குக் கூட்டியது. தான் ஓடுவதைப் பார்ப்பதற்கு, அவனை உற்சாகமூட்டுவதற்கு ஓர் ஆள் இருப்பதால் வரும் கிளுகிளுப்பு அது.

“தாத்தா... நீங்கதான் உக்காந்திருக்கீங்களா...”

வார்த்தைகளினூடே அப்படி ஓர் இளைப்பு.

தன்னை யாரும் வெற்றிகொள்ள முடியாததன் எக்காளமும் மூர்த்திக்கு சேர்ந்துகொள்ள கண்கள் மின்னியபடி அவரிடம் தான் நீண்ட நேரமாக பிடிபடாமல் இருப்பதைப் பற்றிச் சொன்னான்.

“அப்படியாடா...” என்று அவரும் அந்த ஆச்சர்யத்தில் கலந்துகொண்டார்.

எப்போதும் தோளில் கிடக்கும் துண்டு இப்போது அவரது மடியில் கிடந்தது. வரப்பில் அவருக்குப் பக்கத்தில் வெற்றிலைப் பாக்குப் பொட்டலம், இறுக்கமாக மடிக்கப்பட்டு அப்படியே இருந்தது. அவர் உட்கார்ந்திருக்கும் தோரணையைப் பார்த்தால் அவர் நீண்ட நேரமாக அங்கு உட்கார்ந்திருக்க வேண்டும். ஆமாம், அவர் நீண்ட நேரமாகத்தான் அங்கு உட்கார்ந்திருக்கிறார்.

அவர் அங்கு வந்தபோது உச்சி வெயில் ஆங்காரமாக நிலைத்திருந்தது. முன் கோடைக்கால வெயில், கொடாப்பில் வைத்து உடலை ஊதுவது போல புழுக்கத்தைக் கூட்டுவதாக இருக்கிறது. ஒரு கம்பளியைப் போட்டு போர்த்தி அங்கு உட்காரவைத்தால், வாழைத்தாரைப் போல உடல் பழுத்து கனிந்துவிடும். அப்படி ஒரு வெக்கையும் வியர்வையுமாக இருக்கிறது. கொடிகளின் பச்சை வாசம் புழுக்கத்தை இன்னும் செறிவுடன் உணரச் செய்தன. உதிர்ந்த இலைகளும் பூக்களும் வதங்கி புழுக்கத்துக்கு மணம் இருக்கிறது என்று அறிவித்துக்கொண்டிருந்தன.

கொட்டகையில் படுத்திருந்தபோது, விசாரிப்பு பொன்னுசாமிதான் வந்து அவரிடம் நைஸாகச் சொன்னான்.

“சோமண்ணே, இன்னைக்கு வாய்தா பணம் வந்து சேரலைன்னா ஆபிசரே நேரா வந்து உங்ககிட்ட கேக்க போறேன்னு சொன்னாரு... நீங்க அறுக்கிறதுக்கு முன்னாடியே செவப்புக் கொடிய ஊனிப்புடுவோம்னு சொன்னாரு... நான்தான் கேசு விவகாரம்லாம் எடுத்துச் சொல்லி கொஞ்சம் டைம் குடுப்போம்னு சொன்னேன்... இருந்தாலும், இன்னைக்கு மத்தியானம் அவரு தோப்புக்கு வந்தாலும் ஆச்சர்யப்படுறதுக்கு இல்ல...”

“... ... ...”

“... ... ...”

“அது சரி, இப்ப எங்க இங்க...?”

“இன்னைக்கு அய்யாக்கண்ணு வீட்ல ஜப்தி... சொஸைட்டி லோனு வாங்குனதுக்கு. செகரெட்டரியும் எத்தினிவாட்டிதான் எச்சரிக்கை குடுப்பாரு. அய்யாக்கண்ணுவ குத்தம் சொல்லியும் ஒண்ணுமில்லை. விவசாயம் கொறைஞ்சு போச்சு, பத்தாததுக்கு இந்த வருஷத்து மழை வேற வந்து எல்லாத்தையும் கொண்டு போய்டுச்சி. கெடச்சதும் கருக்கா நெல்லு. ஆனா அரசாங்கத்துக்கு அது தெரியுமா சொல்லுங்க. அது குடுத்தத கேக்கத்தான செய்யும்...”

அவன் சொல்வது அய்யாக்கண்ணுக்கு மட்டும் இல்லை என்பது சோமுவுக்குப் புரியவே செய்தது. அவனது தொனி அவருக்கு எரிச்சலை வரவழைத்தது. “என்ன மயிறு அரசாங்கம்... இவனுவோ ஏன் இப்படிப் பேசி பழகுறானுவோ...” என்று அதிருப்தியடைந்தார். அந்தக் குரலில், தானொரு அரசாங்க

உத்தியோகஸ்தன் என்றும், சோமு கடன்காரர் போன்றும் இருக்கும் கடுமையை அவரால் சகித்துக்கொள்ள முடியவில்லை.

"நமக்கு அங்க ஒண்ணும் சொசைட்டியில பாக்கி இல்லையேண்ணே...?"

சோமு அமைதியாக இருந்தார்

பொன்னுசாமி மேற்கொண்டு எதுவும் பேசாமல் கொஞ்ச நேரம் நின்றுகொண்டிருந்தான். சோமு எழுந்து எரவானக் கொடியில் கிடந்த சட்டையை எடுத்து அதன் நீண்ட பையில் கையைவிட்டு, பத்து ரூபாய் பணத்தை எடுத்து அவனிடம் கொடுத்தார். கட்டியிருந்த முண்டாசை அவிழ்த்து தோளில் போட்டுக்கொண்டு, வருவித்துக்கொண்ட பதவிசுடன் அந்தப் பணத்தை வாங்கிக்கொண்டான் அவன். அவன் கொட்டகையை விட்டு வெளியேறியதும், சைக்கிள் ஸ்டேன்டின் கிளிப்பைத் தட்டிவிடும் சத்தமும், வண்டியை உருட்டும் சத்தமும் சோமுவுக்குக் கேட்டது. பிறகு அவன் படலைத் திறந்து மூடும் ஒலி மெல்லத் தேய்ந்து மறைந்தது.

அதன் பிறகுதான் சோமு கொட்டகையை விட்டு வெளியில் வந்து தோப்பின் தென்புறப் படலை திறந்துகொண்டு வயலில் இறங்கி நடந்தார். அப்படியே முடிந்தவரை நடக்கலாம் என்றுதான் நினைத்தார். குழப்பமான உணர்வுகள் வந்து மண்டின. நடந்துகொண்டிருக்கும்போதே திடலை நெருங்கிவிட்டது நெகாவுக்கு வந்ததும், "சரி, கொஞ்ச நேரம் குந்தலாம்..." என்று நினைத்தவர் அப்படியே நீண்ட நேரமாக அங்கேயே உட்கார்ந்துவிட்டார்.

யோசித்துக்கொண்டே குந்தியிருந்தார். மனது வெறுமையாக இருந்தது. வெற்றிலைப் பாக்கு பொட்டலத்தை எடுத்து வந்திருந்தாலும் அதிலிருந்து எடுத்து ஒரு தரம் போட்டுக்கொள்ள வேண்டும் என்று தோன்றவில்லை. இரண்டு விஷயங்கள் மனதில் மீண்டும் மீண்டும் அலையடித்துக்கொண்டே இருந்தன. மழை வந்தால் அதீத மழையாகவும் வெயிலடித்தால் அதீத வெயிலாகவும் இருக்கும் பருவநிலை அவருக்கு எதையோ எச்சரித்துக்கொண்டே இருந்தது. இன்னொன்று வழக்கு. அதன் போக்கு அவரை தூங்கவிடாமல் பண்ணியது. பிறகு இந்த சொசைட்டிக் கடன். ரமணியின் நகைகள்கூட பொருட்டாக இல்லை. அவள் வேறு நாம் வேறா என்ன என்கிற எண்ணம்தான். அதன் பொருட்டு அவள் தன்னை ஒன்றும் மரியாதைக் குறைவாக எண்ணிவிடப் போவதில்லை என்கிற எண்ணம் ஆசுவாசமாக

இருந்தது. அதுவே ஒரு கூடுதல் சுமையாகவும் அவரை அழுத்தியது.

அந்தக் கூட்டுறவு சொசைட்டியின் செகரெட்டரி தெரிந்தவன். தம்மிடம் நிறைய உதவிகள் பெற்றுக்கொண்டவன்தான். ஆனாலும் அவனும் அவனது உயரதிகாரிக்கும் பதில் சொல்லக் கடமைப்பட்டவன்தானே. கிராம நிர்வாக அலுவலரையும் அவருக்கு நன்றாகத் தெரியும். இந்த ஊர்க்காரன் இல்லை என்றாலும், அவனது தகப்பனுடன் சோமுவுக்கு நல்ல அறிமுகம் இருந்தது. சொந்த சாதிக்காரன் வேறு. அது இன்னும் அதிருப்தியைக் கூட்டியது. அதனால்தான் அவனது முகத்தைப் பார்ப்பதற்கு கூசி, வயலில் வந்து உட்கார்ந்திருக்கிறார். அவனை தமக்கு யாரென்று தெரியாவிட்டால், அல்லது அவனுக்கும் தம்மை யாரென்று தெரிந்திருக்காவிட்டால் இதில் அப்படி ஒன்றும் பிரச்சினை இருந்திருக்காது. கும்பகோணம் செல்லும் பேருந்தின் கண்டக்டர் போல, "உள்ள வாங்க பெரியவரே…" அல்லது பஸ்ஸ்டாண்டில் இருக்கும் ரிக்ஷாக்காரனைப் போல, "ஏறி குந்துங்க பெரியவரே, உங்ககிட்ட என்ன கூடுதலாக் கேட்டுடப் போறேன்… நீங்க தருவீங்கன்னு எனக்குத் தெரியாதா…"

அப்படியான குரல்களை எதிர்கொண்டுவிடுவது எளிதாக இருக்கிறது. ஆனால் அறிமுகமானவர்களின் முன்னால் இயலாமையை அறிவிப்பதுதான் துயரமானதாக இருக்கிறது. அது அவருக்குப் பழக்கமில்லாததாக இருக்கிறது. வந்தவர்கள் கடுமை காட்டினால் நோகிறது, சரி பரவாயில்லை எனக்குத் தெரிகிறது என்று புரிந்துகொண்டு அவர்கள் கடந்தால், அதை விடவும் நோகிறது… "நீ யாருடா மயிறு எனக்கு தவணை தர்றது…" இல்லை, அப்படி ஒரு நிலையில் இப்போது இல்லை.

தம்மைப்பற்றி எல்லாம் தெரிந்த ஒருவனைக் கையறு நிலையில் எதிர்கொள்வதன் அபத்தம் அவருக்குப் புரிந்திருந்தது. அதனால்தான் இங்கு வந்து உட்கார்ந்திருப்பதை 'கடனுக்கு அஞ்சி ஒளிந்திருக்கும் அற்பத்தனமாக' அவரால் ஏற்றுக்கொள்ள முடியவில்லை. ஆனால் இதிலிருந்து வெளியேறும் வழி அவருக்குத் துலக்கமாக இல்லை. காத்திருப்பதைத் தவிர வேறு வழியில்லை என்று நினைத்தார். 'எதற்காகக் காத்திருக்க வேண்டும்' என்பது அதைவிடப் பெரிய கேள்வியாக முன்னால் வந்து நின்றது. ராஜேந்திரன் ஏதாவது செய்வான் என்று காத்திருப்பதா என்று ஆலோசித்தார். மற்ற இரண்டு மகன்கள் குறித்து தனக்கு ஏன் எதுவும் தோன்றவில்லை

என்று விசித்திரமாக அப்போது எண்ணினார். ராஜேந்திரனைக் கூட, ரமணியின் பொருட்டே தாம் நினைவில் ஏந்துகிறோம் என்று நினைத்தார். அவள்தான் எல்லாவற்றிலும் தன்னைப் பிணைத்து வைத்திருக்கிறாள். இனி இதிலிருந்து வெளியேறுவது அவ்வளவு எளிதில்லையோ என்று மனது அலைக்கழிந்தது. 'சிட்டுக்குருவியைப் போல, மூங்கில் குச்சியுடன் வயலில் பறந்து விளையாடிக்கொண்டிருக்கும் இவன் வளர்ந்து வந்துதான் இந்தக் குழியில் இருந்து தன்னைத் தூக்கவேண்டுமா' என்று நினைத்தார். அவன் என்றால் அவன் என்பதல்ல. அவன் வளர்ந்து வருவதற்கான காலம் குறித்தே அவரது சிந்தனை ஓடியது. 'அதுவரைக்கும் தம்மால் நிச்சயம் உயிரோடு இருக்கமுடியாது' என்று நினைத்தபோது, அவருக்குச் சிரிப்பு வந்தது. வாய்விட்டு சிரித்துக்கொண்டார். அப்போதுதான் அவன் அவர் முன்னால் தோன்றி இளைக்க இளைக்க தனது சாதனைகளை சொல்லிக்கொண்டிருக்கிறான்.

"சரி, வௌாட்டு முடிஞ்சிதா இல்லையா..."

"இன்னும் ஒரு ரவுண்டு இருக்கு தாத்தா..."

"சரி ஓடு... முடிச்சிட்டு வந்து சொல்லு. தோப்புக்குப் போகலாம்..."

"சரி..."

குழந்தைகளுடன் கலந்து அவன் மீண்டும் ஓடத் துவங்கினான். நீண்ட தூரம் ஓடினார்கள். சோமுவின் பார்வைக்கு புள்ளியாகி மறையும் தொலைவு வரை அவர்கள் ஓடிக்கொண்டிருந்தார்கள். ஒளிப்புள்ளிகளாக, ஒலித்துணுக்குகளாக அவர்கள் அந்த வயல்வெளியில் சிதறிப் பரவிக்கொண்டிருந்தார்கள். சோமு எனும் மிராசுதாரரின் இருப்பைப்போல அவர்கள் அத்துவானத்தில் கரைந்தார்கள்.

சோமு மீண்டும் தமது சிந்தனையின் ஆழ்ந்த குளத்தில் இறங்கி மூழ்கிப் போனார். களிமண் தரை, மணல், கிளிஞ்சல்கள், உரசும் தாமரைக் கொடி, குளத்துப் புல் என ஒவ்வொன்றும் வேறு வேறு உருவம் எடுத்து அவரது நினைவுகளில் உருண்டன. எவ்வளவு நேரம் அவ்வாறு தன்னை துண்டித்து வைத்துக்கொண்டிருந்தார் என்பதே அவருக்கு மறந்து போய்விட்டது. திடலில் குருவிகளின் கீச்சொலி கூடி வந்திருக்கிறது. அதிலொன்று அடித் தொண்டையில் செருமியதைப் போல ஒலி எழுப்பவும்தான் அவரது உறைந்து போன நினைவு மீண்டு வந்தது. அந்தப் பறவை

அவரை எழுப்பி விடுகிறது. அந்த அத்துமீறலை அது அனுமதிக்க மறுக்கிறது. சோமு எழுந்து நின்றார். அவரது மடியில் கிடந்த துண்டு தரையில் விழுந்தது. குனிந்து எடுக்கும்போது, கண்ணில் பட்ட வெற்றிலைப் பாக்குப் பொட்டலத்தையும் கையில் எடுத்துக்கொண்டார்.

துண்டை எடுத்துத் தோளில் போட்டுக்கொண்டு, இடுப்பு வேட்டியை அவிழ்த்து மீண்டும் இறுகக் கட்டினார். வெற்றிலைப் பொட்டலத்தை இடுப்பில் முடிந்தார். நன்றாக இருட்டிவிட்டது. புட்டத்தில் ஒட்டியிருந்த தூசியைத் தட்டிவிட்டார். பார்வைக்கு எட்டிய தொலைவு வரை மூர்த்தி உள்ளிட்ட ஒரு குழந்தையையும் அங்கு காணவில்லை. விளையாடிக்கொண்டு அப்படியே வீடுகளைநோக்கி ஓடிவிட்டிருந்தன. மூர்த்தியும் தாத்தாவை மறந்துவிட்டான். வயல்வெளிகள் வழியாக ஓடி வீட்டின் கொல்லைப்புறத்தை அடைந்துவிட முடியும். அவ்வாறே அவனும் வீட்டுக்கு ஓடியிருந்தான்.

பாதம் மரத்திருக்கிறது. நீண்ட நேரமாக உட்கார்ந்திருப்பதால் வருவது என்று சொல்லிக்கொண்டார். கால்களை மாற்றி மாற்றி உதறிக்கொண்டு வரப்பைக் கடந்து வயலில் நடக்கத் தொடங்கியபோது, அந்த சிவப்புப் பெட்டை எங்கிருந்தோ முளைத்தது போல அவருக்கு அருகில் வந்து நின்றது. அவரது முகத்தை ஏறிட்டுப் பார்த்துவிட்டு அவருக்கு இணையாக அதுவும் நடை போட்டது. முன்காலுக்கும் பின்காலுக்கும் இடையில் அதன் இடுப்புப் பகுதி வளைந்து வளைந்து அது நடக்கையில் பெண்மையின் நளினம் அதன் உடலில் மிளிர்ந்தது. வயிறு புடைத்திருந்தது. நடையில் தென்படும் அவசரமற்ற தன்மை, அதன் வயிறு நிறைந்திருக்கிறது என்பதை உணர்த்தியது. தோப்பை அடைவதற்கு முன்னால் இருக்கும் வடிகால் வாய்க்காலில் இறங்கினார். வாய்க்காலின் ஓர் ஓரத்தில் தண்ணீர் திட்டாகக் கிடந்தது. நடைபாதையில் காய்ந்த மணல், கோடு போலக் கிடந்தது. குளிக்கப்பயன்படும் வாய்க்கால் படித்துறை அதன் இயல்பில், களிமண்ணை அப்புறப்படுத்திக்கொண்டு மணலால் தனது படுகையை நிறைத்துகொள்கிறது.

வாய்க்காலில் இறங்கியவுடன் சிவப்புப் பெட்டை ஓடிப்போய், அந்தத் தண்ணீர் திட்டை முகர்ந்து பார்த்தது. மிச்சமிருக்கும் சொற்ப கெண்டைக் குஞ்சுகள் மறைந்துகொள்ள அலைவது தண்ணீரில் தெரிந்தது. குட்டையைச் சுற்றிலும் நத்தை ஓடுகள் நிறைந்து கிடந்தன. இன்னும் இரண்டொரு நாளில் அந்தத் திட்டு

இல்லாமல் போய்விடும். முழு கோடையின் ஒளி, வாய்க்காலின் மீது படர இன்னும் சில நாட்களே உள்ளன.

வாய்க்காலைக் கடந்து சோமு பிரதான வரப்பில் ஏறியதும் பெட்டையும் ஓடிவந்து அவருடன் இணைந்துகொண்டது. இப்போது அதனால் அவருக்கு இணையாக நடக்கமுடியவில்லை. அகலம் குறைந்த வரப்பு. அவருக்குப் பின்னால் குறைந்த இடைவெளி விட்டு வந்துகொண்டிருந்தது. தோப்பின் படலைத் திறந்து உள்ளே வந்ததும், பெட்டை உள்ளே வரட்டும் என்று அவர் படலைத் திறந்து பிடித்துக் கொண்டிருந்தார். அதே நளினத்துடன் உடலை வளைத்து உள்ளே வந்து, அவர் படலை மூடுவதற்குக் காத்திருக்காமல், அவருக்கு முன்னால் அது ஓடியது. சோமு வந்து அரிக்கேன் விளக்கை ஏற்றி வைத்துவிட்டு வெற்றிலைப் பாக்குப் பொட்டலத்தைப் பிரித்தபோது, அவரது கட்டிலுக்குக் கீழே மண் படுக்கையில் தனது உடலை புதைத்துக்கொண்டு முகத்தை இரண்டு கால்களுக்கிடையில் வைத்துக்கொண்டு தூங்க ஆரம்பித்தது. வெற்றிலையை மென்றபடி சோமு நீண்ட நேரம் விழித்துக்கொண்டே படுத்திருந்தார். நள்ளிரவில் நன்றாகப் பசித்தது. அப்போதுதான் அன்றைய இரவுக்கான சாப்பாட்டை கொடுத்தனுப்ப ரமணி மறந்துவிட்டாள் என்பதே அவருக்கு உறைத்தது. மதியம் உணவு வந்த பாத்திரங்கள் எடுத்துச் செல்லப்படாமல் கொட்டகைக்குள் அப்படியே இருந்தன.

20

விசாலாட்சி வீட்டின் தெருக்கதவை சாத்தி வைத்துவிட்டு, முற்றத்தில் இறங்கி அம்மி மேடையைக் கடந்து, விறகுகளும் வரட்டிகளும் அடுக்கி வைக்கப்பட்டிருந்த வழிநடையைத் தாண்டி நடந்து, கொல்லைப்புற பெரிய மரக்கதவைத் திறந்து வைத்தாள். பிறகு அந்த நிலைப்படியில் உட்கார்ந்து கால்களை அடுத்த படியில் வைத்துக்கொண்டு மாட்டுக்கொட்டகையில் கட்டப்பட்டிருந்த மாடுகளையும், வைக்கோல் போரையும், அதன் அருகில் இருந்த பூவரச மரங்களையும், தென்னைகளையும், அதன் மீறி ஓடி விளையாடிக்கொண்டிருக்கும் அணிலையும், அதில் ஒன்று குடுகுடுவென ஓடி வந்து, கழுநீர்த் தொட்டியில் ஏறுவதையும் மாறி மாறிப் பார்த்துக்கொண்டிருந்தாள். தொட்டியின் விளிம்பில் லாவகமாகச் சுற்றி வந்துவிட்டு, நீரைக் கலக்கி விடுவதற்காக தொட்டிக்குள் போட்டு வைத்திருந்த அடிமட்டையின் மீது ஏறி அபாயகரமான விளையாட்டை ஆடியபடி மீண்டும் துள்ளலுடன் தொட்டியின் விளிம்புக்கு வந்து ஒருமுறை இவளைத் திரும்பிப் பார்த்துவிட்டு குதித்திறங்கிப்போய் மீண்டும் பூவரச மரத்தில் ஏறி இலைகளுக்குள் மறைந்தது.

விசாலாட்சி கண்களை அதன் மீதிருந்து அகற்றாமல் அது தவ்வும் நடையைத் தொடர்ந்துகொண்டே இருந்தாள். அது தொட்டிக்குள்ளிருந்து நீண்டிருந்த அடிமட்டையின் முனையில் இரண்டு கால்களால் நின்று நிமிர்ந்து அங்கும் இங்கும் மருட்சியுடன் பார்த்தபோது, அது தவறி கழுநீர் நிறைந்திருக்கும் தொட்டிக்குள் விழப்போகிறது என்று நினைத்தாள். அந்த எண்ணம் விருப்பமாகத் திரள்கையில் ஜில்லிடும் பரவசத்தைக் கொண்டுவந்தது. ஆனால் அந்தக் குட்டி ஜந்துவோ கட்டாந்தரையில் நடைபழகுவது போல, வாலை வெடுக் வெடுக் என்று ஆட்டிவிட்டு, குண்டுமணியின் அளவே உள்ள தனது புட்டத்தை இவளை நோக்கிக் காண்பித்தபடி மட்டையிலிருந்து இறங்கி ஓடிவிடவும் விசாலாட்சிக்கு ஏமாற்றமாகிப் போய்விட்டது. ஆத்திரமாகக்கூட வந்தது.

மாடுகள் தமது வாலால் ஓயாது விசிறிக்கொண்டே இருந்தன. அந்தி மயங்கும் நேரத்தில் கொசுக்கள் அவற்றின் மீது அப்பின. ஆகையால் அவை கால் மாற்றி கால் நிற்பதும், முன்பின்னாக அசைவதும், தலையை விசிறிக்கொள்வதுமான அமைதியற்ற தன்மையில் இருந்தன. எட்டுமணியாகும்போது அவை கட்டுத்தரையில் காலை மடக்கிப் படுத்துவிடும். மாணிக்கம் சற்று முன்புதான் எல்லா மாடுகளுக்கும் தண்ணீர் காட்டி, வைக்கோல் புடுங்கிவைத்து அவற்றைக் கொட்டகையில் கட்டிவிட்டுப் போயிருந்தான். நான்கு நாட்களுக்கு முன்பு போட்ட கன்றுக்கு மட்டும் ஒரு சாக்கை விரித்து வைத்திருந்தான். அது அதன் மீது படுத்த வேகத்துக்கு மூத்திரம் போயிருந்தது. பிறகு கொஞ்ச நேரம் தனது மென் தொண்டையால் ஒலியெழுப்பி அதிருப்தி தெரிவிப்பதுபோல பசுவிடம் புகார் வைத்தது. பசு தனது நாக்கால் ஆறுதல் சொல்ல விழைந்தது. தொந்தரவு செய்யும் கொசுக்களையும் மீறி நக்கிக் கொடுப்பதை அது நிறுத்தவில்லை. அந்த ஈரத்தின் மீது இப்போது கன்று மீண்டும் படுத்துக்கொண்டது. ஆனால் அது படுத்திருக்கும் இடத்திலிருந்து எழுந்து நின்று எவ்வளவு எக்கினாலும் கன்றால் பசுவின் காம்பை எட்டிவிட முடியாது. அல்லது பசு புட்டத்தை மட்டும் கன்றை நோக்கித் திருப்பித் தரவேண்டும். நாட்டு மாடுகளாக இருந்தால் அதை லாவகமாகச் செய்துவிடும் அல்லது, கறப்பவனுக்கு எல்லாவற்றையும் தந்துவிடாமல் கொஞ்சம் பாலை அடக்கிவைத்துக்கொண்டு, இறுதியாக கன்றை அவிழ்த்துவிட்டவுடன் அதற்குப் பருகுவதற்கு விட்டுத்தரும். அதனால்தான் நாட்டுக் கன்றுகளை இடைவெளிவிட்டுக் கட்டி வைத்திருந்தான் மாணிக்கம்.

இந்த சீமைப் பசுவுக்கு அந்த அறிவில்லை. நாள் முழுக்க வைக்கோலை மெல்லுவதும், தொட்டித் தண்ணீரில் கலக்கப்பட்ட தீவனத்தைத் தின்பதும், கன்றை நக்குவதும், கறக்க நேரமானால் காம்பு வலியில் பிளிறுவதும் என அது அந்த கொட்டகைக்குள் சாத்வீகமான வாழ்வை வாழ்ந்துகொண்டிருக்கிறது. பாலை அடக்கி வைத்துக்கொள்ளவும் அதற்குத் தெரிவதில்லை. பால்காரனும் சளைத்தவனில்லை. நாட்டு மாட்டிடம் கறந்து முடித்துவிட்டது போல பாவ்லா காட்டி, கன்றை அவிழ்த்துவிட்டு அது இரண்டு சப்பு சப்பியதும், பசுவின் காம்பு விறைத்துக் கொள்ளும்போது, வாடி வா... என்று நாக்கை சுழற்றிக்கொண்டு மீண்டும் கன்றை இழுத்துக் கட்டிவிட்டு அந்த அரை செம்பு பாலையும் கறந்துகொண்டுதான் மீண்டும் கன்றை அவிழ்த்து விடுகிறான். அந்த அதிருப்தியில்தான்

அது இரண்டு முறை அவனை உதைத்திருக்கிறது. அதற்குதான் கறக்கும்போது, சப்பைக்குக் கீழே இப்போது வைக்கோல் பிறியால் அதற்கொரு கால் கட்டுப் போட்டுவிடுகிறான்.

இந்த நுணுக்கங்கள் எல்லாம் விசாலாட்சிக்குத் தெரியும். உளுந்து ஒரு படி வேணும் என்று கேட்டு வருபவளுக்கு ஒரு கை உளுந்து அள்ளிப் போட்டாள் என்றால், அவள் வீட்டிற்குப் போய் படியால் அளந்து பார்த்தால் அளவு சரியாக இருக்கும். கோடு போட்டது போல, ஒருத்தியால் ஒரு நாளைக்கு எவ்வளவு நாற்று நடமுடியும் என்று தெரியும், அரை நாளில் எத்தனை அடி களை வெட்டமுடியும் என்று தெரியும், அரைத்துக்கொண்டு வந்த நெல்லை எத்தனை முறம் புடைக்கமுடியும் என்று தெரியும். விளைந்து நிற்கும் வயல் எத்தனை மூட்டை கண்டு முதல் காணும் என்பதுவரை அவளால் துல்லியமாக அவதானிக்க முடியும். ஆனால் புருஷன் கலியமூர்த்திக்கு மட்டும் எப்படியான பொண்டாட்டியாகத் தாம் இருந்தால் பிடிக்கும் என்பது மட்டும் அவளுக்குப் பிடிகிட்டவில்லை. அல்லது அந்த திசையில் கவனம் செலுத்தவோ, அவரைக் கைக்குள் வைத்துக்கொள்ளவோ அவள் விரும்பவில்லை. மற்றவர்களைக் காட்டிலும், அவரிடம் அதீத மிதப்புடனே நடந்துகொண்டாள்.

திருமணம் முடிந்த இந்த இருபத்தைந்து ஆண்டுகளில் அவருடன் இருந்த ஐந்து வருட தாம்பத்யத்தில் அவளுக்குக் குழந்தை உண்டாகவில்லை. அது வருத்தம் என்பதாகத் தொடங்கி, அதிருப்தியாகக் கனிந்து, பிறகு வெறுப்பாகத் திரண்டு ஊசிக் குவியலாக அவளது கைகளில் நிறைந்து போயிற்று. அதைக்கொண்டு அவரைக் குத்திக்கொண்டே இருந்தாள். மாமியார்க் கிழவி உயிரோடு இருந்தவரைக்கும் கூட விசாலாட்சிக்கும் கலியமூர்த்திக்கும் பேருக்கு ஓரளவு ஒட்டுறவு இருந்தது. திண்ணையில் வந்து உட்கார்வதும், அவள் போட்டு வைக்கும் சோற்றைத் தின்பதும், அங்கேயே கிடந்து உறங்குவதும், கிழவி முனகத் தொடங்கினால், எழுந்து உள்ளே போய் பெஞ்சில் படுத்துக்கொள்வதும் என அவர் தமது மணவாழ்க்கைக்கு போக்கு காட்டிக்கொண்டிருந்தார். கலியமூர்த்தியின் இந்த சுபாவம் சோமுவுக்கும் அதிருப்தியைக் கூட்டியிருந்தது.

கலியமூர்த்தியின் அப்பா உயிருடன் இருக்கும் காலத்திலேயே சொத்துகளை பிரித்துக் கொடுத்திருந்தார். சொந்த நிலம் இரண்டு ஏக்கர் பெரிய திடலை மட்டும் கலியமூர்த்தியை பயிர் பண்ணிக்கொள்ளச் சொல்லிவிட்டார் அவர். மீதி எல்லா

நிலங்களையும் சோமு வைத்துக்கொள்ளட்டும் என்பதும் அவரது அபிப்ராயம். அதற்குக் காரணம் இருந்தது. விசாலாட்சி வரும்போது நிறைய நிலங்களுடன் வந்திருந்தாள். ஒரே பெண். கலியமூர்த்திக்கு ஒன்றுவிட்ட அத்தை மகள். ஐந்துவேலிக்கு மேல் வயலும் திடலுமாக இருந்தது. விசாலாட்சி தவிர்த்து வேறு ஆண் வாரிசு இல்லாத சொத்து. ஒரு நாளைக்கு பதினைந்து மணி நேரம் வெயிலிலும் மழையிலும் கிடந்து சம்பாதித்தது. ராஜகோபாலய்யர் வீட்டுப் பண்ணையில் வேலை பார்த்து சம்பாதித்த பணத்தில் பத்து குழியும் இருபது குழியுமாக சிறுகச்சிறுக கிரையம் செய்த நிலங்கள். அதனாலேயே உழைப்பின் வெடிப்புகள் தெறித்திருந்த உடல் விசாலாட்சியின் அப்பாவுக்கும் அம்மாவுக்கும். அந்த உறுதியும் பிடிவாதமும் விசாலாட்சிக்குக் கடந்து வந்திருந்தது. அவர்களுக்குக் கலியமூர்த்தியை விட சோமுவின் மீது மரியாதை அதிகமாக இருந்தது. அதன் பொருட்டே கலியமூர்த்திக்கு அவர்கள் பெண் தர சம்மதித்திருந்தார்கள்.

துரதிர்ஷ்டவசமாக தான் கொண்டு வந்த நிலத்தின் எடையை தன் தலையில் சுமந்து வந்திருந்தாள் விசாலாட்சி. அவள் வளர வளரத்தான் நிலம் வளர்ந்தது என்று, அவளது மனதில் பெற்றோர் உருவேற்றியிருந்தார்கள். அந்த எடையின் முன்னால் கலியமூர்த்தியால் நிமிர்ந்து நிற்கமுடியவில்லை. அவளது சுபாவம் கல்யாணத்திற்கு முன்பே அரசல் புரசலாகத் தெரிந்ததுதான். “எல்லாம் சரியாப் போய்டும்டா, பொட்டச்சி சொல்லியா நாம கேக்க போறோம், ரெண்டு தட்டு தட்டினா சரியாப் போய்ட போறா... மறிச்சி கேக்குறதுக்கு மச்சானா மாமனா எவன் இருக்கான்” என்று கூட்டுக்காரர்கள் அவருக்கு அறிவுரை சொல்லியிருந்தார்கள். சோமுவுக்கும் இத்தகைய எண்ணம் இருந்தது என்றாலும் அதுகுறித்து அவர் கலியமூர்த்தியிடம் பேசினாரில்லை. காலம் செல்லச் செல்ல சரியாகக் கூடியதுதான் என்றே அவரும் நினைத்தார். அதனால்தான், “இப்ப அவள வெட்டி விடப் போறியா இல்லையா...” என்று ஆத்திரத்துடன் வரப்பில் வைத்து அவரை மறித்த கலியமூர்த்தியை செவுளிலேயே அறைந்து சேற்றில் தள்ளிவிட்டிருந்தார். கண்ணுக்கெட்டிய தூரத்தில், பனைமர நிழலில் நின்றுகொண்டிருந்த விசாலாட்சி உறைந்து போனாள். நாற்று நட்டுக்கொண்டிருந்த பறைச்சிகள் வாயடைத்துப் போய் பார்த்தார்கள்.

“அவ வந்து சொல்லணும்டா, இவங்கூட என்னால வாழ முடியாது என்ன அறுத்து விடுன்னு... ஆம்பள பய வர்றான் மோலாசு பண்ணிக்கிட்டு... முட்டாபுண்ட...” உடல் நடுங்க கோபத்தில் இரைந்தார் சோமு.

சேற்றிலிருந்து கையை ஊன்றி எழுந்த கலியமூர்த்தி, அப்போதுதான் நடவு முடிந்திருந்த வயலில் குறுக்கே நடந்து வெளியேறினார். தொப்பென்று அவர் வாய்க்காலில் குதிக்கும் சத்தமும், வேட்டியை உருவி படல் மேல் எறியும் சத்தமும் ஒன்றன் பின் ஒன்றாகக் கேட்டன.

சோமு தாம் நடந்துகொண்டிருந்த வரப்பைக் கடந்து அந்த பனை மரத்தடிக்குப் போனபோது விசாலாட்சி அங்கு இல்லை. காற்றில் கரைந்தவளைப் போல அவள் அங்கிருந்து விலகியிருந்தாள். ஆனால் கொஞ்ச நாளில், “கிழவி வந்து எலேய் சோமு... இந்த கொலைகாரி விசாலம் திருந்தமாட்டா போலடா... பாவம்டா கலியன்... அவன் தலைல எழுதினது அவ்ளோதான்...” என்று மூக்கைச் சிந்தியபோது, “என்னாச்சு இப்ப...” என்று எரிச்சலுடன் கேட்டார்.

அவள் நடந்ததைச் சொன்னபோது அவருக்குத் தலை கிறுகிறுத்தது. அந்த வீட்டில் ஒரு வெள்ளைப் பெட்டை நாய் ஈன்றிருந்தது. நான்கு மாதத்தில் இது இரண்டாவது முறை. வசவசவென குட்டிகளால் நிறைந்திருந்தது வாசல். கால்களில் நெறிபடும் குட்டிகளை செல்லமாக வைதுகொண்டே கிழவி அங்குமிங்கும் நடந்துகொண்டிருந்தாள். விசாலாட்சிக்கு அது காணச் சகிக்கவில்லை. பெட்டை, இரைவேண்டி நான்காவது வீட்டில் கதை பேசிக்கொண்டிருந்த கிழவியை அழைக்கப் போயிருந்த இடைவெளியில், கண் திறக்காத நான்கு குட்டிகளையும் அப்படியே முறத்தில் அள்ளி, சுழித்தோடும் வாய்க்காலில் கொண்டு போய்க் கொட்டிவிட்டாள் விசாலாட்சி. பக்கத்து வீட்டுக் கொல்லையில், வேலியோரம் ஒதுங்கக் குந்தியிருந்த கண்ணகி இதைப் பார்த்துவிட்டு வந்து பதட்டத்துடன் கிழவியிடம் சொல்லியிருக்கிறாள். சளக், புளக் என்று அவை தண்ணீரில் மூழ்கவும் மிதக்கவுமாக கால்களை உதைத்துக்கொண்டு தீனமாக முனகியதைக் காண கண்ணீர் வந்துவிட்டதாம் கண்ணகிக்கு. இனி வாய்க்காலில் இறங்கினாலும் மூங்கில் குத்துப் பக்கமாகப் போய் ஒரு குட்டியைக்கூட மீட்பது சிரமம் என்பது தெரிந்து வாயைப் பொத்திக்கொண்டு, வாய்க்காலில்கூட சூத்து கழுவாமல்

கிணற்றடிக்குத் திரும்பிவிட்டாள் அவள். கிழவியிடம் வந்து அதை ஒப்பிக்கவும்தான் அவளுக்கு ஆறுதலாக இருந்திருக்கிறது.

“பசிக்குது போல பாரேன்... சரியா இருக்கிற இடம் தேடி கூப்பிட வந்திருக்கு...” என்று பெருமை பீத்திக்கொண்டு நடந்து வந்த கிழவி, தமக்கு முன்னால் ஓடிவந்த நாய் குழைந்த உடலுடன் இங்குமங்கும் அலைவதைக் குழப்பத்துடன் பார்த்துக்கொண்டே திண்ணையில் ஏறி உட்கார்ந்தபோதுதான், கடைக்குச் செல்பவள் போல கண்ணகி வந்து அவளிடம் இதைக் கிசுகிசுத்துவிட்டு வெரசாக அந்த இடத்தை விட்டு அகன்றாள்.

கிழவிக்கு மயக்கம் வருவது போல இருந்தது. வீட்டின் உள்ளே செல்வதற்கு பீதியாக இருந்தது. அந்தப் பெட்டை தவித்துக்கொண்டே இருந்தது. பிறகு நிரந்தரமாக அந்த வீட்டை விட்டு அது அகன்றது. அதற்கு அடுத்த ஆண்டில்தான் கிழவி செத்துப் போனாள். கலியமூர்த்தி, திடலில் இருந்த கொட்டகைக்கு மூங்கில் பிளாச்சால் ஒரு தட்டிக்கதவும் சின்ன சங்கிலியால் ஒரு பூட்டும் வாங்கிப் போட்டு பூட்டி அதை ஒரு தங்குமிடமாக்கினார். கொல்லைக்குக் களை வெட்ட வந்தவள்களில் ஒருத்தி பெரிய மண்வெட்டியால் நான்கு கொட்டு சேற்றைப் பிசைந்து தரையைப் பூசி மெழுகவும், கலியமூர்த்தி ஆசாரியிடம் சொல்லி ஒரு பெஞ்சை கோர்த்துக்கொண்டு வந்து அங்கு போடவுமாக அப்படித்தான் அவரது நிரந்தர இருப்பிடம் உருவாகியது. அதன்பிறகுதான், பறைச்சியை சேர்த்துகிட்டான் கலியமூர்த்தி என்று அவர் மீது ஊர் விலக்கம் நிகழ்ந்ததும், சோமு அவரைக் கைவிட்டதும், விசாலாட்சி தாலியைக் கழட்டி அப்பன் படத்திற்குப் பின்னால் வைத்துவிட்டு கோபாலின் சித்தப்பன் காசிநாதனை சேர்த்துக்கொண்டதும், தனக்குப் பிறகு சொத்துகள் அனைத்தும் கோபாலுக்குதான் என்று எழுதி வைத்ததும் வரிசையாக நடந்தேறின. பெயருக்குத்தான் சேர்த்துக்கொண்டாள் என்றேயொழிய காசிநாதனின் சுண்டு விரல்கூட அவள் மீது பட்டதில்லை. அவர் திண்ணையைக் கடந்து அவளது வீட்டினுள்ளே ஏறியதில்லை. நான்கு பேர் பார்க்க இரண்டு பேரும் எதிரெதிர் திண்ணையில் உட்கார்ந்து பேசிக்கொண்டிருப்பார்கள். அவ்வளவுதான். எங்காவது கடைத்தெருவில் கலியமூர்த்தியை எதிர்கொள்ள நேர்ந்தால், காசிநாதன் தலையைக் குனிந்துகொள்வார். அதுவே சோமுவின் தலை தெரிவதாக இருந்தால் அவசர அவசரமாக ஓடிச்சென்று மறைந்தார். அந்த ஒரு விஷயத்தில் மட்டும் விசாலாட்சிக்கு எந்த ஆண் மீதும்

மரியாதை இல்லாமல் இருந்தது. அவளுக்கு இருந்தது அபூர்வமான வைராக்கியம். தன்னையும் அழித்துக்கொண்டு பிறரையும் சாம்பலாக்கும் பிரத்யேக குணத்தால் அவளது அகம் வார்க்கப்பட்டிருந்தது. அதை உடைத்து உள்ளே நுழையும் சூட்சுமம் யாருக்கும் கைவரவில்லை. ஆனால் அவளது மறைத்துப் பாதுகாக்கப்பட்டிருந்த மென்மையான பகுதியை சோமு மாத்திரம் இனங்கண்டிருந்தார். அதைக் கண்டடையத் துப்பில்லாதவன் என்பதுதான் கலியமூர்த்தி மீது அவருக்கு இருந்த அதிருப்தி. என்ன இருந்தாலும் விசாலாட்சி வெளியிலிருந்து வந்தவள் அல்ல, அவள் நமது வேர் எனும் தீராத பிணைப்பு அவள் மீது அவருக்கு இருந்தது. இத்தனைக்கும் தன்னுடன் பொருதும் எத்தனங்களை அவள் கொண்டிருக்கிறாள் என்பதை அவர் அறிந்தேயிருந்தார். சொத்துக்களை அவள் கோபாலுக்கு எழுதி வைத்ததில் அவருக்குத் துளியும் உடன்பாடு இல்லை. அதற்கும்கூட அவர் கலியமூர்த்தியின் மீதுதான் ஆழமாகக் கசப்படைந்தார். பொறுப்பிலிருந்து விலகிப்போகும் ஆண் மனதின் மீது அவருக்கு அசூயை இருந்தது. அதைக் கேவலம் என்றும் ஆண் தன்மைக்கு இழுக்கு என்றும் நம்புபவராக அவர் இருந்தார். ஆனால் கலியமூர்த்தியின் மன அமைப்பு இதற்கு முற்றிலும் மாறானதாக இருந்தது. பாகுபாட்டின் மீது அவர் நம்பிக்கை அற்றவராக இருந்தார். சடங்கு சம்பிரதாயங்களின் மீது அவருக்குப் பற்றில்லை. எல்லோருடனும் தோளில் கை போட்டுப் பேசுவது அவருக்குப் பிடித்திருந்தது. எல்லாவற்றிலும் முன்னுக்குப் போய் நிற்பதை அவர் வெறுத்தார். தன்னை முன்னிலைப் படுத்திக்கொள்வதை, மற்றவர்களை அவமதிக்கும் செயல் என்பதாக உருவகித்துக்கொண்டிருந்தார். அந்த மன அமைப்பு நிலம், சொத்து என்பதை சுமை என்று யோசிக்கும் நிலைக்கு இளமையிலேயே அவரைத் தள்ளியிருந்தது. விசாலாட்சியுடன் அவர் நெருங்க முடியாமல் போனதற்கு அதுவும் கூட ஒரு காரணமாக இருக்கலாம். அவளது உடலின் ஒவ்வொரு அணுவிலும் சொத்து தரும் பகட்டின் மினுக்கம் இருந்தது. அது பிரகாசமாக வெளிப்பட்டது. தனக்கு முன்னால் தாழ்பவர்களின் ஆகிருதி மீது வேட்கை கொண்டவளாக இருந்தாள். அது ஒரு மாற்ற முடியாத குணமாக அவளிடம் வளர்ந்து செழித்தபோது, கலியமூர்த்தி விளிம்பை நோக்கி நகர்ந்துகொண்டே இருந்தார். திடலுக்குப் போகும் வழியில் விசாலாட்சி பயிரிடும் நிலத்தில் ஆடுகள் மேய்ந்துகொண்டிருந்தால் கூட, அதை வேடிக்கையாகப் பார்த்துவிட்டுக் கடக்கும் விலக்கம்

அவரிடத்தில் வந்துவிட்டிருந்தது. ஆனால் ஊரார் அந்தப் பிரிவை ரசிக்கவே செய்தார்கள். சொத்துள்ளவர்கள் எப்போது சரிவார்கள் என்று காத்திருக்கும், அதற்காக ஏங்கும் மனது வேளாண் குடிகளுக்கு அமைந்துவிட்டிருந்தது. அவர்களது மனதின் ஒருபகுதி தாம் பயிரிடும் பசுமையோடும், இன்னொரு பகுதி அடுத்தவனின் பசுமை வாடுவது குறித்த ஏக்கத்தோடும் விசித்திரமான வழியில் பிணைக்கப்பட்டிருந்தது. பொறாமை என்பது தனி குணம் என்பதாக அல்லாமல், அது மனதில் ஒருங்கிணைந்த பகுதியாக இருந்தது. அவர்கள் விசாலாட்சியின் தோல்வியை மனதார ரசித்தார்கள். ஆனால் அது வெற்றி என்பதாகவும் கற்பனை செய்துகொண்டு அவள் மீது மிரட்சி கொண்டார்கள். கலியமூர்த்தியை வாய்யா போய்யா என்று கிண்டலாகப் பேசும் முறைக்காரன் விசாலாட்சியின் பார்வைக்கு விலகினான். வற்றாத செல்வம் கொண்டவளாகவே அவள் இருந்தாள். தனது சொர்ணத்தின் மீது ஏணியை சாய்த்து வைத்து இடது காலால் உந்தி ஏறி டாம்பீகத்தின் உச்சியில் இறுதிவரை உட்கார்ந்திருந்தாள். அந்த இடைவெளியில் கலியமூர்த்தியின் ஆன்மா, துறந்துவிட்ட பரதேசியுடையதைப் போல நழுவி தப்பித்துக்கொண்டிருந்தது. இதற்கு நேரெதிரான ஒன்றில் அது ஆசுவாசம் கண்டிருந்தது. மேலும் மேலும் விலக்கத்தை நோக்கி உந்தும் செயலாக அவரது அன்றாட நடவடிக்கைகள் அமைந்துவிட்டன. விசாலாட்சியின் நிலங்களில் பண்ணையாட்கள் இடைவிடாது வேலை செய்துகொண்டிருந்தபோது, வரப்பில் நின்றபடி அவள் மேற்பார்வையிட்டுக் கொண்டிருந்தபோது, ஊர்விலக்கம் செய்யப்பட்டிருந்த கலியமூர்த்தி தனது நிலத்தில் தனியாளாக விதை தூவிக்கொண்டிருந்தார். முளைக்கும் ஒவ்வொரு செடியையும் அந்தரங்கமாக அறிந்துகொண்டிருந்தார். அந்தக் கொட்டகையும் அதில் கிடந்த மரப்பலகையும் அவரது தனித்த உலகமாக இருந்தது. அதில் மெல்லிய வெளிச்சம் என்பது இந்திராணி ஏற்றி வைத்ததுதான். அதுவும் விசாலாட்சி தூக்கிட்டுத் தற்கொலை செய்துகொண்ட பல ஆண்டுகளுக்குப் பிறகு.

21

உடலெங்கும் வெள்ளைப்புள்ளிகளுடன் காதுக்குக் கீழே ராசியான இடத்தில் திட்டான பழுப்பு நிறத்தைக் கொண்டிருந்த கருப்பு நிறக் கெடேரி தலைச்சன் கன்றை ஈன்றிருந்தது. பிறந்த கன்று மிடுக்காக இருந்தது. பசு இன்னும் நஞ்சுக்கொடி ஈனவில்லை. கண்ணயர்ந்திருக்கும் நேரத்தில், கொடியை வெளித்தள்ளிவிட்டால் நாய்கள் எதாவது வந்து கவ்வி வைத்துவிடும். சிவப்புப் பெட்டை அந்தப் பக்கம் போவதில்லை. இருந்தாலும் தெருவில் என்ன நாய்களுக்கா பஞ்சம். கட்டிலுக்குப் பக்கத்தில் ஒரு நாற்காலியை எடுத்துப் போட்டுக்கொண்டு, பசுவின் மீது கண்வைத்தபடி கொட்டகையில் உட்கார்ந்திருந்தார் சோமு. பழையவேட்டி ஒன்றை எடுத்து அதை ரிப்பன் போல கிழித்து, கன்றுக்குட்டியின் வயிற்றில் அதன் தொப்புள் கொடியை மறைத்து பட்டையாகக் கட்டிவிட்டிருந்தார். காகங்கள் கொத்தாமல் இருப்பதற்காக அந்த ஏற்பாடு. நல்ல காக்கைகள் தொப்புள் கொடியை மூக்கால் கொத்தி வலுவாக இழுத்துவிடும். மதலைக் கன்று வலி தாங்காது. புண்ணாகியும் போய்விடும்.

கொட்டகையின் மேற்கு மூலையில் இன்னும் புதுசு மாறாத ரேக்ளா வண்டி இருந்தது. சக்கரங்களில் காற்று மட்டும் இறங்கியிருக்கிறது. உட்காரும் இடத்தில் போடப்பட்டிருந்த தேங்காய் நார்த் தலையணை சில இடங்களில் கிழிந்து உள்ளிருக்கும் நார் வெளியில் தெரிகிறது. இந்த கருப்புக் கெடேரிதான், இரண்டு மூன்று முறை எக்கி நாக்கால் கூடுதல் நாரை இழுத்து வெளியே தள்ளிவிட்டிருந்தது. விளையாட்டு புத்தி. மற்றபடி இன்னும் வண்டியின் வண்ணம் மங்கவில்லை. நுகத்தடிக்கு அடித்திருந்த ரெட் ஆக்சைட் மட்டும் வெளிறியிருந்தது. நிறுத்தப்பட்டிருந்த வண்டியின் இரண்டு சக்கரங்களிலும் சிறிய மரத்துண்டுகளை வைத்து அது நகராமல் இருப்பதற்காக அண்ட கொடுத்திருந்தார். அப்படியே அதன் மூக்கனையைத் தூக்கி எரவாணத்தில் கட்டியிருந்தார். அது இரண்டு பக்கமும் இரும்பு பைப்புகளால் ஆனதாக இருந்தது. அதன் முனையில் நுகத்தடி இரண்டு

பைப்புகளையும் இணைத்திருந்தது. இப்போது அந்த இரண்டு பைப்புகளுக்கும் மேலே ஒரு பலகையை வைத்து அதை பெஞ்சு போல ஆக்கியிருந்தார் சோமு. மாட்டிற்கான மருந்துகள், வேப்பெண்ணெய் பாட்டில்கள் போன்றவற்றை அடுக்கி வைப்பதற்குத் தோதாக அந்தப் பலகையைப் பயன்படுத்திக் கொண்டிருக்கிறார். அதற்கு அடியில்தான் சாக்கை விரித்து புது வரவான அந்தக் கன்றுக்குப் படுக்கை விரித்திருந்தார். அது பசுவின் நாக்குக்கு எட்டாத தொலைவில் இருந்தது.

கன்றை அவிழ்த்துவிடும்போது மீண்டும் அந்த ரேக்ளாவைத் தடவிப்பார்த்தார். அவர் அந்த இடத்தை சமீபிக்கும் சந்தர்ப்பம் வரும்போதெல்லாம் செய்வதுதான். அதன் மீது கிழிந்த பழம்புடவை ஒன்று பாதியாகக் கிடந்தது. சுந்தரவள்ளியினுடையதுதான். அதை எடுத்து வண்டியில் படிந்திருந்த தூசியைத் தட்டிவிட்டார். பிறகு அந்தத் துணியை விரித்து தேங்காய் நார் வெளித்தெரிந்து கொண்டிருந்த ரேக்ளாவின் உட்காரும் பகுதியை மூடி வைத்தார்.

கண்ணப்பன் ஆசாரியிடம் அளவு சொல்லி, அவன் இழைப்பதையும் கோர்ப்பதையும் அருகிலிருந்து மேற்பார்வை செய்து கண்ணும் கருத்துமாக உருவாக்கிய ரேக்ளா அது. அப்போது ஒரு குதிரை வாங்கவேண்டும் என்றும் கூட சோமுவுக்குத் திட்டம் இருந்தது. மோட்டார் வாகனங்களை ஓட்டும் வயதைக் கடந்துவிட்டதால், நடந்து செல்வதில் ஏற்பட்டிருந்த சுணக்கம், இந்த ரேக்ளாவைக் கோர்க்கும் நிலைமையை நோக்கி அவரை நகர்த்தியிருந்தது. கடைத்தெருவில் போய் வாயார நான்கு வார்த்தைகள் பழம்பெருமை பேசிவிட்டு வருவதை நிறுத்திவிட முடியாத பலவீனமும் அந்த வண்டிக்குப் பின்னால் மறைந்திருந்தது. "இத்தனை வயசுக்கு மேல என்ன ரேக்ளா வேண்டிக் கிடக்கு..." என்று ரெங்கநாதன் முணுமுணுத்ததை சோமு சட்டை செய்யவில்லை. ஏனென்றால் அவன் ஆதங்கப்பட்டிருந்தது ரமணியிடம் என்பதால் அது சோமுவை எட்டியிருக்கவில்லை. சோமு ஒரு பெண்ணைக் கட்டியிருந்தால் கூட, "அவங்களுக்குப் பிடிக்கிறது செய்றாங்க, உங்களுக்கு அதுல என்ன பிரச்சினை..." என்று கேட்கும் அளவுக்கு மாமனாரின் காரியங்கள் மீது அவளுக்கு அபாரமான நம்பிக்கை இருந்தது.

வண்டி தயாரான அன்று, மாணிக்கத்திடம் சொல்லி, பொலிகாளையைத் தண்ணீரில் அடித்து ஓட்டி வரச் சொன்னார். அவனிடம் எதற்காக என்று காரணம் ஒன்றும் சொல்லவில்லை.

வழக்கமான குளிப்பாட்டு போல என்றுதான் அவன் நினைத்தான். அவன் அருகில் போனதுமே அது சீறியது. சீட்டியடித்துக்கொண்டே அதை சமாதானம் செய்பவன் போல, அதனுடன் உரையாடலில் ஈடுபடுபவன் போல மிக கவனமாக ஒரு பக்கக் கயிறை மட்டும் அவன் அவிழ்த்துப் பிடித்தபோது உடலை சிலிர்த்துக்கொண்டு எழுந்து நின்றது. இப்போது அவிழ்த்த கயிற்றின் இறுக்கத்தைக் குறைக்காமல், காளை தலையைத் திருப்பா வண்ணம் அதன் மறுபக்கக் கயிற்றையும் எச்சரிக்கையுடன் அவிழ்த்து வாய்க்காலை நோக்கி ஓட்டினான். அங்கு மட்டைக்கட்டுகள் ஊற வைக்கும்போது அவை நீரின் ஓட்டத்தில் மிதந்து ஊர்ந்து விடக்கூடாது என்பதற்காக அவற்றைப் பிணைத்து வைப்பதற்காக ஊன்றி வைக்கப்பட்டிருந்த முளைக்குச்சிகளில் இரண்டு தலைக்கயிறையும் பக்கத்துக்கு ஒன்றாகக் கட்டினான். காளை இப்போது வயிற்றைத் தொடும் ஆழத்தில் கால்கள் மறைய நீரில் நின்றது. கையால் தண்ணீரை மொண்டு மாட்டின் மீது ஊற்றினான். அவனது தாம்பூலம் போன்ற கைகள் ஒவ்வொரு முறையும் ஒரு வாளித் தண்ணீரை மாட்டின் உடல் மீது இறைத்தன. காளை முழுக்க நனைந்ததும், கையோடு கொண்டு போயிருந்த வைக்கோல் பிரியை வைத்து அதன் கால்களில் இருந்து நன்றாகத் தேய்த்துக் கழுவினான். இரண்டு சப்பைகளிலும் காய்ந்து பழுப்பேறிப் போயிருந்த சாணிக்கறை தண்ணீரில் கரைந்து இல்லாது ஆனபோது காளை அதீத மினுமினுப்புடன் மின்னியது. நீரின் குளிர்ச்சியால் அதற்கு சிலிர்த்தது. கால்களைக் குறுக்கி உடம்பை சுருக்கிக்கொள்வது போல நின்றது. ஆனாலும் நரம்பை நீட்டி தனது மதர்ப்பை அது வெளிப்படுத்தியது. வாய்க்காலிலிருந்து ஓட்டிக்கொண்டு வந்து மீண்டும் கவணையில் கட்டியபோது, அதன் வயிறு வழியாக கோடு போல தண்ணீர் இரைந்துகொண்டே வந்து அந்தக் குளியலை வழிநெடுக அடையாளமிட்டிருந்தது.

சோமுவும் கிணற்றுத் தண்ணீரை மொண்டு ஊற்றிக் குளித்து தயாராகியிருந்தார். நெற்றியில் பட்டையாகத் திருநீறு பூத்திருந்தது. மாட்டைக் கொண்டுவந்து மாணிக்கம் கட்டுவதைப் பார்த்ததும், எரவாணத்தில் இருந்து குங்குமப் பொட்டலத்தை எடுத்துக்கொண்டு போய், அதன் நெற்றியிலும் கழுத்திலும் மற்றும் இரண்டு சப்பைகளிலும் தீற்றலாகப் பொட்டு வைத்துவிட்டார். சோமுவின் கட்டை விரல் அளவுக்குப் பொட்டு வைத்தபோது அது ஒரு ரூபாய் நாணயத்தை விடப் பெரிதாக இருந்தது. இப்போது காளைக்கு சாத்வீகமான பசுவின் சாயல் வந்துவிட்டிருந்தது. ஆனால் அந்தப் பெண்மையின் தோற்றத்தை

மறுப்பது போல அது தனது நரம்பை உள்ளிழுக்காமல் மேலும் வெளித்தள்ளிக் கொண்டிருந்தது. அன்றைக்கென்று காளைக்குப் போடுவதற்கு பசுக்கள் ஒன்றும் தோப்பிற்கு வரவில்லை. சோமு கிளம்பியிருக்கும் ஜோரைப் பார்த்தால், அப்படியே எதாவது மாடுகள் வந்திருந்தால்கூட காளையை அவிழ்த்துவிட்டிருக்கமாட்டார் என்று தோன்றியது.

இதையெல்லாம் வேடிக்கை பார்த்துக்கொண்டிருந்த மூர்த்தியிடம் வந்து, கிழவி கிசுகிசுப்பான தொனியில் கேட்டாள்.

"என்னவாம் கெயபயலுக்கு... மாப்ள வேஷம் கட்டிருக்கான் இன்னைக்கு..."

இதைக் கேட்கும்போது, அடித்தொண்டை சிரிப்பு வேறு அவளிடம்.

ரேக்ளா எடுத்துட்டு வரப்போறோம் ஆத்தா. மூர்த்தி அதை ஏதோ கடையில் இருந்து வாங்கும் பொருள் என்பதாக உருவகித்து வைத்திருந்தான் என்பது அவனது பதிலில் புலப்பட்டது. அந்த வண்டியைக் கோர்ப்பதற்கு சோமு செலுத்தியிருக்கும் உழைப்பு குறித்து, பாவம் சின்னப்பையன் அவனுக்கு எதுவுமே தெரிந்திருக்கவில்லை. கள்ள உறவுக்கு வேலியேறிக் குதிப்பவன் கூட அத்தனை தீவிரத்துடன் இருந்திருக்கமாட்டான். சோமு அந்த ரேக்ளா உருவாக்கத்தில் கண் துஞ்சாமல் தினமும் அவ்வளவு மெனக்கெட்டிருந்தார்.

"அதுக்கு ஏன்டா இந்த மாடு...? வண்டி மாட்டுல ஒன்ன புடிச்சி ஓட்டிட்டு போகக் கூடாதா... என்ன கூத்து இது...?" என்று கேட்டாள். அந்தக்குரல் கிழவரை எட்டிவிடக் கூடாது என்று கவனமாக இருப்பவளைப் போல, அவனை நெருங்கி வந்து எச்சரிக்கையாக அதைச் சொன்னாள். பிறகு விளக்குமாறு கிழிப்பதற்காக சேகரித்து வைத்திருந்த தென்னையோலைக் கட்டை இடுப்பில் வைத்துக்கொண்டு "நாம சொன்னா யாரு காதுல கேக்க போகுது..." என்று புலம்பிக்கொண்டே, படலைத் திறந்து தெருவில் இறங்கி வீட்டை நோக்கி நடந்தாள்.

ஆளுக்கு ஒருபுறமாக சோமுவும் மாணிக்கமும் காளையின் மூக்கணாம் சங்கிலியை இறுக்கிப் பிடித்தபடி அதைத் தெருவில் ஓட்டிக்கொண்டு மேற்கு நோக்கிப் போவதைத் தெரு விசித்திரமாகப் பார்த்தது. தோப்பைவிட்டு பொலிகாளை இதுவரை ஒருமுறைகூட வெளியே வந்ததில்லை. இரண்டு முறை அறுத்துக்கொண்டு ஓடி, இரண்டு வைக்கோல் போர்களை

சிதைத்ததும், மூக்கனின் குடிசையை கொம்பால் முட்டி பிரித்தெறிந்ததும் கணக்கில் வராது என்றால், அது வெளியே வருவது இதுதான் முதல் முறை. அதற்கு உடம்புக்கு ஏதாவது என்றால்கூட, வைத்தியர் தோப்பிற்கு வந்துதான் வைத்தியம் பார்த்தார். ஊருக்குள் ஏதாவது புதிய பசுக்கள் வரும்போது, அவற்றின் மீது பாயும் காலங்களில் காளை ஒரு வாரத்திற்கு சுணங்கிக்கொண்டே நிற்கும். பிறகு அரைத்த பச்சிலையும், லேகியமும் உருண்டை உருண்டையாக உள்ளே போனதும்தான் பழைய வீரியத்தை நோக்கி மீளும். அதனால்தான் இந்த அதிகாலை பவனி, தெருவில் உள்ளவர்களுக்கு ஆச்சர்யமாக இருந்தது. ஆசாரியின் வீடும் அவன் பணி செய்யும் இடமும் இரண்டு தெருக்களைக் கடந்து பிரதான சாலையை ஒட்டிய கடைத்தெருவுக்கு அருகில் இருந்ததால், ரேக்ளா தயாராகியிருப்பது தெருவில் யாருக்கும் தெரிந்திருக்கவில்லை.

நெரிசலான சாலையைக் கொஞ்ச தூரம் கடந்துதான் ஆசாரி வீட்டை அடையமுடியும். லாரிகளும் பேருந்துகளும் ஒலிப்பானை அலறவிட்டுக்கொண்டு கடக்கும் இடத்தில் காளையைத் திமிறாமல் பிடித்துச்செல்வது சிரமமான காரியமாக இருந்தது. இந்த முஸ்தீபில் மாணிக்கத்துக்கு இரண்டு முறைக்கு மேல் வேட்டி அவிழ்ந்துவிட்டது. ஒருகட்டத்தில், வக்காள ஒழி பயலுது... என்று காளையைத் திட்டுகிறானா அல்லது அவிழ்ந்துவிழும் வேட்டியைத் திட்டுகிறானா என்று தெரியாத அளவுக்கு முனகியபடி அவன் அந்த அழுக்கு வேட்டியை அப்படியே ஒரு கையால் உருவி தோளில் போட்டுக்கொண்டு வெறும் கோமணத்துடன் நடந்தான். காளைக்கு அது ஒன்றும் பொருட்டாக இல்லை. மூர்த்திதான் மாணிக்கத்தின் கொட்டையையும், காளையின் கொட்டையையும் ஒப்பிட்டுக்கொண்டே நடந்தான்.

சோமுவுக்கு எந்தப் பதட்டமும் இல்லை. அவர் ஏதோ வளர்ப்புப் பிராணியை நடைக்குக் கூட்டிச்செல்வது போன்ற தொனியில் அதனுடன் போய்க்கொண்டிருந்தார். ஆசாரி வீட்டு வாசலில் கொண்டு போய், காளையைக் கட்டவும், வெளியில் வந்தவன் அதன் ஆகிருதியையும் மினுமினுப்பையும் பார்க்க ஆச்சர்யத்தில் உறைந்து போனான். சோமு ரேக்ளாவை எடுத்துப் போவதற்கு பொலிகாளையை ஓட்டிக்கொண்டு வருவார் என்று அவன் எதிர்பார்த்திருக்கவில்லை. பட்டுநூல்காரர்களால் நிறைந்திருந்த அந்தத் தெருவில் ஆசாரி மட்டும்தான் வேறு ஜாதிக்காரனாக இருந்தான். அவர்களுக்கு காளையின் வருகை

புதிதாக இருந்தது. வேடிக்கை பார்க்க வந்த பெண்கள் கிளர்ச்சியடைந்திருந்தார்கள். அவர்கள் ஆடு மாடுகள் வளர்க்கும் வேளாண் குடிகள் அல்ல. கடக் முடக் என்று எப்போதும் தறி நெய்துகொண்டிருப்பதும், 'காய்ரா... மூய்ரா...' என்று புரியாத பாஷையில் பேசிக்கொண்டிருப்பதும், பேள்வதற்கு மட்டும் வெளியே வந்து இலுப்பைத் தோப்பிற்குப் போவதும் என வேறு ஒரு வாழ்க்கை முறையில் இருப்பவர்கள். அதில் ஒரு சுவாரஸ்யமான சம்பவம் கூடஉண்டு.

பெண்கள் ஒதுங்கச் செல்கையில், எப்போதும் அந்தியில் இருள் கவிந்த வேளையில் மட்டுமே செல்வதை வழக்கமாகக் கொண்ட அவர்கள்,இரண்டு மூன்று பேராகத்தான் செல்வார்கள். அதுவொரு பாதுகாப்பு. அது எல்லா ஊரிலும் இருப்பதுதான். விசித்திரமாக அந்தத் தெரு ஆண்களும் கூட அவ்வாறே கூட்டாகச் செல்லும் பழக்கத்தைக் கொண்டவர்களாக இருந்தார்கள். பகலெல்லாம் தறியை உதைத்தபடி கிடக்கும் கால்களுக்கும், சீடாவை இழுத்து இழுத்து விடுவதால் நோவு கண்டிருக்கும் கைகளுக்கும், அந்த மாலை நடை ஆசுவாசமாக இருந்ததென்னவோ உண்மைதான். வீட்டை விட்டுக் கிளம்பி, அப்படியே பெட்டிக்கடைக்குப் போய் சுருட்டு வாங்கிக் கொண்டு, இலுப்பைத் தோப்பின் எல்லையில் போய் வட்டமாக உட்கார்ந்தால் கதை பேசிக்கொண்டே கடனைக் கழித்துவிட்டு, தாமரைக் குளத்தில் வந்து சூத்து கழுவியதும் அப்படியே ஒரு எட்டு போய் கடையில் டீ குடித்துவிட்டு வீடு திரும்பினார்கள். "டிலே போவுமா..." என்று பக்கத்து வீட்டுக்காரனை தோப்புக்கு அழைப்பது அங்கு சாதாரண சம்பவம். சம்பவத்தில் ஈடுபட்டுக்கொண்டிருக்கும் போதே, நாலு அடி முன்னாடி தவ்விவந்து, இந்தா என்று சுருட்டை பரிமாறிக்கொள்வதும் உண்டு. பிறகு தனது இடத்திற்குத் திரும்ப வந்துவிட்டால், அவன் நாலு நடை முன்னால் வந்து அதைத் திரும்பத் தரும் ஜனநாயக ஏற்பாடும் அவர்களிடம் புழக்கத்தில் இருந்தது.

அப்படித்தான் ஒருமுறை இலுப்பைத் தோப்பில் சாராய விற்பனை தொடங்கி இருந்தது. தனியாக ஒருவன் கடை போட்டிருந்தான். அவன் சோமுவின் தெருவைச் சேர்ந்தவன். அந்தியில் இரண்டு மணி நேரம் மட்டும் வியாபாரம். தெருவுக்கு ஒன்றிரண்டு பேருக்கு மட்டுமே குடிக்கும் பழக்கம் இருந்தது. போலீசுக்கும் அது தெரியும்தான். "சரி போகட்டும்" என்று விட்டு வைத்திருந்தார்கள்.

அந்த ஊருக்குப் புதிதாக மாற்றலாகி வந்த ஒரு இன்ஸ்பெக்டருக்கு மட்டும் சட்டத்தைப் பராமரித்தே ஆகவேண்டும் என்கிற ஆவலாதி ஏற்பட்டிருந்தது. டீக்கடை வாசலில் இருக்கும் சைக்கிள்களை புல்லட்டில் போகும்போதே எட்டி உதைத்துத் தாம் உருவாக்கி வைத்திருந்த "ஸ்ட்ரிக்ட் போலீஸ்காரர்" இமேஜில் மட்டும் அவனுக்கு திருப்தி கிட்டவில்லை. இருந்த அந்த ஓட்டை ஜீப்பை எடுத்துக்கொண்டு, "ஓட்டு இலுப்பைத் தோப்புக்கு..." என்று உத்தரவிட்டு வண்டியில் ஏறி உட்கார்ந்துவிட்டான். தோப்பின் விளிம்பிற்கு வந்ததும் வண்டியை நிறுத்தச் சொல்லிவிட்டான். தோப்பிற்குதான் வேலி என்று ஒன்றும் கிடையாதே, வண்டியை உள்ளே விட்டால் என்ன என்றதும் கான்ஸ்டபிள் தலையைச் சொறிந்திருக்கிறார். இன்ஸ்பெக்டர் முறைத்திருக்கிறான். வண்டியை உள்ளே விட்டால் சத்தம் கேட்டு சாராய வியாபாரிகள் ஓடி விட்டால்? 'மயிறு. ஒரு ரெண்டு லிட்டர் கேன், ஒரு கண்ணாடி டம்ளர், முப்பது ரூபாய்தான் மொத்த முதலே அங்கு வியாபாரம் பார்ப்பவனுக்கு' என்று கான்ஸ்டபிளுக்கு வாய் வரை வந்தாலும் அதை அவர் வெளியே சொல்லவில்லை. குடிப்பவனுக்கு சாராயக் காட்டத்துக்கு நக்கிக்கொள்ள அங்கு ஊறுகாய்கூட கிடையாது, கொப்பளித்துத் துப்ப தண்ணீரும் கிடையாது. தோளில் கிடக்கும் அழுக்குத் துண்டில் வாயைத் துடைத்துக்கொண்டு டீக்கடையை நோக்கி விரைந்தால்தான் ரெண்டு பக்கடாத் துண்டோ அல்லது கொஞ்சம் தண்ணீரோ. அந்த அளவுக்குத் தொழில் ஆரம்ப கட்டத்தில் இருந்தது.

ஜீப்பை விட்டு இறங்கிய ஜேம்ஸ்பாண்டின் கண்களுக்கு நான்கைந்து ஒளிப்புள்ளிகள் ஒரே இடத்தில் தெரிய, தூக்கிய லட்டியுடன் அவற்றை நோக்கி ஓடியிருக்கிறான். பட்டுநூல்காரர்கள், "எவன்டா இது இந்த நேரத்துல..." என்று புகையும் சுருட்டுடன், இடுப்பு வரை ஏற்றி செருகப்பட்ட வேட்டி முனையோடு எழுந்து நிற்க, டார்ச் அடித்துப் பார்த்த இன்ஸ்பெக்டருக்கு அன்று காணக் கிடைத்தது நான்கைந்து சிறிய சிவந்த சாமான்கள் மட்டுமே. தலையிலடித்துக்கொண்டு திரும்ப ஜீப்பிற்கு வந்தவன், மாற்றலாகிப் போகும் வரை வேறு எந்த சாராய ரெய்டுக்கும் போகவில்லை.

இந்த சம்பவங்கள் ஏற்கனவே தனக்குத் தெரிந்ததைப் போல, காளையும் தனது நரம்பை உறையை விட்டு வெளியில் எடுக்கவில்லை. தனக்குப் பழக்கமில்லாத மிரட்சியுடன், பளபளவென மின்னும் ரேக்ளாவைப் பார்ப்பதும், கூடி நின்று

வேடிக்கை பார்க்கும் பட்டுநூல்காரிகளைப் பார்ப்பதுமாக அது தவ நிலையில் இருந்தது. 'எங்கே தமக்கு நிரந்தரமாகக் காயடித்து ரேக்ளாவில் பூட்டிவிடுவார்களோ...' என்று அதன் உள்ளுணர்வு அதற்குப் பீதியூட்டியதோ என்னவோ யாருக்குத் தெரியும்.

சோமு பரவசத்துடன் ரேக்ளாவைப் பார்த்துக்கொண்டே அதன் அருகில் நின்றிருந்தார். வீட்டு வாசலில், கலப்பையின் மேழி செய்வதற்காகக் கொண்டுவந்து போடப்பட்டிருந்த மரத்துண்டின் மீது மாணிக்கம் குத்த வைத்து உட்கார்ந்திருந்தான். அப்போது அவிழ்ந்த வேட்டி இப்போதும் தோளிலேயே கிடந்தது. போகும்போது கோவணத்தையும் உரிய வேண்டியிருக்குமோ என்று அஞ்சுபவனைப் போல இருந்தது அவனது முகபாவனை. மூர்த்திக்கு வீட்டு வாசலில் கிடந்த பெஞ்சில் இடம் கிடைத்தது. கூட்டத்தில் நின்றுகொண்டிருந்த ஒருத்தி, "இந்த மாட்டை வச்சி என்ன பண்ணுவீங்க..." என்று அவனிடம் நெருங்கி வந்து ரகசியமான குரலில் கேட்டாள். மூர்த்தி திகைத்துப் போய் அவளுக்கு என்ன பதில் சொல்லலாம் என்று ஆலோசித்துக் கொண்டிருக்கையில் சோமுவை வரவேற்றுவிட்டு உள்ளே போயிருந்த ஆசாரி இடுப்பில் கட்டிய துண்டுடன் கையில் ஒரு சிறிய மூங்கில் தட்டோடு வெளிப்பட்டான். அவள் கேலியாக சிரித்துவிட்டு அந்த இடத்தை விட்டு விரைந்து அகன்றாள். தேங்காய், பழம், பூ வைத்து வணங்கி, எலுமிச்சை வெட்டி நாலாப்புறமும் எறிந்துவிட்டு, கற்பூரம் காட்டி கண்ணில் ஒற்றிக்கொண்டு, வேடிக்கை பார்த்துக்கொண்டிருந்தவர்களுக்கு நாட்டுச் சர்க்கரையும் அவலும் கொடுத்து, தீபாராதனை காட்டிய மாலையை காளைக்கு அணிவித்து, அதை லாவகமாகக் கொண்டு வந்து ரேக்ளாவின் நுகத்தடியில் பூட்டியபோது வெயில் ஏறத் தொடங்கியிருந்தது. மாணிக்கமும் சோமுவும் ஆளுக்கொரு பக்கமாக மீண்டும் அதன் மூக்கணாம் சங்கிலியைப் பிடித்துக்கொண்டு வண்டிக்கு நெருக்கமாக நடந்தார்கள். வெறும் வண்டியையா பூட்ட முடியும்? "ஏறுடா தம்பி வண்டியில..." என்றார் சோமு. மூர்த்தி ஏறி உட்கார்ந்து கொண்டான். எல்லாரும் பார்த்துக்கொண்டிருக்க, வண்டியில் ஏறி அமர்வதில் அவனுக்குப் பெருமிதமாக இருந்தது. வண்டியில் இருந்து பார்க்க காளையின் உருவம் பிரமிப்பூட்டியது. ரேக்ளா இருக்கையிலிருந்து அதன் முதுகு மொத்தமும் பார்வைக்குக் கிடைத்தது. தாராளமாக ஒரு பெரிய ஆள் அதில் படுத்துத் தூங்கலாம். வீட்டில் இருக்கும், நாவல் மரப்பலகையில் செய்யப்பட்ட கட்டிலைப்போன்று இருந்தது. அதன் பிரமாண்டம் வண்டிக் காளையின் மீது ஒட்டிக்கொண்டிருப்பதைப் போன்ற பிரமையை

ஏற்படுத்தியது. இதுவரை அதன் மீது இப்படியான சிறு சுமைகூட சுமத்தப்பட்டதில்லை. அது திமிறியது. ஹாவ்வ்வ்... ஹாவ்வ்வ்... என்று சோமு குரல் கொடுத்தபடி இருந்தார். "இந்தா நல்லா இழுத்துப் பிடிச்சிக்க" என்று அதன் தலைக்கயிறை எடுத்து மூர்த்தியிடம் எறிந்தார். மூர்த்தி நடுக்கத்துடன் அதைப் பற்றிக்கொண்டான். வழக்கமான ரேக்ளாக்கள் போல் அல்லாமல் அதன் இரண்டும் பக்கமும், நாற்காலியில் இருப்பது போல இரும்புப் பட்டையால் பிடிமானங்கள் இருந்தன. ஒரு பக்கமாக ஒடுங்கி உட்கார்ந்துகொண்டு, இரண்டு கைகளாலும் கயிற்றை இறுகப் பிடித்துக் கொண்டான். தார்சாலையைக் கடந்து தெருவில் எல்லோரும் கூடி வேடிக்கை பார்க்க ரேக்ளா தோப்பிற்கு வந்து சேர்ந்தது. ரேக்ளாவில் பூட்டப்படும் முதல் மாடு நமது பொலி காளையாக இருக்கவேண்டும் என்பது சோமுவின் ஆசை. அந்த மாட்டை அவர் அவ்வளவு நேசித்தார். அச்செயல் அம்மாட்டிற்கு வைக்கும் படையல் போல. அந்த மாடு ஈடுபடுவது படைப்புத் தொழிலில். அது வெறும் காளை மாத்திரமல்ல. அது வேரை உற்பத்தி செய்கிறது. இனத்தை விருத்தி செய்கிறது. அழிவில் இருந்து காப்பாற்றுகிறது. தனது மூர்க்கத்தின் வழியாக, மதர்ப்பின் மூலம், வேளாண் உறவை தனது சந்ததிக்குக் கடத்துகிறது. அந்த வகையில் அதற்கு குலதெய்வத்தின் பெருமையையும் கவுரவமும் வந்து சேர்கிறது. சோமு அந்த மாட்டை அப்படித்தான் நடத்தினார். ரேக்ளாவின் நுகத்தடியை அதன் தோளில் சுமத்தியது அதற்குக் கட்டப்பட்ட பரிவட்டம்.

வண்டி வந்ததிலிருந்து வெளியே செல்ல வேண்டும் என்றால் எப்போதும் ரேக்ளாதான். ஒரே மாதத்தில் கொட்டகையில் ஒன்றுக்கும் உதவாமல் வைக்கோலுக்கு சுமையாக கட்டுண்டிருந்த ஒரு கன்றுக்குட்டியை அதற்குப் பழக்கிவிட்டார். சாதுவான சீமைக்காளை அது. மிகவும் சோர்வான பலம் குறைந்த காளையாக இருந்தது. அதனால் முரண்டு பிடிக்காமல் அமைதியாகப் போக வர அது ஏதுவாக இருந்தது. மூர்த்தி தோப்பிற்குச் செல்லும்போது, சோமு கடைத்தெருவுக்குக் கிளம்பிக்கொண்டிருந்தால், "நானும் வர்றேன் தாத்தா..." என்று அடம்பிடித்து அவனும் ஏறிக்கொண்டான். ஆனால் நாளடைவில் அந்த வண்டியில் செல்வதில் ஆர்வமிழக்கத் தொடங்கிவிட்டான். குதிரை வண்டி போல டொக் டொக் என்று கம்பீரமாக ஓடாமல் அந்த சோம்பேறிக் கன்று அடிமேல் அடிவைத்து நடப்பது, அவ்வண்டியில் செல்வதைக் கழுதை வண்டியில் செல்வதுபோல உணரவைத்தது. தனது அதிருப்திகளை அவன் சோமுவிடம் சொன்னபோது, அவர் காலால் அதன்

புட்டத்துக்கு கீழே உதைத்து அதை முடுக்க முயன்றார். ஒவ்வொரு உதைக்கும் அவரது காலில் அது கூடுதலாகக் கழிந்து வைத்ததே தவிர வேகமாக ஒரு அடி எடுத்துவைக்க முயலவில்லை. தன்னால் இவ்வளவுதான் முடியும் என்று அறிவித்துவிட்டது. அப்படியாகத்தான் ஒரு துடிப்பான நாட்டு மாட்டை இந்த வண்டிக்குப் பழக்கிவிட வேண்டும் என்ற முடிவை நோக்கி சோமு நகரவேண்டிய அழுத்தம் ஏற்பட்டது. இதற்கிடையில், திருவண்ணமலையில் குதிரை கிடைக்கும்... இல்லை இல்லை அதற்கு வேலூர்தான் போகவேண்டும்... போன்ற சம்பாஷணைளில் தனது ஸ்நேகிதர்களுடன் சோமு ஈடுபட்டுக்கொண்டுதான் இருந்தார். அதைக்கேட்க நேர்ந்த மூர்த்தி, தாத்தாவுக்குத் தெரியாமல் ஒருநாள் ரேக்ளா இல்லாத வெறும் குதிரையின் முதுகில் சவாரி செய்யப்போவது குறித்த கற்பனையில் திளைத்தான்.

ஒரு வழியாக, அலைந்து திரிந்து நாட்டுக் கன்று ஒன்றையும் வாங்கிவிட்டார். இரண்டு நாட்கள் அதற்கு ஓய்வு கொடுத்து நன்றாக வைக்கோல் அள்ளிப்போட்டு பராமரித்துவிட்டு, பிறகு பார வண்டியில் பூட்டி, ஆற்றில் கொண்டு போய் புதையும் மணலில் ஓடவிட்டு அதன் வேகத்தை மட்டுப்படுத்துவது நடந்தது. ஒரு நாள் விட்டு ஒரு நாள் என வாரம் முழுக்க கடைத்தெரு தூங்குமூஞ்சி மரத்தில் அதைக் கட்டிவைத்து, ஹார்ன் சத்தத்துக்கு அதைப் பழக்குவது அடுத்த வாரத்தில் நடந்தது. இரண்டு வாரங்கள் கழித்து சோதித்துப் பார்த்ததில் அது ஓரளவுக்குப் பழக்கத்துக்கு வந்தது போலத்தான் இருந்தது. எதற்கும் இருக்கட்டும் என்று மாணிக்கத்தை வரவழைத்து அவனை ஒரு பக்கம் பிடித்துக்கொள்ளச் சொல்லித்தான் ஆரம்ப நாட்களில் ரேக்ளாவில் அதைப் பூட்டத் தொடங்கினார் சோமு. பிறகு கொஞ்ச கொஞ்சமாக கன்றின் மீது நம்பிக்கை வரவும், “நான் பார்த்துக்கொள்கிறேன் விடு...” என்று மாணிக்கத்துக்கு விடுதலை அளித்திருந்தார். மூர்த்தியின் நச்சரிப்புக்கு மட்டும், “இப்போது வேண்டாம்... கொஞ்ச நாள் போகட்டும்...” என்று கறாராக சொல்லிவிட்டார். அவன் வண்டியில் ஏறுவதற்கு இரண்டு வாரங்களுக்கு மேல் காத்திருக்க வேண்டி வந்தது. அந்த நல்ல நாளும் வந்தபோது மூர்த்திக்கு அப்படி ஒரு குதூகலம். இன்னும் வேகமா ஓட்டுங்க தாத்தா... இன்னும் வேகம்... என்று அவரிடம் உற்சாகமாக கோரிக்கை வைத்துக்கொண்டே இருந்தான். வண்டி குலுங்கி குலுங்கி ஓடுவது கிளர்ச்சியாக இருந்தது. அதை சோமுவும் ரசித்திருக்க வேண்டும். இல்லையென்றால்

அவ்வளவு அவசரப்பட்டிருக்கமாட்டார். வண்டி அப்போது பிரதான சாலையில் ஓடிக்கொண்டிருந்தது. தமது வலது காலை கன்றின் பின் கால்களுக்கு மத்தியில் நிரந்தரமாக வைத்து நிமிண்டிக்கொண்டே இருந்தார். கிட்டதட்ட கன்று நான்கு கால் பாய்ச்சலில் ஓடிக்கொண்டிருந்தது. பந்தயத்தில் ஓடுவது போல. மூர்த்தி அதை சினிமாவில் ஒருமுறையும் இரண்டு வருடங்களுக்கு முன்பு ரேக்ளா பந்தயத்தில் ஒருமுறையும் பார்த்திருக்கிறான். ஹோவென்று கூச்சலிட வேண்டும் என்று அவனுக்குத் தோன்றியதை கட்டுப்படுத்திக்கொண்டான். அவனது பங்குக்கு மாட்டின் மீது காலை வைத்து உந்த முயன்றான். எட்டவில்லை. அப்போதுதான் வண்டி தனியாகவும் கன்று தனியாகவும் பிரிந்துவிட்டது. ஓடிக்கொண்டிருக்கும்போதே, அப்படியே தலையை உருவிக்கொண்டு தனியாக ஓடிவிட்டது நாட்டுக்கன்று. சிறிய கொம்பாக இருந்ததால் கழட்டிக்கொள்வது அதற்கு எளிதாகப் போய்விட்டது. சோமு இந்த ஒரு விஷயத்தை கணிக்கத் தவறியிருந்தார். இல்லையென்றால் நுகத்தடிக் கயிற்றை இன்னும் கொஞ்சம் இறுக்கமாகக் கட்டியிருப்பார். சோமுவும் மூர்த்தியும் நடு சாலையில் தொப்பென்று விழுந்து புரண்டுகொண்டே போனார்கள். வண்டியின் நுகத்தடி தரையில் தேய்ந்து சாலையின் ஓரமாகப் புரண்டு ஒரு சக்கரம் மேலும் மற்றொரு சக்கரம் கீழுமாகக் கிடந்தது. மேலே இருந்த சக்கரம் அப்போதும் சுற்றுவதை நிறுத்தவில்லை. இருவருக்கும் பெரிய அடி ஒன்றும் இல்லை. இவ்வளவு களேபரத்திலும் சோமு மாட்டின் தலைக்கயிறில் இருந்து தனது பிடியை விலக்கவில்லை. கன்று அவரைப் பிரிந்து ஓடிவிடமுடியவில்லை. தாத்தா அன்று கோவணம் கட்டியிருக்கவில்லை என்பதோடு சேர்ந்து மூர்த்தி சோமுவின் இந்தத் திறனையும் மனதில் குறித்துக்கொண்டான். முட்டி வழண்டது ஒன்றும் அத்தனை பெரிதாக வலிக்கவில்லை அவனுக்கு.

சோமு மீண்டும் கொட்டகையின் முகப்புக்கு வந்தபோது, மூர்த்தி கொட்டகைக்கு ஓடிவந்தான். அப்போதும் மூச்சிரைத்துக் கொண்டிருந்தது. எதோ விளையாட்டின் பாதியில் இருந்திருக்கிறான் என்பதைத் திரும்பி ஓட எத்தனிக்கும் காலும் விரையும் உடம்பும் சொன்னது. ரமணி அவனைக் கெஞ்சி அனுப்பி வைத்திருக்கவேண்டும் என்று சோமு எளிதில் அவதானித்தார். அவன் விளையாட்டில் தீவிரமாக இருக்கும்போது, அவள் சொல்லும் எந்த வேலையையும் மூர்க்கமாக மறுப்பவனாக இருந்தான். வீட்டில் ராஜேந்திரன் இருந்தால் மட்டும் அவன் ரமணி சொல்வதைத் தட்டுவதில்லை.

ஏனென்றால் முடியாது என்று சொல்லி வாயை மூடுவதற்குள் முதுகு பழுத்துவிடும். அந்த அச்சம்தான். முனகிக்கொண்டே அந்த வேலையை செய்து முடிப்பான். வேலை என்ன பெரிய வேலை. 'இதைக் கொண்டு போய் தாத்தாவிடம் கொடுத்துவிட்டு வா,' 'இந்த கஞ்சித்தண்ணியைக் கொண்டு போயி கழுநீர்த் தொட்டியில் ஊற்றிவிட்டு வா,' 'அய்யனார் பெட்டிக்கடையில போய் நூறு கிராம் ஜீனி வாங்கிட்டு வா' போன்ற ரமணியின் கோரிக்கைகள்தான். இப்போது சில வருடங்களாக 'அந்த அத்தைகிட்ட போயி ஒரு படி அரிசி வாங்கிட்டு வா,' 'இந்த சித்திகிட்ட போயி ஒரு கரண்டி துவரம் பருப்பு வாங்கிட்டு வா,' 'ரெண்டு நாள்ல அப்பா வாங்கிட்டு வந்ததும் திருப்பி கொண்டு வந்து தந்துடுவேன்னு மறக்காம சொல்லு' போன்ற கூடுதல் பொறுப்புகளை ரமணி சுமத்துகிறாள். என்னதான் இருந்தாலும் பம்பரத்தை வளையத்தில் வைத்துவிட்டு, அது ஆக்கர் வாங்கிவிடாமல் கண்ணும் கருத்துமாக இருக்கும்போது, இத்தகைய வேலைகளுடன் அவள் அவனை நெருங்கும்போது ஆத்திரத்தில் குமுறுவான். அவள் கிட்ட வரும்போது, போ... நான் போகமாட்டேன்... எனும் குரல் அவனிடமிருந்து எச்சரிக்கையாக ஒலிக்கும். அப்படியான சமயங்களில் ரஞ்சிதாதான் அந்த வேலைகளைச் செய்வாள்.

"தாத்தா... உங்கள அம்மா வீட்டுக்கு வரச் சொன்னாங்க...?"

"ஏன்டா...?"

"தெரில... ரஞ்சிதா எதோ பெரிய மனுஷி ஆய்ட்டாளாம்..."

சொல்லிவிட்டு மீண்டும் ஓட எத்தனித்தவனிடம், "உங்க அப்பன் இருக்கானாடா வீட்ல..." என்று கேட்டார்.

"இல்ல, அப்பா மாநாட்டுக்கு போயிருக்காங்களாம். ரெண்டு நாளாவே வீட்ல இல்ல..."

"... ... ..."

சோமு சுவர் இடிந்ததற்குப் பிறகு வீட்டிற்குப் போயிருக்கவே இல்லை. இப்போது நடந்தது போல் இருக்கிறது. நான்கைந்து ஆண்டுகள் இருக்கும்.

22

தங்களது ஆளுகையில் இருந்த நிலங்களில் பெரும்பகுதியை விட்டுத் தருவது, மீதியை கிரயம் பண்ணிக்கொள்வது என்று பேசி முடிவானதும், விட்டுத்தர வேண்டிய நிலங்கள் எவையெவை என்பதில் மகன்களுக்கிடையே பூசல் வந்துவிட்டது. ஒவ்வொருவருக்கும் ஒருவொரு நிலம் தேவையாக இருந்தது. இத்தனைக்கும் விட்டுக்கொடுத்தது போக மிச்சமிருப்பது சொற்ப நிலம்தான். “இந்தெந்த இடத்தை நீ பயிர் பண்ணிக்கொள்...” என்று வழக்கு வருவதற்கு முன்பே சோமு எல்லோருக்கும் கைகாட்டி விட்டிருந்ததால், எல்லோரும் அவர்களுக்கு சொந்தமாகியிருந்த நிலத்தை விட்டு வெளியேற மறுத்தார்கள். நாம் இந்த இடத்தைத்தான் செட்டியாரிடம் கேட்டு வாங்கவேண்டும் என்று பிடிவாதமாக சோமுவிடம் நிர்ப்பந்தித்தார்கள். அவை எந்த காலத்திலும் நமது சொந்த நிலம் இல்லை, நாம் குத்தகைதாரரர்கள் மட்டுமே எனும் விழிப்புணர்வு யாருக்குமே இல்லை. நிலத்தின் மீதான உடைமையுணர்வு போதையின் தன்மையைக் கொண்டது. தன் மீது மையல் கொள்பவனை நோக்கி சிணுங்கி அவனை வெறியேற்றும் ஆற்றலை நிலம் தன்னகத்தே கொண்டிருக்கிறது. நிலத்தைப் புரிந்துகொள்பவனே அதிலிருந்து வெளியேற முடியும். அவனே நிலத்தை கையகப்படுத்தவும் முடியும். நிலத்தை வெற்றிகொள்வதும் அதிலிருந்து வெளியேறுவதும் வேறு வேறல்ல.

சோமு மகன்களின் மீதான ஆதிக்கத்தைப் போதுமான அளவுக்கு இழந்துவிட்டிருந்தார். ரமணியைத் தவிர மற்ற மகன்களுக்கிடையே மருமகள்கள் அரூபமான படலத்தைப் போல நிறைந்தார்கள். அவர்கள் எப்போதும் குடும்ப அமைப்புக்கு எதிராக இருக்கிறார்கள். அவர்களை வன்முறையாக மட்டுமே அதில் பிணைக்க முடிகிறது. தானாகத் தலையைக் கொடுத்து அந்த நுகத்தடியைக் காலமெல்லாம் சுமக்கும் ரமணி போன்றவர்கள் அபூர்வமானவர்கள். அவர்கள் காதலுக்குத் தம்மை ஒப்புக்கொடுக்கும் பலவீனத்தில் சிக்கிக்கொண்டவர்கள். அடுத்தவர்களது துயரத்தை தங்களுடைய துன்பமாக எண்ணித்

துயருறும் நோய்மையில் மாட்டிக்கொண்டவர்கள். எந்தத் தன்னுணர்வும் இன்றி தம்மைச் சூழலுக்குப் பணயம் வைக்கிறவர்கள். அந்த வகையில் அவர்கள் சாவை நோக்கிப் போகிறவர்கள். அப்படித்தான் அவர்கள் வாழ்விலிருந்து விலகுகிறார்கள். எவ்வளவு தூரம் ஒருத்தியின் சொந்த வாழ்வு பிறரின் பொருட்டு அமைகிறதோ அந்த அளவுக்கு அவள் தனது வாழ்வைத் துறந்தவளாகிறாள். மற்றொரு வகையில் அதுவே சுயநிந்தனையின் புள்ளி.

துயரங்கள் பெருகப் பெருக அப்புள்ளி வளர்ந்து வளையமாக உருமாறுகிறது. அதுவே பிறழ்வுகளின் பிறப்பிடம். அதுவொரு மாயச் சுழல். உன்னதங்களின் சுனையிலிருந்து விஷம் பரவும் அபத்தம் அப்படித்தான் நேர்கிறது. அந்த வளையத்தின் மையத்தில் அவள் தன்னைப் பொருத்திக்கொள்கிறாள். புருஷனையும் குழந்தைகளையும் வட்டத்தைச் சுற்றி விளையாடவிடுகிறாள். தாய்மைக்கும் நோய்மைக்குமான கோடு புள்ளிகளால் ஆனது. ஒரு புள்ளிக்கும் இன்னொரு புள்ளிக்குமான தூரத்தில் தந்தைமையின் உதாசீனம் படிந்துகிடக்கிறது. அதுவே அந்தப் புள்ளிகளை விலகாமல் கோடாக நிலைக்க வைக்கிறது. ரமணியின் தேவதைத்தனத்திற்குப் பின்னால் பிரிக்கமுடியாதவொரு சூன்யக்காரியின் சூட்சுமங்கள் அவளுக்குத் தெரியாமலேயே படிந்து வளர்ந்தது அப்படித்தான். சோமு மீது தீராத மரியாதையையும் நம்பிக்கையையும் அவள் அறிவித்துக் கொண்டேயிருந்தாள். அது அவளிடமிருந்து பிரிக்க முடியாத சுபாவமாக இருந்தது. அவள் எதன் பொருட்டு புலவரின் மீது தீவிர அதிருப்தியடைந்தாளோ அதையே அவளது வீட்டில் இருந்தவர்களும் செய்யும்போது அவளது அதிருப்தி ஒருவிதத்தில் மரத்து விடும் செயலாக மாறிப்போனது. உறவுகள் கைவிடுகிறபோது, எளியவர்கள் அதை மூர்க்கமாக எதிர்கொள்கிறார்கள். நான் இதெல்லாம் உனக்குச் செய்தேன் என்று சொல்லிக் காண்பிக்கிறார்கள். அது மற்றவர்களை நோக்கிச் சொல்வதல்ல. தன்னை நோக்கி அறிவித்துக் கொள்வதுதான். நீ அடுத்தவர்களுக்கு செய்ய முடிந்தவள், நீ யாரை நம்பியும் இல்லை, உன்னால் தனியாக இருக்கமுடியும், இதை நீ இன்னமும் முன்னெடுத்துச் செல்லமுடியும் என்று தனக்குத் தானே உறுதி செய்துகொள்வதுதான். இத்தகைய கடுமையான தீர்மானங்கள் ஒவ்வொருவரது வாழ்க்கையிலும் தேவையானதாக இருக்கிறது. மரணித்தலுக்கு எதிரான பிடிவாதம் அது. கசப்புகளை முறித்துக்கொள்ள தூவிக்கொள்ளும் இனிப்புப் பொடியாகவும் இருக்கிறது. ரமணி தனக்குள்

மூர்க்கமாக இறுகிக்கொண்டே இருந்தாள். அது அவ்வளவு பூஞ்சையானதாக சுயநிந்தனை கொண்டதாக இருந்தது. மிகப்பெரிய ஊசலாட்டத்தின் முனையைப் பற்றுவதும், பிறகு அதை அப்படியே விட்டுவிட்டு மீண்டும் வந்து ஆசுவாசமாக யாரையாவது பற்றிக்கொள்ள நினைப்பதும், அப்படி இணைந்துகொள்ள நினைக்கையில் நிறைய காயம்பட்டு மீண்டும் தனது சிறைக்குள் தன்னை வைத்துப் பூட்டிக்கொள்வதுமான தத்தளிப்பில் மிதந்துகொண்டே இருந்தாள். அந்த வகையில் அவள் மூர்த்தியை பாதித்துக்கொண்டே இருந்தாள். அவனுக்கு அவள் மீது மிக நெருக்கமானதொரு பிணைப்பு இருந்தது. அவளது சுபாவங்கள் அவன் மீது எதிரொலித்துக் கொண்டே இருந்தன. அவன் எவ்வளவு வெளிப்படையானவனாக கலகலப்பானவனாக இருந்தானோ அதே அளவுக்கு அவன் உள்ளுக்குள் ஒடுங்கிப் போயிருப்பவனாக கூச்ச சுபாவம் உள்ளவனாக புற ஆட்களிடம் நெருங்க அஞ்சுபவனாக இருந்தான். குழந்தை என்பதற்கும் சிறுவன் என்பதற்குமான விளிம்பில் இருக்கும் அவனது வயது இந்த மாறுதல்களை எதிர்கொள்வதற்கு எதிரான உடையும் தன்மையைக் கொண்டதாக இருந்தது. நிறைய பிடிவாதமும், மூர்க்கமும் அதே சமயம் எதற்கெடுத்தாலும் உடைந்து அழுபவனாகவும் அவன் மாறிக்கொண்டே இருந்தான். ஆனால் ரஞ்சிதா இதற்கு எதிரானவளாக இருந்தாள். அப்பனின் மீது அவளுக்கு தீராத அன்பிருந்தது. அம்மாவின் மென்மையான அதே சமயம் பூஞ்சையான குணத்தின் மீது அவள் அதிருப்தி கொண்டவளாக இருந்தாள். நடக்கும் சம்பவங்களை சரி அல்லது தவறு என்பதாகப் பார்க்கப் பழகியிருந்தாள். தனது சித்தியையோ சித்தப்பாவையோ வழியில் எங்காவது பார்க்க நேர்ந்தால், முகத்தைத் திருப்பிக்கொண்டு அவர்களை அவமதிக்கப் பழகினாள். அவர்கள் அதை அனுமானிக்கவில்லை. இந்த எதிர்வினையாற்றும் போக்கு அவளுடைய சுபாவத்தில் பிளவை உண்டு பண்ணிவிட்டது. ஒரே நேரத்தில் எல்லாருடனும் நெருக்கமாக இருப்பவளாகவும் அதே நேரத்தில் எல்லார் மீதும் அதிருப்தியுடன் இருப்பவளாகவும் அவள் மாறிக்கொண்டிருந்தாள். அவளைக் கையாள்வது நாளுக்கு நாள் ரமணிக்கு சிரமமாகிக்கொண்டே போனது. அவளது சுபாவத்திற்கு முற்றிலும் தொடர்பில்லாதவர்களை அவர்களது மனம் கோணாத வண்ணம், அவர்களிடம் இருந்து விலகி விடுகிற பழக்கத்தை அல்லது அவர்களது தவறை மனமுவந்து மன்னித்து விடுகிற மாண்பைக் கொண்டிருக்கும் ரமணிக்கு

எந்நேரமும் தேளைப்போல கொடுக்கைத் தூக்கிக்கொண்டே வளரும் ரஞ்சிதாவைக் காண அச்சமாகக் கூட இருந்தது. அதில் அவள் தோய்த்திருக்கும் விஷமாக ரமணியின் தோல்வி இருந்தது. மிகவும் அந்தரங்கமாக அவள் தனது அம்மா மீதும் அப்பா மீதும் ஆழ்ந்த அவநம்பிக்கை கொண்டிருக்கிறாள் என்பதை ரமணி இனங்கண்டு கொண்டாள். அதனால் அவள் தம்பி தங்கைகள் மீது அதீத பாசம் கொண்டவளாக இருந்தாள். தெருவில் மற்ற குழந்தைகளுடன் விளையாடிக் கொண்டிருக்கும்போது மூர்த்தியை மற்ற சிறுவர்கள் அடித்துவிட்டாலோ அல்லது விளையாட்டின் தீவிரத்தில் தள்ளிவிட்டாலோ அவர்கள் மீது சீறுபவளாக இருந்தாள். சில நேரங்களில் அவர்களை ரத்தம் வரும் அளவுக்குக் கீறி வைத்தாள். அதுவொரு சச்சரவாக உருமாறும்போது, அதை மூர்த்திதான் செய்தான் என்று எல்லார் முன்னிலையிலும் சொன்னாள். அவனுக்கு ராஜேந்திரனிடம் அடி கிடைத்தது. நீண்ட நேரம் விசும்பிக்கொண்டே இருக்கும் அவன், அவரிடம் ஒன்றும் சொல்லாமல், ரமணியிடம் மட்டும் மிகவும் ரகசியமாக இதை தான் செய்யவில்லை என்றும் ரஞ்சிதாதான் செய்தாள் என்றும் சொன்னான். அதைக் கேட்டுக்கொண்டே இருந்தாலும் கூட இந்தக் காரியம் குறித்து, தான் பொய் சொன்னது குறித்து, அது அம்மாவிடம் அம்பலப்படுவது குறித்து ரஞ்சிதாவுக்கு கொஞ்சமும் குற்றவுணர்ச்சி இல்லை. அதை வெகு இயல்பு என்பது போல எடுத்துக்கொண்டாள். இங்க வந்து புகார் சொல்லிவிட்டு அழுவதைவிட, உன்னை அடிப்பவனிடம் திருப்பி அடிப்பதில் அக்கறையாக இரு என்று அவனிடம் முகம் காண்பித்து மூர்த்தியை மேலும் வெளிறச் செய்தாள்.

மற்ற இரண்டு குழந்தைகளும் வீட்டில் நடக்கும் மாற்றங்களைப் புரிந்து கொள்ளும் விவரம் இல்லாத சிறுவயதினர்களாக இருந்ததால் அவர்களை இது எந்த வகையிலும் பாதிக்கவில்லை. அது ரமணிக்கு பெருத்த ஆசுவாசமாக இருந்தது. பசித்து அழுவதைத் தவிர அவர்களால் அவளுக்கு வேறு எந்தத் தொந்தரவும் இல்லை. இன்னொரு வகையிலும் அவள் ஆசுவாசமடைந்திருந்தாள். வீட்டிற்கு உறவினர்கள் வருவது குறைந்திருந்தது. தினமும் ஏதாவது பலகாரம் செய்வதில் இருந்து அவள் ஓரளவுக்கு விடுதலை அடைந்திருந்தாள். ஆனாலும் கூட, விஷேசங்களுக்கு அழைப்பதற்கு உறவினர்கள் வந்துகொண்டே இருந்தார்கள். வாரத்திற்கு இரண்டு கல்யாணப் பத்திரிகையாவது வீட்டிற்கு வந்துகொண்டே இருந்தது. அதே சமயம் முன்பு நெருக்கம் கொண்டிருந்த உறவுகளுக்கு மாற்றாக வேறு சில உறவினர்கள் நெருக்கம் காட்டத் தொடங்கினார்கள். அவர்கள்

சில சமயங்களில் எதிர்பாராத விதமாக இரவுகளில் தங்கிச் செல்லும் அளவுக்கு நெருக்கம் பாராட்டினார்கள். அவர்கள் ஒரு காலத்தில் விலகி நின்றவர்கள். வீட்டின் உள்ளே வந்து புழங்குவதற்குக் கூசியவர்கள். இன்று எங்கோ ஒரு இடத்தில் அவர்கள் ரமணியையும் குழந்தைகளையும் நெருக்கமாக உணர்ந்தார்கள். தனது நல்லியல்புகளையும் மீறி இதைக் கண்டபோது ரமணி உள்ளுக்குள் சிதைந்தாள். இதுவொரு நுணுக்கமான அவமதிப்பு உணர்வை அவளுக்குள் செலுத்தியது. அவள் இதிலிருந்து ஓடித் தப்பித்துக்கொள்ள முடியுமா என்று நினைத்தாள். ரஞ்சிதா அப்படியான உறவினர்களை வெளிப்படையாக அவமதித்தாள். அதை ரமணியால் சகித்துக்கொள்ள முடியவில்லை. இப்படிச் செய்வது தவறு என்று அவளை வெளிப்படையாகக் கண்டித்தபோது, உனக்கும் அவர்களைப் பிடிக்கவில்லைதானே பிறகு ஏன் நீ நடிக்கிறாய் என்று கேட்டாள். இத்தனைக்கும் அந்த உறவினர்களில் முதிய ஒருத்தியின் முன்னிலையில் வைத்தே அதைக் கேட்டாள். ரமணி கூசிப்போனாள். தனது அந்தரங்கம் பொது இடத்தில் வைத்து அம்பலப்பட்டது போல அவளது முகம் அவமானத்தில் சிவந்தது. ஆனால் அந்த முதியவள் இவ்வளவு நுணுக்கமான பண்புகள் கொண்டவளாக இல்லை. அவளால் ரஞ்சிதாவின் குணத்தைப் புரிந்துகொள்ளவே முடியவில்லை. தான் அவமதிக்கப்படுகிறோம் என்பதே அவளுக்குப் புரியவில்லை. அவள் அவ்வளவு வெகுளியாக இருந்தாள். “பாப்பாவ திட்டாத, அதுக்கு என்ன தெரியும்” என்று ரமணிக்கு ஆறுதல் சொன்னாள். விசித்திரமாக அவளது குரல் ரமணிக்கு அவ்வளவு ஆறுதலாக இருந்தது. எதன் பொருட்டு என்று உணரமுடியாத விதத்தில் அந்தக் கிழவியை நெருங்கிச் சென்று அவளது கைகளைப் பற்றிக்கொண்டாள். உழைப்பின் சொரசொரப்புடன் கூடிய அவளது உள்ளங்கை எந்தக் கழிவிரக்கத்திற்கும் இடங்கொடாத அளவில் உறுதியுடனும் வெளிப்படையாகவும் இருந்தது. அது எதையோ ரமணிக்குக் கடத்துவது போல இருந்தது. அவளுடைய உடம்பிலிருந்து வந்து கொண்டிருந்த மொச்சை வாடை, அவள் தலையில் தேய்த்திருந்த விளக்கெண்ணெயிலிருந்து வருகிறது என்கிற எதார்த்தத்தை மீறி ரமணிக்கு அவளுடன் ஒரு நெருக்கம் வந்துவிட்டது. கிட்டத்தட்ட அந்த வீட்டின் சுவர் இடிந்தபோது, சரேலென உள்ளே பாய்ந்த வெளிச்சத்தைப் போல இருந்தது அது. அதைக் காணச் சகியாமல் ரஞ்சிதா ஆத்திரத்துடன் கூடத்தை விட்டு வெளியேறினாள். போகும்போது அப்போதுதான் உள்ளே வந்து கொண்டிருந்த செல்வாவை எட்டி உதைத்துவிட்டு

போனாள். அவன் வீலென்று பெருங்குரலெடுத்து கத்தினான். ரமணிக்கு சிரிப்பு வந்தது. அந்தக் கிழவி ஓடிச்சென்று அவனைத் தூக்கி இடுப்பில் வைத்துக்கொண்டாள். ரமணிக்குக் கொஞ்சம் வரகாப்பி குடிக்கவேண்டும் போல இருந்தது. அந்தக் கிழவிக்கும் சேர்த்தே போடலாம் என்று சமையல் கட்டுக்குள் நுழைந்தாள்.

23

பாகம் பிரிப்பதன் விவாதத்தின்போது மூன்று நான்கு முறைக்கு மேல் சோமு ரேக்ளா வாங்கியிருப்பதை, காசை வீணாக்கியிருப்பதை ரெங்கநாதன் சுட்டிக் காட்டிக்கொண்டே இருந்தான். செல்வி இந்த முறை எந்த அச்சமும் இல்லாமல் அதை வெளிப்படையாகத் தலையசைத்து ஆமோதித்தாள். இப்போதும் அங்கு இருப்பது அதே ரவுத்திரம் பெருகும் சோமுதான் என்றாலும், அவர் உள்ளுக்குள் மிக ஆழமாக நொறுங்கிப் போயிருந்தார். மகன்கள் மீது அவருக்கு விலக்கம் வந்துவிட்டிருந்தது. குழந்தைகளின் பொருட்டே அவர் ராஜேந்திரன் மீதும் கரிசனம் கொண்டிருந்தார். ரெங்கநாதன் மீது அவருக்கு எந்த மரியாதையும் இல்லை. அவர் அதிக நம்பிக்கை வைத்திருந்தது மகேந்திரன் மீது என்று சொல்லலாம். அதற்கு ஒரே காரணம் அவர் படித்திருந்தார் என்பது. அந்தப் படிப்பும் ஓரளவுக்கு மேல் அவருக்கோ குடும்பத்துக்கோ உதவவில்லை. அந்தக் குடும்பத்தில் அவர் மட்டுமே படித்தவர் என்பதைத்தாண்டி அதற்கு எந்த சமூகப் பெறுமதியும் இல்லாமல் இருந்தது. ஒரு விதத்தில் அவர் பொருட்படுத்தத்தக்கவராக இருந்தார் என்றால் அது, கல்வி என்பது பரந்த அளவில் சிந்திக்க உதவும் ஒன்று என நம்பும் பழைய தலைமுறை ஆளாக சோமு இருந்தார் என்பதால் வந்ததுதான். அதனால்தான் இந்த நிலங்களுக்கான சச்சரவில் விவசாயத்தில் பிணைக்கப்படாத மகேந்திரனும் ஈடுபட்டபோது, அதற்குப் பின்னால் நியாயமான காரணங்கள் இருக்கக்கூடும் என்று அவர் நம்பினார். வயோதிகம் சில விஷயங்களில் சமாதானத்தை நோக்கி உந்துகிறதோ என்கிற அச்சமும் அவருக்கு வந்துகொண்டேதான் இருந்தது. இல்லை, அப்படி இருக்காது என்று அவரே சொல்லிக்கொண்டார். அவ்வளவு எளிதில் கட்டு விட்டுவிடும் உறுதியல்ல அது என்று அவரது ஆழ்மனது நம்பியது. அது உண்மையும் கூடத்தான்.

இருக்கும் எல்லா இடங்களையும் பாதி பாதி பிரிக்கவேண்டும் என்று வந்துவிட்டதால், இந்தத் தோப்பிலும் பாதியை விட்டுத் தரவேண்டும் என்கிற எண்ணமே சோமுவுக்கு அதிக வேதனையைத் தந்தது. இத்தனைக்கும் இது நமது

சொத்து என்னும் உரிமை மனநிலை கொண்டவராக அவர் இருந்ததில்லைதான். இந்த சொத்திற்கு செட்டியார்தான் உரிமையாளர், நாம் குத்தகைதாரர் மட்டுமே என்கிற எண்ணம் மிக ஆழமாக சிறு பிராயத்திலிருந்தே அவருக்குள் பதிந்து போயிருந்தது. அந்த விஷயத்தில் அவர் இப்போதும் நிலத்தை வெற்றி கொண்ட மிராசுதான். இன்றும்கூட செட்டியார் என்றால் அவருக்கு முதலாளிதான். ஆனால் இந்தத் தோப்பை உருவாக்கியது சோமுதான். அவரது இளமைக்காலம் தென்னம்பிள்ளைகளை நட்டு வளர்ப்பதிலும், அதற்குத் தண்ணீர் பாய்ச்சும் ஓயாத உழைப்பிலும் உருவாகி வந்த ஒன்றாக இருந்தது. இது வெறும் திடலாகக் கிடந்த காலத்தில் அதில் ஒரு கிணற்றை வெட்டியதும் தென்னை வைக்கலாம் என்று திட்டமிட்டதும் சோமுவின் அப்பாவாக இருக்கலாம். ஆனால் அதை ஊக்கத்துடன் செயல்படுத்தியது சோமுதான். இப்போது இருக்கும் மரங்கள் மூன்றாம் தலைமுறையைச் சேர்ந்தவை. முதல் தலைமுறை மரங்கள் தலை சொடுங்கும் காலத்தில் அதன் நிழல் மிச்சமிருக்கும் காலத்திலேயே அடுத்த தலைமுறை தென்னம்பிள்ளை புதைக்கப்பட்டு தோப்பின் தொடர்ச்சி காப்பாற்றப்பட்டுக்கொண்டு வந்ததன் மூன்றாம் தலைமுறை இது. தனது பால்யத்துடன், இளமையுடன், முதுமையின் தொடக்கத்துடன், இப்போதும் சோமு ஏற்றுக்கொள்ள மறுக்கும் முதுமையுடன் நீண்ட தொடர்பு கொண்டது இந்தத் தென்னைகளின் நிழல். அது அவரது உடலின் தோலாக இருக்கிறது. சுருங்குகிறது என்றாலும் தோல்தான் என்பதை நம்பும் கடைசித் தலைமுறை சோமு.

நூறு தென்னைகளுக்கு மேல் கிணற்றில் இருந்து தண்ணீர் இறைத்து, தென்னம்பிள்ளைகளுக்கு ஊற்ற வேண்டும் என்றால், அதற்கு அசாதாரணமான உடல் வலிவும் மன உறுதியும் வேண்டும். அந்தத் தென்னைகளோடு சேர்ந்து வளரும் பிணைப்பு மனம் வேண்டும். அது அவரது சகோதரர்களில் சோமுவுக்கு மட்டுமே இருந்தது. அதனால்தான் அந்தத் திடல் தோப்பாக மாறியது. ஆனால் இந்த குணம் தனது மகன்கள் யாருக்கும் கடத்தப்படவில்லை என்பது சோமுவுக்குப் புரிந்து ஆழமான அதிருப்திக்கு ஆளானார். அதுவொரு கைவிடப்பட்ட மனநிலையை அவருக்குத் தோற்றுவித்தது. விவாதங்களில் இருந்தும், மகன்களிடம் கடுமை காட்டும் தனது முந்தைய குணத்திலிருந்தும் அவரை அப்புறப்படுத்தியது. ஆனாலும் கூட புற அழுத்தங்களுக்காக அவர் அதை வெளிக்காட்டிக்கொள்ளாமல் இருந்தார். வேளாண் வாழ்க்கை ஒற்றுமையின் வழியாகவே

அல்லது அப்படி ஒரு பிம்பத்தின் வழியாகவே ஒருமுகப்படும் சாத்தியத்தைக் கொண்டதாக இருக்கிறது. சகோதரர்களுக்குள் சச்சரவு எனும் பேச்சு ஊருக்குள் பரவிவிட்டால் வேளாண் செய்வது சிரமம். தண்ணீர் பாய்ச்சுவதில் இருந்து, விதை விதைப்பது வரை, ஆடு மாடுகள் மேயாமல் தடுத்துக்கொள்வதில் இருந்து எவனும் வேலிதாண்டாமல் பார்த்துக்கொள்வது வரை ஒற்றுமையான குடும்பம் என்பது வாழ்தலுக்குத் தேவையான மிக முக்கியமான நிபந்தனை. அதை உரக்க அறிவித்தே ஆகவேண்டிய கட்டாயம் ஒவ்வொரு வேளாண் குடிக்கும் உண்டு. ஆனால் இந்த மன அமைப்பில் இருந்து சோமுவின் மகன்கள் வெளியேறியிருந்தார்கள். அவர்கள் பிரக்ஞையுடன் வெளியேறினார்கள் என்று சொல்வதை விட அவர்களுக்கு இதைப் பற்றிய புரிதலே இல்லை என்பதே சரி.

ராஜேந்திரனுக்கு விவசாய வேலையின் நுணுக்கங்கள் எதுவும் கைவரவில்லை. மிக செல்லமாக வளர்க்கப்பட்ட அவரது பால்யதிற்கும் சோமு அவர் மீது வைத்திருந்த மாறா பிரியத்திற்கும் இதற்கு பொறுப்பு உண்டு. அன்றாட சிக்கல்களிருந்தும் பொறுப்புகளிலிருந்தும் தன்னை விலக்கி வைத்துக் கொண்டிருந்ததால் அவரது சித்தாந்த ரீதியான லட்சியவாதக் கற்பனையில் திளைப்பதற்கு அது உதவியது. இந்த விலக்கம் கலியமூர்த்தி கொண்டிருக்கும் விலக்கத்திற்கு முற்றிலும் மாறானதாக இருந்தது. ராஜேந்திரன் ரமணி மீது கட்டற்ற காதலைக் கொண்டிருந்தார். அவரது லட்சியவாதம் எளிய வெகுளித்தனத்தின் மீது கட்டப்பட்டிருந்தது. தனது கட்சித் தலைவன் மீது அவர் அதீத பிரேமை கொண்டிருந்தார். எல்லாவற்றையும் நிராகரித்த அதன் தன்மை மீது ஆழமான வசீகரத்தை வசீகரித்துக்கொண்டிருந்தார். பொதுக்கூட்டம் மாநாடு என்று அவரது அபிலாஷைகள் விரிந்துகொண்டே போயின. எந்த அரசியல் விருப்பும் குடும்பத்தின் மீதான கரிசனத்திலிருந்து தனி மனிதனை அப்புறப்படுத்துகிறது. ஆனால் அரசியல் விருப்பின் அடிப்படையில் துறப்பதற்கும் அதைக் கையாள்வதற்கும் பெருத்த வேறுபாடு இருக்கிறது. கோபாலின் சுபாவத்தை ஒப்பிட ராஜேந்திரனுக்கு இருந்தது விழுமியங்களின் மீதான பற்று. எளிதில் தன்னைப் பணயம் வைக்கும் வெள்ளந்தித்தனம் அது. பொறுப்பற்ற தன்மையாகக் கனியும் சாத்தியங்களைக் கொண்ட, பரிகாசத்தைப் பரிசாகப் பெறும் பெரு வாய்ப்பு கொண்ட எளிய மன அமைப்பு அது. ஆனால் அதன் மீது அவர் ஏறி நின்றுகொண்டிருந்தார். அவருக்கு இருந்தது எந்த புரிதலும் இல்லாத உள்ளீடற்ற லட்சியவாதம்.

ஒரு தொண்டன் என்பவனின் ஸ்தூல உதாரணத்திற்கு எல்லா வகையிலும் பொருந்தும் ஓர் ஆளாக அவர் உருமாறியிருந்தார். ஆனால் அவரது ஆளுமையை உயர்த்திப் பிடிக்கும் இயல்பான ஒரு பண்பு அவரிடம் தகவமைந்திருந்தது என்றால் அது சோமுவால் அவருக்கு உருவாக்கி அளிக்கப்பட்டிருந்த நிலவுடைமையில் இருந்து வந்ததே. துரதிர்ஷ்டமாக அது பற்றி ராஜேந்திரனுக்கு எந்தப் புரிதலும் இல்லை. மழையில் பெயர்ந்து விழுந்த சுவர் ஒரு குறியீடு. அது தனது பிலாக்கணங்களை தினமும் சொல்லிக்கொண்டே இருந்தது. முனகிக்கொண்டே இருந்தது. ஆனால் அதைக் கண்கொண்டு பார்க்கிற, செவிகொடுத்துக் கேட்கிற ஒற்றைக் குரலும் இல்லாதபோது சந்திராவின் ஆவேசத்தின் முன்னால் தான் வீழ்ந்தது போன்ற நாடகத்தை அது அரங்கேற்றிவிட்டு அந்த பாரத்தை சோமுவின் மேல் சுமத்தியதன் வழியாக அது ராஜேந்திரனை விடுதலை செய்துவிட்டிருந்தது. வழக்கம்போல இதையும் புரிந்துகொள்ளும் சக்தியற்றவராக அவர் இருந்தார். அந்த சக்தியைத் திரட்டிக்கொள்ளும் வாழ்க்கை முறையிலிருந்து வழி தவறிப் போய் நீண்ட தூரத்தைக் கடந்திருந்தார். குழந்தைகள் வேகமாக வளர்ந்து கொண்டிருந்தார்கள். தொட்டியில் நீந்தும் மீன் அதீத பருவ மாற்றம் குறித்துப் பதட்டமடைவதைப் போல ஏழ்மையை அவர்கள் முன்னுணர்கிறார்கள். தங்களது குணத்தை அவர்கள் தகவமைத்துக் கொள்கிறார்கள். அல்லது அப்படி நடக்கத் துவங்கியது. அந்த சுமையை வேறு யாராவது ஏற்றெடுக்க வேண்டியிருக்கிறது. குடும்பத்திற்குள் என்ன நடந்துகொண்டிருக்கிறது என்பதன் முழு சித்திரமே அவருக்குக் கிடைக்கவில்லை.

இருந்த சொத்துகள் பாதியாகப் பிரிந்து, அதில் தனது தம்பிகளுக்கு சரி பாதி பங்கும், சோமுவுக்கும் அவரது மனைவிக்கும் சேர்ந்து ஒரு பங்கும் என பாகங்கள் பிரிந்தபோது, ராஜேந்திரனின் பாகம் அவர் முன்பு வைத்திருந்ததில் நான்கில் ஒரு பங்காகிவிட்டது. குழந்தைகள் வளர்ந்துவிட அதனுடன் தேவைகளும் பெருகிவிட குடும்ப வருமானம் பத்தில் ஒரு பங்காக சுருங்கிவிட்டது. அவரைத் தவிர மற்ற அனைவருமே இதை உணர்ந்திருந்தார்கள். சகோதரர்கள் சிறிய சச்சரவுகளுக்காகக் காத்திருந்தார்கள். ரஞ்சிதா வயதுக்கு வந்தது அவர்களுக்கு ஓர் அறிவிப்பைச் செய்தது. அதை அவர்கள் எச்சரிக்கையாக எடுத்துக் கொண்டார்கள். அதற்காகக் காத்திருந்ததைப் போல, சகோதரர்கள் அவரை விட்டு விலகத் தொடங்கினார்கள். இந்த சுயநலத்தின் முடைநாற்றம் சோமுவின் அந்தரங்கமான ஒரு பகுதியை

பற்றியெரியச் செய்தது. இந்தத் கீழ்மையை முன்னுணர்ந்த அவர் மிகவும் நடுங்கிப் போனார். அவர் அஞ்சியது நிலையாமை குறித்தெல்லாம் அல்ல. தனது வயோதிகம் குறித்து மட்டுமே. அது ஒரு மூர்க்கமாக அவரில் எழுந்தது. தனக்கும் ராஜேந்திரனுக்கும் பாத்தியப்பட்ட நிலங்களுக்குள் மட்டுமே தனது புழக்கத்தை சுருக்கிக்கொண்டு மீதி இடங்களில் இருந்து உடல் அளவிலும் மனதளவிலும் அவர் வெளியேறிவிட்டார். அது குறித்து மன்னிப்பு கேட்கும் கோரிக்கையுடன் ரெங்கநாதனோ அல்லது மகேந்திரனோ தன்னிடம் வந்து பேசுவார்கள் என்று நினைத்தார். ஆனால் அவர்கள் தாங்கள் விடுதலை அடைந்துவிட்டதைப் போன்ற ஆசுவாசத்தை அடைந்தார்கள். தங்களது இடத்துக்கான பிரத்யேக வேலியை அடைப்பதில் அவர்கள் மும்முரமாக இருந்தார்கள். எந்த முஸ்தீபுகளுமற்று ஒரு பகுதி நிலம் சும்மா கிடந்தது என்றால் அது ராஜேந்திரனின் பாகம் மட்டும்தான். இறுதியாக கோமணத்தை இறுக்கிக் கட்டிக்கொண்டு சோமு வயலில் இறங்கினார். அவர் தப்பித்துக் கொள்வதற்கு அது ஒன்றே வழி. அவரைப் புரிந்துகொண்ட ஒரே ஆத்மா ரமணியாக மட்டுமே இருந்தாள். மூர்த்தியின் கையில் காப்பி கூஜாவைத் திணித்து அவனைத் தோப்பை நோக்கித் துரத்துவதன் வழியாக அவரை அவள் ஆற்றுப்படுத்தினாள்.

24

சோமு தோப்பிலிருந்து படலைத் திறந்துகொண்டு வெளியேறி, வீட்டை நோக்கி நடந்தபோது அந்தியின் சாயல் வீதியில் படரத் தொடங்கியிருந்தது. குருவிகள் கூடடையும் எத்தனத்தில் இங்கும் அங்கும் பறந்துகொண்டிருந்தன. ஒன்றிரண்டு வீடுகளில் சோபையான குண்டு பல்புகள் எரியத் தொடங்கியிருந்தன. சில வீடுகளில் மாத்திரம் தண்ணீர் தெளித்து மண்வாசத்தைக் கிளப்பியிருந்தார்கள் பெண்கள். அவருக்கு இத்தனை வருடங்களாக தாம் வீட்டிற்கே போகாமல், தோப்பிலேயே இருந்திருக்கிறோம் என்பது ஆச்சர்யமாக இருந்தது. கோபாலின் வீட்டைக் கடக்கையில், வீட்டின் முகப்பு நீட்டிக் கட்டப்பட்டிருப்பதும், வாசலில் புதிய கார் ஒன்று நிற்பதும், வீட்டிற்கு அடுத்து இருந்த நெற்களமாகப் பயன்பட்டுக் கொண்டிருக்கும் அகலமும் வீதியும் கொண்ட காலிமனையில் ஒரு டிராக்டர் நிறுத்தப்பட்டிருப்பதையும் கண்டார். சில கூரை வீடுகள் இடிக்கப்பட்டு, அதன் முன்புறம் சாரம் வைத்து கட்டப்பட்டு, உள்ளே கான்கிரீட் வீட்டிற்கான வேலைகள் நடப்பது தெரிந்தது. ரெங்கநாதனின் வீட்டு வாசலில் ஒரு டயர் வண்டியும் டூ வீலரும் நிறுத்தப்பட்டிருந்தன. அதன் எதிர்ப்புறம் உள்ள மகேந்திரனின் வீட்டில் புறப்பார்வைக்கு எந்த மாற்றமும் இல்லை. குழந்தைகள் தெருவில் விளையாடிக் கொண்டிருந்தார்கள். தாத்தா என்று ஓடி வந்து கைகளைப் பற்றிக்கொண்டு கொஞ்ச தூரம் நடந்துவிட்டு பிறகு விலகி ஓடினார்கள். அவர்களுக்கு அவர் நடந்து வருவதில் எந்த ஆச்சர்யமும் இல்லை. தோப்பிற்கு வருகையில் அவற்றை அதட்டி உருட்டி வைத்திருப்பதால், அவை நெருங்கவும் முடியாத விலகவும் முடியாத பதட்டத்தில் இருந்தன.

வீட்டையடைந்தபோது அடையாளமே தெரியவில்லை. திண்ணை, ஆலோடி உள்ளிட்ட இடங்களில் உத்திரங்கள் வலுவிழந்து உதிரும் நிலையில் இருந்ததால், அவற்றை ராஜேந்திரன் உருவி சிறிய பரண் ஒன்றை உருவாக்கி அவற்றை அடுக்கி வைத்திருந்தார். என்னதான் அவற்றின் மீது கீற்றைப் போட்டு மூடி வைத்திருந்தாலும் மழை வந்தாலும் அவை நனையக்கூடிய நிலைமையிலேயே இருந்தன. இதுவரை பெய்த மழைக்கு அவை நனைந்திருக்கின்றன என்பது, மரங்கள் கறுத்திருப்பதிலிருந்து புரிந்துகொள்ள முடிந்தது. அதைக் கடந்து உள்ளே போனால், முற்றம் இருந்த இடத்தில், கீற்றாலான

பந்தல் போடப்பட்டிருந்தது. அதையொட்டிய கூடமும், சமையல் கட்டும், கொல்லை நடைவழியும் மாத்திரமே மிச்சமிருந்தன. பெரிய குடிசையின் தன்மையை ஒத்த ஓட்டு வீடாக அது மிச்சமிருந்தது. நிறையப் பெண்கள் நின்றிருந்தார்கள். இத்தனை சிதிலங்களுக்கிடையிலும் அந்த வீடு தனது பழம் பெருமையை பறைசாற்றியபடியே இருந்தது. ரமணி வீட்டை மிகவும் நறுவிசாக வைத்திருந்தாள். கிழவரைக் காண கிழவியின் உடலில் குதூகலம் வந்துவிட்டிருந்தது. முந்தானையை இழுத்து செருகிக்கொண்டு அங்கு இருந்தவர்களில் ஒருத்தனை விட்டு, நாற்காலியைக் கொண்டு வந்து முகப்பில் போடச் சொன்னாள்.

ரஞ்சிதா தலைக்குத் தண்ணீர் ஊற்றி குளிப்பாட்டப்பட்டு, முகமெங்கும் சந்தனம் பூசப்பட்டு, தலை நிறைய தாழம்பூ வைத்துத் தைக்கப்பட்டு பட்டுப்பாவாடையுடன் நாற்காலியில் உட்கார வைக்கப்பட்டிருந்தாள். சோமுவின் கையில் சந்தனக் கும்பாவைக் கொடுத்தாள் ரமணி. பக்கத்தில் தட்டிலிருந்த கொஞ்சம் சர்க்கரையை அள்ளி அவள் வாயில் போட்டுவிட்டு, சந்தனத்தைக் கொஞ்சம் போல எடுத்து அவளது கன்னத்தில் தடவிவிட்டார். அவருக்குப் பின் கிழவி சந்தனத்தைப் பூசவும், கேலியான கூச்சலுடன் பெண்கள் அவளைச் சூழ்ந்துகொண்டார்கள். சோமுவின் கண்கள் அவரது மற்ற மருமகள்களைத் தேடின. அவர்களது தலைகளைக் காணவில்லை. கொஞ்சம் தள்ளி இங்கும் அங்கும் நடந்துகொண்டிருந்த கிழவியைக் கூப்பிட்டு, “எங்க அவளுவோ...?” என்று கேட்டார். “இப்பதான் சிங்காரிச்சிகிட்டு இருக்காளுவோளாம், இனிமேதான் வருவாளுவோ...” என்று தனது அதிருப்தியை அவள் சன்னமான குரலில் தெரிவித்தாள். ஓ... என்றவர் மூர்த்தியை பக்கத்தில் அழைத்து அவனிடம் பேசத் தொடங்கினார். பூப்பெய்த நாளன்றே நடத்தப்படும் தலைக்குத் தண்ணீர் ஊற்றும் சடங்கு என்பதால், வேறு ஆண்கள் யாரும் இதில் பங்கேற்கவில்லை. ரமணி சோமுவுக்கு சொல்லியனுப்பியபோது அவரால் இதைப் புரிந்துகொள்ள முடிந்தது. ரஞ்சிதாவை, தாம் வந்து ஆசீர்வதிக்க வேண்டும் என்று அவள் விரும்புகிறாள் என்பதை அவர் புரிந்துகொண்டார். ஆனாலும் ராஜேந்திரன் வீட்டில் இல்லை என்பது அவருக்கு மிகுந்த அதிருப்தியாக இருந்தது. தாம் வீட்டை விட்டு விலகியிருப்பது பிசகு என்றுகூட ஒரு கணம் யோசித்தார். அதே சமயம் இனி வீடு என்று சொல்லப்படும் இந்த இடத்தில் புழங்குவது சாத்தியம் இல்லை என்பதும் அவருக்கு ஸ்பஷ்டமாகப் புரிந்தது. ஏதோ ஒரு ஒவ்வாமை சட்டென்று மனதில் வந்து கவிந்து, தோப்பிற்குக் கிளம்பிவிட வேண்டும்

என்று தோன்றியது. அவர் கிளம்ப எத்தனித்த கணத்தில், ரமணி வந்து காப்பியை நீட்டினாள். குழந்தைகளின் கூச்சல்களுக்கு நடுவே அந்தக் காப்பியைக் குடித்துவிட்டு, தோப்பை நோக்கி நடந்தபோது, ஏதோவொரு வீட்டின் கொல்லைப்புறத்தில் இருந்து ஓடிவந்த சிவப்புப் பெட்டை அவரைப் பார்த்ததும் வாலைக் குழைத்துக்கொண்டு தனது மகிழ்ச்சியைத் தெரிவித்தது. பிறகு அவருக்கு இணையாக அவருடன் கூடவே நடந்தது. அவர் தோப்பை சமீபித்து, படலைத் திறந்துகொண்டு உள்ளே நுழைந்து அதுவும் உள்ளே வரட்டும் என்று பிடித்துக்கொண்டு நின்றபோது, அது ஏதோ தோப்பு வரை அவரது பாதுகாப்புக்கு வந்தது போன்ற தோரணையில் அவரது முகத்தை அண்ணாந்து பார்த்துவிட்டு, உள்ளே வராமல் மீண்டும் தெருவை நோக்கி ஓடியது. சோமு மெல்லிய புன்முறுவலுடன் படலை நன்றாக சாத்திவிட்டு உள்ளே வந்து வெளியே கவணையில் கட்டிக்கிடந்த மாடுகளுக்கு வைக்கோல் பிடுங்கி வைத்தார். கறுப்புப் பசுவை மட்டும் அவிழ்த்துக்கொண்டு போய் கொட்டகையின் உள்ளே கட்டினார். அரிக்கேன் விளக்கை எடுத்து, அதன் கண்ணாடியைக் கழட்டி துடைத்து, திரியை ஏற்றி திரும்பவும் கண்ணாடியை மாட்டி அதை அதற்குண்டான கம்பியில் தொங்கவிட்டபோது, கொட்டகைக்கு வெளியே ஆட்களின் நடமாட்டம் தெரிந்தது. யாரோ பார்க்க வந்திருக்கிறார்கள்.

“சித்தப்பா... சித்தப்பா” என்று யாரோ அழைக்கும் குரல் கேட்டது.

சோமு துண்டை எடுத்து தோளில் போட்டுக்கொண்டு கொட்டகைக்கு வெளியே வந்தார்.

கணேசன் நின்றுகொண்டிருந்தான். சோமுவின் பங்காளி தங்கராஜின் மகன். கும்பகோணம் முனிசிபாலிட்டியில் பியூன் வேலை செய்துகொண்டிருப்பவன்.

கூடவே ஐம்பது வயது மதிக்கத்தக்க ஒரு ஆள், பேன்ட் சட்டை அணிந்து காலில் தோல் செருப்புடன், ஒரு பருத்திப் பையும் கையில் சில காகிதங்களுமாக நின்றுகொண்டிருந்தார். சோமுவைக் கண்டதும், அவரது கைகள் கும்பிட்டபடி உயர்ந்தன.

“வணக்கம்ப்பா...”

யாராக இருக்கும் என்று சோமு விழிகளை சுருக்கிக்கொண்டு பார்த்தார். எங்கும் இதற்கு முன் இவனைப் பார்த்திருக்கவில்லை என்று நினைத்தார்.

“சித்தப்பா, இவங்க பேரு கேசவன், நம்ம சாதிதான். நம்ம சங்கம் ஆரம்பிச்சிருக்கோம்ல அது விஷயமா உங்ககிட்ட பேசணும்னு வந்திருக்காங்க” என்று சொல்லிவிட்டு, அவனே கொட்டகையிலிருந்து ஒரு நாற்காலியைக் கொண்டு வந்து வெளியில் போட்டான். சோமு அங்கு கிடந்த ஈஸி சேரில் சாய்ந்து கொண்டார். கேசவனும் வசதியாக நாற்காலியில் உட்கார்ந்துகொண்டார். ஆனால் அதே சமயம் அவரது உடல்மொழியில் எந்த அலட்சியமும் இல்லை. சோமுவை மதிக்கும் தன்மையும் அதைவிட மேலாக அவரைத் தனது தகப்பனைப் போல நோக்கும் பண்பும் அதில் குடிகொண்டிருந்தது. அது சோமுவை உடனே வசீகரிக்கவும் செய்தது.

“சொல்லுப்பா... உன் பேர் என்ன சொன்ன...” என்றார்.

கணேசன் அங்கு கிடந்த மரப்பலகையின் மீது குந்திக்கொண்டான்.

அப்படிதான் வன்னியர் சங்கம் சோமுவுக்கு அறிமுகமானது. ஆனால் கேசவன் நினைத்ததற்கு மாறாக, சோமுவுக்கு, முந்தைய சங்கங்கள் உள்ளிட்ட தகவல்கள் அனைத்தும் தெரிந்திருந்தன. இதை மீண்டும் தொடங்குவதற்கான அவசியம் என்ன என்று அவர் மீண்டும் மீண்டும் கேசவனிடம் கேட்டார். கேசவனுக்கு வடக்குத் தெரு கலியபெருமாளைத் தெரிந்திருக்கவில்லை. அவர் சோமுவின் சிறு வயதில் சங்கத்தில் இருந்ததையும் நிறைய அலைந்து திரிந்து அதற்கு ஒரு மதிப்பை ஊருக்குள் உண்டாக்கியதையும், ஆனால் தனக்கு காங்கிரஸ் மேல்தான் அபிமானம் இருந்தது என்பதையும் அதை விட்டு வெளியேறாமல் தான் இருந்ததில் கலியபெருமாளுக்கு கடைசி வரை அதிருப்திதான் என்பதையும் சோமு கேசவனிடம் பகிர்ந்துகொண்டார்.

கேசவனுக்கே பல தகவல்கள் புதிதாக இருந்தன. அவனுக்கு சோமுவின் மீது மதிப்பு கூடியது. ஆச்சர்யகரமாக கணேசனுக்கே கூட சோமுவுக்கு இப்படி ஒரு பின்புலம் இருப்பது தெரிந்திருக்கவில்லை. அவர்கள் இருவரது சம்பாஷனைக்கு இடையில் குறுக்கிடாமல் இதை யோசித்துக்கொண்டே இருந்தான். காரணம் புரிந்தது. ராஜேந்திரன் திராவிடக் கட்சிக் கூட்டங்களுக்கு செல்வதையோ, மகேந்திரன் கடவுள் மறுப்பு பேசிக்கொன்டிருப்பதையோ, கரகம் எடுத்து வருபவனின் காலில் வீட்டில் உள்ளவர்கள் விழக்கூடாது என்று தடுத்து

வைத்திருப்பதையோ சோமு குறுக்கிட்டுத் தடுத்திருக்கவில்லை. ஆக இதெல்லாம் அவருக்குத் தெரியாது என்கிற முடிவை நோக்கி கணேசனை அதுதான் நகர்த்தியிருந்தது. ஆனால் எல்லாம் தெரிந்துதான் அவர்களை அவர் அனுமதித்திருக்கிறார்.

கேசவன் கிளம்பிப் போனபோது, அவனைப் படல் வரை சென்று சோமு வழியனுப்பி வைத்தார்.

திரும்பி உள்ளே வந்து சோமுவும் கணேசனும் நீண்ட நேரம் பேசிக்கொண்டிருந்தார்கள். இன்னும் ஒரு வாரத்தில் சங்கம் சாலை மறியலில் ஈடுபடப் போகிறது. தெருவிலிருந்து ஆட்களைத் திரட்டவேண்டும். நீங்கள் அதற்கு உதவ வேண்டும் என்று சொன்னான் கணேசன். உங்கள் மகன்களே சிரிக்கிறார்கள். போதாதற்கு கோபால், சிறிய சிறிய அசைவுகளையும்கூட போலீசுக்கு போன் பண்ணி சொல்கிறான் என்று புகார் வாசித்தான். அப்போதுதான் தனது தெருவில் மூன்று மாதங்களுக்கு மேலாக கேசவன் கேன்வாசிங்கில் ஈடுபட்டுக்கொண்டிருக்கும் தகவலே சோமுவுக்குத் தெரியவந்தது. சோமு கேசவனிடம் நம்பிக்கையாகப் பேசியிருந்தாலும்கூட அவருக்கு இந்த சங்கம், சாலை மறியல் என்பதில் உடன்பாடில்லை. ஆனால் அவர் எதிர்பார்த்ததற்கு மாறாக தெருவிலிருந்து நிறைய பேர் புறப்பட்டு மறியலுக்குப் போனார்கள். ஆர்வ மிகுதியில் இரண்டு மூன்று பேருந்துகளை உடைத்தும் விட்டார்கள். திருடர்களைப் பிடிப்பது போல காவலர்களால் நிறைந்தது தெரு. கைதாகி மண்டபத்தில் தங்கவைக்கப்பட்டவர்கள் போக, மறியலில் தொடர்பில்லாதவர்கள் கூட வீட்டில் படுக்க முடியாமல் கொல்லைகளுக்குப் போக வேண்டிய நிர்ப்பந்தம் வந்துவிட்டது. கோபால் போலீசுக்கு நெருக்கமாக இருக்கிறான் என்பதால், அங்கும்கூட போலீஸ் வந்துவிடலாம் என்று அஞ்சினார்கள். சிலர் உறவினர்கள் வீட்டிற்குப் போய்விட்டிருந்தார்கள். எஞ்சியிருந்த ஒரு சில முதியவர்களை அன்று இரவு வந்து போலீஸ் வாகனம் அழைத்துக்கொண்டு போனது. அதில் சோமுவும் ஒருவர்.

காவல் நிலையத்தில், அதன் வெளிப்புறத் திண்ணையில் உட்கார்ந்து சோமுவும் மற்றவர்களும் கதை பேசிக்கொண்டிருந்தார்கள். மறுநாள் காலையில் நடந்தே வீடு வந்து சேர்ந்தார்கள். சோமு தோப்புக்கு வந்து சேர்ந்தபோது, ரேக்ளாவையும் கன்றையும் தோப்பில் காணவில்லை. மாணிக்கம்

வந்து காலையிலேயே மாடுகளுக்கு வைக்கோல் அள்ளி வைத்துக்கொண்டிருந்தார்.

"வண்டிய பெரியபுள்ள எடுத்துட்டு போச்சு இப்பதான்…"

ராஜேந்திரனைத்தான் சொல்கிறார்.

சோமுவும் மாணிக்கமும் நீண்ட நேரம் போலீஸ் ஸ்டேஷன் குறித்து பேசிக்கொண்டிருந்தார்கள். அப்போதுதான் மாணிக்கம், செட்டியார் அவரைத் தனது பண்ணைக்கு வேலைக்கு வரச்சொல்லி ஆள் வைத்து அழைத்ததைப் பற்றிச் சொன்னார். செட்டியாரது நேரடி மேற்பார்வையில் இருந்த இடங்களுடன் சேர்த்து, சோமு விட்டுக்கொடுத்த இடங்களும் உள்ளிட்ட பண்ணைக்கு.

சொல்லிவிட்டு அவர் சோமுவின் முகத்தைப் பார்த்தார்.

"நீ என்ன சொன்ன…?"

"நான் சொல்றதுக்கு என்ன இருக்கு ஆண்ட…?"

"அப்படின்னா…?"

"இங்க செய்றதுக்கும்தான் என்ன இருக்குன்னு கேக்குறேன்…?"

"சரிதான்…!"

25

ஆற்றில் தண்ணீர் கீழே போய்க்கொண்டே இருந்தது. கரைக்கும் மணல் பரப்புக்குமான தூரம் கூடிக்கொண்டே போனது. மணலை அள்ள அள்ள ஊருக்கு உள்ளேயுள்ள குளங்களின் நீர் மட்டம் குறைந்துகொண்டே போனது. குளங்களின் நீர் மட்டம் குறையக் குறைய கிணறுகள் மார்ச் மாதத்திலேயே வற்றத் துவங்கின. நிலத்தடி நீரின் மட்டம் குறைகிறது என்பதை, பூமியின் மண்டையோடு, விவசாயிகளுக்கு உணர்த்திக்கொண்டே இருந்தது. சன்னமான வெடிப்புகள் நிலமெங்கும் தோன்றின. புல் பூண்டுகள் காய்ந்து வதங்கின. மெல்லிய பனிப்பரப்பை போல பரவும் பச்சைவண்ணப் புற்கள் இல்லாது போயின. ஆடுகள் நீண்ட தூரம் அலைந்து ஏமாந்து திரும்பின. எல்லா இடங்களிலும் வேலி கட்டி, இது தனக்கான இடம் என்பதை அறிவித்துக் கொள்வதில் அவரவர்கள் மும்முரமாக இருந்தார்கள். இத்தனை மூட்டை விளையும் வயல் என்பதை விட, இப்ப வித்தோம்னா இத்தனை லட்சம் கிடைக்கும் என்றும் சொல்லும் ஆட்கள் ஊருக்குள் பெருகினார்கள். காவிரி அவர்களைப் பார்த்து நகைத்தது. இன்னும் இன்னும் எனத் தன்னை அது ஆழத்துக்குள் புதைத்துக் கொண்டது. மணலை அள்ள அள்ள அது தன்னை மறைத்துக்கொள்வதற்கு போராடியது. அதன் அந்தரங்கங்கள் பறிக்கப்பட்டபோது, அது ஆழ்ந்த மவுனத்திற்குள் விழுந்துவிட்டது. தண்ணீர் ஓடும்போது அது உருவாக்கும் சுழல் இப்போது இல்லை. தூரத்தில் நின்று பார்க்கையில், கரையைக் கடந்து ஓடுவது போன்ற பிரம்மையைக் கூட்டும், வெண் பரப்பை பார்வைக்கு வைக்கும் குறும்புத்தனம் இப்போது அதனிடம் இல்லை. காவிரி அகழியைப் போல தோற்றம் கொண்டபோது அதன் ஓட்டம் ரகசியமான இயக்கம் போல ஆகிவிட்டது. அது ஆற்றின் கால்களை முடமாக்கிவிட்டது. ஒவ்வொரு இரண்டு கிலோமீட்டருக்கும் பெரிய லாரிப் பாதைகள் ஆற்றுக்குள் உருவாகியிருந்தன. வண்டிகள் செல்லும் தடத்தில் முழுக்கவும் மணல் அள்ளப்பட்டு களிமண் கண்ணுக்குத் தெரிந்தது. மணலைத் துரத்தி ஆற்றுக்குள் லாரிகள் பிசாசைப் போல அலைந்தன. தனது நிறத்தை மறைந்துக்கொள்ள

முடியாமல், தன் மீது பறக்கும் காற்றிடம் அவை புகார் சொல்லிப் புலம்பின. காய்ந்த சருகுகள் தாம் மிதப்பதற்கு மணல் படுகைகள் இல்லாமல், காய்ந்த நாணல் புதர்களின் மடியில் தற்கொலை செய்துகொண்டிருந்தன. அவற்றின் உடல் நீண்ட காலத்திற்கு அழுகாமல் கிடந்தது. அதை நனைக்கும் தண்ணீர் இல்லை. சருகு மீண்டும் மீண்டும் செத்துக்கொண்டே இருந்தது. ஒரு கோடைக்கும் இன்னொரு கோடைக்குமான இடைவெளிகள் குறைந்தன. அதற்குள் சருகுகள் லாரிப்புகையில் வண்ணமிழந்து பொடியாகி தமது சுழற்சியின் வேர்களை இழந்துவிட்டிருந்தன. ஆற்றின் மத்தியில் இருந்து பார்க்கிறபோது கரைகளில் இருந்த தென்னந்தோப்புகளும், மாந்தோப்புகளும் கோபுரங்களைப் போல உச்சியில் இருந்தன. அவற்றின் வேர்களை விட ஆற்றின் தளம் கீழே போயிருந்தது. நீரை உறிஞ்ச வேண்டுமெனில், தமது வேர்களை இன்னும் இன்னும் கீழே அனுப்பவேண்டும் என்கிற அவஸ்தையில் மாமரம் பூப்பதை நிறுத்தி வைத்திருந்தது. அது மகிழ்வதற்கு எதுவுமே இல்லை. அதன் காய்கள் துவர்ப்பு கண்டன. பழுப்பதை மறுத்து வெம்பி வீழ்ந்தன. அது தற்கொலையேதான். பெரிய அடிமரம், எதுவும் செய்யமுடியாமல் எல்லை சாமியைப் போல மவுன சாட்சியாக நின்று பார்த்துக்கொண்டிருந்தது.

கோபாலுக்கு ஆற்றின் கரையில் நான்கைந்து ஏக்கரில் தோப்புகள் இருந்தன. அதில் நிரந்தரமாக லாரிகள் இறங்கி ஏறுவதற்குத் தடம் அமைத்திருந்தான். மாட்டுவண்டிகளில் மணல் அள்ளுவதற்குத் தடை வந்துவிட்டது. ஆற்றில் மணல் அள்ள பர்மிட் வேண்டும். அதை ஏலம் விட்டார்கள். அது மிக எளிதாக கோபாலுக்குக் கிடைத்தது. போட்டியாக எவன் ஏலம் எடுத்தாலும் ஆற்றை அணுகுவதற்கான தடம் இல்லை. பொதுத் தடங்கள் கோடையில் மட்டுமே எல்லோரது பயன்பாட்டுக்கும் இருந்தது. ஆனால் காவிரியில் தண்ணீர் வருகிற ஆறு மாதங்களில் மட்டும் மணல் தாறுமாறான விலையில் விற்றது. கோபால் இன்னும் இரண்டு டிராக்டர்களும் நான்கைந்து லாரிகளும் வாங்கிவிட்டான். மணல் என்பது சொர்ணமாக மாறிவிட்டது. இரவும் பகலும் அள்ளிக்கொண்டே இருந்தார்கள். தண்ணீர் தரையைத் தொட்டுக்கொண்டு ஓடுகிற காலத்திலும், மண்வெட்டியுடன் ஆற்றில் இறங்கி மூழ்கி மூழ்கி மண்வெட்டி திடலில் கொண்டு வந்து சேகரிக்கும் ஆட்கள் ஐம்பது பேருக்கு மேல் வேலைக்கு இருந்தார்கள் அவனிடம்.

நீர் சொட்டச் சொட்ட லாரிகளில் மணல் இரவும் பகலுமாக நகரத்தை நோக்கி விரைந்துகொண்டே இருந்தது. கிட்டத்தட்ட அதுவொரு கொலை போல. துள்ளத் துடிக்க மணலைக் கொன்று அதை வண்டியில் ஏற்றிப் போவது போல சோமு அதை உருவகப்படுத்தினார். எப்போதும் லாரிகளின் சத்தம் தெருக்களில் கேட்டுக்கொண்டேயிருந்தது. வேலையிழந்த மாட்டு வண்டிக்காரர்கள், கோபாலிடமிருந்து மணல் வாங்கி அதை சிறு அளவில் விற்கும் நிலைக்கு இறங்கி வந்திருந்தார்கள். அவனிடம் வாங்க மறுத்து தாங்களே ஆற்றில் இறங்க முயன்றவர்களை, மாட்டோடு சேர்த்து போலீசில் பிடித்துக்கொண்டு போனார்கள். அதை மீட்பதற்கு அவர்கள் கோபாலின் காலில்தான் விழவேண்டியிருந்தது. ஆத்திரத்தில் வண்டியை விற்றவர்கள், மீண்டும் விவசாயத்திற்குத் திரும்ப முடியவில்லை. மணலில் கிடைத்தது எளிய பணமாக இருந்தது. ஒரு பருவத்தில் ஒரு ஏக்கரில் கிடைக்கும் வருமானத்தை விட ஒரு வாரத்தில் மணல் வண்டி தரும் பணம் அதிகம். அதுவொரு ருசியை அவர்களுக்குப் பழக்கிவிட்டிருந்தது. வேளாண்மையிலிருந்து விலகிச் செல்லும் ஒருவனை நிலம் மீண்டும் தன்னிடம் சேர்த்துக்கொள்வதில்லை. அவனால் அதனுடன் ஒன்றிணைய முடிவதில்லை. இழந்துவிட்ட சொர்க்கத்தின் கனவுடன் நிலத்தைக் கொத்துபவனுக்கு அது இளகிக் கொடுப்பதில்லை. அவனை முழுக்கவும் நிராகரிக்கிறது. அப்படித் தோற்றவர்கள் நிலத்தின் மீது வன்மம் கொண்டவரானார்கள். அவர்கள் கோபாலிடம் மணல் அல்லும் வேலைக்குச் சேர்ந்துவிட்டார்கள். இரவும் பகலுமற்ற, எந்த ஒழுங்குக்கும் கட்டுப்படாத ஒரு கூட்டமாக அவர்கள் திரண்டிருந்தார்கள். ஐந்து வருடத்தில் கோபால் ஒரு சாம்ராஜ்யத்தைக் கட்டியமைத்திருந்தான். பெரியதொரு நிறுவனம் போல ஆகியிருந்தது மணற்கொள்ளை.

ஆற்றிலிருந்து தண்ணீர் வாய்க்காலுக்கு ஏற மறுத்தது. இருந்த சொற்ப பம்புசெட்டுகளில் தண்ணீர் கீழே கீழே என போய்க்கொண்டிருந்ததில், முதியவனின் மூத்திரத்தைப் போல அது வளைந்து வளைந்து சோகையாகப் பாயத்தொடங்கி பிறகு நிறுத்திக்கொண்டது. இருநூறு ஏக்கருக்கு மேல் இருந்த இலுப்பைத் தோப்பைச் சுற்றியிருந்த வயல்களில் விவசாயம் நின்றுபோனபோது, அது தோப்பையும் பாதித்தது. அதன் நடுவிலிருந்த தாமரைக்குளத்துக்கு தண்ணீர் செல்லும் வாய்க்கால் தூர்ந்து போனது. வடிகால் வாய்க்காலில் நெய்வேலி காட்டாமணி மண்டியது. அதன் மேல் பிளாஸ்டிக் பைகள் தொங்கி ஆடிக்கொண்டிருந்தன. மாடுகள் தரை வரை

கரண்டியும் புற்களைத் தொடமுடியவில்லை. அதன் எலும்புகள் எண்ணுவதற்கு எளிதாக வெளித்தெரிந்தன. ஆனால் தோப்பின் நிலத்தடி நீர் மட்டம் இன்னும் இறங்காமல் இருந்தது. அதுவே தோப்பு அழிவதற்குக் காரணமாக இருந்தது.

அதுநாள் வரை அந்த இடம் யாருக்கு சொந்தமானது என்பது குறித்த கவலை யாருக்கும் இல்லை. ஆனால் அந்தத் தோப்பை சில ஆட்கள் வட்டமிடத் தொடங்கியதை ரியல் எஸ்டேட் ஆட்கள் உணர்ந்துகொண்டார்கள். யார் அதன் பின்னால் இருக்கிறார்கள் என்றெல்லாம் தெரியவில்லை. ஆனால் எல்லாரிடமும் பதட்டமான குறுகுறுப்பு வந்திருந்தது. கோபாலும் அதில் ஒரு பங்குதாரர் என்று கிசுகிசுத்தார்கள். கோபால் தனது எதிர்க்கட்சி ஆட்களுடனும் இப்போது கைகோர்த்திருந்தான். ஆவணங்கள் மாற்றி எழுதப்பட்டன. இத்தனை வருடங்களாக எல்லோருக்கும் பொதுவானதாக இருந்த தோப்பு இப்போது பத்து பேரின் பிடிக்குள் போனது. அவர்கள் அதிகாரமிக்கவர்களாக இருந்தார்கள்.

தண்ணீரில் மூழ்கி மூழ்கி மணல் அள்ளிக்கொண்டிருந்த வேலையாட்கள் நமக்கு இன்னும் ஆறு மாதத்திற்கு அடுத்த வேலை வரப்போகிறது என்று கிளுகிளுப்படைந்தார்கள். ரகசியக் களிப்பு எங்கும் பரவியது. இது குறித்து எந்தப் புரிதலுமற்ற பட்டுநூல்காரிகள், கதைகள் பேசிக்கொண்டே இலுப்பைத் தோப்பின் விளிம்பில் வட்டமிட்டு பூஞ்சையாக சிரித்துக் கொண்டிருந்தார்கள். கங்குகளின் வட்டம் அப்போதும் தொடர்ந்துகொண்டே இருந்தது.

பெரிய பெரிய இயந்திரங்கள் வந்து தோப்பின் நடுவே குறுக்கும் நெடுக்குமாக பதினைந்தடி அளவுக்கு சாலைகளுக்கான பாதைகளை வகுத்து அங்கிருந்த மரங்களை வெட்டத் துவங்கியபோதுதான், அதன் தீவிரம் அவர்களுக்குப் புரிந்தது. இனி அவர்கள் செய்வதற்கு ஒன்றுமே இல்லை. மணல் லாரிகளின் ஓரப் பலகைகள் அகற்றப்பட்டு, மரம் ஏற்றுவதற்கு ஏதுவாக அவை கிடைமட்ட வண்டிகளாக மாற்றப்பட்டன. வண்டி வண்டியாக மரங்கள் நகரங்களை நோக்கி ஏற்றப்பட்டுக்கொண்டே இருந்தன. பிரிக்கப்பட்ட பாதைகளில் தார் ஊற்றப்பட்டு அவை மிளிரும் சாலைகளாக மாறியபோது, தோப்பு வன்முறையாகத் துண்டாடப்பட்டிருந்தது. ஆயிரத்திற்கு மேற்பட்ட குடியிருப்பு வீடுகளுக்கான இடங்களாக அவை பிரிக்கப்பட்டன. தோப்பின் நடுவே ஓடிக்கொண்டிருந்த வாய்க்கால் லேயவுட்டுக்கு இடைஞ்சலாக இருப்பதாக எண்ணி

அது அகற்றப்பட்டு தோப்பின் ஓரத்திற்கு நகர்த்தப்பட்டபோது, அதன் உயரம் கூடுதலாக இருந்ததால் தண்ணீர் அதன் மீது ஏறவில்லை. அந்த வாய்க்காலை நம்பி நெல் பயிரிட்டவர்கள் அதைக் கைவிட்டார்கள். அந்த வயல்களின் மீது ரியல் எஸ்டேட் ஆட்கள் வல்லூறுகளைப் போல பாய்ந்தார்கள்.

குழந்தைகளின் கூக்குரல் கேட்டு சோமு கொட்டகைக்கு வெளியே வந்து தெருவைப் பார்த்தார். நாயைப் போன்ற ஓர் உருவம் மூச்சிரைக்க ஓடிக்கொண்டிருந்தது. ஆனால் அது நாயில்லை என்பதைப் பார்த்தவுடன் சோமு புரிந்துகொண்டார். ஓநாய். இலுப்பைத் தோப்பில் இத்தனை வருடங்களாக தப்பி வாழ்ந்திருக்கிறது அது. இதற்கு மேல் மறைவதற்கு இடமில்லாமல் அங்கிருந்து வெளியேறியிருக்கிறது. இளைத்திருந்தது. அதனால் ஓடமுடியவில்லை. கிட்டத்தட்ட சொறிநாயின் தோற்றத்தை ஒத்ததாக இருந்தது. குழந்தைகளின் நாராச இரைச்சலை அந்த விலங்கினால் சகிக்க முடியவில்லை. இரவு நேரங்களில் இலுப்பைத் தோப்பின் குறுக்கே நடக்க திருடர்களே அஞ்சிய தனது இளமை நினைவுகளுக்குள் போய் மீண்டார் சோமு. இந்த ஓநாய்க் கூட்டத்திற்கு ஒரு காலத்தில் முனி என்றும் காட்டேரி என்றும் பெயர் இருந்திருக்கிறது. அவர் சிறுவனாக இருந்தபோது, தோப்பின் உள்ளே வழி தவறிப் போய் திரும்ப வராதவர்களின் கதைகளை அவர் கேட்டிருக்கிறார். அது இப்போது திரும்பத் தரும் காலம். அந்த தோப்பின் கடைசி ஓநாய்க் குட்டி, அல்லது அது நரியாகவும் இருக்கலாம், அது குழந்தைகளால் துரத்தியடிக்கப்படுகிறது. அது கேலி செய்யப்படுகிறது. இப்போது யாருக்கும் அதன் மீது அச்சம் இல்லை. ஒரு கணம் நின்று திரும்பினால், அது விரட்டுபவனின் தொண்டையைக் கவ்விவிடும் என்கிற பயம் விரட்டுபவர்களுக்கு இல்லை. ஓநாயும் தனது குணத்தை இழந்திருந்தது. அது நாயினும் கீழாக மாறிப்போயிருந்தது. குழந்தைகளோடு நாய்களும் சேர்ந்துகொள்ள அதற்கு மேல் ஓநாயால் ஓடமுடியவில்லை. தனது தோல்வியை அது ஒத்துக்கொண்டது. எப்போதோ காட்டிலிருந்து பிரித்துக் கொண்டுவரப்பட்டு, மனிதனின் சூழ்ச்சிக்கு பலியாகியிருந்த தனது மூதாதையரின் சிதைந்த வடிவமாகியிருந்த நாய்களின் முன்னால் அது தன்னைக் கைவிட்டது. ஒரு நாய்க்குக்கூட அந்த ஓநாயைக் கழுத்தில் கடிக்கவேண்டும் என்று தோன்றவில்லை. சிறிய சிறிய காயங்களோடு நீண்ட நேரம் முனகி முனகி அது செத்தது. குழந்தைகள் ஹோவென்ற இரைச்சலோடு எறிந்த கற்கள் மட்டுமே அதன் சாவை துரிதப்படுத்தியது. மரம் வெட்டிகள், அதன் கால்களைப் பிணைத்து, ஒரு குச்சியில்

கட்டித் தூக்கியபோது, அதுவொரு வளர்ந்த கீரிப்பிள்ளையைப் போல தோற்றம் கொண்டிருந்தது. கற்களுடன் கூட்டத்தில் நின்றுகொண்டிருந்த மூர்த்திக்கு, அதை என்ன செய்வார்கள் என்று தெரிந்துகொள்ள ஆர்வமாக இருந்தது. அவர்களின் பின்னாலேயே போனான். நிறைய குழந்தைகள் அவர்களை ஆரவாரமாகப் பின் தொடர்ந்தார்கள். மரங்கள் வெட்டப்பட்டு லாரிகளில் ஏற்றப்படுவதற்காக அடுக்கி வைக்கப்பட்டிருந்த இடத்தில், ஓநாயையும் ஓர் ஓரமாக அவர்கள் தூக்கி எறிந்தார்கள். அங்கு ஏற்கனவே சகிக்க முடியாத நாற்றமாக இருந்தது. நிறைய பாம்புகள் செத்துக் கிடந்தன. அவற்றின் நடுவே இரண்டு கீரிப்பிள்ளைகளும் கிடந்தன. அவற்றைப் புதைப்பதற்குக் கூட அவர்களுக்கு நேரமில்லை. நான்கைந்து நாட்கள் வெயிலில் கிடந்து காய்ந்தால் நாற்றம் போய்விடும் என்று அதில் ஒருவன் சொன்னான். அப்படியே விட்டுவைத்தால்தான் மற்ற பாம்புகளும் அந்த இடத்தை விட்டு அகலும் என்று இன்னொருவன் சொன்னான்.

பட்டுநூல்காரிகளுக்கு ஒதுங்க இடமில்லாமல் போயிற்று. தார்ச்சாலையின் ஓரத்தில் குனிந்துகொண்டே தயங்கித் தயங்கி குந்தினார்கள். காரோ, இருசக்கர வாகனமோ, வெள்ளமெனப் பாயும் ஒளியுடன் அந்த இடத்தைக் கடக்கையில் முகத்தை மறைத்துக்கொண்டு எழுந்து நிற்கவேண்டியிருந்தது. என்ஜினையும் ஹெட்லைட்டையும் நிறுத்தி, ஒலி எழுப்பாமல் அருகில் வந்து, திடீரென்று ஒளி பாய்ச்சி விளையாடும் இளைஞர்களிடம் சிலமுறை அவர்கள் தங்களது யோனிகளைக் காட்சிக்கு வைத்துவிட நேர்ந்தது. அந்த வண்டியோட்டிகள் வெளிப்படுத்திய எக்காளத்தின் அவமதிப்பு நீண்ட நாட்களுக்கு மனதை விட்டு அகலாமல் இருந்தது. அதிலிருந்து தப்பித்துக்கொள்ளும் வழிமுறைகள் அவர்களுக்குத் தெரியவில்லை. இறுதியாக, தலையைக் குனியாமல், புடவையைத் தாழ்த்தாமல், யோனியை மறைக்காமல், அவர்கள் குந்தியிருக்கப் பழகிவிட்டபோது, வண்டிகள் கூச்சல் இல்லாமல் அவர்களைக் கடக்கத் தொடங்கியிருந்தன. அவர்களால் இப்போது திரும்பிப் போகமுடியவில்லை. எந்திரத்தில் நெய்யப்படும் பட்டுப்புடவைகளை எதிர்கொள்ளும் பக்குவத்தை இதிலிருந்தும் கூட அவர்கள் பெற்றார்கள். கைத்தறிகள் நலிந்து, அவர்கள் சமையல் வேலைக்குப் போகத் தொடங்கியபோது, காய்கறி வெட்டுமிடத்தில், தொடையும் முலையும் தெரிய, கூட்டத்தின் நடுவே அவர்களால் லஜ்ஜையின்றித் தூங்கமுடிந்தது.

“வசந்த மல்லிகை நகர்” அப்படித்தான் உருவானது.

26

ராஜேந்திரன் வீட்டுக்கு வந்தபோது நள்ளிரவுக்கு மேல் ஆகியிருந்தது. மாநாடு முடிந்து அவர் அன்றே கிளம்பியிருந்தால் சாலை மறியலில் சிக்கிக்கொள்ளாமல் வீட்டுக்கு வந்திருக்கலாம். ஆனால், "மதுரை வரை வந்துவிட்டோம், அப்படியே குற்றாலம் போய் ஒரு அருவிக்குளியலைப் போட்டுவிட்டு வரலாம்..." என்று சக கட்சிக்காரனான குணசேகரன் அழைத்தபோது அவராலும் மற்றவர்களாலும் அதைத் தட்டமுடியவில்லை. உள்ளூர் ஒன்றியம் ஏற்பாடு செய்திருந்த வண்டியில்தான் போயிருந்தார்கள். நிறைய பேருக்கு மதுரை செல்வது அதுதான் முதல் முறை. சிலர் சபரிமலை யாத்திரை செல்லும்போது மதுரையைக் கடந்திருக்கிறார்கள். அதில் சொற்ப ஆட்களுக்கு மதுரை மீனாட்சி அம்மனை தரிசித்த பெருமை பீறிட்டுக்கொண்டிருந்தது. ராஜேந்திரனும் கூட அவர்களுடன் கோவிலுக்குப் போயிருக்கிறார். ஆனால் அவருக்கு அதில் பெருமைப்பட எதுவும் இருப்பதாகத் தோன்றவில்லை. அன்று கோவிலின் வாசலில் இருந்த கடைகளில் வேடிக்கை பார்த்துவிட்டு அவர்கள் வந்து நெற்றியில் குங்குமமும் விபூதியுமாக இவருடன் சேர்ந்துகொள்ளும் வரை பிரகாரங்களை சுற்றிக்கொண்டே நின்றிருந்தார். அதுவொரு எளிய அரசியல் நிலைப்பாடு. கோவிலிலிருந்து அது அவரை விலக்கி வைத்திருந்தது. முழு மனதுடன் அவரால் அதனுடன் ஒன்றியிருக்க முடியவில்லை. அப்படி ஒன்றமுடியாதபோது, அங்கு போய் நிற்பது பொருத்தமாக இருக்காது என்று நினைத்து வெளிப்புற பிரகாரத்துடனே நின்றுவிட்டார்.

அங்கேயே உட்கார்ந்துகொண்டு வருவோர் போவோரை வேடிக்கை பார்ப்பதற்கும் நன்றாகத்தான் இருக்கிறது. சிலர் கண்களில் கண்ணீர் ததும்பத் ததும்ப கோவிலுக்குள் ஓட்டமும் நடையுமாகச் செல்வதைக் காண அவருக்கு சுவாரஸ்யமாக இருந்தது. கும்பகோணத்தில் பிறந்து வளர்ந்த ஒருவனை மற்றைய ஊர்க் கோவில்கள் வசீகரிக்க முடியாது என்று ஒருமுறை புலவர் அவரிடம் சொல்லியிருந்தது அப்போது அவருக்கு ஞாபகம் வந்தது. நாகேஸ்வரன் கோவில், சாரங்கபாணி

கோவில், கும்பேஸ்வரன் கோவில் என நகரத்திற்குள்ளேயே பிரமாண்டமான கோவில்கள். வீட்டிலிருந்து பத்து நிமிட நடையில் திருபுவனம் பெரியகோவில், திருவிடைமருதூர் மகாலிங்கசாமி கோவில் என சுற்றிலும் பெரிது பெரிதான கோவில்கள் என இருப்பதை நினைவுகூர்ந்தால் புலவர் சொன்னது சரிதான். ஆனால் அதே சமயம் கோவிலென்பது அதன் பிரமாண்டமோ கட்டுமானமோ மட்டுமல்ல என்றும் அவருக்குப் புரிந்திருக்கவும் செய்தது. ஏந்திய கைகளை இறக்காமல் மீனாட்சியை நோக்கி கண்ணீருடன் நடக்கும் ஒருத்திக்கு மீனாட்சியிடமிருந்து எதுவுமே தேவையிருக்காது என்றே அவர் நினைத்தார். எத்தனை பிரமாண்டக் கோவில்களுக்குப் போனாலும், எந்த சிறிய கல்லைப் பார்த்தாலும் ஒரு கனம் நின்று உடல் குறுக கன்னத்தில் போட்டுக்கொள்ளும் புலவரை அவர்தான் எத்தனை முறை பார்த்திருக்கிறார். தூரத்தில் எங்கு வேட்டு சத்தம் கேட்டாலும், மகமாயி... என்று கன்னத்தில் போட்டுக்கொள்ளும் சுந்தரவள்ளியின் மிச்சம் இன்னும் ராஜேந்திரனிடம் ஒட்டிக்கொண்டிருக்கிறது போல. இரண்டு வருடத்திற்கு ஒருமுறையாவது பழனிக்கு ரயிலேறும் சோமுவின் ஆன்மீக நாட்டம் கூட குறைச்சலானது இல்லைதான்.

திருப்பரங்குன்றம் போகலாமா என்று தயங்கித் தயங்கிக் கேட்டவனை மற்றவர்கள் எல்லோரும் சேர்ந்து அசமடக்கிவிட்டார்கள். "நாம என்ன சபரிமலைக்கா வந்திருக்கோம், கோவில் கோவிலா சுத்துறதுக்கு... குற்றாலம் நல்ல தேர்வு, அங்கேயே போவோம்..." என்று ஒருமித்த கருத்தை ராஜேந்திரனும் வழிமொழிந்தார். குற்றாலத்தில் நல்ல நீர் வரத்து இருந்தது. ஊரை நெருங்கும் போதே குளிரத் தொடங்கியிருந்த அதன் வரவேற்பு, வேனில் இருந்த அனைவரையும் சொந்த ஊரை மறக்கச்செய்தது. தங்களது தலைவனின் இறுதி உரையை கூச்சலாக சிலாகித்துக்கொண்டே அருவியை சமீபித்தார்கள்.

"இந்த குளியலுக்குக் கூட நம்ம தலைவனுக்குத்தான்டா நாம நன்றி சொல்லணும்..."

"இல்லையா பின்ன...!"

"அந்தாளுக்கு வெவரம் இல்லாமையா வருஷம் ஒரு ஊர்ல மாநாடு கூட்டுறாரு..."

"அதான...!"

பேசிக்கொண்டே போய் மசாஜில் குந்தினார்கள். ஆளுக்கொரு ஆளிடம் மண்டையைக் கொடுத்துவிட்டு தலைவன் புராணத்தைத் தொடர அவர்கள் கொஞ்சம் கூடுதல் வேகத்துடன் தலையைத் தட்டியது போல இருந்தது. இதற்கு மேல் வாயைத் திறந்தால் அவன் தட்டும் தட்டில் நாக்கைக் கடித்துக்கொள்வதற்கு வாய்ப்பு அதிகம் என்பதால் உஷாராகி வாயை மூடிக்கொண்டார்கள். மனதிற்குள், "மசாஜ் பண்றவன் எம்ஜியார் ரசிகன் போல" என்று சந்தேகம் எழுந்தது ராஜேந்திரனுக்கு. "எதிர்க்கட்சிக்காரன்கிட்ட தலையைக் கொடுத்துட்டோமே" என்று புழுங்கினாலும், மசாஜை முடித்துக்கொண்டு கிளம்பும்போது கலகலவென்றிருந்தது. அருவியில் இன்னும் கொஞ்ச நேரம் நின்றிருந்தால் அங்கேயே தூங்கியிருப்பார். பக்கத்திலிருப்பவன் தொந்தியை வைத்து உரசவும், ஆபாசமான ஒரு வழவழப்பு வந்து உடலைக் கூசச் செய்தது. கரையேறினார்கள்.

"என்னய்யா உங்காளுவ மரத்தையெல்லாம் வெட்டிப்போட்டு தமிழ்நாடு முழுக்க போக்குவரத்து இல்லாம பண்ணிட்டானுவ போல...?"

"கும்பகோணத்திலேர்ந்து மெட்ராஸ் போற ரோட்டுலதான அவனுவ ஸ்ட்ராங்கு... இந்த பக்கமுமா அவனுவ இருக்கானுவ...?"

"இல்லாமையா இங்கயும் ரோட்ட மறிச்சி வச்சிருக்கானுவ..."

"தெரியலையே... என்ன பண்றது இப்ப...?"

"வேற என்ன பண்றது... . ஏதாவது திங்கறதுக்கு இருக்கான்னு பாப்போம்... அப்படியே இங்க இருக்க ஏதாவது மண்டபத்துல தங்கிட்டு நாளைக்கு கிளம்பவேண்டியதுதான்... இருந்த ஒரு வேட்டியவும் நனைச்சி புட்டேனே..."

அழைத்து வந்திருந்த உள்ளூர் ஒன்றியத்துக்கு அவ்வூர் ஒன்றியத்துடன் பரிச்சயம் இருந்தது. அன்று இரவும் மறுநாளும் குற்றாலத்திலேயே தங்கினார்கள். குளியலும் கும்மாளமுமாக அரசியல் உரையாடல்களுடன் பொழுது இனிமையாகக் கழிந்தது.

வேனில் ஏறி சாய்ந்ததுதான் தாமதம். தூக்கம் கண்களில் வந்து அப்பியது. கறுப்பும் சிவப்புமாக நினைவுகள் சுழித்தோடின.

வண்டியை விட்டு பிரதான சாலையில் இறங்கி தாமரைக் குளம் வழியாக நடந்து ஊருக்குள் வரும்போது ஊரே பெருத்த அமைதியில் இருப்பதாகத் தோன்றியது. வேன் வந்த வழிநெடுக போலீஸ் குவிக்கப்பட்டிருந்ததை தூக்கக்கலக்கத்தில்

தவறவிட்டிருந்தார். ஊரின் முனையிலிருந்த பிள்ளையார் கோவில் அதில் வழக்கமாக எரியும் குண்டு பல்பு கூட இல்லாமல் இருண்டிருந்தது. உற்றுப் பார்க்கையில் கோவில் வெறிச்சோடிப் போய் கிடந்தது. எப்போதும் கோவிலே கதி என்று கிடக்கும் சோவையனைக் கூட காணவில்லை.

“என்ன ஆயிற்று ஊருக்கு...”

வீட்டிற்குப் போனதும் ரமணிதான் சொன்னாள்.

சோமுவை போலீஸ் அழைத்துக்கொண்டுப் போயிருக்கிறார்கள் என்பதை அவரால் ஜீரணிக்க முடியவில்லை. மகேந்திரனும் ரெங்கநாதனும் வீட்டில் இல்லையென்றாலும் கூட, அவர்கள் வேறு ஆட்களின் மூலம் பேசிக்கொண்டிருப்பதாகவும், காலையில் அவரை அழைத்துவந்து விடுவார்கள் என்றும் சொன்னாள்.

“சோத்துல இன்னும் தண்ணி ஊத்தல, போடவா...?”

“ம்ம்ம் கொண்டா... நல்ல பசி, மத்தியானம் சாப்டது...”

கலைந்த தலையுடன் கசங்கிய உடையுடன் இருந்தவள், கால்கள் மரத்துவிட்டவளைப் போல மெல்ல ஊன்றி அடுப்படியை நோக்கிப் போனாள்.

ஒரு தட்டில் சாதமும், ஒரு டம்ளர் தண்ணீருமாக அடுப்படியிலிருந்து வெளிப்பட்டாள்.

“நேத்தும் கூட விடியக் காலைல எழுந்துதான் சோத்துக்கு தண்ணி ஊத்தினேன்... நேத்தே வந்துடுவீங்கன்னு நினைச்சேன்...”

அதுவொரு ஏமாற்றம் போலவோ அல்லது அவர் மீதான புகார் போலவோ இல்லை அக்குரல். எந்த உணர்வுகளுமற்ற ஒரு பரிமாற்றம் போல இருந்தது.

அவள் மீண்டும் உள்ளே போய், ஒரு கிண்ணத்தில் குழம்பை எடுத்துக்கொண்டு வந்து அவர் முன்னால் வைக்கும்போது, அந்த இடைவெளியில் ராஜேந்திரன் குழந்தைகளின் மீது பார்வையை ஓட்டியிருந்தார். ரஞ்சிதா மட்டும் தனித்துப் படுத்திருப்பது தெரிந்தது. மற்ற குழந்தைகள் பாயில் ஒரே போர்வையைப் போர்த்தியபடி தூங்கிக்கொண்டிருந்தார்கள்.

அவளது தலையில் இன்னும் மிச்சமிருக்கும் பூச்சரமும், அவளது புதிய பாவாடை சட்டையும், வீட்டில் புதிதாகப் பரவியிருக்கும் சந்தன குங்கும வாசனையும் அப்போதுதான்

அவரது மூளைக்குள் ஊடுருவியது. ரஞ்சிதாவை உற்று நோக்கினார். கால்களைக் குறுக்கிக்கொண்டு, கைகளை வயிற்றை ஒட்டி வைத்துக்கொண்டு, மெல்ல ஏறி இறங்கும் உடலுடன் அவள் தூங்கிக்கொண்டிருந்தாள். ரமணி ஒரு பருத்திப் புடவையை வைத்து அவளுக்குப் போர்த்தி விட்டிருந்தாள். அவளது தலை மட்டுமே வெளித்தெரிந்தது.

“நேத்து ராத்திரி உக்காந்துட்டா... சாயந்திரம் தான் தலைக்கு தண்ணி ஊத்துனோம்... மாமா வீட்டுக்கு வந்திருந்தாங்க...”

“ஓ... அப்படியா...”

சோற்றில் கை வைக்கப்போன ராஜேந்திரன், இதைக் கேட்டதும் எழுந்து ரஞ்சிதாவை சமீபித்து அவளது தலையைக் கோதிவிட்டார். பிறகு அவளது நெற்றியில் முத்தமிட்டுவிட்டு திரும்ப வந்து சாப்பாட்டுத் தட்டின் முன்பு உட்கார்ந்தார். ரஞ்சிதா இந்தத் தொடுகையால் மெலிதாக அசைந்தவளாகப் புரண்டு மல்லாக்க படுத்தாள். பருத்திப்புடவை விலகி பக்கத்தில் சரிந்தது. தூக்கத்தினூடே அவள் தனது தலையிலிருந்த காய்ந்த பூச்சரத்தை உருவியெறிந்துவிட்டு கன்னத்தை உள்ளங்கையால் தேய்த்துக்கொண்டு மல்லாக்கப் புரண்டாள். குழந்தைமையின் விளிம்பில் அவளது உடை அசைந்துகொண்டிருந்தது. ரமணி எழுந்து போய் அவள் மீது பாதியும் பாயில் மீதியுமாகக் கிடந்த புடவையை இழுத்து அவளுக்குப் போர்த்திவிட்டு விட்டு, அவளை ஒருக்களித்துப் படுக்கச் செய்தாள். பிறகு வந்து ராஜேந்திரனின் முன்னால் உட்கார்ந்து, “எப்படி இருந்துச்சு மாநாடு...?” என்று கேட்டாள். .

அவருக்குச் சொல்வதற்கு நிறைய சம்பவங்கள் இருந்தன. நிகழ்ச்சி நிரல்களை ஒன்று விடாமல் சொல்லிக்கொண்டே வந்தார். இன்னும் கொஞ்சம் சோறு, என்று கேட்டவளிடம் போதும் என்று சொல்லிவிட்டு எழுந்து கை கழுவப்போனார்.

“எதுக்கு பாப்பாவ மட்டும் தனியா படுக்க போட்ருக்க...?”

“அப்புறம்...?”

“அது எப்பவும் படுக்குற மாதிரி ஒண்ணா படுக்க வைக்க வேண்டியதுதான...?”

“அது சரி, பாக்குறவங்க என்ன நினைப்பாங்க...?”

“நம்ம புள்ள படுக்கிறத மத்தவங்க பாத்துட்டு சொல்ல என்னடி இருக்கு...?”

“சரி, மூணாம் நாள்லேருந்து நான் ஒன்னும் சொல்லல விடுங்க. அவளுக்கு என்ன பிடிக்குதோ அதை செய்யட்டும்...”

“இங்க பாரு... அவ பெரிய பொண்ணாய்ட்டான்னு அத எதோ ஒரு பெரிய விஷயம் மாதிரி அவ மண்டையில ஏத்தாத சரியா... அவ பாட்டுக்கு எப்பவும் போல இருக்கட்டும்... அவ போற இடத்துக்கு போகட்டும் வர்ற இடத்துக்கு வரட்டும்...”

“அது எப்படி எப்பவும் போல இருப்பா... கொஞ்சம் அடக்கம் ஒடுக்கமாத்தான் இருக்கணும்...”

“... ... ...”

“பத்தாததுக்கு அவளுக்கு வேலைக்குப் போகணுமாம்...”

இப்போது ராஜேந்திரன் நிமிர்ந்து உட்கார்ந்தார்.

“எங்க வேலைக்குப் போறாளாம்...?”

“மெய்ன் ரோட்ல இருக்க சீட்டுகவர் தைக்கிற கம்பெனிக்கு... மூணாவது வீட்டு வாணி போறால்ல, அவ கூட இவளும் போறாளாம்... வீட்ல இருக்க போரடிக்குதாம்.”

“ஏன் போரடிக்குது, அதான் பள்ளிக்கூடம் போறால்ல அப்புறம் என்ன? இந்த வயசுல என்ன போரு இவளுக்கு?”

“இல்ல, அவளுக்கு பள்ளிக்கூடம் போக பிடிக்கலையாம், வேலைக்கு போறாளாம்...”

“என்னடி மெஷின் மாதிரி பதில் சொல்ற எல்லா கேள்விக்கும்...?”

இந்தக் கேள்வி ரமணியின் பூஞ்சையான தடுப்பு ஒன்றை உடைத்துவிட்டது.

“அவ வளர்றாங்க... எனக்கு அவள சமாளிக்க முடியல... எப்பவும் அவ சின்னப் பொண்ணாவே இருக்க முடியுமா... அவ வேலைக்கு போறதுல எனக்கு ஒன்னும் பிரச்சினை இல்லை... போகட்டும். அதுவும் நல்லதுதான்...”

அதுவும் நல்லதுதான் என்று சொல்கையில் அவளது குரல் உடைந்தது போல ராஜேந்திரனுக்குத் தோன்றியது. அது தனது பிரமையாக இருக்கலாம் என்று சமாதானம் செய்துகொண்டார். ரமணியும் அதற்கு மேல் ஒரு வார்த்தைகூட பேசவில்லை.

ரஞ்சிதா வேலைக்குப் போக முடிவெடுத்ததற்கு உறுதியான காரணங்கள் இருந்தன. “அந்த சித்திகிட்ட போயி ஒரு படி

அரிசி வாங்கிட்டு வாயேன்", "அந்த அத்தைகிட்ட போயி கொஞ்சம் பருப்பு வாங்கிட்டு வாயேன்" போன்ற அம்மாவின் நச்சரிப்புகளிலிருந்தும், அவற்றை வாங்கப் போகுமிடங்களில் தாம் எதிர்கொள்ளும் அவமதிப்பிலிருந்தும் அவள் வெளியேற விரும்பினாள். அது ரமணிக்குப் புரிந்தது. மேலும் ரஞ்சிதா கொண்டு வரப்போகும் பணம் குடும்பத்துக்கு உதவும் என்று ஆசுவாசமாக நினைக்கும் அளவுக்கு அவள் அன்றாட சிக்கல்களால் சோர்வுற்றிருந்தாள். அவள் வேலைக்குப் போகிறேன் என்றபோது, ஆரம்பத்தில் அது அதிர்ச்சியாக இருந்தாலும், பிறகு தன்னை சமாதானம் செய்துகொண்டவளாக அதே சமயம், "சோமு என்ன சொல்வாரோ..." என்று யோசித்துத் துயருறுபவளாகவும் இருந்தாள்.

முதல் முறையாக, "அவர் சொல்வதற்கு என்ன இருக்கிறது..." என்ற எண்ணமும் அவளுக்கு வந்தது. அப்படி யோசித்த கணத்தில் தன்னைப்பற்றிய ஆழ்ந்த அதிருப்திக்கு ஆளானாள் ரமணி. அது சுய நிந்தனையாக உருவெடுத்து இரண்டுசொட்டு கண்ணீர் விடுவதை நோக்கியும் அவளை நகர்த்திவிட்டது. அந்த நினைவுகள் மேலெழுந்து வந்ததால்தான் குரல் கமறி, தான் சொல்ல வந்ததை புருஷனிடம் முழுக்கவும் சொல்லமுடியாமல் பாதியில் நிறுத்திக்கொண்டாள்.

ராஜேந்திரனிடமிருந்து மெல்லிய குறட்டையொலி வரத் தொடங்கியது. ரமணி முழு விழிப்பில் புரண்டுகொண்டிருந்தாள்.

நள்ளிரவில் எழுந்து, மீண்டும் தூக்கத்திற்குப் போனதால், அதிகாலையில் ஆழ்ந்த உறக்கத்துக்குப் போய்விட்டாள் ரமணி. தாமதமாக எழுந்து பார்த்தபோது செல்வா மட்டும் அப்போதும் நன்றாகத் தூங்கிக்கொண்டிருந்தான். ரஞ்சிதா பாயை சுருட்டி வைத்துவிட்டிருந்தாள். சின்னவள் கௌரியின் குரல் மட்டும் கொல்லைப்புறத்திலிருந்து கேட்டது. இன்னொரு குழந்தையுடன் ஏதோ பேசிக்கொண்டிருக்கிறாள் என்பதை அவதானித்தாள். ரஞ்சிதா ஆளைக் காணவில்லை. ராஜேந்திரன் படுத்திருந்த இடமும் வெறுமையாகக் கிடந்தது.

எழுந்து கொல்லைப்புறம் போய் சிறுநீர் கழித்துவிட்டு, முற்றத்தில் வந்து முகத்தைக் கழுவிக்கொண்டு, முந்தானையால் ஈரத்தைத் துடைத்தபடியே வெளியே வந்தாள்.

தெரு வாசலில் ரேக்ளா வந்து நின்றது.

ரஞ்சிதா முகம் கொள்ளாத சிரிப்புடன் அதிலிருந்து இறங்கினாள். திண்ணையின் வாசலில் கிடந்த செருப்பை எடுத்து மாட்டிகொண்டு மீண்டும் வண்டியில் போய் ஏறினாள்.

ராஜேந்திரனும் உற்சாகமாக இருந்தார். "நீயும் வர்றியா..." என்று ரமணியைப் பார்த்து கண்ணடித்தார்.

ரமணிக்கு என்ன நடக்கிறது என்று புரியவில்லை. சலிப்பாகக்கூட இருந்தது. ஆனாலும் அவரைத் தடுக்க விரும்பவில்லை. ரஞ்சிதாவை இவ்வளவு கிளர்ச்சியாகப் பார்க்கையில் அவளுக்கும் ஆறுதலாக இருந்தது.

"சரி, சரி... இதுக்குத்தான் காலையிலேயே எந்திரிச்சி போனீங்களா ரெண்டு பேரும்... புள்ளையார் கோவில் வரைக்கும் போயிட்டு திரும்ப வந்திடுங்க... ரொம்ப தூரம் போக வேணாம்..." என்று எச்சரிக்கும் குரலில் சொன்னாள்.

ஹை... ஹை... என்று வண்டியை முடுக்கினார் ராஜேந்திரன். "அம்மா வர்றேன்..." என்று ரஞ்சிதா கையசைத்தாள்.

பழகிய கன்று மெல்லிய வேகத்தில் நிற்காமல் ஓடிக்கொண்டிருந்தது. குதிரையைப்போல ஓடுவதற்குத் தோதான விலங்கு அல்ல மாடு. அதற்கு இளைப்புக் கூடுதலாக வரும். பாரமிழுப்பதும் ஓடுவதும் ஒன்றல்ல. ஓட ஓடக் கழியும். சோர்வடைந்து விடும். வாயிலிருந்து எச்சில் கொட்ட பிறகு படுத்துவிடும். ராஜேந்திரன் அதை சன்னமாக அதட்டியபடியே ஓட்டினார். நடைக்கும், ஓட்டத்திற்கும் நடுவாந்திரமான வேகத்தில் ரேக்ளா போய்க்கொண்டிருந்தது.

"எங்கப்பா போறோம்...?"

"கும்மாணம்...!"

"அம்மா திட்டுவாங்க...!"

"சொல்லிக்கலாம்..."

ரஞ்சிதாவுக்குக் குதூகலமாக இருந்தது.

காலையில் எழுந்து வாசலுக்கு வந்து தண்ணீர் தெளித்துக் கொண்டிருந்தவர்கள், வயலுக்குக் கிளம்பி சிறிய தூக்கு வாளியுடன் நடந்துகொண்டிருந்தவர்கள், ரஞ்சிதாவைப் பார்த்து ஸ்நேகமாகச் சிரித்தார்கள். வழியில் நின்றுகொண்டிருந்த, அவளை எப்போதும் கேலி செய்யும் அத்தைக்காரிகளில் ஒருத்தி, ராஜேந்திரன் இருப்பதால், பொங்கி வந்த கிண்டலை

அடக்கிக்கொண்டு, ரஞ்சிதாவுக்கு மட்டும் தெரிவதுபோல ரகசியமாக விரலை மடக்கிக் காட்டினாள். அதேதான். மூர்த்தி, அத்தைகளைக் காணக் கூசி தலைகுனியும் அதே சைகை.

அதற்கு பதிலாக, தனது தகப்பனின் முதுகுக்குப் பின்னால் வைத்து ரஞ்சிதாவும் அதே சைகையை அத்தையை நோக்கிக் காட்டினாள். அத்தை வாய்விட்டுச் சிரித்தாள். "போ... போ... பொம்பளையாயிட்ட போ..." என்ற கேலியான உறுமல் ஒன்று அவளிடமிருந்து வெளிப்பட்டு ரஞ்சிதாவை மட்டும் அது நெருங்கியது.

மகாமகக் குளத்தை ஒரு சுற்று சுற்றிவிட்டு, அபிமுகேஸ்வரர் கோவில் வாசலில் ஒரு நிமிடம் நின்று வெளியிலிருந்தபடியே ரஞ்சிதா மட்டும் தலையாட்டிவிட்டு, பஞ்சாமி ஐயர் கிளப்புக் கடையில் பூரியும் குருமாவும் சாப்பிட்டுவிட்டு, அப்பனும் மகளும் வீடு வந்து சேர்ந்தபோது பத்து மணிக்கு மேல் ஆகியிருந்தது. இருவரும் வண்டியிலிருந்து இறங்குவதைப் பார்த்துவிட்ட மூர்த்திக்கு, அவனை விட்டுவிட்டு எப்படிப் போகலாம் என்று ஆத்திரத்தில் கண்ணீர் முட்டியது.

"நீதான் எப்பவும் தாத்தாகூட போறல்ல, போடா..." என்று அவனது புகாரை ரஞ்சிதா புறக்கணித்தாள்.

வழக்கத்துக்கு மாறாக, அருகில் அழைத்து வைத்துக்கொண்டு ராஜேந்திரன்தான் அவனை சமாதானப்படுத்தினார். நெருக்கத்தில் வைத்து அணைக்கும்போதுதான் அவன் நிறைய வளர்ந்திருக்கிறான் என்பது அவருக்கு உறைத்தது. செல்வா தெருவுக்கு விளையாடப் போயிருந்தான். ரேக்ளா வந்து வீட்டு வாசலில் நிற்பதை அவன் கவனித்திருக்கவில்லை. ராஜேந்திரன் வாங்கி வந்திருந்த வெடிபோண்டாவை நீண்ட நேரம் மறுத்துக்கொண்டே இருந்த மூர்த்தி, செல்வா வந்து வீட்டிற்குள் நுழையவும், அதை அவசர அவசரமாக வாங்கி தின்னத் துவங்கினான். அவன் வந்துவிட்டால் ஒன்றும் மிஞ்சாது. அரவை எந்திரம். ரமணி செல்வாவுக்கும் ஒன்றை எடுத்துக்கொடுத்தாள். கௌரி வழக்கம்போல வீடு நுழையப் போயிருந்தாள். இனி மதிய உணவின்போதுதான் அவளை மீண்டும் வீட்டில் பார்க்கமுடியும்.

ரமணி மீண்டும் வீட்டின் உள்ளே போனபோது, தனது பாயில் உட்கார்ந்துகொண்டு சுவரில் சாய்ந்தபடி ரஞ்சிதா தீவிரமான நினைவில் ஆழ்ந்திருப்பது தெரிந்தது. ரமணி நேராக அடுக்களைக்குள் புகுந்துகொண்டாள்.

ரேக்ளாவைத் தோப்பில் விடுவதற்காக ராஜேந்திரன் மீண்டும் அதைக் கிளப்பினார். மூர்த்தி ஓடிப்போய் வண்டியில் தொற்றிக்கொண்டான். மூர்த்தியை இறங்கி படலைத் திறந்து பிடிக்கச் சொல்லிவிட்டு, வண்டியை உள்ளே விட்டார். கொட்டகை நிழலில் ரேக்ளாவை நிறுத்திவிட்டு, கன்றை அவிழ்த்துத் தண்ணீர் காட்டியபிறகு அதைக் கவணையில் கட்டியதும் கொஞ்சம் வைக்கோலைப் பிடுங்கி அதன் முன்னால் போட்டார். வேகமாகப் போய் அது வாயால் அள்ளியது. சோமுவைக் காணவில்லை.

கொட்டகையைக் கடந்து படலை சமீபிக்கும்போது, "குடிக்கிறது கூழு கொப்புளிக்கிறது பன்னீரா..." எனும் சீற்றமான அவரது குரல் கொட்டகையின் உள்ளேயிருந்து வெளிப்பட்டது. ராஜேந்திரன் முகம் சுருங்கிப் போனார். சமீபகாலங்களில் ராஜேந்திரனைக் காணும் சமயங்களில் எல்லாம் அதீத வெறுப்பையும் அதையொட்டிய அவமதிப்பின் வார்த்தைகளையும் அவரை நோக்கி உமிழ்வதை சோமு வாடிக்கையாக வைத்திருந்தார். ராஜேந்திரன் ஒரு கணம் கூட அங்கு தாமதிக்கவில்லை. படலைத் திறந்துகொண்டு தோப்பிலிருந்து வெளியேறினார்.

ஊற வைத்த பாலைக்கட்டுடன் கிணற்றடியில் இருந்து வந்துகொண்டிருந்த மாணிக்கம், "எதுவும் பேசாத போ..." என்று ராஜேந்திரனை நோக்கி சைகையில் காட்டினார். சிரிப்பு மாறாத முகத்துடன் அவர் சொன்னாலும் அதிலிருந்த எச்சரிக்கையை ராஜேந்திரனால் புரிந்துகொள்ள முடிந்தது.

ரஞ்சிதா வேலைக்குப் போகத் தொடங்கிய ஒரு மாதத்தில், ராஜேந்திரன் கும்பகோணத்தில் ஒரு ஹார்ட்வேர்ஸ் கடையில் வேலைக்குச் சேர்ந்தார்.

27

சுந்தரவள்ளியைத் தேடி தெருமுனைக்கு வந்துகொண்டிருந்தாள் அவளது அம்மா. அவளோ விளையாடும் குழந்தைகளுடன் சேர்ந்து கொள்ளிடக்கரைக்கு ஓடிவிட்டிருந்தாள். ஆற்றை நிறைத்து தண்ணீர் போய்க்கொண்டிருந்தது. இடுப்பில் சிறிய துண்டுடன் ஆடு மேய்க்கும் சிறுவர்கள், கையில் சிறிய குச்சியை வைத்துக்கொண்டு ஹை... ஹை... என்று ஆடுகளை ஓட்டிப்போனார்கள். நீண்ட காதுகளும் நல்ல உயரமான கால்களையும் கொண்ட அவ்வாடுகள், கொள்ளிடக்கரையின் புற்குவியல் குறித்த கற்பனையில் துள்ளாட்டம் போட்டபடி நடந்துகொண்டிருந்தன. கரையெங்கும் பெயர் தெரியாத மரங்கள் செழித்து வளர்ந்திருந்தன. செல்லும் வழியில் இருந்த தோப்புகளில் ஒரு தோப்புக்கும் மற்றொரு தோப்புக்கும் பெருத்த வித்தியாசம் இருந்தது. ஒன்றில் மா, தேக்கு, வாழை என மரங்கள் செழித்து வளர்ந்திருந்தன. இன்னொரு தோப்பு பாலைவனத்தின் நடுவே இருக்கும் சிறிய தோட்டத்தைப் போல வெயிலைக் குடித்தபடி வறண்டு கிடந்தது. சுந்தரவள்ளியின் வீட்டிலிருந்து நடக்கும் தூரத்தில் கொள்ளிடம். தண்ணீர் குறைவாக ஓடும் காலங்களில் அதுவே விளையாட்டு மைதானம். முழுவதும் தண்ணீரால் நிறையாமல் ஓடைகளைப் போல ஆங்காங்கு தண்ணீர் பிரிந்து ஓடும் காலங்களில் ஒளிந்து விளையாடுவதற்கு கொள்ளிடம் போன்றொரு இடமில்லை. ஆனால் அது மிக ஆபத்தான இடமாகவும் இருந்தது. புதை மணல் குறித்த கதைகள் நிறையஉலவி வந்தன. ஒளிந்து விளையாடும் குமரிகளை ஆற்றுப் பேய் குற்றுயிரும் குலையுயிருமாக சீரழித்துப் போட்டுவிடும். பாவாடையிலிருந்து ரத்தம் சொட்ட சொட்ட செத்துப் போன ஒருத்தியை, அவளைக் காணோமே என்று பதைக்க பதைக்க தேடிப்போய், வேட்டையில் காயமான சிறு விலங்கைப்போல துணியில் சுற்றி சுமந்து வரப்பட்ட ஒரு ஸ்நேகிதியை சுந்தரவள்ளியே பார்த்திருக்கிறாள். ராவெல்லாம் தூக்கம் வராமல் பெற்றவளின் கழுத்தை கட்டிக்கொண்டு நீண்ட நாட்களுக்கு விழித்தே கிடந்தாள். சிறுநீர்கூட அம்மையின் மேலேயே கழித்து வைத்தாள். பிரக்ஞையற்று அதிகாலையில் வருவதே உறக்கம் என்று இருந்த நாட்கள் அவை.

ஆனாலும்கூட கொள்ளிடம் தனது மாய வசீகரத்தை அவள் மீது பிரயோகித்துக்கொண்டே இருந்தது. இப்போது அவளுக்கு பதினாறு வயது ஆகிவிட்டது என்றாலும், அதை அவள்

மறந்திருக்கவே விரும்பினாள். உன்னுடன் பிறந்தவர்கள் நான்கு அண்ணன்கள், அதனால் உன்னை ஆற்று பூதங்கள் ஒன்றும் செய்துவிடாது என்று அவள் அஞ்சி நடுங்கிய இரவுகளில் அம்மை அவளுக்குச் சொல்லியிருந்தாள். உன்னை பூதம் நெருங்கும்போது, உன் பெரியண்ணன் வானத்திலிருந்து குதித்து வந்து உன் முன்னால் நிற்பான் என்று அவனிடம் சொல்லியிருந்தாள். அவளுக்கு உடனடியாக தானொரு பூதத்தால் கவரப்பட வேண்டும் எனும் வேட்கை உண்டானது. பிறிதொரு நாள் தலை வேறு முண்டம் வேறாகக் கொள்ளிட மண்ணில் ரத்தம் சிந்தக் கிடந்த ஒருவனை பூதம்தான் துண்டாடியது என்று தெரிந்தபோது அவள் குழம்பிப் போனாள்.

"பூதங்கள் ஏன் ஆண்களைக் கொல்கின்றன..." என்று அம்மையிடம் வீட்டுக்கு வந்ததும் கேட்டாள். அது அவனுக்குக் கிடைத்த தண்டனை என்று சொன்னாள் அம்மை. யார் கொடுத்தது என்று கேட்டாள். பேச்சாயி என்று அந்த உக்கிர தெய்வத்தின் பெயரைச் சொன்னாள் அவள். அது எப்படி வலுவான ஆள் ஒருத்தனை எளிதாக மடக்கிப் பிடிக்கும் என்றும், பிறகு எப்படி அவனைத் தனது மடியில் கிடத்தி தனது நீண்ட நகம் கொண்ட விரல்களை அவனது வயிற்றிற்குள் செலுத்தும் என்றும், அங்கு சுருண்டு சுருண்டு சுற்றிக்கிடக்கும் அவனது குடலை எடுத்து எப்படி தனது கழுத்தில் மாலையாகப் போட்டுக்கொள்ளும் என்றும் அவளிடம் சொல்லியிருந்தாள்.

"அங்கு தலை வேறு முண்டம் வேறாக மணலில் கிடந்தவனை பேச்சாயிதான் அப்படிக் கொன்றாளா..." என்று மீண்டும் மீண்டும் கேட்டுக்கொண்டே இருந்தாள். ஆமாம். அவள் தண்டனை தரும் சாமி. அவளுக்கு எதையும் மன்னிக்கத் தெரியாது. அன்று பாவாடையில் ரத்தம் பெருக்கியவளுக்கான தீர்ப்பு இது.

ஏன்...?

எதற்கு மன்னிக்க வேண்டும்...?

ஆமாம். மன்னிக்க வேண்டியதில்லைதான்...!

பேசிக்கொண்டிருக்கும்போதே, பாயிலிருந்து எழுந்தவள் அந்தப் பெரிய வீட்டின், நீண்ட வழிநடையைக் கடந்து, கொல்லைக்கதவைத் திறந்துகொண்டு படிகளில் இறங்கி மாமரத்தைக் கடந்து போய் ஸ்ஸ்ஸ் என்ற ஒலி மட்டுமே உணர

முடிந்த, மறைவான அவ்விருட்டில் மூத்திரம் பெய்து விட்டு வந்தாள்.

அவளது அம்மை பாயை விட்டு எழுந்திருக்காமல் மகள் வரும் திசையைப் பார்த்துக்கொண்டே படுத்திருந்தாள். சுந்தரவள்ளி பயத்தை விலக்கியிருந்தாள்.

"பயமாக இல்லையா உனக்கு…?"

"எதற்கு பயம்… தண்டனை கொடுக்க பேச்சாயி இருக்கிறாள்… வானத்திலிருந்து குதிக்க அண்ணன்மார் இருக்கிறார்கள்!"

அப்பா ஏன் எப்போதும் வீட்டில் இருப்பதில்லை என்கிற கேள்வியை நூறாவது முறையாக அன்றும் கேட்டாள் சுந்தரவள்ளி.

"நம்மிடம் இருக்கும் ஐநூறு மாடுகளையும் எங்கு கொண்டு போய் மேய்க்க விடுவது. வேலைக்கு இருக்கும் பத்து ஆட்களை மட்டும் நம்பி அவர்களோடு மாடுகளை மேய்ச்சலுக்கு அனுப்பமுடியாது. அதன் மேற்பார்வைக்கு அவரும் போகத்தான் வேண்டும். இப்போதுதான் உனது அண்ணன்மார்கள் வளர்ந்துகொண்டிருக்கிறார்கள், அவர்கள் மாட்டைத் திருட வருபவர்களுடன் தனித்து மோதி, மீட்கும் திறன் பெறும் வரை அப்பன் மாட்டு மந்தையுடன் செல்வதைத் தவிர்க்கமுடியாது."

"அப்பன் நம் வீட்டில் நிரந்தரமாக இருக்கும்போது எனக்கு மிகவும் வயதாகியிருக்கும்" என்று சுந்தரவள்ளி சிணுங்கினாள்.

"இல்லை, உனக்கு வயதாகாது. ஆனாலும் நீ இங்கு இருக்க முடியாது. உன்னைக் கட்டிக்கொடுத்தால் நீ இன்னொருத்தன் வீட்டுக்குப் போய்த்தானே ஆகவேண்டும்."

"இல்லை நான் போக மாட்டேன். என்னுடனேயே வந்து இருக்கும் எவனையாவது நான் கட்டிக்கொள்கிறேன்."

சுந்தரவள்ளியின் அம்மை நீண்ட நேரம் சிரித்துக் கொண்டிருந்தாள். "அப்படி ஒருத்தனுக்கு உன்னைக் கட்டித்தர நான் சம்மதிக்க மாட்டேன். அவன் குடும்பத்துக்கு பொருத்தமற்றவனாக இருப்பான்."

பிறகு ஒரு நீண்ட பாடலைப் பாடினாள் அவள். கோடையில் கிளம்பிய கணவன், மழைக்காலம் தொடங்கியும் வீடு திரும்பியிருக்காததைப் பற்றியதொரு நாட்டுப்புற பாடல். அவளுக்குத் தேன் போன்ற குரல். அதன் உள்ளே கத்தி போன்ற கூர்மை கொண்ட ஆழமிருந்தது. குமரிகளை மூழ்கடிக்கும்

சுழலும் இருந்தது. அப்படிதான் சுந்தரவள்ளிக்குப் பாடல்கள் அறிமுகமாகின. எல்லாவற்றைப் பற்றியும் அவளுக்குப் பாடல்கள் தெரிந்தன. கும்மியடிக்கும்போது, ஆடு மேய்க்கும்போது, கதிரடிக்கும்போது, நாற்று நடும்போது, திருவையில் கம்பு மாவு அரைக்கும்போது, விலகிப் போன ஒற்றை ஆட்டை பின்னந்தியில் தேடி ஆற்றுக்கரையில் தனித்து நடக்கும்போது என ஒவ்வொன்றுக்கும் ஒவ்வொரு பாட்டு தெரிந்திருந்தது அவளுக்கு.

ஆடு மேய்க்குமிடத்தில் அவளது பாட்டு எப்போதும் ஒலித்துக்கொண்டே இருந்தது. அவளது அண்ணன்களின் ஆகிருதி கண்டு அவள் மீது கை வைக்க சிறுவர்கள் கூடத் தயங்கினார்கள். அந்தத் தயக்கம் மிதப்பான ஓர் அலட்சியத்தை அவளுக்கு வழங்கியிருந்தது. வீட்டிலிருக்கும் நேரத்தை அது அவளிடமிருந்து பறித்திருந்தது.

அவள் அண்மையில் இருக்கிறாள் என்றால் அவள் வயதையொத்த சிறுமிகள் அச்சமின்றி விளையாட வந்தார்கள். கட்டியிருக்கும் பாவாடையை அவிழ்த்து மீன் பிடித்தார்கள். பூனை மயிர்கள் வளர்ந்த ஒருத்தி தயங்கினால் கூட, "நீ அவுருடி..." என்று சுந்தரவள்ளி அவளுக்கு உத்தரவிட்டாள். அவள் அஞ்சினால், இவளே முன்வந்து தான் முதலில் அவிழ்த்து அவளது அச்சத்தைப் போக்கினாள். சிறுவர்கள் விலகி நடந்தார்கள் அல்லது புதர்களுக்குள் தலைகள் தெரியாவண்ணம் மறைந்து கண்கள் மின்னினார்கள். படுகையின் ஓரத்தில் படிந்து போயிருக்கும் நாணல் தட்டைகளை எடுத்து உதறினால் இறால்கள் கொட்டின. அதனுடன் சேர்ந்து கொட்டும் பாம்புகளுக்கு அஞ்சாமல் இருக்கவேண்டும் அவ்வளவே.

அன்று அம்மை வந்து கொள்ளிடக்கரையில் அவளை அழைத்தபோது, சுந்தரவள்ளி பாவாடையில் குவித்து முடிச்சிடப்பட்ட இறால்களுடன் வாய் கொள்ளா சிரிப்புடன் அவளுக்கு எதிரே வந்து நின்றாள். இதை அம்மை எதிர்பார்த்திருக்கவில்லை. ஆனால் அவளிடம் கடிந்துகொள்ளவும் அவளுக்கு மனம் வரவில்லை. அதை வாங்கி காய்ந்த மணலில் கொட்டிவிட்டு, அவளது பாவாடையை அலசி அவளுக்குக் கட்டிவிட்டாள். மேலாடையின் மீது தண்ணீரை அள்ளி ஊற்றி அந்த ஈர மணலையும் நாணல் தூசுகளையும் தட்டிவிட்டாள். அவளது முகத்தைக் கழுவிவிட்டு, அவளை அழைத்து மடியில் வைத்துக்கொண்டு வெயிலில் சுந்தரவள்ளியை

உலரவைத்தபோது, சாம்பல் போட்டுத் தேய்த்த வெண்கலக் குடத்தைப் போல அவள் ஒளிரத் தொடங்கியிருந்தாள்.

எதற்கு இதெல்லாம் செய்கிறாள் என்று சுந்தரவள்ளிக்குக் குழப்பமாக இருந்தது. கொள்ளிடத்திலிருந்து கிளம்பும் போது, உலர்ந்திருந்த சுந்தரவள்ளியின் தலைமுடி காற்றில் பறந்து கொண்டிருந்தது. புட்டம் வரை நீண்டு வீழ்ந்திருந்த முடியை அள்ளி பின் மண்டையில் முடிச்சிட்டுக்கொண்டாள். அழைத்துவரும் வழியில், எல்லைக்கல்லின் அருகில் நட்டுவைக்கப்பட்டிருந்த வேல்கம்பில் இருந்து கொஞ்சம் குங்குமத்தை எடுத்து அவளது நெற்றியில் வைத்துவிட்டாள் அம்மை. சுந்தரவள்ளிக்கு எல்லாமே புதிராக இருந்தது.

வீட்டை அடைந்தபோது, திண்ணையில் தனது தந்தையுடன் வேறு புதிய ஆட்களும் குந்தியிருப்பதைத் கண்டாள். ஆனால் அம்மை அவளைத் திண்ணையை அண்டவிடவில்லை. கொல்லைப்புறமாக வீட்டின் உள்ளே அழைத்துப் போனாள். அங்கு புதிதாக இரண்டு பெண்கள் உட்கார்ந்திருந்தார்கள். செல்லும் வழியில், வீட்டின் பக்கவாட்டிலிருந்த நெற்களத்தில், புத்தம் புது பொலிவுடன் ஒரு கூண்டு வண்டி நின்றுகொண்டிருந்தது. நீண்ட கொம்புடன் பால் வெண்மையில் இரண்டு வண்டிமாடுகள், கம்பீரமாக ஒடுங்கிய வயிறுடன் அங்கிருந்த முளைக்குச்சியில் பிணைக்கப்பட்டு, வண்டியிலிருந்து எடுத்து வெளியே போடப்பட்டிருந்த வைக்கோலைக் கடித்துக்கொண்டிருந்தன. அவளது அண்ணன்கள் அந்த வண்டியின் அருகே நின்றுகொண்டிருந்தார்கள். கறுத்த வலுவான வண்டியோட்டி நுகத்தடிக்கு அருகில் தரையில் உட்கார்ந்திருந்தான்.

உள்ளே நுழைந்ததும், அங்கு உட்கார்ந்திருந்தவளில் ஒருத்தி, அம்மையை விட வயது கூடியவளாகத் தெரிந்தவள், எழுந்து வந்து சுந்தரவள்ளியின் கையைப் பற்றி அழைத்துக்கொண்டு போய் தங்களுக்கு அருகில் அமரவைத்துக்கொண்டாள். அவளுக்கு அருகில் ஒரு சாக்கு மூட்டை இருந்தது. இன்னொருத்தி எழுந்து அதன் உள்ளே இருந்த தாம்பூலத்தை எடுத்து வெளியே வைத்து, சாக்கிலிருந்த வாழைப்பழம், பூ ஆகியவற்றை அந்தத் தாம்பூலத்தில் அடுக்கத் துவங்கினாள்.

சுந்தரவள்ளிக்குப் புரிந்துவிட்டது. தனது கைகளைப் பற்றிக் கொண்டிருந்தவளிடமிருந்து விலக்கிக்கொண்டு எழுந்து அடுப்படியை நோக்கிப் போனாள். அங்கு அம்மை

வந்தவர்களுக்கு மோர் கலக்கிக் கொண்டிருந்தாள். மஞ்சள் நிறத்தில் ஆடை அதன் மீது மிதந்துகொண்டிருந்தது. கையால் வழித்து அப்படியே சுந்தரவள்ளியின் நாக்கில் குவித்தாள். ஏதோ கேட்கவந்தவள் ஒரு கணம் திகைத்து அந்த வெண்ணையின் வழுவழுப்பில் கண்களை மூடி மீண்டாள். பிறகு அதைக் கேட்கவேண்டாம் என்று அமைதியடைந்தாள்.

திண்ணையிலிருந்த அப்பன் உள்ளே வந்தபோது, அவரைப் பின் தொடர்ந்து மற்றவர்களும் வந்தார்கள். திண்ணையில் உட்கார்ந்திருந்த சொற்ப புதிய ஆட்களைக் கடந்து, இப்போது நிறைய ஊர் ஆட்களும் அந்தக் கூட்டத்தில் இருந்தார்கள். சில சிறுவர் சிறுமிகளும் வந்து நிலைப்படியில் நின்றுகொண்டு என்ன நடக்கிறது என்று காண்பதில் ஆர்வப்பட்டார்கள். சுந்தரவள்ளி அவர்களுடன் போய் நின்றுகொள்ளலாமா என்று நினைத்தாள். அப்படித் தோன்றியவுடனே வேண்டாம் என்றும் நினைத்தாள். அதுவொரு வேடிக்கை போலவே இருந்தது அவளுக்கு. ஆனால் தெருவிலிருந்து இரண்டு மூன்று பெண்களும் வந்தபோது, அதில் ஒருத்தி சுந்தரியை எப்போதும் கேலி செய்யும் பெரியத்தையாகவும் இருந்ததைக் காண்கையில் சுந்தரி சிவந்து போனாள்.

அப்படித்தான் கல்யாண நிச்சயம் நடந்து முடிந்தது. தன்னைக் கட்டிக்கொள்ளப் போகிறவன் யார் என்று அவளுக்குத் தெரியவில்லை. அவளது அம்மைக்கும் அண்ணன்களுக்கும்கூட தெரியவில்லை. அப்பாவுக்கு மட்டுமே தெரியும். அவர் மட்டுமே சோமுவைப் பார்த்திருந்தார். பொலிவும் மதர்ப்பும் கூடிய சோமுவை முதல் பார்வையிலேயே அவருக்குப் பிடித்துவிட்டது. அவர் தோப்பிற்கு வந்தபோது, அப்போது சோமு ஒரு காளையைப் பிடித்து கவணையில் கட்டிக்கொண்டிருந்தார். அவரிடம் கேட்பதற்கோ சொல்வதற்கோ பார்க்க வந்தவருக்கு ஒன்றுமில்லை. சோமுவின் தகப்பனுடன் தாம்பூலம் பரிமாறியபடியே உரையாடிக் கொண்டிருந்தது மட்டுமே போதுமானதாக இருந்தது.

அடுத்த இரண்டு வாரத்தில், மணவறையில் வைத்துதான் சோமுவைப் பார்த்தாள் சுந்தரவள்ளி. அவளுக்குக் கண்ணீர் முட்டிக்கொண்டு வந்தது. வள்ளி, பச்சை நரம்புகள் தெரியும் நிறத்தில் எலுமிச்சையுடன் போட்டி போடும் நிறத்தினள். சோமுவோ மினுங்கும் கரிய நிறத்தில் இருந்தான். அவளருகில் நிற்கிறபோது, அவரது கறுப்பு நிறம் கண்ணைக் கூசுவதாக மிளிர்ந்து பெருகியது. எந்தப் பரபரப்பும் இல்லாமல், அவளது

முகத்தையும் ஏறிட்டு நோக்காமல் தவத்தில் இருப்பதுபோல அவன் அந்தப் பலகையில் அவளுடன் உட்கார்ந்திருந்தான்.

வீட்டின் நடுமுற்றத்தில், அப்பலகை போடப்பட்டிருந்தது. அதன் முன்னும் பின்னும் மாக்கோலம் இடப்பட்டிருந்தது. வீடு முழுக்கவும் மாக்கோலம்தான். வாசலில் மாவிலைத் தோரணமும், வாழைக்கன்றுகளும் கட்டப்பட்டிருந்தன. தெரு ஆட்கள் நெருக்கமாகக் குழுமியிருந்தார்கள். ஆண்களுக்கு நிற்பதற்கு இடமில்லை. அனுமதியுமில்லை. சோமு சுந்தரியின் கழுத்தில் தாலி கட்டியபோது, அவரது உறுதியான கைகள் அவள் மீது மோதியதில் அவள் மேலும் கலவரமடைந்தாள். கண்ணீர் கசியத் தொடங்கியது. அந்த மாலைகளை உருவி எறிந்துவிட்டு ஓடிவிடவேண்டும் போல இருந்தது. அம்மையைத் தேடினாள். அவள் கண்ணுக்கே கிடைக்கவில்லை. அவளுக்கும் மாப்பிள்ளையைப் பிடித்திருக்காது என்று நினைத்தாள். மீண்டும் தேடியபோது அவள் யாரென்று தெரியாத ஒருத்தியுடன் பாந்தமாக நின்றுகொண்டிருப்பது தெரிந்தது. அவள் சோமுவின் அம்மாவாக இருக்கவேண்டும். அதே கறுப்பு. தன்னை நடுவீட்டில் வைத்து தனது கைகளைப் பற்றிக்கொண்டவள். அப்போதே இவள் யாரென்று கேட்டிருக்கவேண்டும். இவள்தான் உன்னைக் கட்டிக்கொள்ளப் போகிறவனின் அம்மா என்று சொல்லியிருந்தால், மாப்பிள்ளை எந்த லட்சணத்தில் இருப்பான் என்பதை அனுமானித்திருக்க முடியும். தவறு செய்துவிட்டோம் என்று வருந்தினாள். வெளியே திண்ணையில் அப்பாவிடம் உட்கார்ந்து பேசிக்கொண்டிருப்பவர்தான் மாப்பிள்ளையின் தந்தை என்று அம்மை சொல்லியிருந்தாள். அவள் தன்னிடம் தந்திரமாக நடந்துகொண்டிருக்கிறாள் என்று சுந்தரவள்ளி உள்ளுக்குள் குமைந்தாள். வாயைத் திறக்கையில் நாக்கில் வெண்ணையைத் திணித்ததன் சூட்சுமம் இதுதானா என்று வெம்பினாள்.

இனி சொல்வதற்கு ஒன்றுமில்லை. தாலியைக் கட்டிவிட்டான். கைகள் வேறு முரட்டுத்தனமாக இருக்கின்றன. தான் ஒருத்தி இருப்பதை காட்டிக்கொள்ளாதவன்போல வேறு இருக்கிறான் என்று அவளுக்கு யோசனைகள் குழப்பியடித்தன. ஆனால் இந்தக் கல்யாணச் சடங்குகள் பரவசத்தைக் கூட்டுவது போலவே இருந்தன. இங்கும் நிறைய சிறுவர் சிறுமிகள் அலைந்துகொண்டே இருந்தார்கள். இடையிடையே சிலர் வந்து தொட்டுத் தொட்டுப் பார்த்தார்கள் இவளை. சில பெண்கள் சுந்தரவள்ளியின் காதுபடவே, “என்ன நெறம் பாத்தியா...” என்று

சொல்லிவிட்டுச் சிரித்தார்கள். அதை சுந்தரவள்ளி ரசிக்கவில்லை. திரும்பி சோமுவின் முகத்தைப் பார்த்தாள். அவன் ஏதோ கடமைக்குக் குந்தியிருப்பது போலவும், இந்த வேலை முடிந்தவுடன் தோப்பிற்குப் போய் மாடுகளுக்கு வைக்கோல் அள்ளிப்போடும் அவசரத்தில் இருப்பவன் போன்றதுமான முகபாவனையில் இருந்தான்.

அன்றைய இரவு அந்த வீட்டில் அவள் தனித்து விடப்பட்டபோது, அவளுக்குப் புது இடத்தில் இருக்கிறோம் என்பதே தோன்றவில்லை. வீடெங்கும் பரவியிருக்கும் பச்சையின் கவிச்சிவாடை நெருக்கத்தை உண்டு பண்ணிவிட்டிருந்தது. ஆனாலும்கூட சோமு மீதான அவளது அதிருப்தி குறையவே இல்லை. நடுக்கமும் பதட்டமுமாக அதே சமயம் அவனைக் கண்டு தான் அஞ்சவில்லை என்று அறிவிப்பவளைப் போன்றதுமான தோரணையில் அவனை முறைத்துக்கொண்டிருந்தாள். ஆனால் சற்று நேரத்திலேயே அவளுக்குப் புரிந்து போனது, முற்றத்தில் வைத்துத் தாலி கட்டும்போது காட்டிகொண்டது போல, சோமு உம்மனாமூஞ்சி இல்லை. தனித்திருக்கையில், சுந்தரவள்ளியை நீண்ட நாட்களுக்கு முன்பே அறிந்திருந்தவன் போல அவன் நடந்துகொண்டான். அவளது முகத்தைப் பார்ப்பதற்கு அவனுக்கு எந்தக் கூச்சமும் இல்லை.

அவள்தான் வெட்கத்தில் நெளிந்தாள். “உனக்கு நிறைய பாட்டு தெரியுமாமே... பாடு...” என்று அவளிடம் அவன் கேட்டபோது, இவனுக்கு நம்மைப் பற்றி நிறையத் தெரிந்திருக்கிறது என்பது கூடுதல் நாணத்தை வரவழைத்தது. பிறகு இரண்டு பேரும் உரையாடி ஒரு முடிவுக்கு வந்தார்கள்.

இங்கு பாட முடியாது, கொல்லைப்புறம் போகலாம், அங்கு வைத்து நான் பாடுகிறேன் என்று சொன்னாள். அவனுக்கும் அது பரவசமாகத்தான் இருந்தது. கொல்லைக் கதவைத் திறந்தபோது, கூடத்தில் படுத்திருந்த சின்னம்மா, யாரது என்று கேட்டாள். தலையைத் தூக்கி, இருவரும் நழுவுவதைப் பார்த்துவிட்டு சிரித்துக்கொண்டே மீண்டும் படுத்துவிட்டாள்.

நீண்ட கொல்லைப்புறம் அது. இறங்கியவுடன் மாட்டுத் தொழுவத்தின் பச்சை சாண வாசமும் மூத்திர வாசமும் நெடியுடன் நாசியில் ஏறியது. அதற்கடுத்து கரிய இலைகளுடன் ஒரு மாமரம் நின்றிருந்தது. பகலில் தான் வந்தபோது, தனது கண்ணுக்குப் பட்டிருந்த மரங்களை வைத்துதான் இப்போது

அவற்றை அடையாளம் தெரிந்துகொள்கிறோம் என்பது அவளுக்குப் புரிந்தது. இத்தனைக்கும் நிலவொளி பால் போன்ற வீச்சுடன் தனுமையாக இருந்தது. மாமர அடர்த்தியைக் கடந்து கொஞ்ச தூரம் நடந்ததும் வெளிச்சம் விரவிக் கிடந்தது. எத்தனை தூரம் கொள்ளிடத்தில் அதன் கரையில் அவள் சுற்றித் திரிந்திருந்தாலும் கூட, இரவில் எங்கும் போய் வருவதற்கு அவளுக்கு வாய்த்திருக்கவில்லை. அது இத்தனை பரவசமிக்கதாக இருக்கும் என்றும் அவள் அறிந்திருக்கவில்லை. அவள் நடந்துகொண்டே இருந்தாள். அவனும் எதுவும் பேசாமல் பின்னாலேயே வந்துகொண்டிருந்தான். கொல்லைப்புறத்தின் இறுதியில், பெரிய வாய்க்கால். கரைகளைத் தொட்டுக்கொண்டு தண்ணீர் ஓடியது. வாய்க்காலுக்கு அந்தப் பக்கம் பறந்து விரிந்து கிடக்கும் வயல்கள். குளிர்ந்த காற்று வீசிக்கொண்டிருந்தது. அங்கு கிடந்த காய்ந்த மரத்துண்டை காண்பித்து இதில் உட்காரலாமா என்று கேட்டான்.

அவளுக்கு அந்த வாய்க்காலைத் தாண்டி, வயல்களின் வரப்பிற்குள் நுழைந்து நடக்கவேண்டும் போல இருந்தது.

போகலாம் என்றான் அவன். சொல்லிக்கொண்டே மேல் சட்டையைக் கழட்டி அந்த மரத்துண்டின் மீது வைத்துவிட்டு அவளைத் தோளில் தூக்கிக்கொண்டு போய் அக்கரையில் விட்டான். அவனது இடுப்புக்கு மேல் தண்ணீர் ஓடிக்கொண்டிருந்தது.

வரப்பு நீர்முள் செடிகளால் நிறைந்திருந்தது. வரப்பில் குந்தியிருந்த தவளைகள் சளக் சளக்கென்று நீருக்குள் பாய்ந்தன. தண்ணீர் பாம்புகள் அருகாமையில் இல்லை என்பதை அவற்றின் சத்தம் அறிவித்தது. பயிர்கள் கதிர் பிடிக்கும் பருவத்தில் இருந்தன. நடக்கையில் பயிரின் சுனை காலில் உரசி சிலிர்க்கச் செய்தது. நீர்முள் சுருக்சுருக்கென்று நெருப்பெறும்பு கடிப்பது போல தைத்தது. ஆனால் அவளுக்கு நிற்கவேண்டும் என்று தோன்றவே இல்லை. வயலின் இறுதிவரை ஒருவர் பின் ஒருவராக நடந்துகொண்டேயிருந்தார்கள். வயலின் எல்லை முடிகிற இடத்தில் அந்த ஒற்றையடிப்பாதை துவங்கியது. அதன் விளிம்பில் நிறைய விழுதுகளுடன் அடர்ந்த ஆல மரம் நிலவை மறைத்து நின்றுகொண்டிருந்தது. அதன் கிளைகளைக் காண, அது தனது தலையை விரித்துப் போட்டுக்கொண்டு நிலவில் அவற்றை உலர்த்துவது போல இருந்தது.

அந்த மரத்தடிக்குப் போனால் நிலவு மறைந்துவிடும் என்று அஞ்சுபவளைப் போல, இரண்டு புறமும் கண்ணுக்கெட்டியதூரம் வரையிலும் நிலவொளியில் லயித்துக் கிடக்கும் வயல்களின் நடுவே நின்று, அவனுடனான தனது முதல் பாடலைப் பாடினாள் வள்ளி. மிகவும் நிதானமான அடர்ந்த குரலாக இருந்தது அது. அவளுக்கு கொஞ்சம் இடைவெளி விட்டு சோமு நின்றுகொண்டிருந்தான். அவளது பாவனைகள் எதுவும் அவனது கண்ணுக்குத் தெரியவில்லை. அந்த வரப்பில் அவள் நிற்பது, ஒரு வளர்ந்த செடி நிற்பதைப் போல இருந்தது. அங்கு வீசிக்கொண்டிருந்த தென்றலுடன் ஒத்திசைவது போல அவளது பாடல் நீண்டும் படர்ந்தும் அடங்கியும் ஆரவாரித்தும் மிதந்துகொண்டிருந்தது. பாடி முடிந்ததும் அவளுக்கு வெட்கத்தில் உடல் கூசியது.

சோமு அந்த சுழலிலிருந்து வெளிவராதவனாக அப்படியே நின்றுகொண்டிருந்தான்.

அந்த ஒற்றையடிப் பாதை எங்குபோகிறது என்று அவனிடம் கேட்டாள்.

"இலுப்பைத் தோப்புக்குப் போகும் பாதை" என்றான் சோமு.

"அங்கு என்ன இருக்கிறது...?"

"அதுவொரு வனம். இன்ன மரம் என்று இல்லாமல் எல்லா மரமும் இருக்கிறது."

"அப்புறம் ஏன் அதுக்கு பேரு இலுப்பைத் தோப்பு?"

"நடுவுல ஒரு தாமரைக் குளம் இருக்கும். அதைச் சுற்றி நிறைய இலுப்பை மரம் இருக்கும். அது குளத்து ஓரத்தை எப்பவுமே நிழலா வச்சிருக்கும். எவ்வளவு வெயிலடிச்சாலும் நடுக் குளத்துக்கு போனா மட்டும்தான் தண்ணி கொஞ்சம் வெது வெதுன்னு இருக்கும். குளத்து ஓரத்து தண்ணி பனிக்கட்டி மாதிரி இருக்கும். அந்த இலுப்பை மரம்லாம் குளத்துக்குள்ள யாரும் இறங்கிடாம இருக்க காவல் காக்குற மாதிரி இருக்கும்."

"நீ போயிருக்கியா?"

"அப்புறம் போகாம?"

"இப்ப போலாமா?"

"இன்னொரு நாளைக்கு போகலாம்."

"ஏன்?"

"ராத்திரில அங்க ஓநாய் இருக்கும்?"

"அப்படியா... நீ பாத்திருக்கியா?"

"இல்ல... சத்தம் வரும் கேட்ருக்கேன்."

அவர்கள் இருவரும் அந்த ஆல மரத்தடி விழுதைப் பிடித்துக்கொண்டு வீடு திரும்ப மனமில்லாமல் நின்றபோது தூரத்தில் இலுப்பைத் தோப்பின் உள்ளிருந்து நீண்ட ஊளையொலிகள் எழுந்து அடங்கின.

அதுதான் ஓநாய் என்று சோமு வள்ளியிடம் சொன்னான்.

திரும்பி நடக்கும்போது சுந்தரவள்ளி அந்தக் கறுப்பனின் மீது அதீத காதலில் விழுந்திருந்தாள். "அந்தக்கெழ பய..." எனும் வசையில் அவள் மறைத்து வைத்திருப்பது அன்று நிலவொளியில் மின்னிய கருப்பனின் மீதான முதல் காதலைத்தான்.

அதனால்தான் சோமு இறந்த அன்றைய இரவில் அவளுக்கு ஒப்பாரி வைக்கமுடியாமல் நாக்கு இழுத்துக்கொண்டது. கையிலிருந்த தனது குழந்தையை அவசரமாக கீழே தாழ்த்திவிட்டு, ரஞ்சிதாதான் ஓடிவந்து அப்போது சுந்தரவள்ளியை மடியில் தாங்கிக்கொண்டாள். அதன் பிறகு உயிரோடு இருந்த சொற்ப மாதங்களும் சுந்தரவள்ளி மவுனமாகவே இருந்தாள். தான் பேசவேண்டியவை அனைத்தையும் ஏற்கனவே பேசித் தீர்த்துவிட்டவளைப் போல.

28

விசாலாட்சி வரப்பிலிருந்த தென்னை வரிசைகளின் அருகில் நின்றிருந்தாள். பெரிய வரப்பு நெடுகவும் மரங்கள் வளர்க்கப்பட்டு வயல்களின் விளிம்பு வரை அவ்வரிசை நீண்டிருந்தது. வரப்பை ஒட்டி எல்லா வயல்களுக்கும் நீரைச் சுமந்து செல்லும் வாய்க்கால் ஓடிக்கொண்டிருந்தது. பம்புசெட்டிலிருந்து பாயும் தண்ணீர் என்பதால் அதற்குக் கோடை என்றோ மழைக்காலம் என்றோ இல்லை. வரப்புகளின் விளிம்புகளில் களிம்பு படர்ந்திருந்தது. பிசைந்த வண்டலைப் போல தரையிலும் களிமண் படர்ந்திருந்தது. நீண்டிருக்கும் கொம்புகளுடன் நத்தைகள் .வருடங்களாக வரப்பின் ஒரு முனையிலிருந்து இன்னொரு முனைக்கு ஊர்ந்துகொண்டிருந்தன. ஆங்காங்கு துண்டு துண்டாக நண்டு வளைகள் இருந்தன. அவற்றால் கைவிடப்பட்ட பழைய வளைகளில் களிம்பு படர்ந்து அவற்றைக் கறுப்பாக்கியிருந்தது. அவ்வளையில் தண்ணீர் நிறைகையில், நீரோட்டத்தின் மீது வட்ட நிழல் பதிந்துவிட்டது போல தோற்றம் வந்து பிறகு தெளிவடைந்தது. காவிரியில் நீர் வரத்து இல்லாமல் ஊரெங்கும் வறட்சியின் கொடுங்காற்று வீசிக்கொண்டிருக்கும்போது, விசாலாட்சி பயிரிடும் வயல்களில் அதன் சுவடே இல்லை.

வரப்பிலிருக்கும் தென்னைகள் எப்போதும் ஈர நைப்பில் இருப்பதால் அவற்றின் மட்டைகள் பத்தடிக்கு மேல் நீண்டிருந்தன. பழுத்த மட்டைகள் நீண்ட நாட்களுக்கு மரத்தை விட்டு உதிர மறுத்து பிடிவாதம் பிடித்துக்கொண்டு நின்றன. தேங்காய் காய்ப்பதைத் தாமதப்படுத்திகொண்டு தென்னைகள் தாம் வளர்வதிலேயே குறியாக இருந்தன. உறிஞ்சும் அதிக நீரால் அதன் அடி மரம் பெருத்து விசாலாட்சியை நகல் செய்து நகைத்தது.

வயல்களில் பெண்கள் களையெடுத்துக் கொண்டிருந்தார்கள். விசாலாட்சி எப்பொழுதும் அவர்களை நெருங்குவதோ அவர்களுடன் உரையாடுவதோ இல்லை. தூரத்திலிருந்து பார்ப்பதோடு சரி. எதாவது தேவையென்றால் எவளாவது கரையேறி வந்து அவளிடம் கேட்டாள்தான் உண்டு. ஒரு

கறாரான இடைவெளியை அவள் கடைபிடித்து வந்தாள். எப்போதும் சிரிப்பும், கேலியும், கும்மாளமுமாக இருக்கும் அவர்கள் மீது அவளுக்கு ஒவ்வாமையாகக்கூட இருந்தது. மேலும் கரையேறும்போது, அவர்கள் பம்புசெட்டில் வந்து உடலைக் கழுவிக்கொள்ளும்போது அவள் அங்கு இருக்கவேண்டியிருந்தால், உடனே அந்த இடத்தை விட்டு அகன்று விடுபவளாக இருந்தாள். ஒரு விஷயத்தில் அவளை அந்தப் பெண்களுக்குப் பிடித்திருந்தது. அன்றைய தினத்தின் கூலியை அன்றே கொடுத்துவிடும் குணம். நாளைக்கும் வேலை இருக்கிறது என்றால், அன்றைய சம்பளத்தை நாளைக்கு சேர்த்து வாங்கிக்கொள்ளுங்கள் என்று அனுப்பி வைப்பதும், மறுநாள் ஒரு நாளுக்கான சம்பளத்தை மட்டும் கொடுத்துவிட்டு, மொத்த வேலையும் முடியும் வரை அந்த ஒரு நாள் சம்பளத்தைப் பிடித்து வைத்துக்கொள்வதும் அங்கு இருக்கும் பழக்கம்தான். "இங்க கையையும், இன்னொருத்தன் வயல்ல காலையும் வச்சிட்டு, ரெண்டு வேலையையும் தானே செய்யனும்னு அலைவாளுவோ" என்று இந்த தாமதப்படுத்தலுக்கு ஒரு நியாயமான காரணமும் இருந்தது. ஆனால் விசாலாட்சிக்கு அது குறித்த அச்சமொன்றுமில்லை. "களையெடுக்க எவளும் வரலன்னா பயிரோட சேர்த்து மாட்ட அவுத்துவிட வேண்டியதுதான்..." எனும் அவளது மூர்க்கம் அனைவரும் அறிந்ததே. அது வேலை செய்யும் பெண்களுக்கும் தெரிந்திருந்தது.

வரிசையாக இருபது ஆட்களுக்கு மேல் இரண்டு குழுவாகப் பிரிந்து களை எடுத்துக்கொண்டிருந்தார்கள். எண்ணிக்கை அதிகமாக இருக்கவும் வழக்கத்தை விடக் கூடுதலாக கேலியும் சச்சரவுமாக இருப்பது போல விசாலாட்சிக்குப் பட்டது. பிரதானப் படலைத் திறந்துகொண்டு அவள் உள்ளே நுழையும்போதே இந்த வித்தியாசத்தை அவளால் உணர்ந்துகொள்ள முடிந்தது. நுழைந்ததும் கிழக்கு எல்லை வரை போய் தண்ணீர் பாய்ந்து கொண்டிருப்பதை உறுதி செய்துவிட்டு வந்தாள். அடிக்கடி மின்சாரம் தடைபடுவதன் எச்சரிக்கை உணர்வு மனதை விட்டு அகலாமல் இருந்தது. பிறகு விசித்திரமான உறுத்தும் சங்கடத்துடன், அதை எப்போதும் செய்பவள் இல்லைதான், அவர்கள் களை எடுக்கும் இடத்திற்கு அருகில் சென்று வரப்பில் நின்றுகொண்டு ஆட்களின் வரிசையை நோட்டமிட்டாள். வந்திருந்தவர்களில் சரி பாதி ஆட்கள் விசாலாட்சியின் தெரு ஆட்கள்தான். எப்படிப் பார்த்தாலும் அவளது உறவினர்கள். என்னதான் சோற்றுக்கு வழியில்லை என்றாலும், இவள் நம் ஆள்தானே என்ற அலட்சியமான

தீம்புனல்

உடல்மொழியும், பெண் என்பதால் வரும் இயல்பான திமிரும் அவர்களது நடையுடையில் இருக்கும். இன்று கூடுதலாக ஒரு எள்ளல் தொனி அவர்களிடம் இருப்பதாக விசாலாட்சிக்குத் தோன்றியது.

களையைப் பிடுங்கியபடி நிமிர்கையில் குனிந்திருப்பவர்களின் முகங்களை விசாலாட்சி அடையாளம் கண்டுகொள்ள முயன்றாள். இரண்டு வரிசைகளிலும் இரண்டு தெருப் பெண்களும் கலந்து நின்றிருந்தார்கள். நீண்ட நேரம் குனிந்து கொண்டிருந்த ஒருத்தி, நிமிர்ந்ததும் அப்படியே உடலைப் பின் பக்கம் வளைத்து நோகும் முதுகை ஆசுவாசமாக்கிகொண்டு அந்த வாக்கிலேயே மூத்திரம் பெய்தாள். அதுவும் ஓர் அனிச்சையான செயல்போல. அவள் வயதில் மூத்தவளாக இருந்தாள். அதை ஒரு குமரி செய்திருந்தால் கேலிச் சிரிப்பு வயலை நிறைத்திருக்கும். அதுவும் பக்கத்தில் எவனாவது கோவணத்துடன் அண்டை வெட்டிக்கொண்டிருந்தால் தொலைந்தான்.

கூட்டத்திலிருந்து நிமிர்ந்த ஒருத்தி, "இந்த வெடத்துல இதுவரைக்கும் பாக்காத களையெல்லாம் இப்ப முளைச்சிருக்கு ஆச்சி" என்று விசாலாட்சியை நோக்கிச் சொன்னாள். அவள் ஏதோ நகைச்சுவையை சொல்லிவிட்டது போல, கூட்டத்தில் சிரிப்பு பீறிட்டது.

விசாலாட்சிக்கு பற்றிக்கொண்டு வந்தது. ம்ம்ம்... என்று ஒற்றை வார்த்தையில் பதில் சொல்லிவிட்டு அந்த இடத்தைக் கடந்தாள். முதல் தென்னையைத் தாண்டி இரண்டாவது தென்னையின் இடையில் நுழைந்து அவள் மறையும்போதுதான் அந்தக் கேலியின் மின்னல் அவளது முதுகில் தனது வெப்பமான ஒளியைப் பாய்ச்சியது.

"என்னடி... உன் சக்காளத்தி போய்ட்டா போல..."

குபீரென்று சிரிப்புச் சத்தம்.

எவளோ ஒருத்தி, "போதும் நிறுத்துங்கடி..." என்று சீறுவதும் கேட்டது.

கலியமூர்த்தியின் வைப்பாட்டி பொன்னம்மா வேலைக்கு வந்திருக்கிறாள்.

விசாலாட்சிக்குக் கொஞ்சம் தண்ணீர் குடிக்கவேண்டும் போல இருந்தது. குழாயிலிருந்து பாய்ந்து கொண்டிருக்கும் தண்ணீரில் வாய் வைத்து அப்படியே குடித்தாள். வயிறே தொட்டியாக மாறிவிட்டது போல தண்ணீர் நிறைந்துகொண்டேயிருந்தது.

ஆனாலும் தாகம் தீர்ந்தது போல இல்ல. வயிறு ஏறி ஏறி இறங்கியது. உதடுகள் நடுங்கின. மனது சமநிலைக்கு வருவதற்கு நீண்ட நேரம் ஆனது. தொட்டியை ஒட்டி தென்னையின் நிழல் படராமல் அந்த இடத்தில் வெய்யிலின் சூடு அதிகமாக இருந்தது. அது அவளுக்கு உறைக்கவே இல்லை. வெறித்தபடி நின்றுகொண்டிருந்தாள்.

பிறகு திரும்பி வேலை செய்துகொண்டிருப்பவர்களை நோக்கி நடந்தாள். வரப்பிலிருந்து கால்கள் விலகி வழுக்கின. அவர்களைச் சமீபித்ததும் நடையில் வேகம் கூடியது. அவர்கள் இருந்த திசையை நோக்கி ஆங்காரமாய் காறித் துப்பினாள். ஆத்திரம் பெருகிய அந்த நடையின் தீவிரத்தில் அப்படியே சரிந்து வாய்க்காலில் விழுந்துவிட்டாள்.

"அக்கா..." என்று குரல் கொடுத்துக்கொண்டே சேற்றில் எட்டி எட்டி கால் வைத்து அவளை நோக்கி ஒருத்தி ஓடினாள். கலியமூர்த்தியின் காதலி உள்ளிட்ட பறைச்சிகளில் ஒருத்தியும் அங்கிருந்து விலகவில்லை. விசாலாட்சி, உடைகள் முழுக்கவும் ஈரமாகியிருக்க, சேறு போர்த்திய புடவையுடன், வரப்பின் மீது ஏறாமல், அந்த வாய்க்காலில் அப்படியே தொடர்ந்து நடந்தாள். உதவப் போனவள் நீட்டிய கையுடன் விக்கித்து நின்றுகொண்டிருந்தாள். அவள் வந்து நிற்பதை விசாலாட்சி பொருட்படுத்தவே இல்லை. அவள் திரும்பி வந்து கூட்டத்துடன் இணைந்து கொண்டபோது, எல்லோரும் அதிர்ச்சியில் மவுனித்திருந்தார்கள்.

"பிசகாக நடந்துகொண்டு விட்டோமோ" என்று பொன்னம்மாளுக்கு சந்தேகம் வந்துவிட்டது. "நான் அந்த வயலுக்கு வேலைக்கு வரமாட்டேன்" என்று தயங்கியவளை, "பரவால்ல வா..." என்று சமாதானம் செய்து அழைத்து வந்திருந்தவள், மன்னிப்பு கேட்கும் தோரணையில் அவளது முகத்தைப் பார்த்தாள்.

விசாலாட்சி நின்று, முகம் கை கால்களில் இருந்த சேற்றைக் கழுவிக்கொண்டு, ஏற்றிச் செருகியிருந்த புடவையைத் தாழ்த்திவிட்டு, முந்தானையை உருவி முகத்தைத் துடைத்துக்கொண்டாள். பிறகு படலை நோக்கி நடந்து வயலை விட்டு வெளியேறினாள். அவளது தலை மறையும் வரை வயலிலிருந்தவர்கள் அவள் போவதைப் பார்த்துக்கொண்டே நின்றிருந்தார்கள். பிறகு தங்களுக்குள் கிசுகிசுத்தபடி களையெடுப்பைத் தொடர்ந்தார்கள். அடுத்து என்ன நடக்கும்

என்று அவர்களுக்குப் பதட்டமாக இருந்தது. விசாலாட்சி பொத்தாம்பொதுவாகக் காறித் துப்பியதில் அதிருப்தியடைந்து விட்டிருந்த ஒருத்தி, "இது என்ன யாருக்கும் தெரியாத ரகசியமா, எதுக்கு இப்ப சிலுத்துக்கிறா..." என்று முனகினாள்.

வயலிலிருந்து வெளியேறிய விசாலாட்சி வீட்டுக்குப் போகாமல், அதற்கு எதிர்த்திசையில் கலியமூர்த்தியின் கொல்லையை நோக்கி நடந்தாள். ஆத்திரமும் அழுகையும் முட்டிக்கொண்டு வந்தது. நடையில் அப்படி ஒரு வெறி. எட்டி வைத்து நடந்து கொண்டிருந்தாள். பிரதான பாதையிலிருந்து விலகி, அந்த சிறிய வரப்பை அடைந்தபோது, ஈரப்புடவை வரப்பின் ஓரங்களில் இருந்த காய்ந்த செடிகளின் மீது பட்டு ஒலி எழுப்பியது. சிறிய சிறிய துகள்களாக காலெங்கும் புழுதியாக ஒட்டிக்கொண்டு அது புடவையின் சரசரப்பில் நழுவி உதிர்ந்தது.

அவரது கொல்லையை நெருங்குகையில் இருந்த குறுகிய பாதையால், முள்வேலியின் மீது புடவை சிக்கியது. அப்படியே திரும்பி பலங்கொண்ட மட்டும் மாட்டிய புடவையை இழுத்தாள். புடவையில் ஒரு பகுதி கிழிந்துகொள்ள, வேலியிலிருந்த வரிச்சி முள் தனது சரசரவென சத்தத்துடன் பிரிந்து வந்தது. அதைப் பிய்த்து எறிந்துவிட்டு கிழிந்து தொங்கியபடி தரையில் புரளும் புடவையுடன் படலைத் திறந்துகொண்டு கொல்லையின் உள்ளே போனாள். கொட்டகைக்குப் போனபோது கலியமூர்த்தி அங்கு இல்லை.

பைத்தியம் பிடித்தவள் போல் கொல்லையைச் சுற்றிச் சுற்றி வந்தாள். நெல்லி மரம் இருக்கும் தெற்கு விளிம்பில் போய், அதற்கடுத்து இருக்கும் வாய்க்காலை ஒட்டி வெறித்தபடி நின்றுகொண்டிருந்தாள். தண்ணீர் இல்லாமல், பூண்டுகள் மண்டி, வாய்க்கால் வறண்டு கிடந்தது. திரும்பவும் நடந்து, கலியமூர்த்தி தண்ணீர் இறைக்கும் கிணற்றின் விளிம்பில் வந்து குந்தினாள். உள்ளே எட்டிப் பார்த்தாள். வெளியிலிருந்து பார்க்கையில், உச்சியில் இருக்கும் சூரியனுக்குக் கண்கள் கூச, உள்ளே ஒரே இருட்டாக இருந்தது. தண்ணீர் மிக ஆழத்தில் கிடந்தது. தண்ணீர் இறைக்கும் சாலும், கிணற்றின் குறுக்கே நின்று இறைப்பதற்காகப் போடப்பட்டிருந்த குறுக்கு வாட்டு மூங்கில் கழிகளும் தனிமையில் கிடந்தன. கழிகளில் கால் வைக்குமிடத்தில் தேய்ந்து வழவழப்புடன் இருந்தது. வழுக்கிவிடாமல் இருந்த அந்த இடத்தை லேசாக செதுக்கி வைத்திருப்பது தெரிந்தது.

பிறகு எழுந்து போய் அந்தக் கொட்டகையின் வாசலில் கிடந்த பலகையில் குந்தினாள். வெயில் முகத்தில் அடித்தது. கண்ணீர் வழிந்து கன்னத்தில் காய்ந்தது. பிறகு கண்ணீர் நின்றுவிட்டது. எவ்வளவு நேரம் என்ற பிரக்ஞையில்லாமல் தரையை வெறித்தபடி அப்படியே உட்கார்ந்திருந்தாள். அந்தியாகிவிட்டது. கலியமூர்த்தி வரவேயில்லை. நான்கைந்து கைத்தடிகளுடன் கோபால் கொல்லைக்கு வந்து சேர்ந்தபோது இருட்டத் தொடங்கியிருந்தது. அவனது சமாதானங்கள் எதுவும் அவளை அசைக்கவில்லை. கலியமூர்த்தி மீது ஆபாச வசைகளை உதிர்த்துக்கொண்டே, அங்கு கிடந்த நாற்காலியை அவன் எட்டி உதைத்தான். "சரி நீ வீட்டிற்குக் கிளம்பு, இங்க வந்து எதுக்கு உக்காந்திருக்க..." என்று சொன்னபோது, அதற்கு அவள் செவி கொடுக்க மறுத்துவிட்டாள். அவனையும், "நீ கிளம்பு" என்று கட்டாயமாகச் சொல்லிவிட்டாள். அவளது குரலில் தென்பட்ட உறுதி அவனைக் கலைத்தது. மேலும் அது அவளுக்குப் பாத்தியப்பட்ட கொல்லையும்கூட. அவள் என்ன முடிவில் இருக்கிறாள் என்பதை அவனாலும் அனுமானிக்க முடியவில்லை. மனதிற்குள் இவ்வளவு மூட்டை கட்டி வைத்திருப்பளா என்பதை அவனது மனம் நம்ப மறுத்தது. ஆனாலும் சரி என்று சொல்லிவிட்டு, அவன் படலைத் திறந்துகொண்டு வெளியே போனான். பிறகு தயங்கியவனாக அதன் வாசலிலேயே நின்றுகொண்டிருந்தான்.

"நீ கிளம்புடா போ..." என்று உள்ளிருந்து விசாலாட்சியின் குரல் படலை வந்தடைந்தது. ஒரு கட்டத்தில், அவளது அந்தரங்கத்தில் தான் நுழைந்துவிட்டதைப் போலவும், தாம் அங்கு நிற்பது அவளை அவமதிப்பது போல இருக்கிறது என்றும் கோபால் நினைத்தான். அந்த அதிருப்தி பெருகி அப்படியே கலியமூர்த்தியின் மீது கட்டுக்கடங்காத கோபமாகத் திரண்டது. அதே சமயம் அவர் மீது விசித்திரமான முறையில் பரிதாபமும் கொண்டான். அவரைக் குறித்து அதிருப்தியான முறையில் ஆராய்வதற்கும் ஒன்றுமே இல்லை என்று அவனுக்குப் பட்டது. இந்த விவகாரத்தை தான் இதுகாறும் யோசித்ததே இல்லை என்பதையும் அவன் பரிசீலித்தான். அருகில் மல்லிகா இல்லை என்பது அவனை சோர்வுறச் செய்தது. இங்கேயே காத்திருக்கலாமா அல்லது வீட்டுக்குப் போகலாமா என்று அவன் தத்தளித்தபடியே நின்றான். கூட வந்திருந்தவர்கள் அவனது முகத்தை முகத்தைப் பார்த்தார்கள். அது கோபாலுக்கு எரிச்சல் மூட்டியது. அவர்கள் முன்னால் தான் சிறுத்துப் போய்விட்டது போல அவனை அது உணரச்செய்தது. அது விசாலாட்சி மீதான

ஆத்திரத்தை வரவழைத்தது. "அகங்காரம் புடிச்ச தேவடியா..." என்று மனதிற்குள் உறுமிக்கொண்டான். வாங்கடா என்று யாரையோ பார்த்துச் சொல்வது போல சொல்லிவிட்டு பிறகு வீட்டை நோக்கி நடந்தான்.

அன்று இரவு முழுக்க அந்தப் பலகையிலேயே விசாலாட்சி உட்கார்ந்து கிடந்தாள். எதன் மீது என்றில்லாது எல்லாவற்றின் மீதும் வெறுப்பு மண்டியது. தனக்குக் கூடப்பிறந்தவர்கள் யாருமில்லாது செய்துவிட்ட பெற்றோர்களை மனம் விட்டு சபித்தாள். நடு இரவில் மயங்குவது போல உடல் தளர்ந்து அப்படியே சரிந்து கீழே விழுந்து மீண்டும் எழுந்து உட்கார்ந்த போது, "கோபால் தன்னை இங்கு தனியாக விட்டுவிட்டுப் போயிருக்கக்கூடாது" என்று நினைத்தாள். தன்னை அவன் வற்புறுத்தியிருக்கவேண்டும் என்றும், கையைப் பிடித்து இழுத்துக்கொண்டு வீட்டுக்குப் போயிருக்கவேண்டும் என்றும், அப்படி தான் வராமல் பிடிவாதம் பிடிக்கும் பட்சத்தில், "நீ வராமல் நான் வீட்டுக்குப் போகமாட்டேன்..." என்று படல் வாசலில் அவன் குத்தியிருந்திருக்க வேண்டும் என்றும் விரும்பினாள்.

இன்று நிலா கூட இல்லை. கண்ணுக்கு முன்னால் இருள் மட்டுமே இருக்கிறது. ஆனால் கைக்கெட்டும் தூரம் வரை பார்வை தெரிகிறது. தாம் எல்லோராலும் கைவிடப்பட்டிருக்கிறோம் என்றும், இல்லை இல்லை தன்னைக் கைவிட்டது கலியமூர்த்தி மட்டும்தான் என்றும் நினைத்தாள். இவ்வளவு நேரமாகியும் ஏன் இன்னும் கோபாலின் சித்தப்பன் தன்னைத் தேடிக்கொண்டு வரவில்லை என்றும் நினைத்தாள். அந்த நினைப்பு மனதின் ஆழத்தில் குழியைத் தோண்டிவிட்டது. அதன் மீது தனது வாழ்நாள் தனிமையின் மூங்கில் கழிகளையிட்டு அவள் தனது துயரத்தை இறைத்துக் கொண்டேயிருந்தாள். இருள் அத்தனிமையின் நிறத்தை இன்னும் இன்னும் கருமையாக்கிக்கொண்டே இருந்தது. நேரம் ஆக ஆக இனி இந்த இரவில் கலியமூர்த்தி கொல்லைக்கு வரப்போவதில்லை என்ற எண்ணம் அவளுக்கு வலுத்தது. உடலின் ஒவ்வொரு அசைவிலும் ஆத்திரம் பொங்கிப் பொங்கி வந்தது. எழுந்து கொட்டகையின் கதவை உதைத்துத் திறந்துகொண்டு அதன் உள்ளே போனாள். புடலங்காய் அறுக்கும் சிறிய கத்தி தண்ணீர்ப் பானையை ஒட்டிக் கிடந்தது. உள்ளங்கையில் வைத்து மூடினால் காம்பைத் தவிர மீதி அனைத்தும் மறைந்துவிடும் அளவுக்கான சிறிய முனை

வளைந்த கத்தி அது. அதை எடுத்துக் கையில் வைத்துக்கொண்டு நீண்ட நேரம் அதைப் பார்த்துக்கொண்டே நின்றாள். பிறகு கொட்டகையின் வெளியே வந்து புடலம் பந்தலுக்கு வெளியே தொங்கிகொண்டிருந்த காய்ந்த வாழைச் சருகுகளை விலக்கிக்கொண்டு உள்ளே போனாள்.

அவள் கொல்லையை விட்டு வெளியேறி வீட்டை நோக்கி நடக்கும்போது விடியத் தொடங்கியிருந்தது. நடுவில் இருக்கும் வயற்காட்டின் விளிம்பிலிருந்து பார்க்கும்போது, தெரு தூரத்தில் தெரிந்தது. மினுக்கட்டாம் பூச்சி போல தெருவிளக்குகள் எரிவது தெரிந்தது. அந்த ஒளிப்புள்ளிகளும் கூட முழுவதும் தெரிந்துவிடாமல் வளர்ந்த தென்னைகள் அவற்றை மறைத்திருந்தன. கொல்லைக்கும் வீட்டிற்குமான தூரம் நீண்டு கொண்டே போனது. ஒரே நேரத்தில் வீட்டை நோக்கி நடப்பதாகவும் அதே சமயம் வீட்டை விட்டு விலகி நடப்பதாகவும் பிரம்மை கொண்டாள். தெருவின் முகப்பிலிருந்த கோவிலை எட்டியபோது, படுத்திருக்கும் ஒருவனின் இருமல் சத்தம் கேட்டது. நாய்கள் முடங்கியிருந்தன. பழுப்பு நிறத்தில், தெரு மட்டும் கைவிடப்பட்டது போல முடிவற்றுக் கிடந்தது. கோபாலின் வீட்டைக் கடக்கையில், திண்ணை விளக்குகள் அணைக்கப்படாமல் இருந்தன. கதவின் அருகே ஆள் நடமாட்டம் தெரிந்தது.

மல்லிகா விழித்திருக்கிறாள். சன்னலின் வழியாக தெருவை நோக்கி பார்த்துக்கொண்டே காத்திருக்கிறாள். விசாலாட்சிக்கு அவளது கண்களைப் பார்க்க முடியவில்லை. அவளது காத்திருப்பு தன் மீது நிகழ்த்தப்பட்ட அத்துமீறலைப் போல அவளை அதிருப்தியடையச் செய்தது. வீட்டின் உள்ளே செல்கையில், யுத்தத்தில் தோற்றுத் திரும்புபவளைப் போல கழிவிரக்கத்தால் துவண்டிருந்தாள். அந்த வீடு அவளுக்கு மிக அந்நியமாக இருந்தது. வீட்டிலுள்ள பொருட்கள் அனைத்தும், நீண்ட நாட்களுக்கு முன்பே இறந்து புதைக்கப்படாத விலங்கைப் போன்ற விறைப்புடன் அவளை முறைத்துக்கொண்டு நின்றன.

எல்லா சன்னல்களும் சார்த்தப்பட்டிருந்த, இரண்டு கதவுகளும் இறுக்கமாகப் பூட்டப்பட்டிருந்த வீட்டு வாசலில் நீண்ட நேரம் காத்திருந்துவிட்டு, சின்னம்மா சின்னம்மா என்று அழைத்துக்கொண்டே அலைந்தான் கோபால். பிறகு திரும்பி வந்து மல்லிகாவை அழைத்தான். அவள் வீட்டை விட்டு வெளியே வர மறுத்துவிட்டாள். "அதிகாலையில் வீடு திரும்பியவள் வைராக்கியமாக இன்னும்

தூங்கிக்கொண்டிருக்கிறாள் போல" என்றுதான் அவன் நினைத்தான். மல்லிகாதான், "அவங்களைப் போயி எழுப்பி என்னன்னு பாருங்க..." என்று விடிந்தது முதல் அவனிடம் நச்சரித்துக்கொண்டே இருந்தாள். அவள் அனுமானித்தது சரிதான்.

கால்களை முட்டிவரை மடக்கிக் கட்டிக்கொண்டு, மாவரைக்கும் போது ஆட்டுக்கல்லின் முன்னால் போட்டு உட்காரும் முக்காலியின் மீது ஏறி மண்டியிட்டவாறு முற்றத்தையொட்டிய தாழ்ந்த உத்திரத்தில் தூக்கு மாட்டிக்கொண்டிருந்தாள் விசாலாட்சி. முக்காலி விலகிக்கிடந்தது. அவளது முட்டிகள் தரையைத் தொட்டிருந்தன. கதவை உடைத்துக்கொண்டு உள்ளே போனபோது, அகலத் திறந்த கண்களுடன், இறந்திருந்த அவளைப் பார்க்க, உட்கார்ந்திருப்பவளைப் போலவே இருந்தது. காத்திருப்பவள் போலவும் இருந்தது. நீண்ட காத்திருப்பு. தான் தொலைத்த, இனி திரும்பியே வராத ஒன்றிற்காகக் காத்திருக்கும் முடிவற்ற ஒன்றைப் போன்றதாக அது இருந்தது.

கலியமூர்த்தி தெருவுக்குள் நுழையக்கூடாது என்று சாமியாடினான் கோபால். சோமுதான், "அதை முடிவு செய்யவேண்டியது கலியமூர்த்திதான், நீ இல்ல" என்று சொன்னார். அவரைப் போய் கூட்டி வந்தார்கள். மெலிந்த நடையுடன், வேறு ஏதோ தெருவுக்குள் நுழைபவர் போல, அதன் மாற்றங்கள் குறித்து எந்த ஆர்வமும் அற்றவர் போல சுற்றிலும் பார்க்க விருப்பமற்றவராக அவர் வந்து பந்தலில் கிடந்த பெஞ்சில் குந்தினார். அவருக்கு யார் மீதும் அச்சமில்லை. கோபாலை நேர்கொண்டு பார்த்தார். அவனுக்குத்தான் அவரது கண்களைப் பார்க்கும் தெம்பில்லை. விசாலாட்சியின் உடல் கிடத்தப்பட்டிருந்த வீட்டின் உள்ளே போக மறுத்துவிட்டார். இறுதிச் சடங்குகளின்போது, அதில் உடன் வருவதற்கு அவருக்கு எந்த மறுப்பும் இல்லை. அவளைக் கொண்டு வந்து வெளியே கிடத்தியபோது, மதிப்பு மிக்க ஒரு மூன்றாம் ஆளின் சாவை எதிர்கொள்வது போல, இறுக்கமான மரியாதையுடன் அந்த முகத்தை உற்றுப் பார்த்தார். அவரது மனதில் உறைந்திருக்கும் அவளது சித்திரம் எந்த மாற்றமும் இல்லாமல் அந்த உயிரற்ற முகத்தில் அப்போதும் மிச்சமிருந்தது. கோபால் அவளுக்குக் கொள்ளி வைக்கலாம் என்பதிலும் அவருக்கு மறுப்பில்லை. காவிரிக் கரையில் அவளை எரியூட்டிவிட்டுத் திரும்புகையில் அந்தத் தெருவை விடுத்து மாற்று வழியில் கொல்லைக்குத் திரும்பினார்.

படலைத் திறந்ததுமே கொல்லையில் ஏதோ மாற்றம் இருப்பது போல பட்டது. காயும் பூவுமாக இருந்த புடலம் பந்தலில் மேலே அடர்த்தியாகப் படர்ந்திருந்த கொடிகள் வதங்கியிருந்தன. நீர் பாய்ச்சத் தாமதமானதால் வரும் சுணக்கம் அல்ல அது. நிதானமாக நடந்து பந்தலின் உள்ளே போனார். எல்லாக் கொடிகளும் அதன் வேர்களை ஒட்டி அறுத்துவிடப்பட்டிருந்தது. குழந்தையைக் கொல்வதுபோல. நெஞ்சின் அடியாழத்திலிருந்து கலியமூர்த்தி சிதைந்துபோனார். உடல் நடுங்கியது. இனி அங்கு நிற்கமுடியாது. கொலைக்களத்தில் நிற்பதுபோல மூச்சு சில்லிட்டது. படலைத் திறந்துகொண்டு வெளியே வந்தார். கொடிகளின் சொடுங்கும் மணம், அரற்றியபடி அவரைப் பின்தொடர்ந்தது. அவரிடம் நியாயம் கேட்பது போல. அவரைக் குற்றம் சொல்வதுபோல. இனி எப்போதும் விவசாயத்துக்குத் திரும்பமுடியாது என்றும், தான் இனியொரு சிறிய விதையைக்கூட ஊன்ற முடியாது என்றும் நினைத்தார். தன்னிடம் மிச்சமிருந்த ஒரே ஒரு எத்தனத்தையும் விசாலாட்சி இல்லாததாக்கிவிட்டாள் என்பதை அவர் உணர்ந்தபோது அவருக்கு அந்தப் பந்தலைத் திரும்பிப் பார்க்கவோ அதனிடம் ஆறுதல் சொல்லவோ ஏதுமில்லை.

29

வசந்த மல்லிகை நகரில் வீடுகள் நிறைந்தன. புதிய கட்டுமானங்கள் நகரின் எல்லை வரை நீளத் தொடங்கியிருந்தன. ஒவ்வொரு தெருவுக்கும் ஆறுகளின் பெயர் சூட்டப்பட்டிருந்தது. வற்றாத ஜீவநதிகளில் இருந்து வற்றி வற்றி ஜீவனை உருக்கும் காவிரியின் பெயர் கூட இருந்தது. இதெல்லாம் கோபாலின் ஐடியாவாகத்தான் இருக்கும். மல்லிகா சொல்லியனுப்பியிருக்க வாய்ப்பு உண்டுதான். ஆனாலும் படிப்பதற்கு ரசமாகத்தான் இருந்தது. துங்கபத்ரைக்கு அடுத்து வைகை என்றிருந்தது. கோதாவரிக்கு அடுத்து கூவம் என்று இருந்திருக்கலாம். ஆனால் கூவம் ஓர் ஆறு என்பதை பிளாட் வாங்க வருபவன் ஒத்துக்கொள்ளமாட்டான். அதனால் அந்தப் பெயரை வைக்கவில்லை. யாரிடமாவது சொல்லும்போது கூவம் நகர் என்று சொல்லிக்கொள்வது அவனுக்கும் அத்தனை சிலாக்கியமாகவா இருக்கும். ஒவ்வொரு தெரு முனையிலும் அகலமான சிமெண்டுப் பலகையில் மஞ்சள் பின்புலத்தில் கறுப்பு வண்ணத்தில் எழுதப்பட்ட தெருப்பெயர்கள் சூரியன் மறையும் பின்னந்தியில் கூட படிக்கும் அளவுக்குத் தெளிவாக இருந்தன. எல்லா உத்தேச வீதிகளிலும் தார் போடும் பணி முடிந்துவிட்டிருந்தது. மிகப்பெரும் நகர் என்பதால் பாதி அளவுக்கே வீடுகள் நிறைந்திருந்தன. மெல்ல மெல்ல அந்தக் காட்டை வீடுகள் விழுங்கத் தொடங்கியிருந்தன.

பிரதான வீதியின் முதல் வீடு எழுந்து நின்று பத்தாண்டுகள் ஆகப்போகிறது. அந்த வீட்டின் பக்கச் சுவர்களில் மழை நீர்க் கறை கறுப்புக் கோடாக வழிந்து நிலைத்திருந்தது. அந்த வீட்டைக் கட்டிய ஓய்வு பெற்ற அரசு அலுவலர், கையில் விசிறி மட்டையுடன் வாசலிலேயே உட்கார்ந்துகொண்டு போவோர் வருவோரை வேடிக்கை பார்த்துக்கொண்டிருந்தார். சாத்தப்படாத கதவின் உள்ளிருந்து தொலைக்காட்சிக் குரல் வீதியை நிறைத்துக்கொண்டே இருந்தது. அவரது மனைவி தொடர்களில் மூழ்கியிருப்பாளாக இருக்கும். ஐம்பத்தெட்டு வயதில் பணி ஓய்வு பெற்றுவிட்டு இன்னும் எத்தனை ஆண்டுகள் விசிறிக்கொண்டே இருப்பது என்று ஆயாசத்தில் திளைப்பது

போல இருந்தது அவரது முகம். தோளில் குறுக்குவாட்டாக துண்டைப் போட்டு, பருத்த முலைகளைப் போல கனிந்திருந்த மார்பை மூடியிருந்தார். நல்ல வளமான வேலையில் இருந்து ஓய்வு பெற்றவராக இருக்கவேண்டும். வெக்கை கொளுத்தி எடுத்தது.

லே-அவுட் போட்ட பிறகு, உடனடியாக வீடு வராத இடங்களில் அம்மரங்களை வெட்டாமல் அப்படியே விட்டிருக்கலாம். ஆனால் மரங்களை வெட்ட வெட்ட அதில் வரும் பணம் போதையைப்போல ஆகிவிட்டிருந்தது. புதர்களை அழித்தபோது மறைய இடமில்லாமல் தட்டழிந்த பாம்புகளை விரட்டி விரட்டிக் கொன்ற மரம் வெட்டிகளின் சாகசத்தைப் போல, லாரிகள் நிறைய நிறைய ரியல் எஸ்டேட்காரனுக்கு உன்மத்தம் பெருகிவிட்டது. "அதெல்லாம் பிறகு பார்த்துக்கொள்ளலாம், எல்லா மரங்களையும் வெட்டுங்கள்" என்று ஆட்களிடம் சொல்லிவிட்டான். கட்டை விரல் மொத்தத்துக்கு இருந்த சிம்பு கூட தப்பவில்லை. பாலைவனத்தைப் போல இடத்தை மொட்டையடித்து பிறகு அதன் நடுவே கோடு கிழித்து கல் நட்டார்கள், தார் ஊற்றினார்கள். வண்டிகள் போய் வர எளிது பாருங்கள். நல்ல உச்சி வெயிலில், மண் நிரவும் வண்டியிலிருந்து மூத்திரம் பெய்ய இறங்குபவன் அந்த வண்டி மறைவிலேயே நின்றுகொள்ளவேண்டியிருந்தது. அங்கு மட்டுமே நிழல் இருக்கிறது. அங்கு ஊர்ந்து கொண்டிருந்த சிற்றுயிர்களைக் கூட வெயிலில் மலர்த்திப் போட்டுவிட்டார்கள். நூற்றாண்டுகளாக அங்கு தோற்றோடியிருந்த கதிரவன் உடனே அவற்றைப் பொசுக்கியழித்தான்.

வீடு கட்டியவர்கள் கொல்லைப்புறத்தில் சமையலறைக் கழிவு நீர் ஓடுமிடத்தில் வாழையும், வீட்டைச் சுற்றிலும் இருக்கும் சொற்ப இடத்தில் தென்னையும் நட்டார்கள். வீட்டில் புழங்கும் நீரைக் குடித்துவிட்டு தென்னையின் அடித்தண்டு பெருத்து சுவரை முட்டிக்கொண்டு மூச்சு விடமுடியாமல் தவித்தது. வானத்தைநோக்கி வளரும் வாழை தாரை ஈன மறந்து காற்றில் உழன்றுகொண்டிருந்தது. வீட்டு வாசலில் பேப்பர் ரோஸ் வைத்தால் நன்றாக இருக்குமா அல்லது ஓர் இலுப்பைக் கன்றை நட்டுவைத்தால் நிழல் கொடுக்குமா என்ற ஆலோசனையில் ஈடுபட்டிருந்தார்கள். குழந்தைகளின் கருத்தைக் கேட்கும் நாகரீக வீடுகளில் பேப்பர் ரோஸ் வளர்ந்து யாருக்கும் வலிக்காத விதத்தில் வண்ணத்தாள்களைத் தரையில் சிதறிக்கொண்டிருந்தது.

தீம்புனல்

இதே இலுப்பையாக இருந்தால் நாலு இலை விடுவதற்கு ஒரு மாமாங்கம் ஆகியிருக்கும்.

அந்தியானால் கொசு வந்து அப்புகிறது. சுற்றிலும் செடி கொடி என்று எதுவும் இல்லாவிட்டாலும், எங்கிருந்துதான் இந்த கொசு வருகிறதோ. சூரியன் மறைந்தால் போதும், படையெடுத்துவிடுகிறது. அதற்குப் பயந்தே வேடிக்கை பார்ப்பதை நிறுத்திவிட்டு, வீட்டின் உள்ளே போய் கதவுகளை இறுகச் சாத்திக்கொண்டு தொலைக்காட்சியின் முன்னால் அமர்ந்துவிட நேர்கிறது. மீறி உட்கார்ந்தால் முலைகளின் மீது மூன்று நான்கு காம்புகள் முளைத்துவிடுகின்றன. அவ்வளவு பெரிய தடிப்புகள். வீட்டில் கம்பி வலையிட்ட சன்னல்களை மட்டுமே திறந்து வைக்க முடிகிறது. கொசுவலைக் கம்பிகள் மிக நெருக்கமாக நெய்யப்பட்டிருப்பதால், அவற்றை ஊடுருவி உள்ளே வரமுடியாமல் காற்று வெளியிலேயே நின்று விடுகிறது. பேருக்குத்தான் ஜன்னல் திறந்திருக்கிறது. இருந்தாலும் மூடப்பட்ட ஜன்னலைப் போல அது காற்றை மறித்து விடுகிறது. கொஞ்ச காற்று வரட்டுமே என்று ஜன்னலின் ஒரு மூலையில் கொஞ்சம் வலையை விலக்கி வைத்தால், காற்றை விட வேகமாக கொசுக்கள் வேட்டைக்குப் பாயும் தீவிரத்துடன் உள்ளே வந்துவிடுகின்றன.

ஒன்பது மணிக்கு மேல் கொஞ்சம் பரவாயில்லை. இரவு உணவு அருந்திவிட்டு தெருவிலேயே குறுக்கும் நெடுக்குமாக பூனை நடை நடந்தால் உடற்பயிற்சி செய்துவிட்டதாக ஓர் ஆறுதல். அதுவும்கூட சொந்தத் தெருவிலேயே முடங்கவேண்டியிருக்கிறது. அடுத்த தெருவுக்குப் போனால் நாய்த்தொல்லை. வைகையாற்றுத் தெரு நாய்க்கு அரசலாற்றுக் குடிமகனை ஆவதில்லை. ஆபாசமாக இளித்துக்கொண்டு குரைக்கிறது. ஏற்றிக் கட்டிய வேட்டியுடன் நடக்க எளிதாக இருக்குமே என்று போனால் நாய்களின் குரைப்பொலி இடுப்புக்குக் கீழே சில்லிடச் செய்கிறது. பெயருக்குத்தான் அதுவும் தொங்கிக்கொண்டிருக்கிறது என்றாலும், அது இருந்தால்தானே உயிர்வாழமுடியும். பெயர்ப்பலகையில் மட்டுமே இருந்தாலும் குடமுருட்டி குடமுருட்டிதானே.

பிரதான சாலையிலிருந்து நகருக்கு நுழையுமிடத்தில் மூர்த்தியின் நண்பர்கள் நின்றுகொண்டிருந்தார்கள். மூர்த்தி அந்த இடத்தை அடைந்தபோது இருட்டும் வெளிச்சமும் முயங்கும் நேரமாக ஆகிவிட்டிருந்தது. ஆங்காங்கு வீடுகளிலிருந்து கசிந்து கொண்டிருந்த மின்சார விளக்குகள், அது எட்ட முடியாத

தூரத்தில் அங்கிருந்த இருட்டின் செறிவைக் கூடுதலாக்கிக் காட்டின. விளக்குகளின் சாயலே இல்லாத இடங்களில் இருளின் கருமை குறைந்திருப்பது போல கண்களுக்குப் பழகியது. இருட்டும் வெளிச்சமும் இடைவெட்டிக்கொள்ளும் இடத்தில் கிருஷ்ணனும் சேகரும் நின்றுகொண்டிருந்தார்கள்.

மூர்த்திக்கு ஒரே நேரத்தில் குறுகுறுப்பும் பதட்டமுமாக வாட்டி வதைத்தது. அவனது முதல் கலவிக்கான ஏற்பாடுகளை நண்பர்கள் செய்துவிட்டிருக்கிறார்கள். அந்த விஷயத்தில் கிருஷ்ணன்தான் கெட்டிக்காரன். அவனுக்கு அப்படியான பெண்களுடன் பரிச்சயம் இருந்தது. ஆணும் பெண்ணும் ஒட்டிக்கொண்டு படுத்திருக்கும் படங்கள் உள்ள சுவரொட்டிகளை வைத்தே அந்தப் படத்தில் பிட்டு உண்டா இல்லையா என்பதை அவனால் சொல்ல முடியும். அவன் கதை சொல்வதில் கை தேர்ந்தவனாக இருந்தான். அவன் ஒரு படத்தைப் பார்த்துவிட்டு வந்து, "இந்தப் படத்திற்குப் போகலாம்" என்று சொன்னால் நம்பிப் போகலாம். ஆனாலும்கூட நிறைய முறை அவன் சொன்னதற்கு நேர்மாறாக இருந்திருக்கிறது. அப்போதெல்லாம் "நான் போனன்னைக்கு இருந்துச்சுடா... நீ என்னைக்கு போன..." என்று மூர்த்தியிடம் கேட்பான். "அதுக்கென்ன நாளு கிழமைன்னா இருக்கு, அப்படியே கிளம்பி போகவேண்டியதுதான்..." என்று தோன்றினாலும், மூர்த்தி மிகத் தெளிவாக, எந்த நாள் அந்தப் படத்திற்குச் சென்றான் என்பதைக் கூறுவான்.

அன்று தியேட்டர்காரன் பிட்டு போடாமல் தவிர்த்ததற்கு நிறைய காரணங்கள் இருக்கும். "இந்தா கேட்டுக்கொள்" என்று அடுக்குவான் கிருஷ்ணன். "சில நாட்கள் பிட்டு ஓடுகிறதா என்று பார்ப்பதற்கு போலீஸ் வந்து குந்தியிருந்திருப்பார்கள், அதை படம் ஓட்டுபவன் மோப்பம் பிடித்திருப்பான், பிறகு எப்படி அன்றைக்கு பிட்டு போடமுடியும் சொல்?"

"அப்படியா... அவ்ளோ பேரு இருக்க கூட்டத்துல எப்படிடா வந்திருக்க போலீஸ்காரனை தியேட்டர்காரன் கண்டுபிடிப்பான்...?"

"ஏன் முடியாது... அதுக்குதான் அங்க ஆளுங்க இருக்கானுங்களே...?"

"முறுக்கு விக்கிறவன் எதுக்கு வரிசை வரிசையா நாற்காலிகளுக்கு நடுவுல பூந்து பூந்து வர்றான் சொல்லு. வந்திருக்கவனுவ யாரு, என்ன பண்ணுறானுவன்னு பாக்குறதுக்குதான். பிட்ட

போட்டதும், எவன் எவன் குலுக்க ஆரம்பிக்கிறான், எவன் பக்கத்துல இருக்கவன் கைலியை தூக்க சொல்லிட்டு கீழ உக்காந்து ஊம்புறான்னு அவனுக்கு எல்லாந் தெரியும்."

இதைக் கேட்கையில் மூர்த்திக்குக் கிளர்ச்சியாகவும் அதே சமயம் விசித்திரமாகவும்இருந்தது.

"அங்கேயேவாடா கையடிப்பானுங்க...?"

"அப்புறம் அத அடக்கிகிட்டு வீடு வரைக்கும் போவானுங்களா...?"

"இன்னொன்னு தெரியுமா... சில பேருக்கு தேட்டருக்குப் போனாதான் கையடிக்கவே வரும். பின்ன எதுக்கு அங்க ஒருத்தனும் இங்க ஒருத்தனுமா கூட்டமில்லாம இருக்க தேட்டர்ல செலபேரு மட்டும் யாரு கண்ணுக்கும் படாத ஓரமா பார்த்து வெடம் புடிச்சி உக்காருரானுவோ. அப்படியே அடிச்சி ஊத்திட்டு போறதுக்குத்தான்."

அடுத்த முறை தியேட்டருக்குப் போனபோது, மூர்த்திக்கு படத்தில் கவனம் குவியவே இல்லை. பின்னால் உட்கார்ந்திருப்பவன் வேலையைத் தொடங்கிவிட்டானோ, பக்கத்தில் இருப்பவன் எழுந்து கைலியை இறக்கச் சொல்வானோ என்று பதட்டமாகவே இருந்தது. ஆனால் அப்படி ஒன்று நடக்கவே இல்லை. ஒருமுறை கூட நடந்ததில்லை.

"நீ பொய் சொல்றடா."

"நான் ஏண்டா பொய் சொல்ல போறேன்... உன்கிட்ட எவனும் வந்திருக்க மாட்டான். இல்லன்னா உன் கண்ணுல பட்ருக்காது. இப்படி வேணா வச்சிக்கலாம். எவனாவது வந்து நைஸா கைலியை எறக்கிவிடுன்னு சொன்னா நீ செய்வியா?"

"மயிறு..."

"தெரியுதுல்ல... அதான். அவனுங்க எத்தன சாமான பாத்திருப்பானுங்க. தெரியாதா... உன்னெல்லாம் பாத்தாலே பயந்தாங்குளின்னு அவனுங்களுக்குத் தெரியும். கிட்ட வரமாட்டானுங்க. கத்தி கித்தி தொலைச்சிட்டீன்னா..."

இதைக் கிருஷ்ணன் சொல்லும்போது கூட இருந்த சேகரும் சத்தம் போட்டுச் சிரித்தான். மூர்த்திக்குப் பற்றிக்கொண்டு வந்தது. ஆனாலும்கூட தியேட்டரில் உட்கார்ந்து கையடிப்பதையோ, எவனிடமாவது சாமானைக் கொடுப்பதையோ அவனால் கற்பனை செய்து பார்க்கமுடியவில்லை. விசித்திரமாக,

திரையரங்குகளில் அவனால் அந்தரங்கமாக உணரமுடிந்ததே இல்லை. திரையரங்கில் ஆட்கள் வந்து உட்காரும்போதும் எழுந்து வெளியேறும்போதும் ஒளி முகிழ்வதும் விலகுவதுமாக இருக்கும் பிரத்யேக சூழலில், பாலியல் காட்சி திரையில் ஓடத்துவங்கியதும் வந்து கவியும் அசாதாரண மவுனம் அவனுக்கு அச்சமூட்டுவதாகவும், அங்கிருந்து அவனை ஓடிவிடத் தூண்டுவதாகவும் இருந்தது. சுற்றியிருக்கும் ஆட்களின் மவுனம் எப்போதுமே குற்றத்திற்கான ஒத்திகையைப் போலவும், அதன் மறுபக்கம் அந்த இருட்டுக்கு ஆயிரம் கண்கள் முளைத்து அவனைக் கண்காணிப்பதாகவும், தனது அரூப கரங்களை அவனது அந்தரங்கத்தில் படரவிடுவதாகவும் கற்பிதம் கொண்டு அவன் பீதியடைந்தான். அந்தப் பதட்டம் பாலியல் குறித்த கிளுகிளுப்பை அவனிடமிருந்து ஆவியாக்கிவிடுகிறது. நிறைய நண்பர்களுடன், ஹாஸ்டல் அறையில் இருக்கும் டிவியில் அல்லது நண்பனின் கணினியில் போர்ன் பார்ப்பது போல இல்லை திரையில் பார்ப்பது. முழுக்கவும் புதிய ஆட்களுடன் உட்கார்ந்து, அதுவும் எல்லா வகைப்பட்ட ஆட்களுடன் அதை சுகிக்க முயல்வது எரிச்சலூட்டும் காரியமாக இருந்தது. ஆனால் அத்தகைய படங்கள் எப்போதும் வசீகரமூட்டும் தன்மையைக் கொண்டிருந்தன. கிருஷ்ணனும் அவன் பங்குக்கு அதன் மீதான ஆர்வம் குன்றாமல் இருக்கும்படி தொடர்ந்து கிளுகிளுப்பான கதைகளை சொல்லிக்கொண்டே இருந்தான். அவன் அப்படத்தின் காட்சியை விவரிக்கிறான் என்றால் சுற்றி உட்கார்ந்து கேட்கும் யாருக்கும் குறி விறைக்காமல் போகாது. அவ்வளவு சுவராஸ்யமாகவும் உன்மத்தத்தைப் பெருக்கும் விதமாகவும் அது இருந்தது. அவன் சொல்லிக்கொண்டிருக்கையில், கேட்டுக்கொண்டிருப்பவன், இரு வர்றேன் என்று சொல்லிவிட்டு, புதர் மறைவில் ஒதுங்கியபின் கையைத் துடைத்துக்கொண்டே வெளிவரும் வரை கதையை நிறுத்திக் காத்திருக்கும் பக்குவமும் கிருஷ்ணனிடம் உண்டு. இதை ஒரு சேவையைப் போல செய்கிறானோ என்கிற சந்தேகம் கூட மூர்த்திக்கு உண்டு. அப்படி யாராவது ஒருவன் அன்று புதர் மறைவுக்குச் செல்லவில்லை என்றால் தனது படைப்பூக்கம் சிதிலமடைந்துவிட்டதாக அதிருப்தியடைவானோ என்றும் மூர்த்தி அதைக் கற்பனை செய்து பார்த்தான்.

கிருஷ்ணனுக்கு நிறைய பெண்களுடன் தொடர்பு இருந்தது. மூர்த்திக்கு அவர்களில் ஒருத்தியையும் தெரியாது. சேகரும் கூட அதைப் பார்த்ததில்லைதான். எல்லாம் கிருஷ்ணன் தன் வாயால் சொன்னதுதான். அவன் புணராத நிலைகளே

கிடையாது. அதுவும் ஒரு பெண்ணை ஒரு நிலையில் வைத்துப் புணர்ந்துவிட்டால், அதற்குப் பிறகு அதே பொஷிஷனில் வைத்து அவளைப் புணர்வது அவனுக்கு சலித்துவிடுகிறது. ஒரு பெண்ணிடம் சிறிய அதிருப்தி வந்துவிட்டாலும் கூட, அதற்குப் பிறகு அவள் எப்படித் தூண்டில் போட்டாலும், அவனுடையை குறி அவளை நிராகரித்துவிடுகிறது. அதனால் வேறு வேறு பெண்களைத் தேடிப்போக வேண்டியிருக்கிறது. பெண்களில்தான் எத்தனை வகை. உங்களுக்கொன்று தெரியுமா? கைரேகை மாத்திரம் அல்ல, பெண்களின் ஒவ்வொரு உறுப்பும் அதனதன் வகையில் தனித்துவமானதுதான். ஒருத்தியின் முலைக்காம்பைப் போல இன்னொருத்தியுடையது கிடையாது. ஒருத்தியின் ஒரு பக்க முலைக்கும் மற்றொரு முலைக்குமே வேறுபாடு உண்டு. யோனியில்தான் எத்தனை வகை. அதன் சிறிய மடிப்பில்தான் எத்தனை தனித்துவமான ரகசியங்கள், சுகங்கள். எத்தனை பேருக்கு யோனியைக் கண்கொண்டு பார்க்க முடியும் என்று நினைக்கிறீர்கள்? போனோமா வந்தோமா என்று இருப்பார்கள். அதுவா கலவி? உச்சத்தில் ஒரே மாதிரி முனகும் மற்றொருத்தியைக் கடவுள் இதுவரைப் படைக்கவில்லை தெரியுமா? அப்போது மிகச் சரியாக கிருஷ்ணன் முனகிக் காட்டுவான். என்னதான் கட்டுப்படுத்திக்கொண்டிருந்தாலும் இந்த இடத்தில் கதை கேட்பவர்கள் முறிந்துவிடுவார்கள். கிருஷ்ணன் இத்தனை சாகசங்களையும் கடந்து சலிப்புறும்போதுதான், தியேட்டரில் போய் கையடிப்பது அல்லது எவனுக்காவது வாயில் குடுப்பது என்கிற காரியங்களில் ஈடுபடுகிறான். விருந்தின் நடுவே ஊறுகாயை நாக்கில் தீற்றிக்கொள்வது போல.

சேகர்தான் ஒருமுறை மூர்த்தியை எச்சரித்தான்.

“டேய், நமக்குதாண்டா இவன் வாயில குடுத்துகிட்டிருக்கான்னு தோணுது... இவன் சொல்ற கதையெல்லாம் பாத்தா இவன் சாமானையே கண்ணால பாத்திருக்க மாட்டான்னு நினைக்கிறேன்...”

ஆனாலும்கூட ஒவ்வொரு உரையாடலின் போதும் தன் மீதான நண்பர்களின் சந்தேகங்களை துப்புரவாகத் துடைத்துவிடும் ஆற்றல் பெற்றிருந்தான் கிருஷ்ணன். அவனை இவர்கள் இருவராலும் சீண்டவே முடியவில்லை. அவன் அவமதிப்புகளைக் கடந்திருந்தான். அல்லது தங்களை சிறுவன் போல் நடத்துகிறானா என்று மூர்த்தியும் சேகரும் குழம்பினார்கள். ஒருமுறை சேகரும் ஒத்துக்கொண்டான்.

"அவன் சொல்றதெல்லாம் நிஜம்தான் போலடா மூர்த்தி..."

அன்று அவனுடன் விளையாட்டில் ஈடுபட்டிருந்த ஒருத்தி கிருஷ்ணன் சொல்லியிருந்த லட்சணங்களைக் கொண்டவளாக இருந்தாள். சம்பவத்தை விவரிக்கும்போது சேகர் அனிச்சையாக மேலுதட்டைத் தடவிக்கொண்டதை மூர்த்தி கவனித்தான். மூர்த்திக்கு அதுவரை பெண் ஸ்பரிசமே வாய்த்திருக்கவில்லை. ஆரம்பகட்ட காதல், அது கனியாமல் போன விரக்தி, ஒன்றிரண்டு முத்தங்கள் என்பதெல்லாம் மூர்த்திக்கு இருக்கிறதுதான். ஆனால் முழு அளவிலான கலவியை அவன் இதுவரை அனுபவித்திருக்கவில்லை. கிருஷ்ணன் அளவுக்கு இல்லையென்றாலும் சேகருக்கு அனுபவங்கள் உண்டு. கொத்தனார் வேலை செய்யும் அவனுக்கு அது எளிதில் அமைந்துவிடவும் செய்கிறது.

அதன் ஆரம்ப காலங்களில் சித்தாள்களின் புட்டத்தில் தட்டுவது, முலைகளைப் பற்றுவது, அப்படியே முன்பக்கம் கையைக் கொண்டு போய் தடவிப் பார்ப்பது என்று சில்லறைக் கிளுகிளுப்புகளில் ஈடுபட்டு அவன் இப்போது ஒரு நிலைக்கு வந்திருந்தான். ஆனால் மூர்த்திதான் துரதிர்ஷ்டவசமாக இதிலிருந்தெல்லாம் அப்புறப்பட்டிருந்தான். அவன் மீது ஸ்நேகம் உள்ள பெண்களுக்கும், அவனது பாலியல் துய்ப்புக்குமான எல்லை நாளுக்கு நாள் கூடிக்கொண்டே போனது. அது வெறும் கனவாக விரிந்துகொண்டு போகிறதேயொழிய வசப்பட மறுக்கிறது. கிருஷ்ணன், சேகரை எல்லாம் பார்க்கும்போது தாம் அதில் மிகவும் பின்தங்கியிருப்பதாகவும், ஒரு வேலை கிடைத்து எங்காவது வெளியூர் போய்விட்டால் முதல் காரியம், ஏதாவது ஒரு சம்பவத்தில் ஈடுபடவேண்டும் என்பதாகவுமே இருந்தது. ஆனால் இந்த ஆதங்கத்தை அவன் நண்பர்களிடம் பகிர்ந்துகொள்ளவில்லை. தமக்கு நிறைய பெண் நண்பர்கள் உண்டு என்றும், தாம் நினைத்தால் அவர்களில் ஒருத்தியை எப்போது வேண்டுமானாலும் சுகிக்கமுடியும் என்றும் அவர்களை நம்பவைத்திருந்தான். காதலா காமமா என்று வருகிறபோது தான் எப்போதும் காதலையே தேர்ந்தெடுப்பதாகவும், அதில் ஒரு நீண்ட கால அன்பும் பரிவும் புதைந்திருப்பதாகவும் ஆனால் காமத்தில் ஓர் அவசரமும் பக்குவமற்ற தன்மையும் பதட்டமும் மறைந்திருப்பதாகவும் தான் படித்துக்கொண்டிருக்கும் புத்தகங்களில் இருந்து உருவிய வார்த்தைகளைக் கோர்த்து அவர்களிடம் சமர்ப்பித்திருந்தான். இந்த விளக்கங்கள் அவர்களுக்குப் புதிதாக இருந்தன. சேகருக்கு

அவன் சொல்வதில் பாதி வார்த்தைகள் பரிச்சயமே இல்லை. ஆனால் கிருஷ்ணனோ, "சரி நான் சொல்றத கேளு..." என்று உள்ளே புகுந்து அதற்கு முதல் நாள் அவன் ஈடுபட்ட கலவியைக் குறித்த பிரஸ்தாபங்களைத் தொடங்கிவிடுவான். ஒரேநேரத்தில் தன்னை இடைமறித்த கோபமும், அவன் சொல்லப்போகும் கதையின் கிளுகிளுப்பு குறித்த எதிர்பார்ப்பும், தம்முடைய பலவீனங்கள் அம்பலப்படாமல் தப்பித்து விட்ட ஆசுவாசமும் சேர்ந்து மூர்த்தியைக் குழப்பியடிக்கும்.

அப்படி இப்படிப் பேசி, அதுவரை காத்திருக்க முடியாது என்று முடிவாகி, கிருஷ்ணன் தனக்குத் தெரிந்த ஒருத்தியைக் கூட்டி வந்து அங்கு காத்திருக்க வைப்பது என்றும், மூர்த்தி போய் தனது கணக்கைத் துவங்குவது என்றும் உறுதியாகியிருந்தது. அது முதல் கணக்கு என்பது மூர்த்திக்கு மட்டுமே தெரிந்த ரகசியம். ஆனால் மற்ற இருவருக்கும் வெளியூரில் இருக்கும் மூர்த்தியின் ஸ்நேகிதிகளைத் தேடி அவன் போகமுடியாது என்பதும் அதற்காகவெல்லாம் மூர்த்தி அலையமாட்டான் என்பதுதான் வேசியிடம் போவதற்கான காரணம். இந்த விவகாரத்தில் தன்னை சேகர் முழுக்கவும் நம்புகிறான் என்பதில் மூர்த்திக்கு நம்பிக்கை இருந்தது. ஆனால் கிருஷ்ணன் விஷயத்தில்தான் முடிவுக்கு வரமுடியவில்லை. அதேசமயம் இந்த விவகாரத்தை ரொம்பவும் நோண்டாமல் இதெல்லாம் ஒரு சம்பவமா என்பதைப் போல அவன் அலட்சியமாகவும் நடந்துகொண்டான். ஆனாலும் அந்த ஏற்பாடுகள் குறித்த முஸ்தீபுகள் தொடங்கி ஒரு மாதத்திற்கு மேல் ஆகிறது. இதோ அதோ என்று அவன் இழுத்தடித்துக் கொண்டிருக்கையில், சேகர் தான் அதில் இடைப்பட்டு, திட்டவட்டமாக அவனிடம் சொல்லியிருந்தான்.

"இந்த மயிறு கதையெல்லாம் சொல்றத நிறுத்திட்டு, உருப்படியா எவளையாவது கூட்டிட்டு வா... இல்லையா உன்னால முடியாதுன்னு சொல்லு, நான் அவனுக்கு வேறு எதாவது ஏற்பாடு பண்றேன்" என்று அவனிடம் எரிந்து விழுந்தான்.

மூர்த்திக்கே தன் மீது பச்சாதாபம் வந்துவிட்டது. ஆனாலும் தனது கவுரவத்தை விட்டுவிடவும் மனம் வரவில்லை. கிருஷ்ணன் மேல் இருந்த கோபத்தை சேகரிடம் காட்டினான்.

"டேய், நீ இப்ப எதுக்கு நான் என்னவோ செக்ஸ் இல்லாமல் செத்து போய்ட போறவன் மாதிரி ஃபீல் பண்ற."

"செக்ஸுன்னா என்னடா... படம்தான..." என்று கேட்ட சேகரின் வெகுளித்தனம் மட்டுமே மூர்த்தி அதிலிருந்து வெளியேற உதவியது.

ஒரு வழியாக அந்த நாளும் வந்துவிட்டிருந்தது. மூர்த்தி சைக்கிளில் போய்ச் சேர்ந்தபோது கிருஷ்ணனும் சேகரும் ஏற்கனவே அங்கு வந்து சேர்ந்திருந்தார்கள். வசந்த மல்லிகை நகரின் எல்லையில், இன்னும் வீடுகள் கட்டப்படாத காலி மனைகளாகக் கிடக்கும் இடத்தில், இரண்டு வருடங்களுக்கு முன்பு கட்டத் துவங்கி ஏதோ காரணத்தால் அதற்குப் பிறகு மேலெழும்பாத அந்த வீடுதான் இப்படியான காரியங்களுக்குப் பயன்படுகிறது. அந்த பிரதான வீதியில் வாசலில் உட்கார்ந்து விசிறிக்கொண்டிருப்பவன் மட்டும் அங்கு இல்லாமல் இருக்கவேண்டும். அந்த வீதியைக் கடந்துதான் அந்த கட்டிடத்துக்கு செல்ல முடியும்.

இப்போதெல்லாம் அவர் காவல் நாயைப் போல ஆகிவிட்டார் என்று கிருஷ்ணனின் மற்ற நண்பர்கள் அந்த ஆள் மீது கடுப்பில் இருப்பதாகவும் அவன் சொன்னான். அவரை முறைப்பதும் சிக்கலான காரியம் என்றும் அவர் தாசில்தாராக பணிபுரிந்து ஓய்வு பெற்றவர் என்றும், அதனால் போலீஸ் ஸ்டேஷனில் இப்போதும் அவருக்கு வாய்ஸ் இருக்கிறது என்றும் கூடுதலாக சில விவரங்களைச் சொன்னான்.

அவரது வீட்டைக் கடந்து செல்லும் ஆட்களை அவர் கண்காணிப்பதாகவும், இந்த மாதிரி சம்பவங்கள் நடப்பதை அவர் யூகித்து விட்டதாகவும் கிருஷ்ணன் எச்சரித்தான்.

“என்ன வேணுமாம் அவனுக்கு...?”

“அவனுக்கு என்ன வேணும். ஒளிஞ்சிருந்து பாப்பானோ என்னவோ...?”

“இல்லடா அவனுக்குத் தெரிஞ்சா பிரச்சினை பண்ணி விட்ருவான்... இவனுங்கல்லாம் சேர்ந்து ஏதோ சங்கம் வேற வச்சிருக்கானுவோ...”

“மயிறு. எல்லாம் பயந்தாங்கொள்ளி பயலுவோடா... அப்புறம் ஒருத்தன் ஒருத்தனும் ஒவ்வொரு ஊரு. என்ன சாதின்னும் தெரியல... முதலியிலேருந்து பறப்பய வரைக்கும் எல்லாரும் இருக்கான். இன்னும் ஐயப்பய ஒருத்தனதான் பாக்கல. அவனுங்க இன்னும் வரலன்னா இந்த நகர்ல ஏதோ பிரச்சினைன்னு அர்த்தம். அவனுங்களுக்குள்ளேயே மாத்தி மாத்தி அடிச்சிப்பானுங்க வேற... போன மாசம் அப்படிதான் பக்கத்துக்கு வீட்டுக்காரன் வாங்கிக் கொட்டி வச்சிருந்த மணல சாக்கு சாக்கா அள்ளிட்டு போயி இவன் கொல்ல பக்கம் மாடிப்படிக்கு கீழ கொட்டி

வச்சிகிட்டான் போல. இத்தனைக்கும் இவன் வீடு கட்டி முடிச்சிட்டான். சும்மா கிடக்குதே அள்ளிப்போமேனு நினைச்சி அள்ளிட்டுப் போயிருக்கான். அவன் ஒரு நாள் மாடில, புதுசா போட்ட ரூஃபுக்கு தண்ணி விட்டுட்டு இருந்திருக்கான். அவன் மாடியில நிக்கிறது தெரியாம இவன் போயி மணல அள்ளிருக்கான். அவன் அந்த தண்ணி பைப்பை மேலேருந்து அப்படியே இவன் மேல காமிச்சிருக்கான். திடீர்னு தண்ணி வந்து முதுவுல தொபதொபன்னு கொட்டவும், பதறிப்போய் இவன் மணல்ல குப்புற விழுந்து பெரிய களேபரம். இத்தனைக்கும் இவனும் அவனும் எதிர் வீட்டுக்காரனுங்க பாத்துக்க. எவனாவது ஒருத்தன் சாவுற வரைக்கும் ஒருத்தன் மூஞ்ச ஒருத்தன் பாத்துக்கணும். ஆனாலும் சல்லித்தனத்தைப் பாரேன்." இப்படியான சம்பவங்களுக்குப் பிறகு கிருஷ்ணனுக்கு எவன் மீதும் மரியாதை இல்லை. "நகர் பயலுவோ" என்பதை ஒரு வசையாகவே பயன்படுத்தத் தொடங்கியிருந்தான்.

"இவன் சொல்றத அப்படியே நம்பாத..." என்றான் சேகர்.

"ஏன்டா?"

"இவன் வீட்டு வாசல்ல கோழிக்கூடு கட்டுனானே போன மாசம்... ஏது மணல்னு கேளு... நகர்ல அள்ளினதுதான்... பெரிய யோக்கிய மசுரு மாதிரி பேசுவான்."

"விடுறா விடுறா... எல்லாம் சம்பாதிக்கிறவனுங்கதான என்ன இப்ப. கொஞ்சம் மணல் அள்ளினா கொறைஞ்சா போய்டும். ஆனாலும் சிமெண்டு மூட்டையை மட்டும் பத்திரமா வச்சி அது மேல சாக்க விரிச்சி படுத்துக்கிறானுவோடா."

மூர்த்தியைக் கொண்டு வந்து கிருஷ்ணன் அந்தக் கட்டிடத்தின் வாசலில் இறக்கிவிட்டபோது இருட்டு அதன் முழு ஆதிக்கத்தில் நகரை விழுங்கியிருந்தது. அந்தக் கட்டிடத்திலிருந்து பத்து நிமிட நடையில்தான் அந்தப் பெரிய ஆலமரம். அது இன்னும் முதிர்ந்த விழுதுகளுடன் அப்படியே நிற்கிறது. அதிலிருந்து தொடர்ந்து நடந்தால், கொஞ்ச தூரத்தில் வயல்வெளி அதனூடே நடந்தால் மூர்த்தி வீட்டுக்குப் போய்விடலாம்.

நீ உள்ளே போ என்று சொல்லிவிட்டு கிருஷ்ணன் மறைவாக சைக்கிளை நிறுத்தி ஸ்டேன்ட் போட்டான். மூர்த்திக்கு கிருஷ்ணன் அங்கு இருப்பது தயக்கமாக இருந்தது. ஆனால் அவன் இல்லாமல் இருப்பதும் அச்சமாக இருந்தது.

"நீ போயி அந்த மொனைல நில்லு, நான் முடிச்சிட்டு வர்றேன்..."

"நானும் சேகரும் அந்த மதகுல உக்காந்திருக்கோம்... நீ அப்படியே நடந்து வந்துடு."

"இல்லடா... நீ அவ்ளோ தூரம் போகாத இங்கயே எங்கயாவது பக்கத்துல இரு."

"சரிடா..."

இவன் பூசப்படாத அந்தப் படிகளில் உத்தேசமாக ஏறி உள்ளே போகையில் அவன் சைக்கிளை எடுத்துக்கொண்டு கிளம்புவதை முதுகுக்குப் பின்னால் உணரமுடிந்தது.

உள்ளே சென்றவுடன் அவள் எழுந்து நிற்பது கலங்கலாகத் தெரிந்தது. காய்ந்த செடிகொடிகளின் வாசமும், செங்கற் குவியலின் வறண்ட மணமும் அதன் ஊடாக சுகந்தமாக ஏதோ ஒரு மென்மையான வாசமும் அந்த இடத்தில் கசிந்து கொண்டிருந்தன.

அந்த சம்போகம் முடிவதற்குப் பத்து நிமிடம் கூட ஆகவில்லை. அவளைத் தழுவியபோது பிள்ளையார் கோவில் பிரகாரத்தின் நினைவு வந்தது. கட்டி முடிக்கப்படாத மாடிப்படியின் ஓரமாக இருந்த மணல் மூட்டைகளின் மீது விரித்து வைக்கப்பட்டிருந்த சாக்குகளின் மீது அவள் தன்னைக் கிடத்தியபடி மூர்த்தியைத் தன் மீது படரவைத்துக் கொண்டாள்.

தனது முகத்தால் அவளது முகம் கழுத்து என்று அவசர அவசரமாக மூர்த்தி ஊர்ந்தான். அவளது ரவிக்கையின் மீது அவன் முகத்தை வைத்து நகர்ந்தபோது அவள் கொஞ்சம் முதுகை வளைத்து தனது முலையை எடுத்து அவனுக்கு ஊட்டினாள். பதட்டமும் பரவசமுமாக இருந்தது. முதல் பெண்ணின் நிர்வாண ஸ்பரிசம் உன்மத்தத்தைக் கிளப்பி உடம்பை தளும்பச் செய்தது. வெளியிலேயே இன்னும் சற்று நேரத்தில் முடிந்துவிடுவோம் என்று அவன் நடுங்குகையில், தன்னைக் கண்டடைவதற்கு அவள் கொஞ்சம் விலக்கிக் காட்டினாள். தனது மூடியிருக்கும் கண்களின் உட்புறத்தில் மின்னலின் பிரவாகமாக ஒளி ததும்ப, அவள் மீது அவன் சோர்ந்து வீழ்ந்தபோது, மெல்லிய தளர்ந்த பெருமூச்சுடன் அவனைத் தழுவிக்கொண்டாள்.

அவள் மீது வந்துகொண்டிருப்பது சுத்தமான விபூதியின் மணம் என்று அவனுக்கு இப்போது உறைத்தது.

அவளை விலகியதும் அந்த இடத்தை விட்டு உடனே அகன்றுவிட வேண்டும் என்று அவசரமாக இருந்தது. அவள் தனது கலைந்த உடையுடன் அந்த சாக்குகளின் மீதே கிடப்பது மங்கலாகத் தெரிந்தது. கண்கள் இருட்டுக்குப் பழகத் துவங்கின. ஆனால் அவளைப் பார்ப்பதிலிருந்து அவன் தன்னை விடுவித்துக்கொண்டான். முட்டிக்குக் கீழே இழுத்துவிடப்பட்டிருந்த உள்ளாடையை மேலேற்றிக்கொண்டு கைலியை எடுத்துக் கட்டிக்கொண்டு வெளியில் வந்து நின்றபோது சைக்கிளுடன் தூரத்தில் சேகர் வருவது தெரிந்தது. கிருஷ்ணன் போய்விட்டிருக்கிறான். அவன்தான் சேகரை அனுப்பி வைத்திருக்கிறான். மூர்த்தி வேகமாக நடந்து போய் அவன் முன்னால் நின்றான். அந்த அவசரத்திலும் சேகரை மிகச் சரியாக அனுப்பிவைத்த கிருஷ்ணனின் கணக்கு மீது மூர்த்திக்கு பிரமிப்பாக இருந்தது. உடலில் இன்னும் படபடப்பும் நடுக்கமும் குறையவில்லை.

மூர்த்தி பின்னிருக்கையில் உட்கார்ந்துகொள்ள சேகர் சைக்கிளை மிதித்துக் கொண்டிருந்தான்.

"எப்படிடா இருந்துச்சு?"

"தெரியலடா..."

"அப்படிதான் இருக்கும்..."

"... ... ..."

வண்டியை நேராக தாமரைக் குளத்தை நோக்கி ஓட்டினான். கிருஷ்ணன் அதே மதகில் உட்கார்ந்திருந்தான். அவனைக் கடந்துதான் அதே சாலையில் கொஞ்ச தூரம் போனால் தாமரைக் குளம்.

இறங்கி சுத்தமாகக் கழுவிக்கொண்டு மேலேறும்போது, "கொஞ்ச நேரம் அப்படியே படியில உக்காரு போகலாம்..." என்றான் சேகர். மூர்த்திக்கும் சரி என்று தோன்றியது. அதேசமயம் அந்த இடத்தை விட்டு அகன்று உடனே வீட்டுக்குப் போகவேண்டும் போலவும் இருந்தது. கொஞ்ச நேரம் தனியாகவாவது இருக்கவேண்டும். உடலில் நடுக்கம் இன்னும் குறையவில்லை. குளத்திலிருந்து குளிர்ந்த காற்று வந்து உடலைத் தழுவுவது அத்துமீறலைப் போல பட்டது.

"நான் வீட்டுக்குப் போறேன்டா..."

படிகளில் ஏறி கரைக்கு வந்து அங்கிருந்து பார்க்கும்போது தூரத்தில் அதே மதகில் கிருஷ்ணன் உட்கார்ந்திருப்பது தெரிந்தது. அவனுக்கு எதிரே முதிய பெண்மணியொருத்தி நின்று அவனிடம்

ஏதோ பேசிக்கொண்டிருந்தாள். பிறகு இவர்கள் இருவரும் இருக்கும் திசையை நோக்கி அவள் நடப்பது தெரிந்தது. யாரிடம் பேசிக்கொண்டிருக்கிறான் என்று இருவரும் யோசித்தார்கள். அவன் ஏன் இன்னும் அந்தக் கட்டிடத்துக்குப் போகாமல் இங்கேயே குந்தியிருக்கிறான் என்று மூர்த்தி யோசித்தான்.

சைக்கிளைத் தள்ளிக்கொண்டு இருவரும் கிருஷ்ணனை நோக்கி நடந்தபோது, அவனுடன் பேசிக்கொண்டிருந்தவள் இவர்களை சமீபித்தாள்.

நல்ல உயரத்தில் மாநிறமாக இருந்தாள். நெற்றியை நிறைத்த விபூதிப் பட்டை. முகத்திலும் உடலிலும் வயோதிகத்தின் சுருக்கங்கள். வெளுத்த சேலையுடன் இடுப்பிலிருக்கும் சுருக்குப்பை ஆடிக்கொண்டிருந்தது. விதவையாக இருக்கவேண்டும். எதையோ தேடுவதைப் போன்ற பூஞ்சையான மெல்லிய நடை. அவள் நெருங்க நெருங்க அவளது வயது கூடிக்கொண்டே போனது. இவர்கள் இருவரையும் கடக்கும்போது, அவள் மீதிருந்த விபூதி வாசம் அந்த இடத்தில் அடர்த்தியாகப் பரவியது.

மூர்த்தி உடல் நடுங்க அப்படியே சைக்கிளைப் பிடித்துக்கொண்டு வயிறு கலங்க வாந்தியெடுத்தான். சேகர் சைக்கிளை நிறுத்திவிட்டு மூர்த்தியின் தலையைப் பற்றிக்கொண்டான். தனது முதல் கலவி இப்படியா ஒரு கிழவியுடனா அமையவேண்டும் என்று கண்ணீர் வழிந்தது. அந்த வடு மறைவதற்கு நீண்ட நாட்கள் ஆயின. இருபது முறைக்கு மேல் அந்தக் கட்டிடத்தில் வெவ்வேறு பெண்களுடன் உருண்ட பிறகுதான் அந்த விபூதி வாசம் அவனிடமிருந்து வெளியேறியது. அன்றைய இரவு சேகர் கிருஷ்ணனை பலமாக அடித்துவிட்டிருந்தான். “இனி அவன் முகத்தில் முழிக்கமாட்டேன்...” என்று அவனுடனான ஸ்நேகத்தையும் முறித்துக்கொண்டிருந்தான். ஆனால் மூர்த்தியால் அவ்வாறு கிருஷ்ணனை விட்டு விலகிவிட முடியவில்லை. சேகருக்குத் தெரியாமல் தனது ஸ்நேகத்தை மறைத்துக்கொண்டு தொடர்ந்தான்.

நான்காவது ஒருத்தியுடனான சம்போகத்தின் போதுதான் கிருஷ்ணன் மூர்த்தியிடம் மனம் திறந்தான். அவன் அதுவரை கன்னி கழிந்திருக்கவில்லை. அதற்கு வாய்ப்பும் இல்லை. தியேட்டரில் அவன் கைலியை இறக்கிவிடுபவன் அல்ல, கைலியை இறக்கிவிடச் சொல்பவன். மூர்த்திக்கு இது அதிர்ச்சியாக இருந்தாலும் ஒரு வகையில் ஆசுவாசமாக

இருந்தது. விசித்திரமாக தன்னைக் குறித்து மேலும் பெருமிதமாக எண்ணிக்கொள்ள அதில் ஏதோ இருப்பதை உணர்ந்து களிப்படைந்தான். அன்றிலிருந்து கிருஷ்ணன் கதை சொல்வதையும் நிறுத்திவிட்டிருந்தான். அவனிடமிருந்த ஒரு தீவிரமான கதை சொல்லி மரித்துப்போனது மூர்த்திக்கும் இழப்பாகவே இருந்தது. ஆனால் அந்த முதல் கலவியில் அவனுடன் ஈடுபட்டவள் கிருஷ்ணனின் அம்மா என்று அறிந்த நாளில் அவனிடமிருந்து மூர்த்தி முழுவதுமாக வெளியேறிவிட்டான்.

திரும்பவும் கிருஷ்ணனுடனான உறவைப் புதுப்பித்துக்கொள்ள சில வருடங்கள் ஆகிவிட்டன. புலவர் மீண்டும் மூர்த்தியின் வாழ்க்கைக்குள் வந்திருந்ததுதான் அதற்குக் காரணம். தனது பள்ளிக் காலத்தில் மூர்த்தியின் குடும்பத்தை விட்டு நீங்கிய பழைய புலவர் அல்ல அவர். மிகவும் கனிந்து போயிருந்தார். ஒரு விதத்தில் கூடு திரும்புதல் போல அவர் மூர்த்தியின் வீட்டுக்கு திரும்பவும் வரத்தொடங்கியிருந்தார். அவருடனான நீண்ட உரையாடல்களுக்குப் பிறகுதான் சில அடையமுடியாத சாத்தியங்களை மூர்த்தி அடையத் தொடங்கினான். கிருஷ்ணனின் அம்மாவை அவனும் அம்மா என்று அழைக்கத் தொடங்கியதும், அதற்கு அவளுடனான முதல் கலவி எந்த வகையிலும் தொந்தரவுக்கு உரியதாக இல்லாமல் போனதுமான மனநிலை அப்படித்தான் வாய்த்தது. அவளுக்கு மூர்த்தி குறித்து தெரிந்திருக்கவில்லை. அப்படி ஒருவன் அவளது வாழ்க்கையில் இருந்திருப்பதான சுவடையே அவள் வெளிப்படுத்திக் கொள்ளவில்லை. ரமணி மூர்த்தியிடம் நடந்துகொள்வதைப் போலவே அவளும் நடந்துகொண்டாள். அப்படித் தெரிந்திருந்தால் கூட அது அவளை பாதித்திருக்காது என்று புலவர் மூர்த்தியிடம் சொன்னதை அவனால் நீண்ட நாட்கள் நம்பமுடியாமல்தான் இருந்தது. வேலைக்குப் போன இடத்திலிருந்து தன்னுடன் வேலை செய்யும் ஒருவனுடன் ரஞ்சிதா ஓடிப்போன நாளில், கண்ணீரும் ஆத்திரமுமாக புகார் தெரிவித்துக்கொண்டிருக்கும் மூர்த்தியிடம், மிகவும் தணிவான குரலில், "அதில் உனக்கென்ன பிரச்சினை...?" என்று அவள் கேட்டாள். "உனக்கெப்படி இதெல்லாம் புரியும், நீயே ஒரு தேவடியா..." என்று மூர்த்தி அவளிடம் இரைந்தான். அதற்கும்கூட அவள் ஆத்திரப்படவில்லை. வழக்கம் போல கிருஷ்ணன் இருவரது முகத்தையும் மாறி மாறிப் பார்த்துவிட்டு அமைதியாக இருந்தான்.

30

மதிய நேரங்களில் ஹார்ட்வேர்ஸ் கடையில் ஆட்களின் வரத்து குறைவாக இருப்பதால் வியாபாரமும் குறைவு. அப்படியான நேரங்களில் நின்று கொண்டே இருப்பதுதான் சிரமமான காரியமாக இருந்தது. கடையின் உள்ளே நீண்ட அலமாரிகளில் பொருட்கள் அடுக்கி வைக்கப்பட்டிருந்தன. கடையின் பின்புறத்தை நோக்கி ரயில் பெட்டிகளைப் போல நீண்டிருந்த அலமாரிகளின் நடுவே இரண்டு ஆட்கள் இடித்துக்கொள்ளாமல் நடக்கும் அளவுக்கு இடைவெளி இருந்தது. முதுகை ஒட்டிக்கொண்டு இரண்டு அலமாரி வரிசைகள். சுவரை ஒட்டி இரண்டு அலமாரிகள். ராஜேந்திரனை சேர்த்து இன்னும் நான்கு ஆட்கள் அந்தக் கடையில் வேலைக்கு இருந்தார்கள். அவர்கள் அனுபவசாலிகள். அதிலொருவன் முதலாளி சாப்பாட்டுக்குப் போகும்போது, கல்லாவில் உட்காரும் அளவுக்கு அவரது நம்பிக்கையைப் பெற்றிருந்தான். மற்ற நேரங்களில் அவனும் மற்றவர்களுடன் அடித்து பிடித்துக் கொண்டு வேலை செய்யவேண்டியிருந்தது. அலாமாரிகளின் முடிவில், கடையின் உள்ளே இருந்த சுவரை ஒட்டி சரக்கு மூட்டைகள் கிடத்தப்பட்டிருந்தன. பிரித்து அலமாரியில் அடுக்கப்படுவதற்காக வைக்கப்பட்டிருக்கும் பொருட்கள், அல்லது அப்படியே அங்கிருந்தபடியே எடுத்து வாடிக்கையாளர்களுக்குத் தருவதற்குத் தோதான சில பொருட்கள். வேலை குறைவான நேரங்களில் அந்த மூட்டைகளின் மீது குந்தியிருந்துதான் இளைப்பாற முடியும். அதுவும் ஒரே நேரத்தில் எல்லோராலும் தங்களை அங்கு கிடத்திக்கொள்ள முடிவதில்லை. ஆள் மாற்றி ஆள் என்று உட்கார்ந்துகொள்ள வேண்டியிருந்தது.

வேலைக்கு வந்த அதன் ஆரம்ப காலங்களில் அங்கு குந்தியிருப்பதை விட கல்லாவை ஒட்டி, வாடிக்கையாளர்களுக்கு முன்னால் பொருட்களை நிரவி வைக்கும் மேசைப் பலகையின்மீது குனிந்தவாறு கைகளை ஊன்றி நின்றுகொள்வது ராஜேந்திரனுக்குப் பிடித்திருந்தது. ஒரு நாள் வாடிக்கையாளர்கள் யாரும் இல்லாதபோது அங்கு கிடந்த நாற்காலியில் உட்கார்ந்து

தெருவை வேடிக்கை பார்த்துக் கொண்டிருந்தார். கடை முதலாளி கல்லாவில் உட்கார்ந்திருந்தார். மதிய உணவை முடித்து ஒரு குட்டித் தூக்கம் போட்டுவிட்டு வந்திருந்த அவர், நாற்காலியின் மீது ஒரு காலை மடக்கி வைத்துக்கொண்டு பக்கச் சுவரில் சாய்ந்தபடி செய்தித்தாளை புரட்டிக்கொண்டிருந்தார். அவருக்கு ராஜேந்திரனை முன்பே தெரியும். வாடிக்கையாளராக ஏற்கனவே அறிமுகமாகியிருந்தவர்தான் ராஜேந்திரன். அதனால்தான் அவரை வேலைக்கு அமர்த்திக்கொள்ளத் தயங்கியிருந்தார். மற்ற வேலையாட்கள் உள்ளே உட்கார்ந்திருந்தார்கள். அடங்கிய குரலில் அவர்கள் பேசிக்கொண்டிருப்பது சுண்ணாம்பில் கலக்கும் வஜ்ஜிரத்தின் எரிச்சலூட்டும் வாசனையைப் போல கசிந்து கசிந்து வெளியே வந்துகொண்டிருந்தது. பணியாட்களில் ஒருவன் மட்டும் டீலரிடமிருந்து வந்திருந்த ஆணிப் பொட்டலங்களைப் பிரித்து அலமாரிப்பெட்டியில் கொட்டிக்கொண்டிருந்தான்.

"ராஜேந்திரன்…"

"ம்ம்ம்… சொல்லுங்க…"

ராஜேந்திரன் வீதியிலிருந்து பார்வையை விலக்கி முதலாளியின் மீது நிலைக்க வைத்தார்.

"அந்த சொம்ப எடுத்துட்டுப் போயி அர்ச்சனாவுல ஒரு காப்பி வாங்கிட்டு வர்றீங்களா…?"

பித்தளை செம்பு சாமிப் படங்கள் மாட்டி வைக்கப்பட்டிருந்த இடத்திற்கு அருகே இருந்த நாற்காலிக்கு அடியில் இருந்தது. அதன் மீது ஒரு சிறிய தட்டு வைத்து தூசு படாமல் மூடி வைக்கப்பட்டிருந்தது. எழுந்து வேட்டியைத் தழைத்து விட்டுக்கொண்டு இரண்டு எட்டு நடந்து குனிந்து அந்த செம்பைக் கையில் எடுத்துக்கொண்டு படிகளின் ஓரமாகக் கிடந்த காலணிகளை அணிந்தார். கடையை விட்டு இறங்குமிடத்தில் இருந்த படிகளின் மீதும் மேசையின் ஒரு பகுதி பலகையாக நீண்டிருந்தது. அதைத் தூக்கிவிட்டு அதனுள் நுழைந்து கீழே இறங்கவேண்டும். அவர் இறங்கி மீண்டும் பலகையை அதே போல மூடிவிட்டு செருப்பை அணிந்துகொண்டு வீதியில் இரண்டு எட்டு வைக்கும் வரை பார்த்துக்கொண்டிருந்துவிட்டு, முதலாளி மீண்டும் அவரைப் பெயர் சொல்லி அழைத்தார். ராஜேந்திரனுக்கு ஏன் என்று புரியவில்லை.

"காசு வாங்கிக்கலையா…?"

"இருக்கு…"

ஜி. கார்ல் மார்க்ஸ்

"இங்க வாங்க... உங்ககிட்ட இருக்கும்னு எனக்குத் தெரியாதா..."

திரும்பி அவரைச் சமீபித்ததும், கல்லாவில் இருந்து ஒரு காப்பிக்கான சரியான சில்லறையை எடுத்து ராஜேந்திரனிடம் கொடுத்தார்.

"கடை வாசல்லயே இருக்க திருவு பம்புல சொம்ப நல்லா கழுவிடுங்க... இல்லன்னா சும்மா சுடுதண்ணியை ஒரு காட்டு காட்டிட்டு காப்பியைப் போட்டு குடுத்துடுவான்."

அவர் சொன்னதை ஏற்றுக்கொண்டதன் பாவனையில் ராஜேந்திரன் தலையசைத்தார்.

செல்லும் வழியில் நிறைய தேநீர்க் கடைகள் இருந்தன. அர்ச்சனாவுக்கு அந்த வீதியைக் கடந்து அதற்கு அடுத்து இருக்கும் பிரதான வீதியைத் தாண்டி வலது புறம் திரும்பிப் போகவேண்டும். கும்பகோணம் வந்தால் அர்ச்சனாவுக்கு வருவதுதான் அவருக்கும் வாடிக்கை. ஆனாலும் அன்று காப்பி வாங்கப் போவது அவருக்கு புது அனுபவமாக இருந்தது. அங்கிருந்த திருகு பைப்பில் செம்பைக் கழுவுவதும் புதிதாக இருந்தது. இத்தனை நாட்களில் அந்த இடத்தில ஒரு பைப்பு இருப்பதே அவரது கண்களுக்குப் பட்டிருக்கவில்லை. உணவு அருந்திவிட்டு கை கழுவுவதற்கு, உணவகத்தின் சமையல் கட்டை ஒட்டி ஒரு தண்ணீர்க் குழாய் இருப்பது மட்டுமே அவருக்குத் தெரியும். இதை எப்படி இத்தனை நாள் கவனிக்காமல் விட்டோம் என்பது ஆச்சர்யமாக இருந்தது.

காப்பி போடுபவனுக்கு அந்த செம்பு பழக்கப்பட்டதாக இருந்திருக்கவேண்டும். காப்பியை ஊற்றியதும், அதன் விளிம்பில் சிந்தியிருந்த காப்பியைத் துண்டால் துடைத்து விட்டு, அவனது தலைக்கு மேலே கம்பியில் கோர்த்து தொங்கவிடப்பட்டிருந்த காகிதத் துண்டுகளில் ஒன்றைப் பிரித்து அதன் மீது வைத்து மூடி அவரது பக்கமாக நகர்த்தி வைத்தான்.

எடுத்துக்கொண்டு மீண்டும் கடையை நோக்கி நடந்தார்.

இவர் கொண்டு போய் காப்பியை வைக்கவும், முதலாளி கல்லாவின் கீழே இருந்து அவரது தம்ளரை எடுத்து மேசையின் மீது வைத்துவிட்டு ராஜேந்திரனின் முகத்தைப் பார்த்தார். ராஜேந்திரன் காப்பியை ஆற்றி அந்த தம்ளரில் முக்கால் பாகம் ஊற்றினார்.

"உள்ள போயி அவனுவோளுக்கும் குடுத்துட்டு நீங்களும் குடிங்க..."

செம்பை எடுத்துகிட்டு உள்ள போறதுக்கு முன்ன அந்த நாற்காலியை உள்ளே தள்ளிப் போட்டுடுங்க என்று அறிவுறுத்தினார். சற்று நேரம் முன்பு வரை ராஜேந்திரன் உட்கார்ந்திருந்த நாற்காலி. செய்தி புரிந்து போயிற்று.

உள்ளே நடந்ததும் மறைவாக இருந்த அலமாரியின் விளிம்பில் நான்கைந்து தம்ளர்கள் இருந்தன. ரமணி கட்டிக்கொடுத்திருந்த எலுமிச்சை சாதத்தை மதியம் அவர் சாப்பிட்டிருந்ததால், மிச்சமிருந்த அதன் சுவை காப்பி குடிக்கவேண்டும் என்ற எண்ணத்தைத் தடுத்து வைத்திருந்தது.

அங்கு குந்தியிருந்தவர்களது முன்னால் காப்பி செம்பை வைத்துவிட்டு அவரும் அங்கு கிடந்த மூட்டை ஒன்றில் தனது புட்டத்தைப் பதியவைத்தார். அவர்களில் ஒருத்தன் எழுந்து டம்ளர்களில் காப்பியை ஊற்றினான்

“எனக்கு இப்ப வேண்டாம்...” என்றார். மூன்று தம்ளர்களில் மட்டும் காப்பி அதன் கால் பங்குக்கு நிரம்பியது.

“அவன் கண்ணு முன்னால போயி எதுக்கு உக்கார்ரீங்க...” என்று காப்பியை ஊற்றிக்கொண்டிருப்பவன் கிசுகிசுப்பான தொனியில் ராஜேந்திரனிடம் சொன்னான்.

வாடிக்கையாளராக இருக்கும் போதிலிருந்தே அவனுக்கு ராஜேந்திரனைத் தெரியும். எப்போதும் அவன்தான் காப்பி வாங்கப் போவான். எல்லாருக்கும் கொடுத்துவிட்டு செம்பையும் தம்ளர்களையும் கழுவி வைப்பதும் அவன்தான். அந்தக் கடையிலிருந்து பத்து நிமிட நடையில் அவனது வீடு. பத்தாண்டுகளுக்கு மேல் அந்தக் கடையில் வேலை செய்துகொண்டிருப்பவன் அவன். முதலாளி மேல் எந்தப் புகாரும் இல்லை அவனுக்கு. அந்த வேலையில் நன்றாக அவன் ஒன்றிப் போயிருந்தான். காப்பியை மற்றவர்கள் குடித்து முடித்ததும் இன்னொரு செம்பில் தண்ணீரை எடுத்துக்கொண்டு அழுக்கு டம்ளர்களுடன் கடைக்கு வெளியே போய் அதைக் கழுவிக்கொண்டு வந்து அவற்றை அதனதன் இடத்தில் கவிழ்த்து வைத்தான்.

அதன் பிறகு மற்ற ஆட்கள் இருக்கும்போது காப்பி வாங்குவதற்கு ராஜேந்திரன் பணிக்கப்படவில்ல. தனது ஆரம்பகட்ட தயக்கங்களை கொஞ்சம் கொஞ்சமாக உதறிவிட்டு அவர்களுடன் சகஜமான உரையாடல்களுக்கு அவரும் பழகிக்கொண்டிருந்தார். கடைக்கு வரும் வாடிக்கையாளர்களின் கண்களைப் பார்த்து

பேசவும், "ஏம்பா..." என்று அழைக்கும் ஆட்களின் குரலுக்கு துணுக்குறாமல் இருக்கவும் இப்போது பழகியிருக்கிறது. சுண்ணாம்பு மூட்டையில் குந்திவிட்டு எழுகையில் அனிச்சையாக பின்புறத்தை இரண்டு மூன்று முறை தட்டிக்கொள்ளும் பழக்கம் கூட விடுபட்டுப் போயிருக்கிறது. இப்போதெல்லாம் ரமணி சொன்னால்தான் வேட்டியில் அத்தனை பெரிய கறை இருப்பதே கவனத்துக்கு வருகிறது.

"ஏங்க, அப்படியேவா இவ்வளவு தூரம் வந்தீங்க?"

இத்தகைய கறைகள் அவரது போதத்திலிருந்து வெளியேறிவிட்டபிறகு அவருக்கு அந்த வேலையும் சூழலும் எளிதாகிவிட்டிருந்தது. சில நேரங்களில் அவருக்கு அது பிடித்திருக்கவும் செய்தது. சங்கடங்கள் குறைந்துவிட்டிருந்தன. சிகரட் இல்லாத சமயங்களில் பீடி குடிப்பது பற்றி எந்தப் புகாரும் இல்லை. அதிகமாக நாறுகிறது எனும் ரமணியின் முனுமுனுப்பைத் தவிர. அதனால் வீட்டுக்குத் திரும்பும்போது பீடி புகைப்பதை கூடுமானவரை தவிர்த்தார். ரமணிக்கு ஒவ்வாமையைத் தரும் காரியத்தைச் செய்வதில் அவருக்கு எப்போதும் தயக்கம் இருந்தது. கடையிலிருந்து வரும் வருமானம் சில நிச்சயமின்மைகளில் இருந்து அவரை விடுவித்திருந்தது. சில புதிய வார்ப்புகளை அவரிடம் உருவாக்கியிருந்தது.

காலையில் ஒன்பது மணிக்கு கடைக்கு வந்து சேர்ந்தால், திரும்பவும் வீடு திரும்புவதற்கு இரவு ஒன்பது மணி ஆகிவிடுகிறது. கிட்டத்தட்ட குழந்தைகள் உறங்கியிருக்கிறார்கள் அல்லது உறங்கத் தயாராகிவிடுகிறார்கள். ரமணியோ ரஞ்சிதாவோ மட்டுமே விழித்திருந்து அல்லது அரைத் தூக்கத்தில் வளையவருகிறார்கள். ரஞ்சிதா நிகுநிகுவென வளர்ந்துவிட்டிருக்கிறாள். மற்ற குழந்தைகளும் வளர்ந்துவிட்டார்கள்தான். மூர்த்திகூட எவ்வளவு பெரிய பையனாகிவிட்டான். மீசை அரும்பத் துவங்கிவிட்டது. குரல் உடைகிறது.

ஞாயிறு விடுமுறையில், இன்று சைக்கிள் மிதிக்கத் தேவையில்லை என்பதே பெரும் ஆறுதலாக இருந்தது. தெருவில் இருக்கும் ஆட்களுடன் ஒருவித விலக்கம் வந்துவிட்டிருந்தது. ஒரு வகையில் அவர்களிடமிருந்து சுதந்திரமடைந்தவராக தன்னைக் குறித்து அவர் உணர்ந்தார். இவர்களைப் போல நூற்றுக் கணக்கானவர்களை அவர் தினமும் கடையில் பார்க்கிறார். மிராசுகள், கொஞ்சம் நிலம் வைத்திருப்பவர்கள். பணக்காரர்கள்,

வேலையாட்கள், கொத்தனார்கள், ஒப்பந்தக்காரர்கள், தனியாளாக நின்று குடும்பத்தைப் பார்த்துக்கொள்ளும் பெண்கள், வேலைக்குப் போகும் பெண்கள், சித்தாள்கள், சிறுவர்கள், சிறுமிகள் என பலதரப்பட்ட மனிதர்கள். வெகுளிகள், பெருந்தன்மையாளர்கள், கஞ்சர்கள், பொருட்களை சோதிப்பது போல நைஸாக ஒரு போல்ட் நட்டையோ, ஆணியையோ, சிறிய பெயின்ட் டப்பாவையோ பைக்குள் திணித்துக் கொள்ளும் அற்பர்கள் என பலதரப்பட்ட ஆட்களைப் பார்க்கிறார். அவர்கள் கேட்ட சாமான்களை எல்லாம் எடுத்து வைத்ததும் அதை நறுவிசாகக் கட்டி அட்டைப்பெட்டியில் அடுக்கி அவர்கள் கொண்டுவந்திருக்கும் சைக்கிளிலோ அல்லது வேறு வாகனத்திலோ கொண்டு போய் வைக்கும்போது அவர்கள் தரும் ஐந்தையோ பத்தையோ ஆரம்பத்தில் சங்கோஜத்துடன் மறுத்துக்கொண்டிருந்தவர், அவர்கள் கட்டாயப்படுத்தித் திணித்ததில் பழகி, இப்போதெல்லாம் சற்று நேரம் நின்று அந்தப் பணத்தை வாங்கும் அளவுக்கு, அல்லது தனது முக பாவானையின் வழியாக பணம் தாருங்கள் என்று கேட்கும் நிலைக்கு நகர்ந்திருக்கிறார். அப்படிக் கேட்பதன் கூச்சம் உடலிலிருந்து உதிர்ந்துவிட்டிருந்தது. கடையிலிருக்கும் மற்ற ஆட்கள் அல்லது கல்லாவில் இருக்கும் முதலாளி இதைப் பார்த்துக்கொண்டிருக்கிறார் என்கிற ஆரம்பகட்ட வெட்க மனநிலையில் இருந்தும் அவர் வெளியேறிவிட்டிருந்தார். அது மற்றவர்களுக்கும்கூட ஒரு ஆசுவாசமான நெருக்கத்தை அவரிடம் உருவாக்கி வைத்திருந்தது. அவ்வப்போது முதலாளி இல்லாதபோது, அப்படியான நேரங்களில் கல்லாவில் குந்துபவன் இல்லாத நேரங்களில் அவர்தான் கல்லாவில் உட்காருகிறார். அப்படி உட்காருகையில், வந்திருக்கும் வாடிக்கையாளர்களிடம் பேசும் தனது குரலில், மெல்லிய வீச்சும் கேலியும் கூடிவிடுவதை ரசித்தார். இப்போது சில பொய்களும்கூட சகஜமாகக் கைவருகிறது. அது இல்லாமல் அப்புறம் அது என்ன வியாபாரம். ஆண்டுகள் செல்லச் செல்ல அந்த ஹார்ட்வேர்ஸ் கடையின் அங்கமாக அவரது உடல் மாறிவிட்டிருந்தது. தேவையில்லாத சுமைகளை அந்த அலமாரிகளுக்கு இடையிலான நடைவெளியில் உதிர்த்துவிட்டிருந்தார். அவன் அவற்றை வாருகோலால் பெருக்கித் தள்ளியிருந்தான். அது அந்நகரத்தில் தூசியாகப் பறந்துவிட்டிருந்தது.

வேலையை முடித்துவிட்டு சைக்கிளைத் தள்ளும் பல நாட்களில் நகரத்தில் நடக்கும் கட்சிப் பொதுக்கூட்டம் அவரது கண்களில்

படுகிறது. அப்படியே சைக்கிளை நிறுத்தி விட்டு அதன் கேரியரில் உட்கார்ந்து முழு பேச்சையும் கேட்டுவிட்டுத்தான் வீட்டிற்குப் போகிறார். அதில் எந்த மாற்றமும் இல்லை. என்ன ஒன்று. மாநாடு ஊர்வலம் என்று வெளியூர்களுக்குப் போவது இப்போது குறைந்துவிட்டிருக்கிறது. மேடையில் பேசுபவர்கள் மீதான பிரமிப்பு கொஞ்சம் அகன்று விட்டதோ என்கிற சந்தேகம் கூட ஒருமுறை அவருக்கு வந்துவிட்டது. பிரமிப்புக்கும் அபிமானத்துக்குமான வேறுபாட்டை அவரது மனம் அன்று அசைபோட்டபடியே இருந்தது. தன்னுடன் கடையின் மூலையில் சாக்கு மீது குந்திக்கொண்டு கிசுகிசுப்பான தொனியில் உரையாடும் மற்றவர்களில் இருந்து தன்னைத் தனித்து வைத்துக்கொள்ள முயலும் ஒன்றாக இந்த அரசியல் இருக்கிறது என்பதை அவர் புரிந்துகொண்டிருந்தார். இந்த அரசியல் ஈர்ப்பு ஏதோ ஒன்றிலிருந்து அவரை விலக்கி வைத்து, தாம் மற்றவர்களை விட மேலானவன் என்று உணர்ந்துகொள்ளும் வாய்ப்பை வழங்குகிறது என்று நினைத்தார் இப்படியெல்லாம் யோசிப்பதற்கான வாய்ப்பையும், விகாசத்தையும் தாம் அடைந்ததற்குப் பின்னால் இந்த மேடைகளுக்குப் பங்கிருக்கிறது என்றும் ஆலோசித்தார். அதே நேரம், தம்மை ஹார்ட்வேர்ஸ் கடையில் வைத்துப் பிணைத்துக்கொண்டு, அங்கிருந்து எல்லாவற்றையும் பார்க்கத் தொடங்கியிருக்கிறோம் என்று நினைத்து துணுக்குறவும் செய்தார்.

"இந்த கடையில் வேலை செய்கிற, சொற்ப சம்பளத்துக்கு பொட்டலம் மடித்துத் தருகிற, அதைக் கொண்டு போய் வண்டியில் வைத்துவிட்டு, அவன் தரப்போகிற அஞ்சுக்கும் பத்துக்கும் அவனது முகத்தைப் பார்த்துக்கொண்டிருக்கிற ஆள்தானா நான்" என்ற எண்ணம் வந்து வந்து சென்றது. அந்த எண்ணத்தை உதறும் வாய்ப்புகள் குறித்து அவர் பரிசீலித்தபடியே இருந்தார். ஆனால் கடைக்கு உள்ளே போனதும் அந்த எண்ணங்கள் இருந்த சுவடு தெரியாமல் மறைந்து போய் விடுகின்றன. அங்கு நிலவும் ஒருவித கலகலப்பு கையைப் பிடித்து இழுத்துக்கொண்டு தன்னுடன் ஆடப் பணித்துவிடுகிறது. அங்கு இருக்கும்போது அப்படியே இறங்கிபோய், அந்த மூத்திர சந்தில் மறைவாக நின்றுகொண்டு ஒரு பீடியை இழுக்கையில் அந்த மூத்திர நாற்றம்கூட அத்தனை தொந்தரவு செய்வதாக இல்லை. களிப்பூறும் சுதந்திர உணர்வே எஞ்சுகிறது.

கடையை மூடி, உரிமையாளன் சூடம் கொளுத்திக் காட்டிவிட்டு அவனது புல்லட்டை உதைக்கும் வரைக் காத்திருந்துவிட்டு,

தனது சைக்கிளைத் தள்ளும்போதுதான், கழிவிரக்கமும் ஒரு பூதத்தைப் போல வந்து வண்டியில் ஏறிக்கொள்கிறது. சமீப காலங்களில் இந்த பூதத்தின் எடை கூடிக்கொண்டே போகிறது. நீண்டு தொங்கும் அதன் கைகள் பருத்து சுழலும் சக்கரத்தின் கம்பிகளில் உரசுகின்றன. தட், தட் தட் என்று அபஸ்வரத்தில் முனகும் வீணையின் தந்தியைப் போல நாராசமாக ஒலிக்கிறது அந்த சத்தம். போதாததுக்கு பூதத்தின் வீங்கிய முலைகள் முதுகில் அழுத்துகின்றன. சைக்கிளை அழுத்தி அழுத்தி மிதிக்க வேண்டியிருக்கிறது. ஏன் இந்த பூதத்தின் உடல் இப்படி பல்கிப் பெருகுகிறது? ரஞ்சிதா திருமணத்துக்கு தயாராகி நிற்கிறாள் என்பதாலா? அல்லது அவளுக்கு இப்போது திருமணம் செய்து வைக்கமுடியாமல் இருக்கிறோம் என்கிற கையாலாகாதத்தனம்தான் பூதத்தின் கால்களாக வளர்ந்து தரையில் தேய்கின்றனவா? அதுதான் வண்டியோட்டத்தை இத்தனை சிக்கலாக்குகிறதா? அவளுக்கு ஏன் தோதான இடத்தில் கல்யாணம் செய்து வைக்க முடியவில்லை? ஏனென்றால் தோதான இடம் எது என்பதில் வேறுபாடு வந்துவிட்டது. இப்போது எது ராஜேந்திரனுக்குத் தோதான இடமோ, அதாவது அந்த மூத்திரச் சந்தில் நின்று பீடி குடிக்கும்போது தோன்றுகிறதே அந்த தோதான இடம். சோமு அதை அனுமதிக்க மாட்டார். இன்றைய தேதியில் ராஜேந்திரனுக்குத் தோதான இடம் என்பது சோமுவின் பார்வைக்கு மிகவும் கீழான இடம்தான். ஆனால் அது மட்டும் அல்லவே காரணம். தாம் வாங்கும் சம்பளம் போதாது. மற்ற இரண்டு குழந்தைகளின் படிப்பும் முடியவேண்டும் என்றால் ரஞ்சிதாவும் இந்த சுமையைப் பகிர்ந்துகொண்டுதான் ஆகவேண்டும். முன்பணமாக நிறைய வாங்கியாகிவிட்டது. முன்பணம் தருவதில் முதலாளிக்கும் ஒன்றும் சிக்கலில்லை. அது ஒருவகையான சுழல். அதே கடையுடன் கட்டிப் போட்டுவிடும் சூட்சுமம். சம்பளத்தை உயர்த்தித் தருவதிலிருந்து அது உரிமையாளனுக்கு விடுதலையளித்துவிடுகிறது. “தன்னிடம் வேலை செய்பவனின் தரித்திரம், தமது தொழிலுக்கான முதலீடு” என்பதை ஒவ்வொரு கடை முதலாளியும் அறிந்தே வைத்திருக்கிறான். “எவ்வளவு தேவையோ அதற்குக் குறைவாக கொடுத்தால் மட்டுமே வேலைக்கு வருபவன் தினமும் வந்து சேருவான்” என்பது வேலை கொடுப்பவனுக்குத் தெரிந்திருந்தது. கொத்தனாரும் ஆசாரியும் எதற்கு வேலை கொடுப்பவனை அலைய வைக்கிறான். அவனுக்குத் தொழில் தெரிகிறது என்பதால் மட்டும் அல்ல, சம்பளம் நிறைய வருகிறது என்பதும்தான்.

ஆனாலும் கூட ராஜேந்திரனுக்கு பூதம் ஒரு ஸ்நேகிதியைப் போல ஆகிவிட்டிருந்தது. அதனுடன் சம்பாஷணையில் ஈடுபடப் பழகியிருந்தார் அவர். இருட்டுக்குத் துணை போலவும் ஆசுவாசமாக இருந்தது அதன் இருப்பு. முக்கால் மணி நேரம் சைக்கிள் மிதிக்கும்போது, பேச்சுத் துணைக்கு ஆள் இல்லாமல் தனித்து செல்வது, அது எவ்வளவு இலகுவானதாக இருந்தாலும் சலிப்பூட்டக் கூடியதுதானே. பூதத்தை வைத்துக்கொண்டு அதனுடன் பேசிக்கொண்டே சைக்கிள் மிதிப்பது சக்தி விரயமாகும் காரியம்தான் என்றாலும் அதில் ஆறுதல் இருக்கவே செய்கிறது. அந்த பூதம் இறங்கிவிட்டால், சைக்கிள் சரிவில் ஓடுவது போல ஆகிவிடுகிறது. அதன் வேகம் பரவசத்தைத் தருகிறது என்றாலும், எங்காவது விழுந்து விடுவோமோ என்ற அச்சம் வந்து வியர்க்கச் செய்துவிடுகிறது. இப்போது இருக்கும் சூழல் சமநிலையாகத்தான் இருக்கிறது என்கிற முடிவுக்கு அப்படியாகத்தான் அவர் வந்து சேர்ந்தார். ஒரே நேரத்தில் குடும்பஸ்தன் போலவும், வேதாந்தி போலவும் சிந்தித்துக்கொள்வதற்கு இந்த தினசரி சைக்கிள் பயணம் அவருக்குப் பயன்பட்டது. பூதத்தின் இருப்பு அதற்கு அத்தியாவசியமாக இருந்தது.

மற்றவர்கள் மீது ஆதிக்கம் செலுத்தும் தன்மையிலிருந்து இந்த வேலை அவரை வெளியேற்றியிருந்தது. அவர் தோப்புக்குப் போய் நீண்ட நாட்கள் ஆகின்றன. சோமுவின் பார்வையில் பட்டும்கூட நீண்ட நாட்கள் இருக்கும். மிக அந்தரங்கமாக அவர் சோமுவை வெறுத்தார். அல்லது சோமுவின் மீது அச்சம் கொண்டார். இல்லை இல்லை. சோமுவின் ஆகிருதி மீது அவருக்கிருக்கும் பிரமிப்பும் மரியாதையும் அவரை விரட்டிக்கொண்டே இருக்கிறது. அப்படி யோசிக்கும்போதுதான் தனது சைக்கிளின் பின்னால் குந்தியிருக்கும் பூதத்திடம் ஒரு நாள் சொன்னார்,

'சோமுவோட மவனா என்னால ஹார்ட்வேர்ஸ் கடையில வேலை செய்ய முடியுமா சொல்லு...?'

ஆனால் இதற்கு மாறான ஒரு மனநிலை கடையில் குந்தியிருக்கும் போது அவருக்கு வருகிறது. சோமுவின் மீது கேலியும் கிண்டலுமான ஒரு மன அமைப்புக்கு வந்துவிடுகிறார். என்ன வேணுமாம் அவருக்கு? என்னதான் பிரச்சினை? இப்போது பூதம் கூட அங்கு இல்லை. அது ஒரு பூனைக் குட்டியாக மாறி அவரது கால்களுக்கு நடுவே அரூபமாக அலைந்துகொண்டிருக்கிறது. அப்படியான சமயங்களில் ராஜேந்திரனுக்கு எதன் மீதும் புகார்

இருப்பதில்லை. மனது பஞ்சு போல அமைதியாகிவிடுகிறது. பீடி குடிக்கலாம் என்று தோன்றுகிறது. மெல்லிய பாடல் ஒன்றை முணுமுணுத்துக்கொண்டே பொட்டலம் கட்டுகிறார்.

நட்டுகளை எண்ணும்போது, இடையில் நம்பர்கள் மனதில் விடுபட்டுப் போனாலும் நூறு என்கிற எண்ணிக்கைக்கு வருகிறபோது கை தானாக நின்றுவிடுகிறது. ஒன்று ரெண்டு என்று எண்ணத் தொடங்கையில் இடையில் மனது அறுபட்டு வேறு எங்கெங்கோ கற்பனை செய்துவிட்டு மீண்டும் திரும்பி வருகையில் அது எண்பதாகவோ தொண்ணூறாகவோ இருக்கிறது. சில நேரம் கற்பனை அறுபட சற்று கூடுதல் நேரம் ஆகிவிட்டால் நூறில் வந்து கை தானாக நின்று விடுகிறது. எப்படி இந்த ஒத்திசைவு சாத்தியம் என்றும் ஆச்சர்யமாக இருக்கிறது. ஒரே நேரத்தில் மனது இரண்டு மூன்று தளத்தில் செயல்படுகிறது.

அப்படி மிதப்பாக யோசித்தபோதே, 'இந்த வேலைக்கு, இந்தப் பொட்டலம் கட்டும் வேலைக்கு தாம் அடிமைப்பட்டு விட்டோம்' என்கிற அச்சமும் அவர் மீது கவிந்தது. 'பொறுப்புகளில் இருந்து வெளியேறி விட்டோமோ...' என்கிற அச்சமாகவும் அவரது மனம் அதை வளர்த்தெடுத்தது.

வீட்டிற்குச் செல்லும் வழியில் அந்த பூதத்திடம் கேட்கலாம் என்று நினைத்தார். வேண்டாம். கேட்டால் சிரிக்கும். உனக்குத் தெரியாதா என்று கேட்கும்?

'மூர்த்தி கல்லூரி இறுதியாண்டு போகிறான். கடைசி செமஸ்டருக்குப் பணம் கட்ட வேண்டும். அட்வான்ஸ் கேட்டிருக்கிறாய். இத்தனை சிக்கல்களுக்கு இடையிலும் நீ குழந்தைகளைப் படிக்க வைக்கிறாய் என்பது உனது முதலாளிக்குப் புகைச்சலாக இருக்கிறது. அதனால் தானே இன்று நாளை என்று ஒருவாரமாக உன்னைக் காக்க வைத்துக்கொண்டிருக்கிறார். நீயும் சூடம் அணையும் வரை, அவரது புல்லட் சத்தம் காற்றில் கரைந்து தேயும் வரை காத்திருந்துவிட்டு சைக்கிளை நகர்த்தினாய். பிறகுதானே நான் வந்து குந்தினேன்? அப்புறமென்ன உனக்கு பொறுப்பு குறித்த சந்தேகம்? நீ என்னிடம் விளையாடுகிறாய். நான் உனக்கு ஆறுதல் சொல்லவேண்டும் என்று நினைக்கிறாய். நான் அப்படி சொல்லப் போவதில்லை. உனக்கு இதுதான் சரி. இதுதான் உன் இடம். உனது நாக்கில் படர்ந்திருக்கும் தோல்வியின் கசப்புகளை உரித்துவிட்டால் அது புதிய சுவைக்கு வெறியுடன் கிளம்பும். பிறகு நீ தூங்க முடியுமா?' பூதத்தின் குரல் ராஜேந்திரனின்

காதில் இரைச்சலாகக் குமிழியிட்டது. அது நிறுத்தாது போலவும் இருந்தது.

'நீ கூடடையும்போது எத்தனை நாட்கள் கோபால் அவனது வீட்டு வாசலில் தனது பரிவாரங்களுடன் குந்தியிருக்கிறான்? என்றாவது நீ அவனைத் திரும்பிப் பார்த்திருக்கிறாயா? உன்னைவிட அவன் திறமைசாலி என்பதை ஒத்துக்கொண்டிருக்கிறாயா?'

'மயிறு... இறங்கு என் வண்டியிலிருந்து... இறங்கிவிடு...'

'உனக்கு கோபாலுடன் என்ன பிரச்சினை. நீ கொண்டிருக்கும் தயக்கங்கள் அவனுக்கு இல்லை. அவன் உன்னைப் போல கோழையில்லை.'

'நிறுத்து... அவன் தைரியமானவனா... அவன் பொறுக்கி... அதில் என்ன தைரியம் இருக்கிறது?'

'அப்படியானால் உன் முதலாளி மட்டும் உத்தமனா சொல்? அவன் வாடிக்கையாளர்களை ஏமாற்றவில்லையா? கல்லாவில் உட்கார்ந்திருக்கும்போது நீயும் சில சில்லரைப் பொய்களை பரீட்சித்துப் பார்ப்பதில்லையா...? அதெல்லாம் பொறுக்கித்தனத்தில் வராதா?'

'நிறுத்து...! எனக்கு மண்டை வெடித்து விடும் போல் இருக்கிறது. நீ என்னை சிதிலமடையச் செய்கிறாய். அவனும் நானும் எந்த வகையிலும் ஒன்றில்லை. எல்லாவற்றையும் ஒரே குடுவையில் போட்டு குலுக்குவதை நிறுத்து. அவனது வழிமுறைகள் முழுக்கவும் நேர்மைக்கு எதிரானவை. எனது ஊசலாட்டங்கள் எதுவுமே அவனுக்குக் கிடையாது. அவன் மிகத் தெளிவாக ஒரு வழியைத் தேர்ந்தெடுத்துப் போய்க்கொண்டிருக்கிறான். அவனால் அதிலிருந்து திரும்பவே முடியாது. நான் அப்படி அல்ல. நேர்மை குறித்த அச்சம் எனக்கு இருக்கிறது.'

'அது பொய்' என்று பூதம் சிரித்தது. ராஜேந்திரனுக்கு ஆத்திரத்தில் உடல் நடுங்கியது.

'நிலத்தை விட்டுத் தரமுடியாது என்று ஒரு சிறிய கத்தியால் நீ செட்டியைக் கீறியிருந்தால் போதும். இன்று இப்படி சைக்கிள் மிதிக்க வேண்டியிருக்காது. உனக்கு பயம். அது உனது கோழைத்தனம். உனக்கு மட்டுமல்ல, உனது தம்பிகளுக்கும்தான். நீங்கள் மாற்றி மாற்றி உங்களை சுரண்டிக்கொள்ளும் அற்பர்கள்தானே தவிர, நேர்மையாளர்கள் அல்ல. உங்களை விட கோபால் மேலானவன்தான்...'

‘நிறுத்து...’

இரைந்தார் ராஜேந்திரன். ஆனால் பூதம் நிறுத்துவதாக இல்லை.

‘உனக்கு சந்தேகம் இருந்தால், சோமுவிடம் போய் அவரது முகத்துக்கு நேராக இதைக் கேள். நீ யார் என்று அவரிடம் கேள். அவரது அதிருப்திகள் என்ன என்று கேள். ஆனால் இப்போது எதையும் அவர் சொல்லமாட்டார். ஏன் தெரியுமா அவருக்கு உங்களது எல்லைகள் தெரிந்துவிட்டன. உன்னால் இவ்வளவுதான் முடியும் என்று அவருக்குத் தெரியும். இருக்கும் சொற்ப இடத்தில், அவர் ஏன் விடாப்பிடியாக பயிரிட்டுக்கொண்டிருக்கிறார் சொல்? நீ கோபாலை விட்டு விலகிப்போவாய். ரகசியமாக அஞ்சுவாய். ஆனால் சோமுவால் அவன் முகத்தில் காறி உமிழ முடியும். இரண்டுக்கும் வேறுபாடு உண்டா இல்லையா?’

ராஜேந்திரனுக்கு சோர்வாக இருந்தது. அழுகை வந்தது. விசித்திரமாக கடைவாயில் மென்நகை தோன்றி அசைந்தது. அதன் பிறகு அவர் பூதத்துடன் எந்த பேச்சும் வைத்துக் கொள்ளவில்லை. இறுக்கமான முகத்துடன் வாயை மூடிக்கொண்டு சைக்கிளை மிதித்தார்.

பூதமும், ‘சரி, நீயே போ...’ என்று இறங்கிக்கொண்டுவிட்டது.

வீட்டிற்குச் சென்றதும், எழுந்து சோறு போடப்போன ரமணியை அழைத்து தனக்குப் பசிக்கவில்லை என்று சொல்லிவிட்டு, திண்ணையிலேயே படுத்துக்கொண்டார். நடந்து கொண்டிருக்கும்போது தடுமாறி பள்ளத்தில் விழுந்ததுபோல சட்டென்று உறக்கம் வந்துவிட்டது. மறுநாள் படுக்கையிலிருந்து எழுந்துகொள்ள மனமற்று நீண்ட நேரம் புரண்டபடியே கிடந்தார்.

“உடம்புக்கு எதுவும் முடியலையா...?” என்ற ரமணியின் குரலுக்கு ஒன்றுமில்லை என்று சொல்லிவிட்டு போர்வையை மீண்டும் தலை வரை இழுத்துவிட்டுக்கொண்டார். ரஞ்சிதாவின் குரல் கேட்டது. வெளியில் வருவதும் உள்ளே போவதுமாக அவளது காலடிச் சத்தம் கேட்டுக்கொண்டிருந்தது. மற்ற குழந்தைகள் சற்று முன்பே கிளம்பிவிட்டிருந்தார்கள்.

அப்பா, அப்பா என்று ரஞ்சிதா தோளில் தொட்டு அவரை அசைத்தாள். இன்னும் தூங்குகிறார் என்று அவள் நினைத்திருக்கக் கூடும். போர்வையை விலக்கினார்.

“என்னம்மா...?”

"அப்பா போயிட்டு வர்றேன்..." என்று சொல்லிவிட்டு ரஞ்சிதா படியில் இறங்கினாள். சரி என்று சொல்லிவிட்டு அவர் மீண்டும் முக்காடிட்டுக்கொண்டார். அன்றைய மாலையில் ரஞ்சிதா வீடு திரும்பவில்லை. அவளுக்கு ஒரு காதல் இருந்திருக்கிறது என்பது ரமணி உட்பட யாருக்குமே தெரிந்திருக்கவில்லை. கோபால் வந்து வீட்டு வாசலில் இரையும்போதுதான் அவளது காதலன் பறையன் என்பதும் தெரிந்தது.

31

வானம் மேகமூட்டத்துடன் இருந்தது. வெளியே வெளிச்சம் இருக்கிறது. ஆனாலும் சூரியன் முழுவதும் வராததைப் போன்ற பாதி இருண்மை நிலவிக்கொண்டிருந்தது. மாணிக்கம் வீட்டின் திண்ணையில் படுத்திருந்தார். அதிகாலை நான்கு மணிக்கே அவருக்கு விழிப்பு வந்துவிட்டிருந்தது. இருந்தாலும் பாயிலிருந்து எழுந்துகொள்ளவில்லை. அப்போது மெல்ல எழுந்து திண்ணையிலிருந்து தெருவில் காலைத் தொங்கப் போட்டுக்கொண்டு குந்தினார். மகன் வீட்டில் இல்லை என்பது வெளியே சைக்கிள் நிறுத்துமிடம் வெறுமையாக இருப்பதிலிருந்து தெரிந்தது. வீட்டு வாசலில் இருந்த முருங்கை மர நிழல்தான் சைக்கிள் நிறுத்துமிடம். அந்த இடத்திலும் கூட வெள்ளையம்மா சாணத்தைக் கரைத்து ஊற்றியிருந்தாள். அதன் மீது வெள்ளைப் பூக்கள் இறைந்து கிடந்தன. "உன்கிட்ட எத்தனை தடவை சொல்லிருக்கேன், சைக்கிள்ல படாம சாணி தெளின்னு..." என்ற மகனின் புகார்களை அவள் அடிக்கடி கேட்க நேரும். ஆனாலும் விடிந்தும் விடியாத நேரத்தில் அவளுக்கு சைக்கிள் மீது சாணித் தண்ணீர் தெறிக்கும் என்பதையெல்லாம் உற்றுப் பார்ப்பதற்கு நேரம் இருப்பதில்லை. வேலைக்குக் கிளம்பும்போது, சைக்கிளின் சீட்டுக்கு அடியில் இருக்கும் துணியை உருவி அவசரம் அவசரமாகத் துடைத்துவிட்டு அவன் கிளம்புவான்.

"இப்ப என்னவாம் அதுல சாணிக்கரை இருந்தா... காஞ்சா கொட்டிட போவுது..."

கூட வேலை செய்பவர்களின் கேலியிலிருந்து தப்பித்துக்கொள்ள மகன் மெனக்கெடுகிறான் என்பது மாணிக்கத்துக்குப் புரிந்த அளவுக்கு வெள்ளையம்மாவுக்குப் புரிவதில்லை. மாணிக்கத்தின் பேரன் புதிய டூ வீலர் வாங்கிவிட்டபோதும் கூட மகனுக்கு இன்னும் சைக்கிளை விட மனசில்லை.

முருங்கையைச் சுற்றிலும் நறுவிசாக சாணி தெளிக்கப்பட்டிருப்பதைப் பார்த்தால், அதிகாலையிலேயே

சைக்கிள் அங்கு இருந்திருக்கவில்லை என்று மாணிக்கம் நினைத்துக்கொண்டார்.

“டீ குடிக்க கடைத்தெருவுக்குப் போகலாமா...” என்று ஆலோசித்துக் கொண்டிருக்கும்போது, தனது வெற்றிலைப் பாக்குப் பொட்டலத்துடன் வெள்ளையம்மா வந்து மாணிக்கத்தின் அருகில் குந்தினாள். அப்படி அனுசரணையாக அவள் வந்து உட்கார்கிறாள் என்றால், ஏதோ கிசுகிசுப்பான சம்பவத்தைச் சொல்லப்போகிறாள் என்று அர்த்தம்.

‘இவ்வளவு வக்கனை மயிரா கத சொல்ல தெரிஞ்சவளுக்கு ஒரு காப்பித்தண்ணி போடத் தெரிஞ்சிருந்தா நல்லாருந்திருக்கும்’ என்று ரகசியமாக விசனப்பட்டார் மாணிக்கம். ‘அதெல்லாம் உன் மருமவ கிட்ட கேக்க வேண்டியதுதான, அதான அவ எப்ப படுக்கைய விட்டு எந்திருப்பான்னு தெரியாதே, யாருகிட்ட போயி கேப்ப,’ எனும் பதிலை அவள் வாயிலேயே வைத்திருக்கிறாள் என்பது அவருக்குத் தெரிகிறது. அதனால் தனது துயரத்தை அவளிடம் வெளிப்படுத்தாமல் அமைதியாக இருந்தார்.

அவளாகவே ஆரம்பித்தாள்.

“குடியான தெருவுலேருந்து, அந்த அன்பழகன், ராத்திரியானா இந்த சுலோச்சனா வீட்டுக்கு வந்துடுறான்... ராத்திரி முழுக்க இங்கதான்... முன்னாடில்லாம் விடியறதுக்கு முன்ன கிளம்பி போய்டுவான் இப்ப அலட்சியம் கூடிப்போச்சு... காலைலதான் சாவகாசமா போறான்...”

“என் கண்ணுல ஒரு நாள் கூட படலையே...”

“தெரு வழியா வர்றதில்லை. குருவித் தோப்பு வழியா வந்து அப்படியே அவ வீட்டு கொல்லைப்பக்கம் ஏறிடுறான்... நான் கொல்லப்பக்கம் போறப்ப அடிக்கடி பாக்குறேன் இப்பல்லாம்...”

“அவ அப்பன் இருக்கானே அவன் என்ன பண்றான்?”

“அவன் திண்ணைலதான் படுத்திருக்கான்.”

“தெரியுமா அவனுக்கு?”

“தெரியாம?”

“அப்புறம்...”

“தலைய தொங்க போட்டுக்கிறான்னு அர்த்தம். வேறென்ன...”

“வராதன்னு சொல்லமாட்டானா?”

“அவன் ஏன் சொல்லப் போறான்... டீக்கும் சாராயத்துக்கும் அவ கையதான எதிர்பாத்து நிக்கவேண்டியிருக்கு...”

“அவன்தான் தப்படிக்கவும் போறதில்ல, செலவுக்கு அவனும் என்னதான் பண்ணுவான் பாவம்...”

“வேலி கட்ட... கொத்து வேலைக்கு போகலாம்ல... ஏன் நீ போகல?”

“அவனுக்கு அதெல்லாம் தெரியாதுடி...”

“கத்துக்கணும்தான்...”

“அதெல்லாம் கத்துகிட்டா வரும்... அதுவும் அறுவது வயசுக்கு மேல... அவன் தப்புலையே கதை சொல்றவன்டி... அது எவனுக்காச்சும் வருமா சொல்லு?”

“அதுக்கு... இப்படி கூட்டிக்குடுத்துதான் சோறு திங்கணுமா?”

“அவ வேலைக்கு போறாதான?”

“போறா... பத்து நாளைக்கு ஒருக்கா?”

“இவனுவ எப்பவும் போல பறச்சேரிய சும்மா விட்ருந்தா பரவால்ல... தப்படிக்கக் கூடாது, குடியான தெருவுக்கு சோறு வாங்கப் போகக் கூடாதுன்னு கட்டுப்பாடு போட்டானுவோ... மாடு உறிக்கிறவன், தப்படிக்கிறவனுக்கு வேலை இல்லாம போச்சு.”

“அதனால... வேற வேலையேவா இல்ல... இவனுவோளுக்கு ஒடம்பு வளையல, அதுக்கு என்ன பண்றது?”

“இப்ப இருக்க புள்ளைவோ எவன் விவசாய வேலைக்கு போறான் சொல்லு... எல்லாரும் கிரில் பட்டறைக்கும், மெக்கானிக் ஷாப்புக்கும் போவ ஆரம்பிசிட்டானுவோ...”

“அவனுவோ போகலாம்... என்னை மாதிரி பழைய கட்டைவோ என்ன பண்றது... ஏன் இவ்ளோ பேசுறியே நீ ஏன் இன்னும் நாத்து நடவும் களை எடுக்கவும் போற. நம்ம தெரு புள்ளைவோ போவுதே, சீட்டு கவர் தைக்க, அங்க போகவேண்டியதுதான.”

“ஆமா... இத்தனை வயசுக்கு அப்புறம் நான் போறேன் தைய வேலைக்கு... நீ அப்படியே திண்ணைல படுத்துகிட்டு காலாட்டிகிட்டே நொட்டு.”

“நா என்ன மசுறுக்குடி உன் கைய எதிர்பாக்க போறேன் குச்சிக்காரி... ஆண்ட வூடு நொடிச்சி போச்சுதான்... அதுக்காக உடம்புல தெம்பு விட்டு போச்சா என்ன?”

“அதான... இந்த பேச்சு மசுரு மட்டும் இல்லன்னா நீ மாணிக்கமா இல்ல நோணிக்கமான்னேன்...”

“சரி போடி எந்திரிச்சி. ஆரம்பிச்சிடுவ...”

“அதான... நான் என்ன சொல்லவந்தேன் உன்கிட்ட, நீ எங்க கொண்டு வந்து பேச்சை நிறுத்தியிருக்க பாரு.”

“அவன் வந்துட்டு போறதுக்கு நாம என்ன சொல்லமுடியும் சொல்லு. வேணும்னா சோமு ஆண்டகிட்ட சொல்லிப் பாக்குறேன்... அவரு பேச்சை கேக்குற நிலைமைலயும் அங்க தெருவு ஒன்னும் கட்டுப்பாடா இல்ல. அதுவும் இந்த அன்பழகன் பய என்ன விவசாயமா பண்றான். வடக்குத் தெருக்காரன்கூட சேர்ந்து சாராயம் ஊறல் போடுறான். அவன் கூட இவ படுத்துகிட்டிருக்கா. ஒரு நாள் இல்ல ஒருநாள் வயித்து புள்ளையோட விட்டுட்டு போய்டுவான்... அதான் நடக்கும்.”

“இதுவே படுக்குறவன் நம்ம தெருகாரனுவலா இருந்தா உங்களுக்கு வீரம் பொத்துகிட்டு வரும். வந்துட்டு போறவன் குடியான தெருக்காரன்னதும் ஞாய மசிரு வருது உனக்கு.”

“இப்ப என்னடி பண்ணனும் உனக்கு?”

“இங்க என்னடா உனக்கு வேலன்னு எவனாவது அவன மறிச்சி கேக்கணும்...”

“... ... ...”

இதற்குமேல் அவளிடம் பேசுவது ஆகாது என்கிற முடிவுக்கு வந்துவிட்டார் மாணிக்கம்.

திண்ணையை விட்டு இறங்கி வீட்டைச் சுற்றிக்கொண்டு கொல்லைப்புறம் போனார். கொல்லையின் கடைசியில் இருந்த படலை ஒட்டி அப்படியே குத்தவைத்து மூத்திரம் பெய்தார். அங்கிருந்து சுலோச்சனாவின் கொல்லைப்புறம் அருகாமையில் துலக்கமாகத் தெரிந்தது. “ஓஹோ இங்கிருந்துதான் தினமும் கிழவி நோட்டம் விடுகிறாளா...” என்று நினைத்துக்கொண்டார். பார்வைக்குக் கிடைத்த குருவித்தோப்பு கைவிடப்பட்ட பத்திருபது தென்னைகளுடன் புதர் மண்டிக் கிடந்தது.

பின்பக்க எரவாணத்தில் செருகி வைக்கப்பட்டிருந்த பல்பொடி டப்பாவில் இருந்து கொஞ்சம் பொடியைக் கையில் கொட்டி பல்லில் வைத்துத் தேய்த்தார். அதன் காரம் தொண்டை வரை எட்டியது. உதடுகள் வறண்டு, துப்புவதற்கு எச்சில்கூட இல்லாமல் பண்ணிவிட்டது அந்தப் பொடி.

சிறிய கீற்றுத் தட்டி மறைப்புடன் இருந்த கைப்பம்பில் தண்ணீர் அடித்து அதை உள்ளங்கையில் பிடித்து அப்படியே வாயைக் கொப்பளித்தார். சளக்சளக்கென தண்ணீரால் முகத்தில் அடித்து கழுவினார். நரைத்த அடர்த்தியான தாடி மீசையையும் மீறி தண்ணீர் அதன் குளிர்ச்சியை உணரச் செய்தது.

மருமகள் எழுந்து கொல்லைக்கதவைத் திறந்துகொண்டு பைப்படிக்கு வருவது தெரிந்தது. தோளில் கிடந்த துண்டால் வாயோடு சேர்ந்து முகத்தையும் துடைத்துக்கொண்டார். அப்படியே சுற்றிக்கொண்டே வீட்டு வாசலுக்கு வந்து அந்த ஈரத்துண்டை கொடியில் போட்டுவிட்டு, உலர்ந்த துண்டொன்றை எடுத்து தோளில் போட்டுகொண்டு கடைத்தெருவை நோக்கி நடந்தார். வெற்றிலைப் பாக்குப் பொட்டலத்தை எடுத்து இடுப்பில் முடிந்துகொள்ள மறக்கவில்லை. டீக்கான காசு, புகையிலைப் பொட்டலத்துக்கு அடியில்தான் பொதிந்து வைக்கப்பட்டிருக்கிறது.

நடக்கும் வழியில் இரண்டு புறமும் வயல்கள். நடவு தொடங்கியிருந்தது. வேலை ஆட்கள் போவதும், பள்ளிக் குழந்தைகள் நடப்பதுமாக பாதை சுறுசுறுப்பாக இருந்தது. சேரிக் குழந்தைகளில் பெரும்பான்மை கடைத்தெருவில் இருக்கும் அரசு உதவி பெறும் பள்ளியில்தான் படிக்கின்றன. ஏகதேசம் எல்லா வீட்டிலிருந்தும் குழந்தைகளைப் பள்ளிக்கு அனுப்புகிறார்கள்.

வயலிலிருந்து வீடு திரும்பும் வரை பாதுகாப்பாக பிள்ளைகள் ஓர் இடத்தில் இருக்கும், மத்தியான சாப்பாடு கிடைத்துவிடுகிறது என்கிற காரணங்களை மீறி, தங்கள் குழந்தைகள் எழுத்து கூட்டிப் படிப்பதைக் காண்பதற்கு அவர்களுக்கு மகிழ்ச்சியாகத்தான் இருக்கிறது.

கும்பகோணம் காலேஜில் புரஃபசராக இருக்கும் ரத்தினத்தின் குழந்தைகளும், சிஆர்சியில் கண்டக்டராக இருக்கும் அண்ணாமலையின் குழந்தைகளும் கும்பகோணம் கான்வெட்டில் படிக்கின்றன. சேரிக்குள்ளயே தனித்தீவாக அவர்கள் வசிக்கிறார்கள். அவன் வரும் நேரத்தில், அவனது குழந்தைகள் மற்ற குழந்தைகளோடு விளையாடுவதைப்

பார்த்தால் கண்டக்டராவது திட்டுவதோடு நிறுத்திவிடுவான். ரத்தினம் குழந்தைகளை அடி உரித்துவிடுவார்.

ரத்தினத்தின் வீட்டில் மட்டும் டீவி இருக்கிறது. தொரட்டு ஓடு மாட்டிய அவரது வீட்டைச் சுற்றி, நெட்டிலிங்க மர ரீப்பரால் தைக்கப்பட்ட புற வேலி இருக்கிறது. அந்தக்கதவைத் திறந்துகொண்டு உள்ளே போனால், இரண்டு புறமும் செங்கல் நடப்பட்ட நடைபாதை வேறு. அதன் வழியாகப் போனால் வீட்டின் ஆலோடி.

அதைத்தாண்டி தெரு ஆட்கள் யாரும் போனதில்லை. அவரது முதல் மகள் வயதுக்கு வந்தபோது, சடங்கின்போது தெருவில் சிலருக்கு அவர் அழைப்பு அனுப்பியதோடு சரி. மீதி யாரும் ஏதாவது அவசியம் இருந்தால் மட்டும்தான் கேட்டைத் திறந்துகொண்டு உள்ளே போகமுடியும். படிக்கும் குழந்தைகள் ஒன்றிரண்டு, ஏதாவது சந்தேகம் கேட்பதற்காக, கையெழுத்து வாங்குவதற்காகப் போனால் மட்டும் லேசான புன்முறுவலுடன் வரவேற்கும் பெருந்தன்மை அவரிடம் இருந்தது. மற்றபடி இந்தச் சேரியில் குடியிருப்பதை அவர் அடியோடு வெறுத்தார். வீட்டை விட்டு பைக்கில் கல்லூரிக்குக் கிளம்பும்போது, தோள் பட்டையில் பிளாச்சை வைத்து கட்டிக்கொண்டிருப்பவர் போல அக்கம் பக்கம் பார்க்காமல் நேராக சாலையைப் பார்த்து போய்க்கொண்டிருப்பார். திரும்பிக் கூடப் பார்க்காதவனுக்கு எவன் பார்த்து தலையசைக்கப் போகிறான். இருந்தாலும் தெருவில் உள்ளவர்களுக்கு "நம்ம சாதியிலும் ஒரு வாத்தி இருக்கிறானே..." என்று சந்தோஷமாகத்தான் இருந்தது.

"அவ்வளவு சிரமப்பட்டு எதற்காக இங்கு இருக்கிறான்" என்று ஒன்றிரண்டு முறை மாணிக்கம்கூட நினைத்திருக்கிறார். ரத்தினமும் ஒருமுறை வீட்டைக் காலிசெய்துவிட்டு, கல்லூரியிலிருந்து பக்கமாக, நடக்கும் தூரத்தில் இருக்கும் சௌடாம்பிகா நகருக்குக் குடிபோனார். ஆனால் என்ன நினைத்தாரோ தெரியவில்லை, அடுத்த ஆறே மாதத்தில் அந்த வீட்டைக் காலி செய்துவிட்டு மீண்டும் பறத்தெருவுக்கே வந்துவிட்டார்.

வெள்ளையம்மாதான் சரியாக அதை இனங்கண்டு மாணிக்கத்திடம் கேட்டாள்.

"என்னவாம் பறப்பாப்பான் திரும்பவும் பழைய வீட்டுக்கே வந்துட்டான்."

“அங்க என்ன பிரச்சினையோ?”

“என்னமயிறு பிரச்சினை... நம்மதெருவுல மட்டும்தான் அவன் பெரியவாத்தி, வேற எங்க போனாலும் அவன் பறப்பயதான்.”

“இவ ஒருத்தி எப்ப பாத்தாலும் நொரநாட்டியம் மயிறு பேசிக்கிட்டு. பறப்பய ஒருத்தனும் நகர்ல குடிஇல்லையா. இவன் மட்டும்தான் அதிசயமா அங்க போனானா?”

“அதான, நான் சொன்னத என்னைக்கு நீ கேட்ருக்க, இன்னைக்கு கேக்கப் போற, புள்ளைவோ சங்கடப்பட்ருக்கும். அதான் வந்திருப்பான்.”

அவள் சொன்னது உண்மை என்று கொஞ்ச நாட்களுக்குப் பிறகு தெரியவந்தது.

நகருக்குக் குடி போன புதிதில் ஆரம்பத்தில் கல்லூரி விரிவுரையாளர் என்று நெருங்கி வந்த பக்கத்து வீட்டுக்காரர்கள் சாதி தெரியவும் விலகிப் போகத் தொடங்கியிருக்கிறார்கள். விளையாடப்போன இடத்தில், ரத்தினத்தின் மகன் குடிக்கத் தண்ணீர் கேட்டபோது, “நீ போயி உங்க வீட்ல குடிச்சிட்டு வா...” என்று சொல்லி அனுப்பியிருக்கிறாள் அந்த வீட்டுப் பெண்மணி. “என்ன ஆண்ட்டின்னெல்லாம் சொல்லாத...” என்று அவள் முன்பே குழந்தையிடம் எச்சரித்திருக்கிறாள். ஆனால் வாத்தியாரைக் காணும்போது மட்டும் பவ்யம் காட்டுவதற்குக் குறைச்சலில்லை.

கல்லூரியிலும் எந்தெந்த சாதி விரிவுரையாளர்கள், யார் யாருக்கு ஆதரவு என்பதில் தெளிவான வரையறை இருந்தது. அந்த சூழ்நிலை ஒருவித ஊசலாட்டத்தை ரத்தினத்திடம் கொண்டுவந்து விட்டது. தனது சாதி அடையாளத்தை வெளிப்படையாக அறிவித்துக்கொள்ள வேண்டுமா அல்லது அதை மறைத்துக்கொள்ள வேண்டுமா என்பதே அது.

அவரோ இந்த சாதி சார்ந்த அளவுமுறைகளில் இருந்தெல்லாம் வெளியேறிவிடவேண்டும் என்று விரும்புபவராக இருந்தார். ஆனால் அது செல்லுமிடம் எல்லாம் துரத்திக்கொண்டே வருவதை அவரால் சகிக்கமுடியவில்ல. தனது சொந்த சாதி மக்கள் மீதும் அவருக்குத் தீராத அதிருப்தி இருந்தது. “இன்னும் அவர்களுக்கு அறிவு போதவில்லை” என்று அபிப்ராயப்பட்டார். ஒற்றுமையாக இருக்க மறுக்கிறார்கள், அற்ப விஷயங்களுக்கு பூசலிட்டுக்கொள்கிறார்கள், பொறாமைப்படுகிறார்கள், அடுத்தவர்கள் தங்களைச் சுரண்ட அனுமதிக்கிறார்கள் போன்ற

அதிருப்திகள் நாளுக்கு நாள் அவருக்குள் வளர்ந்துகொண்டே போயின. இதிலிருந்தெல்லாம் தப்பித்துக்கொள்ள வேண்டும் என்றுதான் அவர் நகருக்குக் குடி போனது.

குழந்தைகள் அலுத்துக்கொள்ளத் தொடங்கினார்கள். மனைவியும் முகத்துக்கு நேராக முனகினாள். "இதெல்லாம் நமக்குப் புதுசா..." என்பது அவளது கட்சியாக இருந்தது. சடையைப் பிடித்து இழுப்பது, பிருஷ்டத்தில் தட்டுவது, முலைகளை அமுக்கி விளையாடுவது என்பதையெல்லாம் சகித்துக்கொண்டு வளர்ந்த பால்யமாக இருந்தது அவளுடையது. வாக்கப்பட்டு வந்த புதிதில் ரத்தினத்தின் ஊரைக் காண அவளுக்கு பிரமிப்பாக இருந்தது என்று கூட சொல்லலாம். பறையர்களுக்கும் படையாட்சிகளுக்கும் ஒன்றும் பெரிய வித்தியாசம் இல்லையே என்றும் ஆச்சர்யப்பட்டாள். பறையர்களுக்கு இல்லாத ஒன்று படையாட்சிகளிடம் இருந்தது. கொஞ்சமோ கூடுதலாக சொந்த நிலம் என்று ஒரு வஸ்து அவர்களுக்கு இருக்கிறது. சோமு மாதிரி, கோபால் மாதிரி நிறைய நிலமுடைய ஒன்றிரண்டு மிராசுகளைத் தவிர்த்து மீதமிருப்பவர்கள் சாப்பாட்டுக்குக் கூட காணாத அளவுக்குக் குறைந்த நிலமுடையவர்கள்தான். அவர்களது குழந்தைகளும் அரசுப் பள்ளியில்தான் படிக்கின்றன. அவற்றை ஒப்பிட, நம் குழந்தைகள் காண்வென்டில் படிப்பது பிரமாதமான விஷயம்தானே என்பது அவளது அபிப்ராயமாக இருந்தது.

அதனால் கும்பகோணத்துக்கு வாடகை வீட்டிற்குப் போவதில் அவளுக்கு ஆரம்பம் முதலே உடன்பாடு இல்லாமல் இருந்தது. அவன் போகலாம் என்று சொல்லத் தொடங்கியதிலிருந்தே வேண்டாம் என்றுதான் அவளும் சொன்னாள். ஆனால் குழந்தைகள் கெட்டுவிடும் என்று ரத்தினம் அவளிடம் சண்டையிட்டுக் கொண்டே இருந்தான்.

தெரு பள்ளமான பகுதியில் இருக்கிறது. பிரதான சாலையிலிருந்து பறத்தெரு உள்ளடங்கி இருக்கிறது. வரப்பை விட கொஞ்சம் அகலமான வழிக்குப் பெயர்தான் பறத்தெருவுக்கு செல்லும் சாலை. இரண்டு மூன்று வீடுகளைத் தவிர மீதி எல்லாம் கூரை வீடுகள். பல வீடுகளில் பக்கச் சுவர் விழுந்துவிட்டால் கடைசி வரைக்கும் தார் படுதாதான் சுவராக இருக்கிறது. எதோ அரசாங்கம் கட்டித் தருவதால் பத்து வீடுகளுக்கு மேல் இப்போது கான்கிரீட் வீடுகளாகியிருக்கின்றன.

ரத்தினம் கல்லூரியில் விரிவுரையாளராக இருக்கிறான். மாணிக்கத்தின் மகன் சொசைட்டியில் இருக்கிறான்.

அண்ணாமலை நடத்துனராக இருக்கிறான். அதைத் தவிர மீதி அனைவருமே விவசாயக் கூலிகள். கூடுதலோ குறைவோ, ஆண்டைகளின் நிலத்திற்குப் போனால்தான், அங்கு உழைத்தால்தான் சோறு. இந்த அமைப்பு வந்து நூறாண்டுகளுக்கு மேல் இருக்கும் என்று தோன்றுகிறது. இப்போது நிறைய மாற்றம் வந்திருக்கிறதுதான். காவிரியில் தண்ணீர் வரத்து குறையவும் விவசாயம் பொய்த்துக் கொண்டிருக்கிறது. இருக்கும் காவிரியையும் மொத்தமாக சுரண்டிக் கொண்டிருக்கிறான் கோபால். மணல் கொள்ளையில் கட்சி பேதமே இல்லை. கோபாலின் எதிர்க்கட்சியும் அதில் அவனுடன் கைகோர்த்திருக்கிறது. அவனிடம் வேலை செய்வதில் பாதிக்கு மேல் பறையர்கள்தான்.

அடுத்த தலைமுறை ஆட்கள், பட்டறை வேலைகளுக்குப் போய்விட்டார்கள். விவசாயம் போல அல்லாமல் உத்திரவாதமான சம்பளம் வருகிறது. படையாட்சிகள் வீட்டிலாவது, சொற்ப வீடுகளைத் தவிர மீதி வீடுகளில் யாராவது ஒருத்தர் தான் வேலைக்குப் போகிறார்கள். அவர்களை ஒப்பிட இரண்டு பேரும் வேலைக்குப் போகும் பறையர் வீட்டில் செழுமை கூடித்தான் இருக்கிறது. கிழடுகட்டைகள்கூட, முடிந்த வேலையைச் செய்வோம் என்று விவசாய வேலைக்குப் போய்க்கொண்டுதான் இருக்கின்றன. அவற்றையும் சேர்த்தால் வீட்டிற்குக் குறைந்தது நான்கு சம்பளம் வருகிறது.

இதுதான் ரத்தினத்தின் குமைச்சலுக்கான இடம். "இத்தனை பேர் சம்பாதித்தும், என்ன மயிரா வைத்திருக்கிறான்கள் அவனவன் வீட்டில்..." என்று பொண்டாட்டியிடம் இரைவது அவரது வாடிக்கையாக இருந்தது. நல்ல வீடு இல்லை, நல்ல உணவு இல்லை, படிப்பிற்கும் பெரிய செலவு இல்லை, பிறகு எப்படித்தான் சம்பாதிக்கும் பணம் மொத்தமும் செலவாகிறது? எதற்கு பராரிகளாகவே திரிந்துகொண்டிருக்கிறார்கள் என்பது அவரது ஆதங்கமாக இருந்தது.

அவளுக்குப் புரிந்தது. புறப்பார்வைக்கு எதோ நான்கு சம்பளம் என்றாலும், அது ரத்தினத்தின் பத்து நாள் சம்பளத்துக்கு இணையாகாது என்பதுதான் உண்மை. அதே சமயம் அவரது ஆதங்கம் முழுக்கவும் தவறு என்றும் சொல்லமுடியாது. பணத்தை சேமித்து வைக்கவேண்டும், நிலம் வாங்கவேண்டும், வீடு கட்ட வேண்டும் என்று பெரிய அளவில் ஆர்வம் இல்லாமல் அவர்கள் இருந்தார்கள். இப்போதுதான் ஒன்றிரண்டு பேர் தங்கள் குழந்தைகளை அரசுப்பள்ளிகளை விடுத்து

கான்வென்ட்டில் சேர்க்க ஆசைப்பட்டிருக்கிறார்கள். அதுவும்கூட புலிவாலைப் பிடிக்க ஆசைப்பட்டது போல இருக்கிறது. வேறு எந்த செலவையும் ஈடுகட்ட முடியாமல் தனது திறந்த வாயில் அவர்களது உழைப்பு மொத்தத்தையும் அது கொட்டிக்கொள்கிறது.

கான்வென்ட்டில் சேர்த்தால் தமிழ் மொழி என்னாவது, அதை யார் காப்பாற்றுவது?

"ம்ம்ம் மயிறு..." என்று முணுமுணுத்துக்கொண்டார் ரத்தினம். என்ன துருத்திக்கு மொழியைக் காப்பாற்றுவது நமது வேலையாக இருக்கவேண்டும் என்று தனது மாணவர்களுக்கு அறிவுரை சொல்பவராக அவர் இருந்தார். முழுக்கவும் சாதி வெறி தலை விரித்தாடும் கல்லூரிச் சூழல் மட்டுமல்ல அவர் மொழியை விட்டு வெளியேறியதற்குக் காரணம், மொழி அபிமானம் அடிப்படைவாதமாக இருக்கிறது என்கிற முடிவுக்கு அவர் வந்திருந்தார். சாதி வேறுபாடு பற்றிய குறைந்தபட்ச குற்றவுணர்ச்சியைக் கூட கூட்ட முடியாத, மொழிக் காதலை வைத்துக்கொண்டு எப்படி ஒன்றாக வாழ்வது என்கிற அடிப்படைக் கேள்வியை தனக்குள்ளேயே கேட்டுக்கொள்வது அவரை மற்றவர்களிடமிருந்து விலக்கி வைத்தது. சக ஆசிரியர்களில் தமிழ் விரிவுரையாளர் சாதி வெறியராக இருப்பது கூட அதற்கொரு காரணமாக இருக்கலாம். கம்ப ராமாயணம், பெரியபுராணம், சங்க இலக்கியம் எல்லாவற்றையும் கரைத்துக் குடித்த, ஒரு வார்த்தை கூட பிறமொழிக் கலப்பில்லாமல் தமிழில் பேசுகிற அவர், சாதி என்று வருகிறபோது பறப்பயல்களைக் கொஞ்சம் தள்ளியே வைத்தார். ரத்தினத்தை மட்டும் மிகவும் அதிக மரியாதையுடன் நடத்தினார். அதுதான் ரத்தினத்துக்கு அருவருப்பாக இருந்தது. அதுவொரு அரண் மாதிரி. அவர் தரும் மரியாதைக்குப் பின்னால், "நெருங்கிவிடாதே" எனும் எச்சரிக்கைக் குரல் இருப்பதை உணர்ந்துகொண்டதால் வந்த அசூயை.

ரத்தினம், சௌடாம்பிகா நகரில் குடியிருந்தபோதுதான் தமிழ்வாத்தி தனது பெரிய மகளுக்குக் கல்யாணம் வைத்திருந்தார். பத்திரிகை வைக்க ரத்தினத்தின் வீட்டிற்கு வந்திருந்தார். "பரவாயில்லை இங்கேயே கொடுங்கள்... உங்களுக்கு எதற்கு வீண் அலைச்சல், அதுவும் கல்யாண அலமலப்புக்கிடையில்..." என்றுதான் ரத்தினமும் கேட்டார். மரியாதையாக இருக்காது என்று அவர்தான் ஒத்துக்கொள்ளவில்லை. "நீங்க என்ன கிராமத்துலயா இருக்கீங்க நான் சிரமப்பட்டு வர்றதுக்கு, அதான்

டவுனுக்கு வந்துட்டீங்களே அப்புறம் என்ன. அப்படியே வீட்டுக்குப் போறப்ப, வந்து ஒரு எட்டு பத்திரிகை வச்சிட்டு போகப்போறேன்" என்று, சாயந்திரம் வீட்டுக்கு வருவதை அவராகவே உறுதிசெய்துவிட்டார்.

ரத்தினத்தின் மனைவி எப்போதும் வீட்டை நறுவிசாக வைத்துக்கொள்பவள்தான். பத்திரிகை வைக்க தமிழ் வாத்தி வீட்டிற்கு வருகிறேன் என்று சொன்னதும், "வீடு சுத்தமாகத்தான் இருக்கும்..." என்று தனக்குள்ளேயே ஆசுவாசம் கொள்ளும் பற மனநிலையை நினைத்து ரத்தினம் தன்னையே சபித்துக் கொண்டார். "வக்காலி. இதிலிருந்து வெளியேறாமல் விடிவில்லை..." என்று நறநறவென பற்களைக் கடித்துக்கொண்டார். பிறகு வழக்கம்போல, இது தன்னுடைய தவறில்லை என்றும் தலைமுறைக் கோளாறு என்றும் நினைத்து, தனது அப்பனை தாத்தனை மனதிற்குள் தூக்கிப் போட்டு மிதித்தார்.

வீட்டிற்குப் போனதும் நிர்மலாவிடம் வாத்தி பத்திரிகை வைக்க வரவிருப்பதைச் சொன்னார். அவள் "வரட்டும்" என்று சொல்லிவிட்டு அவருக்குத் தண்ணீர் கொண்டு வந்து கொடுத்தார். அவர் அமைதியாக அவளது முகத்தைப் பார்த்தார்.

"என்னவாம்?"

"ஒண்ணுமில்ல சும்மாதான்..."

"எதுக்கு வாத்தி ஏதோ பரிட்சைக்கு போற மாதிரி முகத்தை வைத்துக்கொண்டிருக்கிறான்..." என்று அவளுக்குக் குழப்பமாக இருந்தது.

தமிழ் வாத்தி ரத்தினத்தை விட பதினைந்து வயது மூத்தவர். இன்னும் ரெண்டு வருடத்தில் ரிட்டையர்மென்ட், ச்சே... ச்சே... "பணி ஓய்வு" அடையப்போகிறர். இனிமேல் தெருவில் இருக்கும் கைவிடப்பட்ட கோவிலுக்கு கும்பாபிஷேகம் செய்வது, அதற்காகப் பணம் திரட்டுவது, வேலைக்குப் போய்க்கொண்டிருந்த காலம் வரை எவனாவது உதவி கேட்டுவிடுவானோ என்று அஞ்சி அஞ்சி அவனிடம் இறுக்கம் காட்டிக்கொண்டிருந்ததை விடுத்து, இனி அவனிடம் முகம் மலரப் பேசுவது என்று எல்லா ரிட்டயர்ட்மென்ட் பார்ட்டிகளையும் போல செட்டில் ஆகிவிடுவாராக இருக்கும். அல்லது இருக்கவே இருக்கிறது சாதிக் கட்சி. அதில் உறுப்பினராகி, நமது சாதிக்காரிகளின் யோனி, நமது சாதிக்கார

பயல்களின் குறிகளுக்கு மட்டுமே வழிவிட வேண்டும் என்று தூய தமிழில் பிரசங்கங்கள் பண்ணலாம். மற்ற குறிகள் குறுக்கே வந்தால் என்ன செய்வது என்பதை, அடுத்ததாகப் பேச இருக்கும் இந்த தற்குறி உங்களுக்கு விலக்குவார் என்று, பிரதான பேச்சாளனைப் பார்த்து மேடையிலேயே கண்ணடிக்கவும் செய்யலாம்.

தெரு வாசலில் பைக் நிற்கும் சத்தம் கேட்டது.

“அப்பா... தமிழ் அங்கிள் வந்துட்டாங்க...” என்று மூத்தவள் அறிவித்தாள்.

வீட்டு வாசலுக்கு நேராக வண்டியை நிறுத்தாமல், காம்பவுண்டு சுவரின் முடிவில் இருந்த இலுப்பை மரத்தினடியில் நிறுத்திவிட்டு, டேங்க் பேக்கில் இருந்து ஒரு பையை எடுத்துக்கொண்டு ரத்தினத்தின் வீட்டுப் படியேறியது தமிழ்.

“வாங்க சார், வாங்க வாங்க...”

“வருகிறேனம்மா...!”

குழந்தைகளின் கன்னத்தைப் பிடித்துக் கிள்ளுவதற்கு மறக்கவில்லை.

“என்ன படிக்கிறீங்க...” என்று மூத்தவளைப் பார்த்து ராகத்துடன் கேட்டார்.

“போன வாரம் காலேஜுக்கு அப்பாகூட வந்தப்ப சொன்னேன்ல அங்கிள், அதுக்குள்ள மறந்துட்டீங்க...”

“ஹா ஹா ஹா... வயசாவுதில்ல அதான். பரவால்ல இன்னொரு வாட்டி சொல்லு.”

“ஏய்த்...!”

“அப்படின்னா?”

“ஏய்த்...”

“அப்படினா?”

“ஓ... குழந்தைக்குப் புரிந்துவிட்டது. சாரி அங்கிள்... எட்டாவது!”

“ஹா ஹா... அப்படித் தமிழ்ல சொல்லிப் பழகணும் தெரியுதா.”

இந்த சம்பாஷணைகள் நடந்துகொண்டிருக்கும்போது, தமிழ் வகுப்பு மாணவனைப் போல ரத்தினம் கையைக் கட்டிக்கொண்டு நின்றிருந்தார். ‘என்ன இருந்தாலும் எப்படி ஒரு தமிழ்

இவரது நாவில் புழங்குகிறது...' என்று உணர்ச்சிவசப்படவும் செய்தார். அந்த நேரத்தில் உள்ளே உறுமிக்கொண்டிருக்கும் பறையனை உறங்கப் போட்டுவிட்டிருந்தார். அவன் விழித்துக்கொண்டிருந்தால் இந்நேரம், ஆமா 'இந்தத் தமிழைக் கொண்டு போய்குப்பையில போடு போ...' என்று குமுறியிருப்பான். குழந்தை வேறு தமிழில் மணி மணியாகப் பேசவும் பொருளாதார வாத்திக்குக் கொஞ்சம் கூடுதலாக நெகிழ்ந்துவிட்டது. தள்ளாடிவிட்டார்.

"உக்காருங்க ரத்தினம் ஏன் நிக்கிறீங்க..." என்று தமிழ்வாத்தி செப்பும் வரை தாம் நின்று கொண்டிருப்பது பொருளாதாரத்துக்கு உறைக்கவில்லை.

'அவர் சொல்வதற்கு முன்பே நீ குந்தியிருக்கவேண்டும்' என்று உள்ளே இருந்த பறையன் வாத்தியின் நெஞ்சைச் சுரண்டினான். 'நீ வேற சும்மா இருடா...' என்று அவனை அசமடக்கினார் பொருளாதாரம்.

பக்கத்திலிருந்த பிளாஸ்டிக் ஸ்டூலை, அருகில் நகர்த்தி வைத்துக்கொண்டு, பத்திரிகைப் பையின் ஜிப்பைப் பிரித்து, அதிலிருந்து ஒரு பித்தளைத் தட்டை எடுத்து ஸ்டூலின் மீது ஒலியெழுப்பாமல் வைத்தது தமிழ்.

"காஃபி தரவா, டீ தரவா..." என்று கேட்டாள் நிர்மலா.

"அடடா அதெல்லாம் ஒன்னும் வேணாம்மா..." என்று பாசம் தொனிக்கும் குரலில் அதை மறுத்தார் தமிழ்

"சும்மா ஒரு அரை தம்ப்ளர் மட்டும் தர்றேனே..."

"இல்லம்மா, உங்களுக்கே தெரியும்ல, பத்திரிகை வைக்கப் போனா எப்படி காப்பியும் டீயும் குடிச்சே வயிறு நிறையும்னு..."

'யோவ், அதெல்லாம் காலைல கிளம்பி சாயத்திரம் வரைக்கும் பத்திரிகை வச்சிகிட்டே வர்றவனுக்கு. நீதான் நான் வர்றவரைக்கும் காலேஜுல மணியாட்டிகிட்டிருந்தியே அப்புறம் என்ன...' என்றது பொருளாதாரத்தின் உள்மனம்.

இருந்தாலும் மரியாதைக் குறைவாக இருக்குமே என்பதற்காக அவரும் தன் பங்குக்குக் கேட்டு வைத்தார். வேண்டாம் என்று அன்பாக மறுத்துவிட்டு எழுந்து நின்று தாம்பாளத்தை நீட்டினார் தமிழ்.

ரத்தினமும் நிரமலாவும் சேர்ந்து நின்று அதை வாங்கிக் கொண்டார்கள்.

பத்திரிகையை எடுத்து அவர் முன்னாலேயே பிரித்துப் படிக்கத் தொடங்கினார் ரத்தினம்.

“கொஞ்சம் தண்ணியாவது தர்றேனே...” என்றவளிடம், “வேணாம்மா நன்றி. அப்ப நான் கிளம்புகிறேன்” என்று விடை பெற்றுக்கொள்ள எழுந்தார் அவர்.

படிக்கத் துவங்கியிருந்த ரத்தினத்துக்கு ஆச்சர்யமாக இருந்தது. ஆசிரியர்களுக்குத் தருவதற்காகவே அச்சடிக்கப்பட்ட பிரத்யேகப் பத்திரிகை போல. சாதியின் சுவடே ஒரு பெயரிலும் இல்லை. அதற்குப் பதிலாக ஒவ்வொருப் பெயருக்குப் பின்னாலும் படித்த படிப்பு இருந்தது. எல்லாரும் முழ நீளத்துக்குப் படித்திருந்தார்கள். அதில் ஒருத்தனின் படிப்பு பத்திரிகையைத் தாண்டி வெளியே தொங்கிக்கொண்டிருந்தது. என்னடா படிப்பு அது, என்று பொருளாதாரத்துக்கு ஆர்வம் தாங்காமல் உற்றுப் படித்தபோதுதான், அது *co - operative* சம்பந்தமான ஒரு பிசாத்து படிப்பு என்று தெரிந்தது. அதற்கு மேல் அந்தப் படிப்பை சுருக்கமுடியாமல் அப்படியே போட்டுவிட, பத்திரிகையில் இருந்த மற்றப் படிப்புகளை விட அது ரொம்பவும் பெருசாக இருந்துவிட்டது. ரத்தினம் சிரிப்பை அடக்க சிரமப்பட்டார்.

தமிழ் விடைபெற்றுக்கொண்டு கூடத்தைக் கடந்து படிக்கட்டில் இறங்கவும், நிர்மலா மீண்டும் சமையலறைக்குள் நுழைந்துகொண்டாள். குழந்தை கையில் வைத்திருந்த புத்தகத்திற்குள் தலையை நுழைத்துகொண்டாள்.

ரத்தினம் நிலைப்படியில் நின்று அவரை வழியனுப்பிவிட்டு, நின்ற வாக்கிலேயே மீண்டும் பத்திரிகையை ஒரு முறை பீராய்ந்தார். அவர் நின்ற இடத்திலிருந்து சன்னலின் வழியாக பேராசிரியர் தனது வண்டியை நெருங்குவதைக் காண முடிந்தது.

டேங்க் கவரிலிருந்து ஒரு சிறிய துணியை எடுத்து அவர் வண்டியின் சீட்டைத் துடைத்தார். பிறகு துணியை உள்ளே வைத்துவிட்டு, அங்கிருந்து தண்ணீர் பாட்டிலை எடுத்து கொஞ்சம் போல தண்ணீரைக் குடித்துவிட்டு மீண்டும் அதை உள்ளே வைத்துவிட்டு, சீட்டின் மேல் வைத்திருந்த பத்திரிகைப் பையை பத்திரமாக உள்ளே வைத்து மூடினார். பிறகு வண்டியின் கிக் ஸ்டார்ட்டரை உதைத்தார்.

அன்றுதான் இந்த வீட்டைக் காலி செய்துவிட்டு மீண்டும் தெருவுக்கே போய்விடலாம் என்று ரத்தினம் முடிவெடுத்தார். நிர்மலாவுக்கு அதில் மகிழ்ச்சி. குழந்தைகள் சிணுங்கின.

ஆரம்பத்தில் அடம் பிடித்த அவற்றிற்கு போகப் போக இந்த நகரச் சூழல் பிடித்துவிட்டது. ஆனாலும் ஊருக்குப் போய்விடுவது என்பதில் ரத்தினம் உறுதியாக இருந்தார். அடுத்த இரண்டு மாதங்களில் அரையாண்டு பரிட்சை முடிந்ததும் வீட்டைக் காலி பண்ணிக்கொண்டு வந்து பூட்டிக்கிடந்த வீட்டில் மீண்டும் சேர்ந்துவிட்டார்.

மாணிக்கம் கடைத் தெருவை அடைந்த போது, அந்த வளைவில் வெள்ளை மாடுகள் பூட்டப்பட்ட கூண்டு வண்டி ஒன்று வந்து இடத்தை அடைத்துக்கொண்டு திரும்புவது கண்ணில் பட்டது.

செட்டியாரின் வண்டி. வெளிப்புறம் பளபளவென வண்ணம் பூசப்பட்டு மின்னியது. மாடுகளையும் குறை சொல்வதற்கு ஒன்றுமில்லை. கூரிய கொம்புள்ள மணப்பாறை மாடுகள். வண்டியோட்டி இல்லை. செட்டியாரே வண்டியை ஓட்டிக்கொண்டு வந்திருக்கிறார்.

மாணிக்கம் அவரைப் பார்த்த அதே சமயத்தில் அவரும் மாணிக்கத்தைப் பார்த்துவிட்டார்.

ஹே... ஹே... என்ற மெல்லிய அதட்டலுடன் மாடுகளை நிறுத்தினார்.

மாணிக்கம் தோளில் கிடந்த துண்டை எடுத்து கையில் வைத்துக்கொண்டார்.

"ஐயா... சவுக்கியம்ங்களா."

"இருக்கேன்... இருக்கேன்..."

"சும்மா கடைக்கு, ஒரு டீ குடிப்போம்னு."

"சரி... சரி..." என்று சொல்லிவிட்டு அவரைப் பக்கத்தில் வருமாறு அழைத்தார். உள்ளே ஒரு பித்தளைக் கூஜா இருந்தது. அதை எடுத்து அவரது கையில் கொடுத்தார். பிறகு இடுப்பு வார்ப்பட்டையில் இருந்து ஐந்து ரூபாய் பணத்தை எடுத்து அவரிடம் கொடுத்து, "நீ டீ குடிச்சதும் அப்படியே எனக்கு ஒரு காப்பி வாங்கிட்டு வா. நான் நம்ம கொட்டாயில இருக்கேன்." என்று சொல்லிவிட்டு ஹே... என்று மாடுகளை அதட்டினார்.

மாணிக்கத்துக்குப் புரிந்து போயிற்று. எதிர்ப்பட்டவர்களிடம் ஏற்கனவே இரண்டுமுறை "மாணிக்கத்தை வரச் சொல்" என்று சொல்லியனுப்பியிருந்தார். அவர்தான் போகவில்லை. எதற்கு என்று அவருக்குத் தெரிந்திருந்தது. செட்டியார் ஏற்கனவே பயிச்சல் செய்யும் நிலத்துக்கு வேறு ஒரு பண்ணையாள்

இருந்தான். இப்போது சோமு விட்டுக்கொடுத்துவிட்ட நிலங்களைப் பார்த்துக்கொள்வதற்கு அவருக்குப் பண்ணையாள் வேண்டும். இனி யாரிடமும் குத்தகைக்கு விடுவதற்கும் செட்டியார் தயாரில்லை. இன்னும் கொஞ்ச நாட்களில் அவற்றை விட்டுவிடுவதாகத் திட்டம். அதனால் அவரே தினமும் வந்துவிடுகிறார். விவசாயம் ஒன்றும் அவருக்குத் தெரியாத வேலையும் அல்ல. இந்த ஊர் அல்லாமல், வேறு வேறு ஊர்களிலும் பத்து வேலிக்கு மேல் நிலங்கள் இருந்தன. என்ன ஒன்று அங்கெல்லாம் குத்தகைதாரர்களிடமிருந்து அவரால் இவ்வளவு எளிதாக நிலத்தைப் பெற்றுவிட முடியவில்லை. கேட்கப்போனபோது இரண்டு முறை தப்பித்தோம் பிழைத்தோம் என்று அந்த இடத்தை விட்டு அகலவேண்டியிருந்தது.

மாணிக்கத்தை கொட்டகைக்கு வரவழைப்பதற்கு உபாயத்தைக் கையாண்டு விட்டார் செட்டியார். காப்பியை வாங்கி வேறு யாரிடமாவது கொடுத்துவிட்டாலும் அது மரியாதையாக இருக்காது.

மாணிக்கம் கூஜாவுடன் போய், தான் வழக்கமாகக் குடிக்கும் கடையில் டீயைக் குடித்துவிட்டு, செட்டியாருக்கு காப்பி வாங்குவதற்காக ஐயர் கடைக்குள் நுழைந்தார். காப்பியை வாங்கி எடுத்துக்கொண்டு, கொட்டகையை நெருங்கியபோது, மாடுகளை அவிழ்த்து தலைக்கயிறை அவற்றின் மீது சுற்றிவிட்டு மாடுகளை மேயவிட்டிருந்தார் அவர். வண்டி, கொட்டகை சார்ப்பின் உள்ளே நிறுத்தப்பட்டிருந்தது.

“வா மாணிக்கம்... என்ன போ ரெண்டு மூணு தடவ சொல்லியனுப்பியிருந்தேன். நீ கண்டுக்கல...”

“இல்லய்யா, கொஞ்சம் வேல... அங்கயும் இங்கயும் அலைஞ்சதுல முடியாம போய்டுச்சு. நீங்களும் எப்ப வர்றீங்க எப்ப போறீங்கனு தெரியல அதான்...”

“எதுக்கு வர சொன்னேன்னு புரிஞ்சிதா உனக்கு?”

“... ... ...”

“காப்பிய அந்த தம்ளர்ல ஊத்து... என்ன கேக்குறேன்... பேசாம இருக்க?”

“அதான் நம்ம சின்னத்தம்பி ஏற்கனவே பண்ணையம் பாக்குறானேய்யா!”

“அதுக்கும் உனக்கும் என்ன?”

“இல்ல… அது வந்து…”

“சோமுகிட்ட இருந்து இங்க வர்றதுக்கு உனக்கு எதுவும் சங்கடமா இருக்கா? நான் வேணா சோமுவை வரச்சொல்லி பேசட்டுமா?”

“ஐய… அதெல்லாம் வேணாங்கய்யா… நான் இங்க போறேன்னு சொன்னா அவரு என்ன வேணாம்னா சொல்லப்போறாரு…”

“அப்புறம் என்ன?”

“இருந்தாலும் வேணாங்கய்யா. நான் வரல. எனக்கும் முன்ன மாதிரி ஓடியாடி வேல செய்ய முடியல. வயசாவுதுள்ள. என் மவனும் இனிமே நீ எங்கயும் வேலைக்கு போவ வேணாம் வீட்லயே இருன்னுதான் சொல்றான்.”

“நான் உன்ன வேலை செய்யச் சொல்லலையே.”

மாணிக்கம் செட்டியாரின் முகத்தை குழப்பமாக ஏறிட்டுப் பார்த்தான். என்ன சொல்ல வருகிறார் இவர்…?

“நீயே அந்த நிலத்தை எல்லாம் பயிறு பண்ணு. எனக்கு குத்தகை மாதிரி உன்னால முடிஞ்சத கொடு. பத்திரம்லாம் ஒன்னும் வேணாம். வெளில யார்ட்டையும் சொல்லாத. நீ பண்ணையம் பாக்குற மாதிரியே இருக்கட்டும். நான் வழக்கம்போல வர்றேன். வரப்ப சுத்தி வர்றேன். நீ என்ன பண்றன்னு எனக்கு முக்கியம் இல்லை. அது உன் பாடு. என்ன ஒன்னு நெலத்த சும்மா போடக் கூடாது அவ்ளோதான்.”

மாணிக்கத்துக்கு குழப்பமாகவும் அதிர்ச்சியாகவும் இருந்தது.

“பயிறு பண்ணனும்னா சும்மா போச்சுங்களா… வெர வுடுறதிலேருந்து அறுக்கிற வரைக்கும் செலவு பண்ண பணம் வேணுங்களே…”

ஹா… . ஹா… என்று அதிர்ந்த குரலில் செட்டியார் சிரித்தார்.

“பயிரு பண்ணுன்னு சொல்லிட்டு அப்படியே சும்மா விடுவேனா பணம் குடுக்காம.”

பேசிக்கொண்டே அப்படியே வெளியில் கிடந்த நாற்காலியில் குந்தினார்.

“கொட்டா உள்ள போயி அந்த வெத்திலைப் பாக்குப் பொட்டலத்தை எடுத்துட்டு வா, அப்படியே அந்த

மரப்பெட்டிக்குள்ள ஒரு துணிப்பை இருக்கு பாரு, அத எடுத்துட்டு வா.”

மாணிக்கத்துக்குப் போகலாமா வேண்டாமா என்று குழப்பமாக இருந்தது. யோசிச்சி சொல்றேன் என்று சொல்லிவிட்டு, வீட்டுக்குப் போகலாமா என்றும் ஆலோசித்தார். ஆனால் கால்கள் அனிச்சையாக கொட்டகையின் உள்ளே போய், துணிப்பையுடனும் வெற்றிலைப் பாக்குப் பொட்டலத்துடனும் திரும்பி வந்தது.

பையிலிருந்து பத்தாயிரம் ரூபாய் பணத்தை எடுத்து செட்டியார் மாணிக்கத்தின் கையில் கொடுத்தார்.

“பணம் இருக்கட்டுங்கையா. அப்புறம் வாங்கிக்கிறேன்... இப்ப என்ன அவசரம்.”

“இப்ப நான் மட்டும் அத வச்சிக்கிட்டு என்ன பண்ண போறேன். எடுத்துட்டு போயிட்டு திரும்பவும்தான கொண்டு வரணும்...”

சொல்லிக்கொண்டே காப்பியை எடுத்து உறிஞ்சத் தொடங்கினார். மாணிக்கம் பணத்தை வாங்கி இடுப்பில் முடிந்துகொண்டார்.

செட்டியார் காப்பியைக் குடித்து முடிக்கவும் அந்த டம்ளரையும் கூஜாவையும் கழுவி வைப்பதற்காகப் போனபோது, செட்டியார் அவரைத் தடுத்தார்.

“என்ன இன்னமும் பண்ணையம் பண்றவன் மாதிரி... பயிச்சல் பண்ணப் போறவன் மாதிரி இருக்க வேணாவா...”

மாணிக்கத்துக்கு உடனே வீட்டுக்குப் போகவேண்டும் போல இருந்தது.

“சரிங்கையா நான் வீட்டுக்குப் போறேன்... நாளைக்கு வந்து பாக்குறேன்” என்று சொல்லிவிட்டு கேட்டைத் திறந்துகொண்டு வெளியே வந்து வீட்டை நோக்கி நடந்தார்.

ஆனால் பிரதான சாலையை விட்டு பறத்தெருவுக்குப் போகும் சாலையில் இறங்காமல் அப்படியே நேராக சோமுவின் தோப்பை நோக்கி நடந்தார்.

படலைத் திறந்துகொண்டு உள்ளே போய், ஆண்ட.... ஆண்ட... என்று குரல் கொடுத்தார். பதில் வராததால் உள்ளே போனார். சோமு கொட்டகையில் இல்லை. வீட்டிற்குப் போயிருப்பாராயிருக்கும் என்று அப்படியே கொட்டகையின் வாசலில் கிடந்த மரத்துண்டின் மீது குந்தினார்.

தெருவில் குறுக்கும் மறுக்குமாக ஆட்கள் சைக்கிளில் விரைவதும், தங்களுக்குள் முணுமுணுத்துக் கொள்வதுமாக பதட்டம் நிலவியது. அதைப் பற்றி எந்த நினைப்பும் இல்லாமல் மாணிக்கம் தோப்பில் உட்கார்ந்திருந்தார். பிறகு கொஞ்ச நேரம் கழித்து எழுந்து போய், மாடுகளுக்கு வைக்கோலைப் பிடுங்கிப் போட்டார். அப்போதும் சோமு வரவில்லை.

இடுப்பில் இருந்த பணம் வேறு கனத்துக்கொண்டே இருந்தது. வேறு வழியில்லை. வெள்ளையம்மாள்தான் இனி. வீட்டை நோக்கி நடந்தார். அவள் இவனை எதிர்பார்த்து வீட்டு வாசலிலேயே குந்தியிருந்தாள். மாணிக்கத்தின் தலையைக் கண்டதும் பரபரப்புடன் எழுந்து நின்றுகொண்டாள்.

மாணிக்கத்துக்குக் குழப்பமாக இருந்தது. ஏன் எல்லாரும் படபடப்புடன் இருக்கிறார்கள் என்று ஆலோசித்தார். அல்லது தாம் அப்படி இருப்பதால், எல்லோரும் அப்படி இருப்பது போலத் தோன்றுகிறதோ என்றும் நினைத்தார்.

“எங்கய்யா போயி தொலைஞ்ச...” என்று அடித் தொண்டையில் கத்தினாள் வெள்ளையம்மா.

“ஏன், என்னவாம் இப்ப?”

“உள்ள வா சொல்றேன்.”

“என்னடி, எதுவும் பெருத்த சம்பவமா?”

“ஆமா...”

“என்ன?” மாணிக்கத்துக்கும் பதட்டமாக இருந்தது.

“நம்ம பெரியபுள்ள ராஜேந்திரன் பொண்ணு இருக்குல்ல, அதான் அந்த சீட்டு கவர் கம்பெனிக்கு வேலைக்கு போய்கிட்டிருந்துச்சே அந்த பொண்ணு...”

“ஆமா... ரஞ்சிதா... அதுக்கென்ன... நான் இப்பதான் தோப்புக்கு போயிட்டு வர்றேன். ஆண்டைய வேற காணும் அங்க.”

“அது நம்ம பொன்னையன் மவன் சேகர் இருக்கான்ல, அவன் கூட ஓடிப் போயிடுச்சாம்.”

“யாரு நம்ம தெரு பொன்னையன் மவனா...?

“ஆமா அவன்தான். அவனும் அந்த கேன்வாஸ் கடையிலதான வேல பாத்துகிட்டிருந்தான். அங்க பழக்கம் போல. யாருக்கும் சந்தேகம் வரல.”

“ஓடிப் போச்சுன்னா?

“நேத்து ராத்திரி அது வீட்டுக்கு வரலையாம். விசாரிச்சதுல இந்த பய கூட போயிருக்குன்னு தெரியுது.”

“தலையில இடி விழுந்துச்சு போ.”

வெள்ளையம்மாள் அதற்கு பதில் சொல்லாமல் அவனை ஏறிட்டுப் பார்த்தாள். அவன் சத்தமில்லாமல் அந்தப் பணத்தை எடுத்து அவளிடம் கொடுத்து உள்ளே வைக்கச் சொன்னான். பிறகு செட்டியார் சொன்னதை அவளிடம் நிறுத்தி நிதானமாகச் சொன்னான்.

“நாளைக்கு மொதோ வேலையா, இந்தப் பணத்தைக் கொண்டு போயி செட்டியார்கிட்ட கொடுத்துட்டு வா. நமக்கு பயிச்சலும் வேணாம், ஒரு மயிரும் வேணாம். தேரு இழுக்கிற தெம்பெல்லாம் நமக்கு கிடையாது. அதுல போயி நீ மாட்டாத.”

“ஏன்டி?”

“என்ன நோன்டி... மசுரு...?”

“புரியாமதான கேக்குறேன்?”

“செட்டி என்னன்னு தெரியாமதான் உன்ட்ட அத கொடுக்கிறானா? அந்த எடத்த பயிறு பண்ண எவனும் வரமாட்டான். இப்ப விக்கனும்னு நினைச்சாலும்கூட உடனே முடியாது. எடத்த சும்மாவும் போடமுடியாது. ரெண்டு பயிச்சல் முடிக்கிறதுக்குள்ள அத வித்துப் புடுவான். அதுவரைக்கும்தான் இந்த பண்ணையம். நமக்கு எப்பவும் சோமு ஆண்டதான். அவருக்கு தெரிஞ்சா சங்கடப்படுவாரு... அதனால் மொதோ வேலையா அதைக் கொண்டு போயி திருப்பி குடுத்துட்டு வந்துடு. இருக்குற பிரச்சினையில நீ வேற புதுசா ஒன்ன இழுத்துகிட்டு வந்திருக்க...”

அடுத்து என்ன செய்வது என்று தெரியாமல் மாணிக்கம் தலையில் கைவைத்துக்கொண்டு உட்கார்ந்திருந்தார். பொன்னையன் மாணிக்கத்தின் பங்காளி மகன். நெருக்கமான சொந்தம் வேறு. ஒரு முழு இரவு. இதுவரைக்கும் இப்படி ஒன்று நடந்ததில்லை.

ரத்தினத்தைப் போய் பார்த்து ஆலோசனை கேட்கலாம் என்று அவரது வீட்டை நோக்கி நடந்தார்.

32

மூர்த்தியால் சில விஷயங்களை ராஜேந்திரனுக்குப் புரியவைக்க முடியவில்லை. அவன் படித்த படிப்பை அவர் ரொம்பவும் பெரிதாக நம்பிக்கொண்டிருக்கிறார். பத்தாம் வகுப்பு பாஸான அவருக்கு இரண்டு மூன்று இடங்களிலிருந்து வேலைக்கு ஆர்டர் வந்த அவரது காலத்திலேயே அவர் உறைந்திருப்பது அதற்கொரு காரணம். இன்னொன்று அவனும் வேலைக்குத் தீவிரமாக முயல்கிறான் என்பதை நம்ப மறுப்பவராக அவர் இருப்பது. அதற்கு ஒருவகையில் மூர்த்திதான் காரணம். ஹாஸ்டலில் இருக்கும்போது பழகிய பழக்கம் அது. இத்தனை மணிக்கு எழுந்திருக்கவேண்டும், இத்தனை மணிக்கு சரியாக தூங்கப் போய்விட வேண்டும் போன்ற கட்டுப்பாடுகளை ஹாஸ்டல் வாழ்க்கை இல்லாமல் ஆக்கிவிட்டிருந்தது. கொஞ்ச நேரம் பிடித்துக் கொள்கிறேனே என்று நிக்கருக்குள் கைவிடும் ஒரு பால் ஈர்ப்பு நண்பனிடம், இவன் ஒருத்தன்டா என்று முனகிக்கொண்டே, "சரி கொஞ்ச நேரம் வச்சிக்க போ..." என்று விட்டுத்தரும் எளியமனம் கொண்டவனாக ஆகியிருந்தான். இத்தனைக்கும் ஆண்கள் மீது எந்த ஆர்வமும் அவனுக்கு இல்லை.

வேலை இருக்கிறதோ இல்லையோ, அதிகாலையில் எழுந்துகொள்ளும் பழக்கத்தை வைத்திருந்தார் ராஜேந்திரன், அதுவும் ஹார்ட்வேர்ஸ் கடைக்கு வேலைக்கு போகத் தொடங்கிய பிறகு அவருக்குப் பொறுப்பின் உக்கிரம் கூடிவிட்டது. தனது கடமையின் தீவிரம் கூடக் கூட, அது அடுத்தவர்களது பொறுப்பின்மையின் மீது வெளிச்சம் பாய்ச்சியது. மூர்த்தியின் மீது அதிருப்தியுறுவதை தனது அன்றாட செயல்களில் ஒன்றாக்கிக்கொண்டார் அவர்.

மூர்த்தியும் அவரை நுணுக்கமாக அவமதிக்கப் பழகியிருந்தான். ரமணிதான் இடையில் மாட்டிக்கொன்டு, எந்தப் பக்கமும் போகமுடியாமல் சமரசம் செய்யும் வேலையில் ஈடுபடுவாள். அப்படியாகத்தான் இந்த தூங்கும் விவகாரத்தில் ஒரு உடன்பாட்டுக்கு அவள் மூர்த்தியை சம்மதிக்க வைத்திருந்தாள்.

எல்லாரும் எழும்போது, மூர்த்தியும் காலையிலேயே எழுந்துகொள்ள வேண்டும். வயலுக்குப் போவது, தோப்பைச் சுற்றி வருவது, அல்லது வெறுமனே திண்ணையில் உட்கார்ந்திருப்பது என்பதாக உடலை அசைத்துக் கொண்டிருக்கவேண்டும். சைக்கிளை எடுத்துக்கொண்டு ராஜேந்திரன் வேலைக்குக் கிளம்பியவுடன் அவன் மீண்டும் தூங்கிக்கொள்ளலாம். யார் கேட்கப் போகிறார்கள்? ரஞ்சிதா வேலைக்குப் போய்விட்டால், மற்ற இரண்டு பேரும் பள்ளிக்கும் கல்லூரிக்கும் சென்று விட்டால், வீட்டில் ரமணி மட்டும் தானே. சோமு கூட சாப்பாட்டுக்கு வீட்டுக்கு வருவதில்லை. பிறகென்ன பிரச்சினை. அவன் தூங்குவதுதான், அவன் எழுந்துகொள்வதுதான்.

ஆரம்பத்தில் இந்த ஏற்பாடு நன்றாகத்தான் இருந்தது. ஆனால் செயல்படுத்துவதில் நிறைய சிக்கல் எழுந்தது. முக்கியமான காரணம், மூர்த்தி நவீன இலக்கியத்துக்கு அறிமுகமாகிக் கொண்டிருந்ததுதான். கல்லூரி முடித்தவன் செய்யக் கூடாத செயல்களில் ஒன்று இலக்கிய செயல்பாட்டில் குதிப்பது என்பது அவனுக்கு அப்போது தெரிந்திருக்கவில்லை. கண்ணை மூடிக்கொண்டு குதித்து விட்டான். ஒரு நாவலைப் படிக்கையில், அது சுவராஸ்யமாக இருந்தால், நடுவில் அதை மூடி வைப்பதற்கெல்லாம் தோன்றுவதில்லை. பல இரவுகளில் தூங்குவதற்கே அதிகாலை ஆகிவிடுகிறது. வீட்டின் உள்ளே ராஜேந்திரனின் அசைவு தென்படும்போதுதான் விடிந்து விட்டது என்பது உறைக்கிறது.

அதற்கென்ன செய்யமுடியும். ஹார்ட்வேர்ஸ் கடையில் வேலை செய்யும் ராஜேந்திரன் அதிருப்தியடைவார் என்பதற்காக தஸ்தாவஸ்கியையும், டால்ஸ்டாயையும், மூடி வைத்துவிட முடியுமா. நல்லவேளை, திண்ணையில் குப்புறப்படுத்துக் கொண்டு, சிறிய விளக்கு வெளிச்சத்தில் படிப்பதால், உள்ளே படுத்திருக்கும் ராஜேந்திரனின் தூக்கத்துக்கு எந்தத் தொந்தரவும் இல்லாமல் இருக்கிறது. இல்லையென்றால், தலையில் மண்ணெண்ணெயை ஊற்றிக் கொளுத்திவிடுவாராயிருக்கும். ச்சே... ச்சே... வாய்ப்பில்லை. இந்த வீட்டைப் பொருத்தவரைக்கும் மூர்த்திதான் மிகப்பெரும் நம்பிக்கை. அவன் வேலைக்குப் போய்தான், குடும்பத்தைத் தூக்கி நிறுத்தவேண்டும். பழைய பெருமையை மீட்டெடுக்கவேண்டும்.

மூர்த்திக்குமேகூட படிக்கும்போது, இந்தக் கடமை உணர்ச்சி கண்ணை மறைத்துக்கொண்டே இருக்கும். ஒவ்வொரு

செமஸ்டரிலும் நல்ல மார்க் வாங்கியதற்குப் பின்னால், இந்த உணர்வுக்குப் பங்கிருக்கிறது. ரமணியும்கூட அவனது பள்ளிப் பருவத்திலிருந்து அதை சொல்லிச் சொல்லித்தானே வளர்த்திருக்கிறாள். ஆனால் படிப்பு முடிந்து வீட்டுக்கு வந்ததும்தான் காரியங்கள் பிசகாகிப் போய்விட்டன.

அப்போதும் மூர்த்திக்கு ஆச்சர்யமாக இருந்தது. அவனுடன் படித்தவர்களுக்கு அடுத்தடுத்த வருடங்களிலேயே நல்ல வேலை கிடைத்துவிட்டது. அந்தத் தகவல், ராஜேந்திரனுக்குத் தெரிந்தும்விட்டது என்பதுதான் துயரம். அதை அவர்களது திறன் மற்றும் பொறுப்பு என்று மட்டும் அவர் வரையறுத்துக்கொண்டார். அதுதான் மூர்த்திக்குப் புரியவில்லை. அவர்களது தகப்பன்கள் நல்ல வேலையில் இருந்தார்கள்... அல்லது அவர்களது உறவினர்கள் நல்ல வேலையில் இருந்தார்கள்... எப்படியோ யாரையோ பிடித்து, வேலைக்கு சேர்த்துவிட்டுவிட்டார்கள். அது எப்படி வேலைக்கு போனதுமே இந்த பசங்களுக்கு, கூடப் படித்தவனிடம் விலக்கம் வந்துவிடுகிறது? எப்படி ஒரு பெரியமனுஷத் தோரணையை நண்பர்களிடமே காட்டுகிறார்கள்...? "மயிரே போச்சு. இனி இவங்களது முகத்திலேயே விழிக்கக் கூடாது" என்று அவசரப்பட்டு முடிவெடுத்து விடுவான் மூர்த்தி. வீட்டுக்கு வந்ததும் அப்பனிடம் செருப்படி வாங்கும்போது மட்டும்தான் அது எவ்வளவு தப்பான முடிவு என்பது தெரியும்.

தன்னைப் பார்த்துக் காப்பியடித்தவன், தன்னிடம் சந்தேகம் கேட்டவன் எல்லாம் சீக்கிரம் வேலைக்குப் போவதும், தனக்கு வேலை கிடைக்கும் என்கிற நம்பிக்கை நாளுக்கு நாள் குறைந்துகொண்டே வருவதும் விசித்திரமாகத் தோன்றியது மூர்த்திக்கு. மகேந்திரனுடன் போய் வேலை விஷயமாக ஒருத்தரைப் பார்த்துவிட்டு வந்ததில், காதல் போன்ற ஒரு கிளுகிளுப்பு சம்பவம் கிட்டியதே தவிர வேலை குறித்து அதில் உருப்படியாக ஒன்றும் தேறவில்லை. அப்படிப் பீராய்ந்ததில் மூர்த்தியின் உறவினர் ஒருவர் ஆடிட்டராக இருப்பதை ரமணி நினைவூட்டினாள். மனதின் ஆழத்தில் கூழாங்கல்லைப் போல சில நினைவுகளைப் போட்டு வைத்திருக்கும் சுபாவம் கொண்ட அவளுக்கு, எப்போதாவது அதன் மீது ஒளியைப் பாய்ச்சும் வாய்ப்பும் கிடைக்கும். அப்படி ஒரு சம்பவம் அது. "நம்ம சம்பந்தம் இருக்காருல்ல, அவர்ட்ட கேட்டுப் பாக்கலாம்லங்க..." என்று ராஜேந்திரனிடம் சொன்னாள். அப்போது மூர்த்தியும் அங்கு இருந்தான்.

அவன் மட்டும் தனியாக இருந்திருந்தால், "எனக்கு அவரது பெயரே பிடிக்கவில்லை அதனால் அவரிடம் சிபாரிசுக்குப் போகமுடியாது" என்று சொல்லிப் பார்த்திருக்கலாம். இப்படியான காரணங்களைச் சொன்னால், ரமணி குழம்பிப் போய் அதை ஏற்றுக்கொண்டுவிடுவாள். ராஜேந்திரனைக் கட்டிக்கொள்வதற்கு கூட, அவளது அப்பா இப்படி ஏதாவது ஒரு காரணத்தைத்தான் சொல்லியிருக்கவேண்டும். அதனால்தான் சம்மதித்திருக்கிறாள்.

"அவர் ஒன்பது மணிக்கெல்லாம் வேலைக்குக் கிளம்பிவிடுவார்" என்று ராஜேந்திரன் மூர்த்தியின் காதில் படும்படியாக ரமணியிடம் சொன்னார். ஒன்பது மணி என்பதை அழுத்திச் சொல்வதற்குக் காரணம், "உன்னைப் போல சூத்தில் சூரியன் வந்து அடிக்கும் வரை தூங்குபவர் அல்ல அவர்" என்று சுட்டிக்காட்டுவதற்குத்தான்.

ஏழு மணிக்கே வீட்டிலிருந்து கிளம்பிவிட்டான் மூர்த்தி. வீட்டில் ஒரு சைக்கிள்தான் இருந்தது. அதனால் அன்று மட்டும், ரஞ்சிதாவை நடந்து போகச் சொல்லிவிட்டு, அவளது சைக்கிளை எடுத்துக் கொண்டான். அவரது வீடு கும்பகோணத்தில் இருந்தது. அவரது வீட்டை எட்டு மணிக்கே அடைந்துவிட்டான். ராஜேந்திரன் உயர்த்திச் சொன்னது போல, அவர் ஒன்றும் காலை ஆறு மணிக்கே எழுந்து தயாரானவர் போல தோன்றவில்லை. எட்டுமணிக்கு கையில் பேப்பருடன் வாசலில் ஒரு சாய்வு நாற்காலியில் குந்தியிருந்தார். வீட்டில் வேலைக்காரப் பெண், வீட்டைக் கூட்டுவதும், கூடத்தில் இறைந்து கிடந்த பொருட்களை எடுத்து வைப்பதுமாக பரபரப்பாக இருப்பது தெரிந்தது. அறிமுகப்படுத்திக்கொண்டதும் அவரது மனைவி வந்து, "ஓ, வாப்பா... அவருக்கு இவ்ளோ பெரிய பையன் இருக்கியா..." என்று கேட்டுவிட்டு உள்ளே போனாள்.

அவர் சாவகாசமாக எல்லாவற்றையும் விசாரித்தார். அவரிடம் சொல்லும்போது ஆறுதலாக இருந்தது. "படித்தவுடன் வேலைக்குப் போயே ஆகவேண்டும் என்கிற கட்டாயம் ஒன்றும் இல்லை" என்று எண்ணும் நேர்மையான மனதுள்ளவராக இருப்பாரோ என்றுகூட அவர் மீது சம்சயம் வந்தது. அப்படியான மனிதர்கள் இருப்பதற்கு வாய்ப்பில்லையே என்று சஞ்சலமாகவும் இருந்தது. "இவரது மகன்கள் நம் அளவுக்குக் கூட படிக்காமல், இவரை மன உளைச்சலுக்கு உள்ளாக்குபவர்களாக இருப்பார்களோ" என்றும்கூட பேச்சினிடையே மூர்த்தி

சந்தேகப்பட்டான். அவருடனான மூன்றாவது சந்திப்பில், அவனது அவதானம் உறுதிப்பட்டது.

ஒருநாள் சுமார் பத்து மணி இருக்கும். மூர்த்தி அவரிடம் பேசிக்கொண்டிருக்கும்போது, குண்டியின் பின்பக்க கிளிவேஜ் தெரியும் அரைக்கால் சட்டையுடன், மெல்லிய தொப்பை கொண்ட ஒருவன், கழுத்தை சொறிந்துகொண்டே வந்து அவரது கையிலிருந்த செய்தித்தாளைப் பறித்துக்கொண்டு போனான். மூர்த்தியின் வயதுதான் இருக்கும் அவனுக்கும். அவர் ஒன்றும் பேப்பரைக் கையில் சும்மா வைத்திருக்கவில்லை. படித்துக்கொண்டுதான் இருந்தார். பேச்சு சுவராஸ்யத்தில், மூர்த்தியின் பக்கமே திரும்பிக்கொண்டிருந்து விட்டார். எழுந்து வந்தவன், அப்படியே பேப்பரை லாவிக்கொண்டு போய்விட்டான். அதை அவர் எதிர்பார்த்திருக்கவில்லை என்று தோன்றியது. அல்லது அந்த சம்பவம் மூர்த்தியின் கண்ணெதிரே நடந்ததில் விசனம் கொண்டுவிட்டாரோ என்னவோ. பேசிக்கொண்டிருந்த வாய் அப்படியே திறந்த நிலையிலேயே இருக்க, கை விரல்கள் செய்தித்தாளைப் பறிகொடுத்த நிலையில் திறந்தபடியேயிருக்க உறைந்த நிலையிலேயே கொஞ்ச நேரம் இருந்தார் சம்பந்தம். “இதற்கு ஏன் இவர் இவ்வளவு ஷாக் ஆகிறார்...” என்று மூர்த்திக்குத் தோன்றியது. “ஒவ்வொரு வீட்டிலும் அவரவர்களின் பொருளாதார வசதிக்கு ஏற்றாற்போல அதிர்ச்சியடைவார்களாயிருக்கும்” என்று ஆறுதலடைந்தான். ஆனால் அந்த சம்பவத்துக்குப் பிறகு மூர்த்திக்கு அவர் மீது சௌஜன்யம் கூடிவிட்டது.

அவருடனான சந்திப்புகள் ஒன்றும் பெரிதாக பலனளிக்கவில்லை. அவருக்கு மூர்த்தியுடன் பேசிக்கொண்டிருப்பதற்குப் பிடித்திருக்கிறது என்பதை மட்டுமே அவனால் அத்தனை நாட்களில் அவதானிக்க முடிந்தது. மற்றபடி அவரை சந்தித்ததற்குப் பிறகு, அவர் பார்க்கச் சொன்ன இரண்டு மூன்று பேரைச் சென்று பார்த்துவிட்டு வந்திருந்தான். அவர்கள் என்ன சொன்னார்கள் என்று அவரிடம் ஆர்வமாக அவன் விவரிக்கத் துவங்கியபோது, அவர் செய்தித் தாளிலிருந்து கண்களை அகற்றாமலேயே ‘ம்ம்’ கொட்டிக்கொண்டிருந்தார். மூர்த்திக்கோ, “இதோ இப்போது வந்து அந்தக்கழுகு பேப்பரைப் பிடுங்கிக்கொண்டு போய்விடும்” என்கிற எண்ணம் தோன்றிக்கொண்டே இருக்க, நிலைப்படியையே பார்த்துக்கொண்டிருந்தான். அதுவே ஒரு பதட்டம் போல ஆகிவிட்டது.

சென்னையில் வேலை செய்யும் வங்கி அதிகாரி ஒருத்தர் கோவில்களைச் சுற்றிப் பார்ப்பதற்காக கும்பகோணம் வந்திருப்பதாகவும் அவரிடம் கேட்டுப் பார்க்கலாம் என்றும் சம்பந்தம் அன்று சொன்னார். “சென்னையில் ஏதாவது ஒரு கம்பெனியில் வேலை வாங்கித் தரமுடியுமா...” என்று அவரிடம் கேட்கலாம் என்பது திட்டம். அவர் ஒரு காலத்தில் இவருக்கு உயரதிகாரியாக இருந்திருக்கிறார் என்பது சம்பந்தம் சொல்வதிலிருந்து புரிந்தது. அதனால் தனக்கே வேலை கேட்பது போன்ற பவ்யம் அவரது குரலில் வந்துவிட்டதை மூர்த்தி அவதானித்தான். “நேரடியாகச் சொன்னால் மரியாதைக் குறைவாக இருக்கும், அதனால் ஒரு கடிதம் எழுதித்தருகிறேன், கொண்டுபோய் கொடுத்துவிட்டு அவரைப் பார்த்துவிட்டு வா...” என்று சொன்னார். மூர்த்திக்கு இந்த ஏற்பாடு விசித்திரமாக இருந்தது. வந்திருந்தவர் மகாமகக் குளத்தை ஒட்டிய ஒரு சுமாரான லாட்ஜில் தங்கியிருந்தார். “நடந்து போனாலே பத்து நிமிஷம்தான் ஆகும், அதற்கு ஏன் ஒரு கடிதம்...” என்று நினைத்தான். இருந்தாலும் அவரிடம் மறுப்பு ஏதும் சொல்லவில்லை. அடுத்த முறை கழுகு வந்து, “யோவ் பேப்பரைக் குடுய்யா...” என்று கவ்விக்கொண்டு போனால் சம்பந்தத்திடம் மறுத்துப் பேசும் தைரியம் தனக்கு வந்துவிடுமோ என்று நினைத்து அமைதியாக இருந்தான்.

கிட்டத்தட்ட அந்தக் கடிதத்தை ஒரு மணி நேரத்துக்கு மேலாக எழுதினார் அவர். “ஞாயிற்றுக்கிழமையில் வந்து மாட்டிக்கொண்டது தப்பாகப் போய்விட்டது” என்று குமைந்தான் மூர்த்தி. “பரவாயில்லை வீட்டிலும் ராஜேந்திரனின் நடமாட்டம் இன்று அதிகமாகயிருக்கும். அதற்கு இந்தக் கிழமே பரவாயில்லை” என்று சமாதானம் செய்துகொண்டான். உடனே நாக்கைக் கடித்துக்கொள்ளவும் செய்தான். என்ன இருந்தாலும் மதிப்பு மிக்க ஆடிட்டர்களில் ஒருத்தர் இவர். இப்படி நினைப்பது தவறு என்று தோன்றியது. அதே நேரம், “என்ன இது தமக்கு இப்படியெல்லாம் சிறுபிள்ளைத்தனமாக சமரசம் செய்துகொள்ள வராதே, ஏன் இப்படி ஆகிவிட்டோம்” என்று மனதிற்குள் விவாதத்திலும் ஈடுபட்டான்.

ஒரு வழியாக எழுதி முடித்துவிட்டு, இரண்டு மூன்றுமுறை மனதிற்குள்ளும், ஒரு முறை முணுமுணுப்பாகவும் படித்துப் பார்த்தார். அவருக்கே அவரது கடிதம் திருப்தியாக இருந்திருக்க வேண்டும் என்பது அவரது முகம் பிரகாசமடைவதிலிருந்து தெரிந்தது. அதோடு நில்லாமல், கடிதத்தை மூர்த்தியிடம்

கொடுத்து, "நீயும் படித்துப் பார்..." என்றார். மூர்த்திக்குப் பதட்டமாக இருந்தது. "என்ன இது, எதுவும் தவறாக உச்சரித்து இவரிடம் கெட்ட பெயர் வாங்கிவிடுவோமோ" என்ற அச்சத்திலேயே அதை வாங்கிக் கையில் பிடித்தான்.

கடிதத்தில் எண்ணி நான்கே வரிகள்தான் இருந்தன. அதில் மூன்றாவது வரி *"by the by..."* என்று தொடங்கியிருந்தது. மேலோட்டமாகப் பீராய்ந்ததில் இவனது பெயர் ஒரு இடத்தில் கண்டிருந்தது. என்ன படித்திருக்கிறான், என்ன மாதிரியான வேலை வேண்டும் என்பது போன்ற எந்தக் குறிப்பும் அதில் இல்லை. தனது ஆங்கிலப் புலமையை நிரூபிப்பதற்கு வாய்ப்பு வேண்டி ஏங்கிக்கொண்டிருக்கும் ஒரு கிளார்க்கின் மனநிலையை அந்தக் கடிதம் வெளிப்படுத்தியிருந்தது. என்றோ ஒருநாள், இவரது ஆங்கிலப் புலமையின் போதாமையைக் குறிப்பிட்டு அந்த அதிகாரி திட்டியிருப்பானோ, அதை நிரூபிப்பதற்கு இதை ஒரு வாய்ப்பாகப் பயன்படுத்திக் கொள்கிறாரோ என்று மூர்த்தி நினைத்தான். அப்படி நினைத்தபோது அவர் மீது அவனுக்கு பச்சாதாபம் வந்துவிட்டது.

மூர்த்தி படித்து முடித்ததும் அவர் எழுந்து உள்ளே போய் தனது பிரத்யேக பச்சை மை பேனாவுடன் வெளியே வந்தார்.

பள்ளி செல்லும் குழந்தைகளைப் போல, அந்தப் பேப்பரை ஸ்டூலில் வைத்து, அப்படியே நின்ற இடத்தில் முட்டி போட்டு தனது கையெழுத்தை அதில் பதித்தார். மூர்த்தி கண்கொட்டாமல் அதைப் பார்த்துக்கொண்டிருந்தான். கையெழுத்து அட்டகாசமாக இருந்தது. அவ்வளவு ஸ்டைலாக இருந்தது. மேலே இருக்கும் நான்கு திராபையான வரிகளை எழுதியவரின் கையெழுத்தா இது என்று நம்பவே முடியவில்லை.

மேலே இருப்பவற்றை ஒரு பியூன் எழுதி, கீழே ஓர் உயரதிகாரி அந்தக் கையெழுத்தைப் போட்டால் எப்படி இருக்குமோ அப்படி இருந்தது இப்போது அந்தக் கடிதம். ஆனாலும் "இந்தக் கடித சம்பவத்தை இவ்வளவு நேரமாக இழுத்துக் கொண்டிருக்கிறாரே..." என்கிற அதிருப்தியும் மூர்த்தியை வாட்டியது. கலவையான உணர்வுகளுடன் அடக்கிக்கொண்டு அமர்ந்திருந்தான். இதற்கிடையில் அரைக் குண்டி இரண்டு முறை இங்கும் அங்கும் நடந்திருந்தான். மூர்த்தியின் முகத்தை, "அவன் ஏதோ வேற்றுக்கிரகவாசி" என்பது போன்ற தோரணையில், ஏறிட்டுப் பார்த்துவிட்டுக் கடந்திருந்தான். மூர்த்திக்கு மெலிதாக வயிற்றைப் புரட்டுவதுபோல இருந்தது. எதிரே இருந்த தண்ணீர்

டம்ளரை எடுத்து இரண்டு மடக்கு தண்ணீர் குடித்தான். பதட்டத்தில் குடித்ததால் “டபக்” என்ற சத்தத்துடன் அது தொண்டையில் இறங்கியது. கூழாங்கல்லை முழுங்கியது போல வலியுடன் நெஞ்சில் ஊர்ந்தது.

ஸ்டூலில் இருந்த கடிதத்தை எடுத்து தனக்கு அருகில் வைத்துக்கொண்டான் மூர்த்தி. கிட்டத்தட்ட அவனிடமிருந்து மறைத்துக்கொள்வது போல. எழுந்து உள்ளே போனவரின் குரல் அதற்குப் பிறகு கேட்கவே இல்லை. தொலைக்காட்சியின் ஒலி அதிர்வுடன் வெளியே சிதறிக்கொண்டிருந்தது. இருபது நிமிடங்கள் இருக்கும். அவரும் குளித்துக் கிளம்பியிருந்தார்.

“நானும் வர்றேன் வா... ரெண்டுபேரும் சேர்ந்தே போவோம்... உன்ன மட்டும்தான் அனுப்புவோம்னு நினைச்சேன், அப்புறம் அது நல்லாருக்காதுன்னு தோணுச்சி.”

மீண்டும் உள்ளே போனார். அங்கிருந்தே மூர்த்தியை உள்ளே வரச்சொல்லி அழைத்தார். டைனிங் டேபிளில் உட்கார்ந்திருந்தார். இரண்டு தட்டுகளில் சூடான இட்லி சட்னியுடன் இருந்தது. அருகில் இருந்த வாஷ் பேசினில் கை கழுவிக்கொண்டு மூர்த்தியும் உட்கார்ந்தான். அவன் வரும்போது உணவருந்தும் நேரம் வந்துவிட்டால் அவனை சாப்பிடச் சொல்லி கட்டாயப்படுத்தி, அவன் சாப்பிட்ட பிறகுதான் அனுப்புவார். ஆரம்ப நாட்களின் லஜ்ஜையால் அவன் மறுத்துக்கொண்டிருந்தான். பிறகு அவர் கட்டாயப்படுத்துவதில் தெரிந்த உண்மையான அன்பு அவனைக் கரைத்துவிட்டது. அவர் அழைத்தால் மறுக்காமல் போய் அவருடன் அமர்ந்து அமைதியாக சாப்பிடப் பழகியிருந்தான்.

உணவு அருந்தும்போது ஒரு வார்த்தை பேசாமல், வேக வேகமாக பஸ்ஸைப் பிடிப்பதற்கு ஓடுபவர்கள் போன்ற தோரணையில் சாப்பிடுபவராக அவர் இருந்தார். அவரது வேகத்துக்கு ஈடு கொடுத்து மூர்த்தியும் லபக் லபக் என்று விழுங்க வேண்டியிருந்தது. “இந்த விரைவுக்குப் பின்னால் உணவின்றித் தவித்த அவரது பால்ய கதை எதுவும் இருக்கக்கூடுமோ, அதையும் ஒருநாள் கேட்கவேண்டி வருமோ...” என்றும்கூட மூர்த்தி அஞ்சியிருக்கிறான். ச்சே... ச்சே... அப்படி இருக்காது. அவரது அப்பாவும்கூட நல்ல வேலையில் இருந்தவர்தான் என்றும், சோமுவைப் பார்க்க அடிக்கடி வீட்டுக்கு வருவார் என்றும், இருவரும் நிறைய நேரம் பேசிக்கொண்டிருப்பார்கள் என்றும் ரமணி ஏற்கனவே சொல்லியிருந்தாள்.

அவரது ஸ்கூட்டரின் பின்னால் உட்கார்ந்துகொண்டு மூர்த்தியும் அவருமாக அந்த லாட்ஜுக்கு சென்று சேர்ந்தபோது பத்து மணி இருக்கும். கீழே ரிஷப்ஷனில் இன்னார் வந்திருக்கிறேன் என்று சொல்லவும், அறைக்கே வரச் சொல்லிவிட்டார் அவர். அவர்கள் இரண்டு பேரும் உள்ளே போனபோது, இரண்டு படுக்கைகள் கொண்ட அந்த அறையில், அவர் ஒரு கட்டிலிலும் அவரது மகள் ஒரு கட்டிலிலும் குந்தியிருந்தார்கள். அவரது மனைவி அங்கிருந்த சூட்கேஸில் எதையோ தேடிக்கொண்டிருந்தாள். பிறகு எதையோ கண்டடைந்தவள் போல் குளியறைக்குள் நுழைந்தாள்.

அவர் குளித்து முடித்து, வெள்ளை எட்டு முழ வேட்டியும், முண்டா பனியனுமாக அமர்ந்திருந்தார். நெஞ்சில் முடியில்லாமல் வழவழவென இருந்தது. ஆடிட்டரைப் பார்த்தவுடன் ஸ்நேகமாக சிரித்தார். அவர் எழுந்ததும் இருவரும் கைகுலுக்கிக் கொண்டார்கள்.

அங்கு உட்கார்ந்திருந்தவளுக்கு, மூர்த்தி வயதுதான் இருக்கும், கல்லூரியில் படிப்பவளாக இருக்கும் அல்லது இந்த வருடம்தான் முடித்திருக்கவேண்டும் எனும் தோற்றத்தில் இருந்தவள், வந்திருப்பவர்கள் மீது மையமான ஒரு பார்வையை வீசிவிட்டு, மீண்டும் தொலைக்காட்சியில் லயித்தாள்.

ஆடிட்டரும், சென்னைப் பார்ட்டி உட்கார்ந்திருந்த கட்டிலின் விளிம்பிலேயே உட்கார்ந்துகொண்டு கால்களைத் தொங்கப் போட்டுக்கொண்டார். அங்கு இருந்த இரண்டு நாற்காலில் ஒன்றில் மூர்த்தி அமர்ந்தான்.

அங்கு இப்படி ஒரு பெண் இருப்பாள் என்பதை அவன் எதிர்பார்த்திருக்கவில்லை. ஆனால் அந்த அதிகாரிக்கு அதுவொரு பொருட்டில்லை என்பது போன்ற உடல் மொழியில் இருந்தார். அதிகாரிகள் இருவரும் பழைய சம்பவங்கள் சிலவற்றைப் பேசத் தொடங்கினார்கள்.

"இது யாரு உங்க பையனா...?"

"ச்சே... ச்சே... இல்ல இல்ல..."

அவசரமாக மறுத்தார் ஆடிட்டர்.

"நம்ம சொந்தக்கார பையன். வேலை கேட்டு வந்திருந்தான். நான் ரெண்டு மூணு இடத்துல சொல்லி வச்சிருக்கேன். அப்டியே உங்கள பாக்க வர்றப்ப, நீயும் வாயேன், ஒரு விண்ணப்பத்தை போட்டு வைப்போம்னு சொல்லி கூட்டிட்டு வந்தேன்."

இதைச் சொல்லும்போது, அவரது குரல் குழைவது போல இருந்தது. சொல்லிவிட்டு மூர்த்தியின் பக்கமாகப் பார்த்து முகத்தை இறுக்கிக்கொண்டார்.

"தன்னை எழுந்து நிற்கச் சொல்கிறாரோ" என்று நினைத்தான் மூர்த்தி. கால்கள் அசைய முயன்றன. ஆனால் உள்ளிருந்து ஒரு குரல், "உக்காரு, எழுந்துக்காத" என்றது.

"மொதல்ல அவன மட்டும் உங்கள வந்து பாக்கச் சொல்லுவோம்னுதான் இருந்தேன். அப்புறம்தான்... நானும் உங்களைப் பார்த்த மாதிரியும் இருக்குமேன்னு வாடா போவோம்னு ரெண்டு பேரும் கிளம்பி வந்துட்டோம். பாருங்க, உங்ககிட்ட குடுக்கிறதுக்காக ஒரு லெட்டர்கூட எழுதி முடிச்சிருந்தேன். ஹா... ஹா.... . ஹி. . ஹி..."

அவர் கடிதத்தை வாங்கிப் படித்துவிட்டு பக்கத்தில் இருந்த டீப்பாயின் மீது அதை வைத்தார். காஃபியைக் குடித்ததும் கப்பை வைப்பது போல. அந்த செய்கையில் ஒருவித நளினம் இருந்தது.

"What is your Qualification?" என்று மூர்த்தியைப் பார்த்து கேட்டார்.

தினமும் ஆங்கிலத்திலேயே புழங்குபவர்களின் உச்சரிப்பு. தமிழைப் போலவே இலகுவாக அது அவரிடம் ஒட்டிக்கொண்டிருப்பதைப் புரிந்துகொள்ளமுடிந்தது. மூர்த்தி அவருக்கு ஆங்கிலத்திலேயே பதில் சொன்னான். அவனது கல்லூரி குறித்தும், ஒவ்வொரு செமஸ்டரிலும் அவன் வாங்கியிருக்கும் மதிப்பெண்கள் குறித்தும் ஒரு நண்பனிடம் பேசுவது போல அவர் கேட்டறிந்தார்.

இந்த சம்பாஷனைகள் நடக்கும்போது, பார்வையைத் திருப்பாமலேயே அந்தப் பெண், "*Dad...* இங்க ஒரு நிமிஷம் பாருங்களேன்..." என்று அவரை அழைத்தாள்.

ஆங்கிலச் சேனலில் செய்தி ஓடிக்கொண்டிருந்தது. அந்த செய்தியைக் குறித்த அவளது அனுமானத்தை அவரிடம் சொன்னாள். இருவரும் சிரித்துக்கொண்டார்கள். பிறகு மூர்த்தியுடன் அவர் உரையாடலைத் தொடர்ந்தார்.

"நீங்க படிச்சிருக்கது ஒரு பேசிக் சப்ஜெக்ட்தான். அத மட்டும் வச்சிக்கிட்டு தேடினா ஓபனிங் ரொம்ப ரேர்... நான் சொல்ற ஒரு அடிஷனல் கோர்ஸ் படிச்சிட்டீங்கன்னா, ஆறு மாச கோர்ஸ் தான் அது, முப்பதாயிரத்துல இருந்து ஐம்பதாயிரத்துக்குள்ள வரும், நிறைய வாய்ப்புகள் இருக்கு... உங்களால அதை ஈசியா முடிக்கமுடியும்."

மூர்த்தி அவர் முகத்தையே பார்த்துக்கொண்டிருந்தான். அவர் சொன்ன பணம் மட்டும் நினைவின் அடுக்குகளுக்குள் சுழன்று கொண்டிருந்தது.

இதை அவர் சொல்லிக்கொண்டிருக்கும்போது, "ஒரு நிமிஷம் இதோ வந்துடுறேன்..." என்று சொல்லிவிட்டு ஆடிட்டர் எழுந்து வெளியே போனார்.

மூர்த்தி மட்டும் அவருக்கு பதில் சொல்ல முயன்று கொண்டிருந்தான். சரி என்று மட்டும் அவரிடம் சொல்லிவைத்தான். நிச்சயம் இப்போது இருக்கும் சூழலில் ஐம்பதாயிரம் ரூபாய் செலவு செய்ய முடியாது. இப்போது தனக்குத் தேவை ஐந்தாயிரம் ரூபாயில் ஒரு வேலை. ஆனால் இவர் சொல்வதும் அப்பட்டமான உண்மை என்பதும் புரிந்தது.

"ஏன் இந்த நேரத்தில் ஆடிட்டர் எழுந்து வெளியே போனார்..." என்று அவனுக்குக் குழப்பமாக இருந்தது.

பிறகு கும்பகோணம் பற்றி, அவர்கள் செல்லவிருக்கும் கோவில்கள் பற்றி, மூர்த்தியின் வீட்டருகே இருக்கும் சரபேஸ்வரர் கோவில் பற்றி என உரையாடல் உருண்டது.

"எனக்கொரு ஹெல்ப் பண்ணமுடியுமா... இங்க இங்க்லீஷ் பேப்பர் வராதாம்... தமிழ் மட்டும்தான் ஹோட்டல்ல போட்டாங்க, கீழ கடையில போயி ஒரு ஹிண்டு வாங்கிட்டு வர முடியுமா?"

"சரி" என்று சொல்லிவிட்டு மூர்த்தி எழுந்தான்.

"உனக்கு எதோ நாப்கின் வாங்கணும்னு சொன்னியேம்மா, *if you need it now, go along with him... he can show you the shop.*"

"Yae" என்று சொல்லிக்கொண்டே தன் கையில் வைத்திருந்த ரிமோட்டைத் தூக்கி அவர் பக்கமாக எறிந்துவிட்டு, டிவிக்கு முன்னால் இருந்த கைப்பையிலிருந்து பணம் எடுத்தாள்.

மூர்த்தி எழுந்து கதவைத் திறந்துகொண்டு வெளியே வந்தான். ஆடிட்டர் கதவை ஒட்டி நின்றுகொண்டிருந்தார். கிட்டத்தட்ட ஒட்டுக் கேட்பவரைப் போல.

எதற்காக அவர் வெளியே வந்தார், ஏன் இங்கே நின்றுகொண்டிருக்கிறார் என்பது மூர்த்திக்குப் புரியவில்லை. ஒருக்கால் அவர் அங்கு இருந்தால், சென்னைக்காரர் கேட்கும் கேள்விகளுக்கு பதில் சொல்ல சங்கடப்படுவேன் என்று நினைத்து வெளியே வந்திருப்பாரோ என்று நினைத்தான்.

“கீழ போயி ஹிண்டு பேப்பர் வாங்கிட்டு வந்துடுறேன்... அவருக்கு வேணுமாம்.”

“ம்ம்... சரி... சரி.”

படிக்கட்டுகளில் இறங்கும்போது அவர் கதவை ஒட்டி நின்றுகொண்டிருந்த தோற்றம் மனதில் அலையடித்துகொண்டே இருந்தது. மெல்லிய செருப்பு சத்தத்துடன் அவள், மூர்த்திக்குப் பின்னால் நடந்துவந்து கொண்டிருந்தாள். கவனித்த வரையில் அவள் நல்ல அழகி. புஷ்டியாக இருந்தாள். அலட்சியமான உடல்மொழி எதுவும் அவளிடம் இல்லை. நளினம், நளினம் மட்டுமே அவளது உடலெங்கும் வியாபித்திருந்தது.

ஆனால் மூர்த்திக்கும் அவளுக்குமிடையில் மிகப்பெரும் திரையொன்று இருப்பதாக மூர்த்திக்குத் தோன்றியது. என்ன அது? அவளது புலனுக்கேகூட அது எட்டாமல் இருக்கலாம். அல்லது அது தாம் உருவகிப்பதாகக்கூட இருக்கலாம் என்று மூர்த்தி நினைத்தான். ஏதோ ஒன்று அவளிடமிருந்து மூர்த்தியை விலக்கி வைத்தது.

ஹோட்டலை விட்டு வெளியே வந்ததும், வலது புறம் திரும்ப முற்பட்டவளை, “இல்ல... கடை இந்த பக்கம்” என்று இடதுபுறத்துக்குக் கைகாட்டினான்.

மெடிக்கல் ஷாப்பும் பெட்டிக்கடையும் அருகருகே இருந்தன.

அவள் முதலில் பெட்டிக்கடையில் போய் ஹிந்து பேப்பர் வாங்கிக்கொண்டு, பிறகு மெடிக்கல் ஷாப்பின் படிகளில் ஏறினாள். மூர்த்தி வெறுமனே அவளைப் பார்த்துக்கொண்டு நின்றிருந்தான். பத்து நிமிடங்கள் ஆகியிருக்கும்.

திரும்பி வந்து ஹோட்டல் மாடிப்படியில் ஏறும்போது, அவள் மூர்த்திக்கு முன்னால் ஏறிக்கொண்டிருந்தாள்.

படிகளின் வளைவில் ஆடிட்டர் இறங்கி வந்துகொண்டிருந்தார். மூர்த்தி ஏறுவதை நிறுத்திவிட்டு அந்த படியிலேயே நின்றான். அந்தப் பெண் தொடர்ந்து ஏறிக்கொண்டிருந்தாள்.

அதற்குள் ஆடிட்டர் இறங்கி வருவார் என்பதை அவன் எதிர்பார்த்திருக்கவில்லை. வேறு எதுவும் வாங்குவதற்காக வருகிறாரோ?

“வா... வா... அப்படியே கிளம்புவோம்.”

“அவர்ட்ட போய்ட்டு சொல்லிட்டு வரவா?”

"பரவால்ல நானே சொல்லிட்டேன்... எனக்கும் கொஞ்சம் வெளில போகவேண்டிய வேலை இருக்கு."

அடுத்த ஐந்தாவது நிமிடத்தில் வீடு வந்து சேர்ந்தார்கள்.

"உள்ள வர்றியா... காஃபி குடிச்சிட்டு கொஞ்சம் நேரம் கழிச்சி போகலாம்."

"இல்ல... நான் கிளம்புறேன்... அப்புறமா வர்றேன்."

அவனுக்கு அந்த இடத்தை விட்டு அகலவேண்டும் போல இருந்தது.

சரி என்று சொல்லிவிட்டு அவர் இரும்புக் கதவின் கொண்டியை எடுத்து மாட்டத் துவங்கினார்.

மூர்த்தி சைக்கிளில் ஏறி மிதித்தான்.

நீண்ட நாட்கள் கழித்து கிருஷ்ணன்தான் சொன்னான்.

"அவன் கெடக்குறான்டா மவுட்டி பய... எங்க அந்த கோர்ஸ் ஃபீஸ் அவன் கட்ட வேண்டி வந்துடுமோன்னு எழுந்து வெளிய ஓடியிருக்காண்டா. உன் சாதிக்காரனுக்கு அவ்ளோதான் அறிவு மயிறு. வாயாலயே எல்லாம் நொட்டுவானுங்க..."

"... ... ..."

"நீ பாக்க போனியே அந்த ஆளு கண்டிப்பா ஐயராதான் இருந்திருப்பான்... அவன்கிட்ட, இப்போதைக்கு வேற எதுவும் படிக்க முடியாதுன்னு சொல்லிருந்தா வேற ஏதாவது வழி சொல்லிருப்பான். உன் சொந்தக்காரன் எதுக்கு ஓடி ஒளிஞ்சானாம்?"

"ச்ச... ச்ச... அப்புடி இருக்காதுடா... அவருக்கு எதாவது வேற சங்கடம் இருந்திருக்கும் அதான்..."

"சரிடா, நீ சொல்ற மாதிரியே இருக்கட்டும்... அதுக்கப்புறம் அந்தாளு உன்கிட்ட எதுவும் கேட்டானா? என்ன பண்ண போறேன்னு எதுவும் பேசுனானா? இல்லல்ல? உன்ன எறக்கிவிட்டுட்டு கதவ சாத்திகிட்டு உள்ள போயிருக்கான், நீ சைக்கிள மிதிச்சிக்கிட்டு வீட்டுக்கு வந்திருக்க. என்னதான் இருந்தாலும், உன் சொந்தக்காரன விட்டுத் தர்றதுல உனக்கு அப்படி ஒரு வருத்தம்டா."

"அட நீ ஒருத்தன்டா... அவரு அவ்வளவு மோசமான ஆளா எனக்குத் தெரியல, இருந்தாலும் அவரு என்ட்ட என்னன்னு

கேட்ருக்காலாம். ஐம்பதாயிரம் ரூவா கொஞ்சம் பெரிய பணம்தான் இல்லயாடா?"

"நமக்கு ஐயாயிரம் கூட பெரிய பணம் தான். அவனுக்கு அப்படி இருக்காது. குடுக்குற மனசு இருக்காதுடா. பிச்சைக்கார பயலுவோ..."

"அப்படியா சொல்ற?"

"கண்டிப்பா... நீ வேணா ஒன்னு பண்ணு. இப்படியே போட்டு மனச குழப்பிக்கிறத விட்டுட்டு அவருகிட்ட போயி, நீயே ஆரம்பி. அந்த மெட்ராஸ் ஐரு இப்படி சொன்னான்னு சொல்லு."

"அந்தாளு ஐரு மாதிரி தெரியலடா... முண்டா பனியன் மேல பூணூல் தெரியல."

"ரொம்ப முக்கியம். நான் சொல்றத கேளுடா... சங்கடப்படாத."

"போறேன் போறேன்..."

"எப்ப?"

"அட போறேண்டா..."

"எதுக்கு போட்டு இழுத்துகிட்டு கிடக்குற. நாளைக்கே போயி கேளு. உங்கப்பன் வேற என்னவோ அவன் நொட்டித் தள்ளிடுவான்னு நம்பிகிட்டிருக்கான்..."

"அவரு இல்லடா... அம்மா சொன்னது இது."

"எல்லாம் ஒன்னுதான்."

ஒரு வாரம் கழித்து அவரைப் பார்க்கப் போனான் மூர்த்தி. ஆரம்பத்தில் இருந்த தயக்கம் அவரைப் பார்த்ததும் கொஞ்சம் குறைந்ததுபோல இருந்தது.

"சாப்பிடுறியா?"

"இல்ல, சாப்டுதான் கிளம்பினேன்..."

இருவரும் பேசிக் கொண்டிருந்தார்கள்.

அவராகக் கேட்பார் என்று நினைத்தான். அவர் வேறு ஏதேதோ பேசிக்கொண்டிருந்தாரேயொழிய அன்றைய லாட்ஜ் சந்திப்பைக் குறித்து எதுவும் கேட்கவில்லை. மூர்த்தியின் உள்ளிருந்து கிருஷ்ணாவின் குரல், "கேள்... கேள்..." என்று அவனை முடுக்கியது. அந்தக் குரலின் அழுத்தம் மூர்த்திக்கு ஆத்திரத்தை வரவழைத்தது. தனது முகம் இறுகுவதை மூர்த்தியே உணர்ந்தான்.

சிறிய இடைவெளி. இருவரும் ஒன்றும் பேசிக்கொள்ளாமல் அமைதியாக உட்கார்ந்திருந்தார்கள்.

மூர்த்தி சட்டென்று எழுந்து நின்றான்.

"நான் கிளம்புறேன்... கொஞ்சம் வேலை இருக்கு."

"ஓ அப்படியா... சரி சரி."

வெளியே வந்து கிரில் கதவை சாத்தி அதன் கொண்டியைப் போட்டுவிட்டு சைக்கிளைத் தள்ளியபோது, அரைக்குண்டி இரண்டு வீடுகளுக்கு முன்னால் கையில் ஒரு பால் பாக்கெட்டுடன் எதிரே வந்துகொண்டிருந்தான்.

மூர்த்தி சைக்கிளைத் திருப்பினான். அவன் மூர்த்தியை நோக்கிக் கையசைப்பது தெரிந்தது.

மூர்த்தி சைக்கிளில் ஏறாமல் அப்படியே தள்ளிக்கொண்டு அவனை நோக்கிப் போனான்.

"இந்த கோர்ஸ் படிக்கிறது உன்னோட ஐடியாவா?"

"எந்த கோர்ஸ்...?"

சொன்னான்.

"இல்ல, அது அவரு ஃபிரண்டு ஒருத்தரோட ஐடியா."

"என்ன சேரச் சொல்லி பாடாப் படுத்துறான் இந்தாளு."

"ஓ..."

மூர்த்தி சைக்கிளைத் தள்ளி அப்படியே உந்தி அதில் ஏறினான்.

"இவன் ஒரு வெட்டிப்பய... உன் டயத்த வேஸ்ட் பண்ணாத" என்ற அரைக்குண்டியின் குரல் மூர்த்தியைத் துரத்தி ஓய்ந்தது.

33

ரஞ்சிதா சேகரின் விரல்களைப் பற்றியபடி நடந்து கொண்டிருந்தாள். யார் கண்ணிலும் பட்டுவிடாமல் வந்து கும்பகோணத்தில் பஸ் ஏறியபோது மதியம் ஒரு மணி இருக்கும். அங்கிருந்து திருவையாறு செல்லும் பேருந்தில் ஏறி, அங்கு இறங்கி இரண்டு மணி நேரத்துக்கு மேல் காத்திருந்து, கல்லணைக்குச் செல்லும் வழியிலிருந்த அந்த கிராமத்துப் பேருந்து நிறுத்தத்தில் இறங்கும்போது அந்தியாகிவிட்டிருந்தது. அங்கிருந்து ஒரு மணி நேரம் நடந்தால் சேகரின் மாமா வீடு வந்துவிடும். அவனுக்கு நடுக்கமாகத்தான் இருந்தது. ரஞ்சிதா எதற்கும் அஞ்சியதைப் போல் தெரியவில்லை. அவள் ஏதோ சுற்றுலாவுக்கு செல்பவளைப் போல நடந்துகொண்டிருந்தாள். நடைவழியின் இரண்டு புறமும் வயல்கள். அவற்றினூடாக இரண்டு மாட்டு வண்டிகளின் அகலத்துக்கு பெரிய வரப்பு நீண்டும் வளைந்தும் போய்க்கொண்டிருந்தது. அங்கிருந்து தூரத்தில் கண்ணுக்குத் தெரிந்ததெல்லாம், வரப்புகளின் நடுவே ஆங்காங்கு இருந்த தனித்த மரங்களும் குத்துச் செடிகளும்தான். நடக்க நடக்க தூரப்பார்வைக்கு, கரிய நிழலுருவங்கள் தோன்றி எழுந்தன. பச்சைக் குவியலைப் போலவும் அவை இருந்தன. சூரியன் இன்னும் ஆரஞ்சு வண்ணத்தில் மிச்சமிருந்தது. அந்த ஒளியில் பச்சைத்திட்டுகள் கருமையைப் போல தோற்றம் கண்டு குழப்பின.

அவளை விட சேகர் உயரமாக இருந்தான். கறுத்த கைகள் வலுவேறியிருந்தன. அவனை அவள் ஒட்டிக்கொண்டு நடப்பது அவனுக்குப் பிடித்திருக்கவே செய்கிறது. ஆனாலும் கூட அவளை உரசுவதில் ஒருவித அச்சம் இருக்கிறது. அவள் மீதான காதல் தனக்கு எப்படி வந்தது என்று அவன் ஆச்சரியப்படத் தொடங்கிய சில நாட்களிலேயே, "நான் வீட்டை விட்டு வந்துவிடுகிறேன், எங்காவது போய் கல்யாணம் பண்ணிக்கொள்ளலாம்..." என்று ரஞ்சிதா அவனிடம் சொல்லத் தொடங்கியிருந்தாள். மறைந்து மறைந்து ஒரு திரைப்படம், அதுவும் திரையரங்கில் அவன் ஒரு இடத்திலும் அவள் ஒரு இடத்திலுமாக குந்திக்கொண்டு. அப்புறம் அவனது நண்பனிடம் ஒரு நாளைக்குக் கடன் வாங்கிய

பைக்கில் ஒரு நீண்ட பயணம். கல்லணை வரை அவளைக் கூட்டி வந்து விட்டு திரும்பக் கொண்டு போய் கும்பகோணம் பேருந்து நிலையத்தில் இறக்கி விட்டான். அவள் அங்கிருந்து பேருந்தில் போய் வேலை செய்யும் இடத்திலிருந்து தனது சைக்கிளை எடுத்துக்கொண்டு வீட்டுக்குப் போயிருந்தாள். வேலைமுடிந்து வீட்டுக்கு வருபவளைப் போல அதே நேரத்துக்கு வீட்டுக்குப் போயிருந்தாள். வீட்டில் யாருக்கும் சந்தேகம் வந்திருக்கவில்லை. மற்றபடி ஸ்நேகம் வளர்த்ததெல்லாம் வேலை செய்யும்போதும், சாப்பிடும் இடத்திலும், கை கழுவும் இடத்திலும்தான்.

அன்றைய கல்லணை பைக் பயணத்தின்போது, தனது முதுகில் சாய்ந்து கொண்டு கதைகள் சொல்லிக்கொண்டிருப்பவளிடம், ஒரு பாலத்தைக் கடக்கையில் காவிரியின் தெற்குக் கரைப் பக்கமாக கைகாட்டி அவன் சொல்லியிருந்தான். "இப்படியே நடந்து போனால், எங்க மாமா வீடு வரும்... நான் சின்னபுள்ளைல நிறைய வந்து தங்கியிருக்கேன்" என்று. அப்போதே அவளது மனதில் தோன்றியிருக்கவேண்டும். எங்கு போவது என்ற பதட்டத்தில் வியர்த்தவனிடம் அவள்தான் சொன்னாள், "உங்க மாமா வீட்டுக்குப் போகலாம்..." என்று.

அவனைப் பிடிப்பதற்கு பெரிய காரணங்கள் தேவைப்பட்டிருக்கவில்லை அவளுக்கு. தைக்க வேண்டிய சீட் கவர்களை மார்க் பண்ணி வெட்டுவது அவனது வேலையாக இருந்தது. அதைச் செய்கையில் ஓர் இசைக்கருவியை மீட்டுவது போல லயித்து செய்பவனாக இருந்தான். எப்போதும் துள்ளலும், விசிலுமாக சந்தோசம் நிரம்பி வழியும் உடல் மொழி. ரஞ்சிதாவை அஞ்சி அஞ்சி நோக்கும் பார்வை. அவளாக ஏதாவது பேசினால், வார்த்தைகள் குழறக் குழற பதில் சொல்லும் தொனி போன்று சில காரணங்கள் இருக்கலாம்.

இருவரும் காதலிக்கிறோம் என்று உறுதிப்படுத்திக் கொள்வதை விட அது யாருக்கும் தெரியாமல் ரகசியம் காப்பதே பெரும்பாடாக இருந்தது. ரஞ்சிதாவுக்கும் ஏன் காதலிக்கிறோம், ஏன் இவ்வளவு அவசரமாக கல்யாணம் பற்றியெல்லாம் பேசுகிறோம் என்றெல்லாம் புரியவில்லைதான். ஆனால் அவனோடு இருப்பதற்கு அவளுக்குப் பிடித்திருக்கிறது, வீட்டிற்குப் போவதற்கு எந்த சுவராஸ்யமான காரணமும் இல்லை என்பதைத் தவிர, கல்யாணம் செய்துகொண்டால் மட்டும்தான் அவனோடு சுதந்திரமாக உரையாடுவதற்கு வாய்ப்பிருக்கும் என்பதே பிரதானமான காரணமாக இருந்தது.

சாதி? அது ஒரு பிரச்சினையாக ஏன் இரண்டு பேருக்கும் தோன்றவில்லை? இப்போதும் பெரிய கேள்விதான். அந்த வேலைச் சூழல் கலவையான அமைப்புமுறையைக் கொண்டதாக இருந்தது. படையாட்சிப் பெண்கள், பறையர்கள், சௌராஷ்டிராக்கள் என எல்லா சாதி ஆட்களும் வேலை செய்துகொண்டிருந்த அந்த இடமும், முதுகை ஒடிக்கும் வேலையும், அங்கு கேலி செய்துகொள்ள சாத்தியப்பட்ட சுதந்திரமும் ஒரு இணக்கத்தை உருவாக்கி வைத்திருந்தன. இதன் பின்விளைவுகள் குறித்த அனுமானங்களுக்குள் போவதில் இருந்து ராஜேந்திரன் அவள் மீது வைத்திருக்கும் பிரியம் தடுத்திருக்கலாம். ரமணி குறித்து அவளுக்கு எந்த அபிப்ராயமும் இல்லை. ரமணி ஒரு பொருட்டாகவே ரஞ்சிதாவின் மனதில் இல்லை. அதற்காக அதை அவமதிப்பு என்றும் எடுத்துக்கொள்ள முடியாதுதான். தனது அம்மா மீது ரஞ்சிதாவுக்கு பரிதாபம் உண்டு. ஆனால் அது ஏன் மரியாதையாகக் கனியவில்லை என்பது அவளுக்குப் புரியவில்லை. அந்த வீட்டில் இருக்கும் பொருட்களில் சிலவற்றைப் போல அவள் ரமணியைக் காணப் பழகியிருந்தாள். அதீத சமரசங்கள் பேணும் ஒருத்தியால், யாருடைய மனங்களிலும் வலுவாக இடம் பிடிக்கமுடியாது போல. அல்லது எல்லாரையும் கனிவுடன் நோக்கும் ஒருத்தி சலிப்பூட்டுபவளாக மாறிவிடுகிறாளாயிருக்கும். எப்படியானாலும் ரமணியை ரஞ்சிதா கடந்து விட்டிருந்தாள். ஆனால் சோமு பற்றி யோசிக்கும்போது அவளுக்கு உடலில் ஒரு நடுக்கம் வந்து கவிந்தது. அவளுக்கு அவர் மீது வெறித்தனமான பற்று இருக்கிறது. அது வெறும் பற்று மட்டும்தானா? இல்லை இல்லை. எங்கோ அவரை அவள் நகல் செய்ய முயன்று கொண்டே இருந்தாள். போட்டியைப் போல. அவளது மனதில் சோமு ஒரு சாகசக்காரரைப் போல பதிந்து போயிருந்தார். தனது பால்யத்தில் அவளது முதுகில் ஊர்ந்த அவரது சொரசொரப்பான கைகளின் சிலிர்ப்பு இப்போதும் அவளிடம் மிச்சமிருக்கிறது. இப்போது பற்றியிருக்கும் இவனது கைகளைப் போல. ஆனால் இவனது நடுக்கங்கள் அவருக்குக் கிடையாதுதான்.

அவள் அவசர அவசரமாக, எந்த சிந்தனைக்கும் இடம் தராமல் ஒருவனைக் கடந்து சென்றுவிட முயல்கிறாள் என்றால் அது மூர்த்தியைப் பற்றித்தான். தன்னுடைய ஆண் பிம்பமாக அவனை அவள் உருவகித்தாள். ஆனால் நிறைய தத்தளிப்புகளும் தவிப்புகளும் உடைய, எல்லார் மீதும் கரிசனம் கொண்ட பொறுப்புள்ள அதே சமயம் அதை மீறிக்கொண்டே

இருக்கிற பொறுப்பற்ற ஒருவன் எனும் சித்திரமே அவன் மீது அவளுக்கு இருந்தது. இத்தனைத் துலக்கமாக அவனைக் குறித்து அவளுக்குப் புரியவில்லை என்றாலும், புகை மூட்டமாக தனது மனதிற்குள் அவனைப் பற்றி அவள் இவ்வாறுதான் யோசித்து வைத்திருந்தாள். தான் வீட்டிற்கு வந்திருக்கவில்லை என்று தெரியவருகிறபோது, அவன் அதை எப்படி எதிர்கொள்வான் என்று சிந்தித்ததால்தான், இந்தத் திட்டத்தை அவள் மூன்று நான்கு மாதங்களாகத் தள்ளிப் போட்டுக்கொண்டே வந்தாள்.

இதற்குமேல் இதைக் கையாளமுடியாது என்று அவள் முடிவெடுத்தபோது, சோமுவின் வரிசையிலேயே அவள் மூர்த்தியையும் வைத்தாள்.

அவனுக்குப் புரியும். சரிசெய்து கொள்வான். அல்லது எப்படியும் இன்னும் ஒன்றிரண்டு மாதங்களில் வேலை கிடைத்து வெளியூர் போய்விட்டான் என்றால், ஊரின் அவமதிப்பிலிருந்து அவன் தன்னைக் காப்பாற்றிக்கொள்ள முடியும் என்றும் சமாதானமடைந்தாள்.

நடக்க நடக்க தூரம் கூடிக்கொண்டே போவது போலத் தோன்றியது. “ஏய்... இன்னும் எவ்வளவு தூரம் இருக்கு” என்று அவனிடம் குறைபட்டாள். சிணுங்குவது போன்ற அந்தக் குரலில் இருந்த மையல் அவனை அசைத்திருக்கவேண்டும். கெஞ்சும் தோரணையில், “இதோ வந்துட்டோம்...” என்று சொன்னான். அவன் கைகாட்டிய இடத்தில, வயல்களுக்கு நடுவே, கொஞ்சம் மரங்களும் சில கூரைகளும் தூரத்தில் தென்பட்டன. நடக்க நடக்க மரங்களின் உயரம் குறைந்து வீட்டின் கூரைகள் மேலெழும்பின.

அந்தத் தெருவைச் சென்றடைந்தபோது, அதுவொரு குடியிருப்புப் பகுதி என்றே முதலில் உணரமுடியவில்லை. நடாத வயலைப் போல இருந்தது அந்த இடம். மொத்தம் பத்துப் பதினைந்து வீடுகள் இருக்கலாம். இரண்டு வீடுகள் மட்டும் தொரட்டு ஓட்டுடன் இருந்தன. அதில் ஒன்று சேகரின் மாமா வீடு. தெருவின் நடுவே நீண்ட கைப்பிடியுடன் கூடிய ஒரு அடி பம்பு இருந்தது. உபரித் தண்ணீர் வழிந்து நடுத்தெருவில் கோடு போல ஓடிக்கொண்டிருந்தது. நான்கைந்து சிறுவர்கள் தெருவில் விளையாடிக் கொண்டிருந்தார்கள். வீட்டினுள்ளே யாரும் இருக்க மாட்டார்கள் என்பதைப் போல, தெருவிலும் பம்படியைச் சுற்றிலும் பெண்கள் நின்றுகொண்டிருந்தார்கள். ஒருசில ஆண்கள் மட்டுமே கண்ணுக்குப் பட்டார்கள்.

சேகரின் அத்தைதான் ஓடி வந்து தெருமுனையில் அவர்களை வரவேற்றாள். அவனது கன்னத்தை வழித்து தனது கன்னத்தில் வைத்து சடசடவென நெட்டி முறித்தாள். அப்படியே ரஞ்சிதாவை ஒரு எக்ஸ்ரே பார்வை பார்த்தாள். முதல் பார்வையிலேயே ரஞ்சிதாவுக்கு அவளைப் பிடிக்காமல் போய்விட்டது. அங்கு நின்றுகொண்டிருந்தவர்கள் ஒவ்வொருவரின் கண்ணிலும், அதிர்ச்சியும் வேடிக்கை பார்க்கும் மனோபாவமும் கலந்த ஆர்வம் மின்னியது.

அவர்களுக்கு ஒன்றும் விளக்கம் தேவைப்படவில்லை. ஒன்றிரண்டு குழந்தைகள் ஓடி வந்து ரஞ்சிதாவின் வளையலைத் தடவிப் பார்த்தன. ஒரு சிறுமி ரஞ்சிதாவின் கைகளைக் கோர்த்துக்கொண்டாள். ரஞ்சிதாவுக்கு அதை விலக்கி விட மனமில்லாமல் அதே சமயம் அந்தக் குழந்தையுடன் பேச விருப்பமில்லாமல், அவளும் மற்றவர்களை வேடிக்கை பார்ப்பவர்களைப் போல நின்றுகொண்டிருந்தாள்.

அவனிடம் பேசி முடித்த பிறகு சேகரின் அத்தை வந்து ரஞ்சிதாவின் கைகளைப் பற்றினாள். வேளாண் செய்பவளின் உறுதியான, சொரசொரப்பான கைகள். இருவரையும் அழைத்துக்கொண்டு போய் திண்ணையில் உட்காரவைத்து விட்டு உள்ளே போய் ஒரு செம்பில் தண்ணீர் எடுத்து வந்தாள். அந்த எவர்சில்வர் செம்பு, நன்கு கழுவி துடைக்கப்பட்டு பளபளவென இருந்தது. ரஞ்சிதாவுக்கு நல்ல தாகமாக இருந்தது. அண்ணாந்து தண்ணீர் முழுவதையும் குடித்தாள். மெலிதான களிம்பு வாடையுடன், மிதமான குளிர்ச்சியுடன் குடிப்பதற்கு நன்றாக இருந்தது.

“பரவால்ல வாய வச்சி குடிம்மா...”

குழந்தைகளும் பெண்களும் இப்போது அந்த வீட்டு வாசலில் வந்து நின்றுகொண்டிருந்தார்கள். சில குழந்தைகள் உள்ளே வந்து திண்ணையில் அவளுடன் குந்திக்கொண்டன. அதிலொரு பெண் குழந்தை அவளிடம், “உங்கள் பெயர் என்ன, எந்த ஊர்...” என்று உரையாடத் துவங்கியது.

ரஞ்சிதாவுக்கு திடீரென தாம் ஒரு பொருட்காட்சிக் கூண்டில் நடுவே இருத்தி வைக்கப்பட்டிருப்பதான பிரமை மேலிட்டது. வீட்டின் உள்ளே போய், கதவை மூடிக்கொண்டு அறையில் படுத்துக்கொண்டால் ஆசுவாசமாக இருக்கும் என்று நினைத்தாள். சேகர் வரவேற்றவளுடன் வீட்டின் உள்ளே போயிருந்தான்.

அவளுக்கு விளக்கிக் கொண்டிருப்பானாயிருக்கும் என்று நினைத்தாள்.

அப்போது இன்னும் துலக்கமாக ரஞ்சிதா அந்தத் தெருவை உற்றுப் பார்த்தாள். அவள் தினமும் சைக்கிளில் கடந்து போகும்போது தூரத்தில் காணக்கிடைக்கும் சேகரின் தெருவை விட அளவில் சிறியதாகவும், அதைவிடக் குப்பையாகவும் இருந்தது. குழந்தைகள் வெகுளித்தனமாக திரிந்து கொண்டிருந்தார்கள். ஆனால் கூடி நின்ற அந்தப் பெண்களிடம், ஏதோ காணாததைக் கண்டு விட்டதைப் போன்ற குறுகுறுப்பும், அதே சமயம் ஒருவித அலட்சியமும் இருப்பதைப் போல அவளது மனதிற்குப் பட்டது. அது ரஞ்சிதாவைப் பதட்டமூட்டியது. "இருக்காது... அது தன்னுடைய தவறான அனுமானமாக இருக்கும்" என்று தனக்குள் சொல்லிக்கொண்டாள்.

"எழுந்து உள்ளே போய்விடலாமா..." என்று ஆலோசித்தாள். அது குறுக்கீடு போல தோன்றி, "சேகர் வெளியே வரட்டும்" என்று காத்திருந்தாள். அவள் உட்கார்ந்திருந்த இடத்திற்குப் பின்னால் கொக் கொக் என்று கோழிக் குஞ்சுகளுடன் அலையும் ஒலி எழும்பியது. திரும்பிப் பார்க்க, திண்ணையில் சுவரை ஒட்டி, ஒரு பஞ்சாரம் கவிழ்த்து வைக்கப்பட்டிருந்தது. உள்ளே கோழிகளும் குஞ்சுகளும் அசைந்துகொண்டிருப்பது பஞ்சாரத்தின் இடைவெளியில் தென்பட்டது. கோழிப்பீயின் நெடி நாசியைத் தொட்டது. பஞ்சாரத்தைச் சுற்றி கொஞ்சம் மணல் இறைந்து கிடந்தது. கோழிப் பீ தரையில் ஒட்டாமல் இருப்பதற்காக மணலை விரவி அதன் மீது பஞ்சாரத்தைக் கவிழ்த்து வைத்திருக்கிறாள். கோழிகளை பஞ்சாரதிற்குள் போட்டு மூடிக்கொண்டிருக்கும்போதுதான், சேகர் ஒரு பெண்ணை அழைத்துக்கொண்டு வருகிறான் என்ற செய்தி கேள்விப்பட்டு தெருமுனைக்கு வந்திருந்தாள். அந்த அவசரத்தில் மணல் சிதறியிருக்கிறது.

ரஞ்சிதா உட்கார்ந்த இடத்திலிருந்து பார்க்கையில் வீட்டின் முகப்பு நறுவிசாக இருந்தது. தெருவிலிருந்து கசிந்து வந்து கொண்டிருக்கும் அந்த அழுகிய வாடை மட்டும் இல்லாவிட்டால், ரஞ்சிதாவுக்கு அவளது வீட்டில் இருப்பது போலவே இருந்திருக்கும்.

வீட்டில் அத்தை ஒருத்தியைத் தவிர வேறு யாரும் இல்லை என்பது வீட்டின் அமைப்பைப் பார்த்தாலே தெரிந்தது. அவளுக்குக் குழந்தைகள் இல்லை என்று சேகர் முன்பே

சொல்லியிருந்தான். சேகரின் மாமா வயலுக்குப் போய்விட்டு வந்தவர், அப்படியே கடைத்தெருவுக்குப் போயிருந்தார். அதுவொரு சடங்கு போல. வயலிலிருந்து வந்ததும், குளித்து விட்டு அப்படியே காலாற நடந்தோ அல்லது சைக்கிளிலோ போய், டீக்கடையில் உட்கார்ந்து கதை பேசிவிட்டு, இரவு உணவு நேரத்துக்கு திரும்பி வருவது வழமையாக இருந்தது. பெரும்பாலும் செல்லும் அனைவரும் தள்ளாட்டத்துடன்தான் திரும்பி வந்துகொண்டிருந்தார்கள். ஆனால் சேகரின் மாமா எப்படி வருவார் என்று ரஞ்சிதாவால் தீர்மானத்துக்கு வரமுடியவில்லை.

“உள்ள வாம்மா...” என்று அவள் வந்து அழைத்தபோது, எப்போது வந்து கூப்பிடுவாள் என்று காத்திருந்ததைப் போல, ரஞ்சிதா எழுந்து உள்ளே போனாள். சேகர் கூடத்தில் இல்லை. அப்படியே கொல்லைப்புறம் போயிருந்தான். அந்த வீட்டின் அமைப்பிற்கு நல்ல விஸ்தாரமான கூடமாக அது இருந்தது. அதன் இடது ஓரத்தில் ஒரு சிறிய அலமாரி சுவரிலேயே பதிக்கப்பட்டிருந்தது. கூடத்தின் வலது புறத்தில் ஒரு அறை இருப்பது அவளது கண்ணுக்குப் பட்டது. கதவு மூடியிருந்ததால் அதனுள்ளே எப்படி இருக்கிறது என்பது ரஞ்சிதாவுக்குத் தெரியவில்லை. கூடத்தைக் கடந்தால் இருக்கும் சமையலறையைத் தடுத்துக் கொண்டிருக்கும் குறுக்குச் சுவரின் ஓரத்தில் ஒரு மர மேசை. அதன் மீது டிவி இருந்தது. டிவியைச் சுற்றியும் நிறைய பொருட்கள் ஒழுங்குடன் இருந்தன. சிறிய ஃசோஃபா ஒன்றும் கூடத்தின் மத்தியில் கிடந்தது. அதில்தான் ரஞ்சிதாவை அவள் உட்காரச் சொன்னாள். அங்கிருந்து சுவரில் வரிசையாக ஃபிரேம் செய்து மாட்டப்பட்டிருந்த படங்களை ஒவ்வொன்றாகப் பார்த்துக்கொண்டே போனாள் ரஞ்சிதா. ஒரு படத்தில் சேகரின் அப்பாவும் அம்மாவும் இருப்பது தெரிந்தது. அவர்களது மடியில் இருக்கும் குழந்தை யார் சேகரா...?

எங்கே போனான் அவன் இவ்வளவு நேரமாக?

அவனைக் கண்கள் தேடின. திடீரென ஒரு கணத்தில் அவன் நீண்ட நேரமாகத் தன்னைக் காக்க வைத்திருப்பது போலவும், அவளது அருகாமையில் இருந்து ஏன் இவ்வளவு நேரம் விலகியிருக்கிறான் என்றும் தோன்ற கண்ணீர் முட்டிக்கொண்டு வந்தது. அவசரமாக அந்த நினைவிலிருந்து அவள் வெளியேற முயன்றாள். அங்கு நேரம் ஒரு பொருட்டல்ல, அது உணர்வு என்கிற புரிதலும் அவளுக்கு இருக்கவே செய்தது. ஆனாலும் அழுத்தும் அ தத் தனிமை உணர்விலிருந்து அவள் வெளியேற

முடியவில்லை. நீரில் மூழ்குபவளைப் போல அது அவளை மூச்சுமுட்டச் செய்தது.

அந்த நிராதரவும், புதிய ஆட்களும், அதை விடப் புதிய இடமும், அவன் ஒருவன் மட்டுமே தன்னுடையவன் எனும் எண்ணத்தை மேலிடச் செய்து பச்சாதாபமும் குழப்பமும் மண்டியதொரு நிலைக்கு அவளை உந்தியது. எழுந்து கொல்லைப்புறம் போய் பார்க்கலாமா என்று அவள் தவித்துக் கொண்டிருக்கும்போதே அவன் கொல்லைக் கதவைத் திறந்துகொண்டு உள்ளே வந்தான்.

அந்த கதவின் வழியாகக் கசிந்து வந்த வெளிச்சம் அவனது உருவத்தை ஒரு அரூப ஓவியம் போல உணரச் செய்தது. அப்போது ரஞ்சிதா இருந்த மனநிலையின் துயரை அது பெருகச் செய்வதாக இருந்தது. அவனிலிருந்து பார்வையை விலக்க எத்தனித்தாள். சமையலறையின் பக்கச் சுவரில் இருந்த வெளிறிய கறைகளை துல்லியமான சித்திரம் போல பெருக்கிக் காட்டிய அவ்வெளிச்சத்தின் பரிமாணத்தைத் தொடர முயன்றாள். ஆனாலும் அவளது கவனம் அவன் மீதே நிலைத்தது.

அவனது தோளில் ஒரு சிவப்பு நிறத் துண்டு கிடந்தது. முகம் கழுவியிருப்பதன் சுவடுகள் தென்பட்டு, நெற்றியின் மேலே இருந்த முடிக்கற்றைகளில் இருந்து மணி மணியாக தண்ணீர் சொட்டிக்கொண்டிருந்தது. அந்தக் குறைந்த வெளிச்சத்தில் அவன் பேரழகனாகக் காட்சியளித்தான். அவனது முகத்தில் எப்போதுமிருக்கும் குறும்பு அந்த ஈரத்தில் இன்னும் ஜொலிப்பதாக ரஞ்சிதாவுக்குத் தோன்றியது.

அவன் உள்ளே வரவும் அவன் உட்கார்வதற்காக சோபாவில் கொஞ்சம் நகர்ந்து கொடுத்தாள் ரஞ்சிதா. "வா வந்து என் பக்கத்துல உட்காரு" எனும் சமிக்ஞை போல.

அவன் துண்டைக் கொடியில் போட்டுவிட்டுவந்து, சோபாவில் உட்காராமல் அப்படியே அவளது காலடியில் தரையில் குந்தினான். அவனது தோள்கள் அவளது கைகளை ஒட்டி சோபாவின் மீது சாய்ந்தன. அவள் தனது கைகளை அவனது தோளில் வைத்து அலையத் தொடங்கினாள். அப்படியே கால்களை எடுத்து அவனது மடியில் போட்டாள். அவன் அவளது பாதத்தை அமுக்கிவிட்டான். மனதும் உடலும் சம நிலைக்கு வர, கண்களில் இருந்த அழுத்தம் மறைந்து, காற்றில் மிதக்கும் இறகைப் போன்றதொரு இலகுத்தன்மை கவிந்தது.

“ஏய், என்னாச்சு...” என்று அவன் பதறிப் போய் அண்ணாந்தபோதுதான் தனது கண்ணிலிருந்து கண்ணீர் வழிந்துகொண்டிருக்கிறது எனும் பிரக்ஞையே அவளுக்கு வந்தது.

மூக்கை உறிஞ்சிக்கொண்டு, “ஒன்றுமில்லை...” என்று அவசர அவசரமாக சிரிக்க முயன்றாள்.

“அப்படி எழுந்து போயி வெளியில உக்காரலாமா” என்று கொல்லைப்புற கதவைக் காண்பித்துக் கேட்டான்.

ரஞ்சிதா எழுந்து நடந்தாள்.

சமையலறையில் அத்தை அடுப்பின் மீது ஒரு பாத்திரத்தை வைத்துக்கொண்டிருந்தாள்.

“எங்கடா பொழுது போன நேரத்துல கொல்லப் பக்கம் கூட்டிட்டு போற அந்த புள்ளைய.”

“இங்கதான் வாசல்ல உக்கார்றோம்.”

“இல்ல படியில வேணாம்.”

“உள்ள இருக்க நாற்காலிய எடுத்துட்டு போயி போட்டு வெளியிலேயே நல்லா உக்காருங்க” என்று சொல்லிக்கொண்டே அவளது இடது தோளுக்கு அருகில் இருந்த ஸ்விட்சை அமுக்கினாள்.

கொல்லைப்புறம் இருந்த சிறிய பல்பு எரிந்து வெளிச்சத்தை கசியச் செய்தது. அந்த வெளிச்சம் அப்போது இருந்ததை விட இரவை கூட்டிக் காட்டியது.

“லைட்டு வேணாம்...” என்று தணிந்த குரலில் ரஞ்சிதா அவளிடம் சொன்னாள்

அந்தக் குரல் அவளுக்குப் பிடித்திருக்கவேண்டும். மீண்டும் அந்தப் பொத்தானை அழுத்தி, வந்திருந்த இரவைத் தடுத்து வைத்தாள்.

இருவரும் வெளியே போய் ஆளுக்கொரு நாற்காலிகளில் அமர்ந்துகொண்டார்கள். அவர்களுக்குப் பின்னால் ஒரு பூவரச மரம் நின்றிருந்தது. குறைந்த உயரத்தில் கூரையை ஒட்டி தனது கிளைகளை அது அசைய வைத்திருந்தது. இன்னும் உதிராமல் ஒட்டிக்கொண்டிருந்த பழுத்த இலைகள் அந்த அந்தி ஒளியில் பொன்னைப் போல மின்னின. கூடடையும் குருவிகளின் சத்தம் கேட்கத் தொடங்கியது. அவளுக்குக் கொசு கடித்தது. ஏற்கனவே இரண்டு மூன்று முறை சேகர் தனது கைகளை உதறியிருந்தான்.

இருவருக்கும் பேசுவதற்கு எதுவுமில்லை. உள்ளுக்குள் பனிக்கட்டியைப் போல ஒருவித பயம் உறைந்திருந்தது. ஒரு கூரான சொல் அதைக் கீறிவிட்டு விட முடியும். வேண்டாம் என்று அதைத் தடுத்து வைத்திருப்பது போல இருவரும் அமைதியாக இருந்தார்கள்.

சமையலறையில் இருப்பவள் அவளிடம் வந்து எதுவும் கேட்காமல் இருப்பது ரஞ்சிதாவுக்கு ஆறுதலாக இருந்தது. அவள் சுபாவமே அப்படித்தானா? அல்லது புருஷன் வரட்டும் என்று காத்திருக்கிறாளா?

அவர்கள் உட்கார்ந்திருக்கிற இடத்துக்குக் கொஞ்சம் தள்ளி, சிறிய முளைக்குச்சியில் பசுங்கன்று ஒன்று கட்டப்பட்டிருந்தது. அதன் பின்புறத்தில் சிறிய வைக்கோல் போர் ஒன்று இருந்தது.

இருட்டு விரைவாகக் கவியத் துவங்கியது.

அவள் உள்ளிருந்து மீண்டும் லைட்டைப் போட்டாள். ஒளியின் மீது மறைந்துகொண்டு இருள் வந்து இருவர் மீதும் கவிந்தது. இரண்டும் சண்டையிட்டுக் கொள்வதைப் போல. அல்லது தழுவிக்கொள்வதைப் போல.

இரண்டு கையிலும் இரண்டு காப்பி தம்ளர்களுடன் அவள் வெளிப்பட்டாள். முதலில் சேகருக்குக் கொடுத்தாள். பிறகு ரஞ்சிதா வாங்கிக்கொண்டாள். காப்பி சூடாக இனிப்பு சற்று கூடுதலாக இருந்தது. பசும்பாலின் மணம் உதடுகளின் மீது படர்ந்தது. வாயை விட்டு காப்பியை விலக்கும்போது, கொல்லைப்புறத்தின் சாண வாடை நாசியைத் தொட முயன்றது தெரிந்தது.

பிறகு தானும் ஒரு கையில் தம்ளருடன் வந்து வாசல் படியில் அமர்ந்துகொண்டாள்.

ரஞ்சிதாவுக்கு அச்சமாக இருந்தது. அதே சமயம் எதற்காக அஞ்சுகிறோம் என்கிற பிடிவாதம் மேலெழுந்து அவளது கேள்விகளை எதிர்கொள்ளத் தயாரானாள். அவள் எதுவும் கேட்காமல் போய்விட்டால் ஏமாற்றமடைந்து விடுவோம் என்று எண்ணுமளவுக்கு அவளது தயார்நிலை அவளுக்கே விசித்திரமாக இருந்தது

“அப்பா என்ன பண்றாங்க” என்பதுதான் அவளது முதல் கேள்வியாக இருந்தது.

“விவசாயம்தான்!”

ஹார்ட்வேர்ஸ் கடையில் வேலை செய்கிறார் என்பதைச் சொல்வதற்கு ரஞ்சிதா விரும்பவில்லை.

"ஓ..."

"வீட்ல வேற யாரு?"

சொன்னாள்.

"வீட்டுக்கு மொதோ பொண்ணா ஆச்சி நீ?"

குற்றம் சுமத்தும் தோரணையில் அல்லது முறைக்கும் பாவனையில் அவளது பார்வை சேகர் மீது நிலைத்து விலகியது. அதன் பிறகு அங்கு நீண்ட மவுனம் நீடித்தது. வெளிப்புற கதவருகே கேட்ட சேகரின் மாமனின் குரல் வந்து அந்த அமைதியை விரட்டும் வரை, அது அங்கேயே வன்முறையாக குந்திக்கிடந்தது.

அவர் நேராக கொல்லைப்புறத்துக்கு வந்தார். ரஞ்சிதாவைப் பார்த்து, "வாம்மா" என்று சொல்லிவிட்டு, சேகரிடம், "உள்ள வாடா..." என்று சொல்லிக்கொண்டே திரும்பவும் வீட்டின் உட்புறமாக நடந்தார்.

அவனது அத்தையைத் தெருவில் வைத்துப் பார்த்தபோது எழுந்த அதே சங்கடம் ரஞ்சிதாவுக்கு மீண்டும் வந்தது. வாம்மா என்று அவர் சொன்னதில் இருந்தது என்ன மாதிரியான உணர்வு என்று அவளுக்கு முடிவுக்கு வரவில்லை. இந்த முறை வெறும் சங்கடமாக மட்டும் இல்லாமல், ஒருவித ரவுத்திரம் கனன்று வந்தது. "நான் எதற்கு இவர்களைப் பற்றி கவலைப்படவேண்டும்" என்கிற எண்ணமும் கூடவே வந்தது.

ஒன்றும் சொல்லாமல் சேகர் எழுந்து போனதும் அவளுக்கு அதிருப்தியை வரவழைத்தது. அத்தை வெளியே வந்து தன்னுடன் பேசிக்கொண்டிருப்பாள் என்று ரஞ்சிதா நினைத்தாள். ஆனால் அவளோ சேகரின் பின்னாலேயே போய்விட்டிருந்தாள்.

உள்ளே போனதும், "என்னடா காரியம் பண்ணி வச்சிருக்க" என்று உறுமலாகக் கேட்டார் மாமா.

"சரி விடுங்க, அவன இப்ப மொறைச்சி என்ன பண்றது... அடுத்து என்ன பண்ணுறதுன்னு யோசிங்க. அவன்தான் கூட்டிட்டு வந்திருக்கான். அந்த பிள்ளையும் நம்பி வந்திருக்கு..."

"நீ நிறுத்துடி மயிறு..." என்று அவளை நோக்கி இரைந்தார்.

“எதுக்கு கத்துறீங்க...” என்று அவள் பதறினாள். அவரது அதிரும் ஒலி கொல்லையை எட்டிவிடக்கூடாதே என்கிற பதட்டம் அவளது குரலில் வெளிப்பட்டது.

“நீ நினைக்கிற மாதிரி இது அவ்வளவு சாதாரணமா முடியப்போறதில்ல.”

“அப்படின்னா...?”

“நீ என்னடி நினச்சிட்டிருக்க. பச்சபுள்ள மாதிரி கேள்வி கேட்டுகிட்டு...?”

“வூட்ல யாருடா இருக்கா அங்க?”

“எல்லாரும்தான்...”

“எல்லாரும்னா?”

“அப்பா, அம்மா, தம்பிதான்...”

“அவங்களுக்கு இது எதுவும் தெரியுமா?”

“நான் சொல்லல...”

“அவுங்க தெருவுக்குத் தெரிஞ்சா என்னாவும்...”

“பிரச்சினையாவும்தான்.”

“அப்புறம் ஏன் அதெல்லாம் யோசிக்காம இப்படி ஒரு முடிவெடுத்த...”

“... ... ...”

“என்ன அவ்வளவு அவசரம்?”

“அந்த பொண்ணும்தான்...”,

“ஏன் அதுக்கேதும் மாப்ள பாத்தாங்களா?”

“ஆமா.”

“நிச்சயமாய்டுச்சா?”

“அதெல்லாம் இல்ல...”

“அப்புறம்...”

“பாத்துகிட்டிருந்தாங்க... அந்த பொண்ண எனக்கு பிடிச்சிருந்துச்சு மாமா அதான்...”

“அந்தப் பொண்ணுக்கு முழு சம்மதமா இதுல.”

"சம்மதம்தான்."

"பிரச்சினை பெருசாகும்போது நம்ம கூட ஸ்ட்ராங்கா நிக்கிமாடா அது?"

"நிக்கும்."

"எப்புடி சொல்ற?"

அவள் தன்னை எவ்வளவு காதலிக்கிறாள் என்பதை அவரிடம் சொல்வதற்கு அவனுக்குக் கூச்சமாக இருந்தது. அவர் ஏன் இப்படி போலீஸ்காரரைப் போல விசாரிக்கிறார் என்றும் அதிருப்தியாக இருந்தது. அதே சமயம் அவரது கேள்விகளில் இருக்கும் பரிவும், எச்சரிக்கையும் மனதிற்குள் ஊடுருவவே செய்தது.

அத்தை பயந்துவிட்டிருந்தாள்.

அவசரப்பட்டு விட்டோமோ என்று தோன்றியது. மின்னலின் கணமேதான். இல்லை என்று தலையை அசைத்துக்கொண்டான். மாமா அடுத்து என்னவோ கேட்டார். அது காதில் விழவில்லை. விழுந்தாலும் மனதிற்குள் போகவில்லை.

சடாரென எழுந்து வெளியே போய் மீண்டும் ரஞ்சிதாவின் அருகில் உட்கார்ந்து கொண்டான்.

"என்னவாம்?" என்றாள் ரஞ்சிதா.

அந்தக் குரலில் இருந்த தொனி அவனைத் துணுக்குறச் செய்தது. உள்ளே நடந்த உரையாடல்களை அவள் அனுமானித்திருக்கக் கூடும். அவனால் அதையும் புரிந்துகொள்ள முடிந்தது. மாமாவின் அதிருப்திகள் அவளுக்குத் தெரியவேண்டாம் என்று நினைத்தான்.

"என்ன சொல்றாரு உங்க மாமா? சரி எந்திரி... அப்படியே கொஞ்ச தூரம் நடந்துட்டு வருவோம்."

"இப்பவா?"

"ஆமாம் இப்பதான். எனக்கு இங்க மூச்சு முட்டுது."

இரு என்று உள்ளே போய் சட்டையை மாட்டிக்கொண்டு வந்தான்

"எங்கடா..." என்று மாமா அவனிடம் கேட்பது தெரிந்தது.

"ஆல மரத்தடி வரைக்கும்..."

"எதுக்கு?"

“சும்மாதான்.”

“ஓ...”

அவருக்கு அது விசித்திரமாக இருந்திருக்க வேண்டும். இதுகள் ரெண்டும் இந்த விவகாரத்தை சாகசமாக எடுத்துக் கொண்டிருக்கின்றனவோ என்று சந்தேகப்பட்டவரைப் போல இருந்தது அவரது பார்வை. இருந்தாலும் ஒன்றும் சொல்லாமல் அமைதியாகப் பார்த்தார்.

வைக்கோல் போரைத்தாண்டி இருந்த படலைத் திறந்துகொண்டு, அவன் அவளுடன் இருட்டில் கரைவதை புருஷனும் பொண்டாட்டியும் கொல்லை வாசல்படியின் மீது நின்று பார்த்துக்கொண்டிருந்தார்கள்.

“அந்த பொண்ணு, அந்த தெருவுல கொஞ்சம் செல்வாக்கான குடும்பத்துப் பொண்ணா இருக்கும்னு நினைக்கிறேன்... அது நடைய பாத்தியா?”

“இவன் கூட வேலை செய்ற புள்ளன்னுதான சொன்னான்.”

“அதுக்கும் இதுக்கும் சம்பந்தம் இல்ல. நாளைக்கு காலைல போலீஸ் வரும்.”

“என்ன சொல்றீங்க?”

“ஆமா...”

“எப்புடி தெரியும்?”

“ஏன் இவன் அப்பன் சொல்ல மாட்டானா. விஷயம் தெரிஞ்சதும் நேரா அங்கதான போயிருப்பானுங்க.”

காலை வரைக்கும் காத்திருக்க வேண்டியிருக்கவில்லை. ஒரு ஜீப்பும், காரும் வீட்டு வாசலில் வந்து அதிகாலை மூன்று மணிக்கு நின்றபோது பொட்டுத் தூக்கம் இல்லாமல் அத்தையும் மாமாவும் கொட்ட கொட்ட விழித்துதான் இருந்தார்கள்.

தாழிடப்படாத கதவைத் தள்ளிக்கொண்டு, ஷூ கால்களுடன் ஒரு போலீஸ்காரன் வீட்டுக்குள் வந்தபோது வீட்டைச் சுற்றிக்கொண்டு இன்னொரு போலீஸ்காரன் கொல்லைக்கதவை நோக்கி ஓடினான்.

மாமா எழுந்து நின்றார். முகத்தோடு சேர்த்து பளாரென்று விழுந்த அறையில் நிலைகுலைந்து கீழே விழுந்தவரை அத்தை அரற்றிக்கொண்டே ஓடிப்போய் தூக்கினாள்.

"எங்கடா அவங்க.?"

"... ... ."

கேட்டுக்கொண்டே அவன் சென்று படுக்கையறைக் கதவைத் திறக்கமுயன்றான். தாழிடப்பட்டிருந்தது. அதற்குள் உள்ளே வந்திருந்த இன்னொருத்தன் கதவை எட்டி உதைத்தான். அறையின் உள்ளே காலடி ஓசைகள் கேட்டன.

ரஞ்சிதாதான் கதவைத் திறந்தாள்.

அப்படியே அவளது மயிரைக் கொத்தாகப் பிடித்து வெளியே இழுத்தான் லட்சுமணன். சேகருக்கும் சரமாரியாக அடி விழுந்தது. இரண்டு பேரையும் அள்ளிப்போட்டுக்கொண்டு அந்தக் கார்கள் புழுதி பறக்க அந்த இடத்தை விட்டு அகல்வதற்கு பத்து நிமிடங்கள் கூட ஆகியிருக்கவில்லை.

"அவனை விட்டுடுங்க... உங்க பொண்ண நீங்க கூட்டிட்டு போங்க..." என்று கதறியவளின் குரலை அவர்கள் சட்டை செய்யவே இல்லை. மாமாவும் அவரது பங்குக்கு அந்த போலீஸ்காரனிடம் கெஞ்சிப்பார்த்தார். அவன் கடும் வெறுப்புடனான ஒரு பார்வையை அவர் மீது வீசினான். அவரது கைகள் இயல்பாக கன்னத்தை மூடிக்கொள்ளும் எத்தனத்தில் மேலேறின.

தெருவில் அரவம் கேட்டு கூடத் தொடங்கியிருந்த உறவினர்கள், வீட்டு வாசலுக்கு வந்து அதிர்ச்சியுடனும் வருத்தத்துடனும் இருவரது முகத்தையும் மாறி மாறிப் பார்த்தார்கள்.

கொஞ்ச நேரம் திண்ணையில் அப்படியே உட்கார்ந்திருந்தவர் எழுந்து உள்ளே போய் சட்டையை மாட்டிக்கொண்டு வெளியே வந்தார்.

"எங்க போறீங்க?"

"அப்புறம் என்ன இங்கயே குந்திக் கிடக்கச் சொல்றியா... மச்சானுக்கு என்ன ஆச்சுன்னு போயி பாக்க வேணாமா?"

சுவரின் ஓரமாக இருந்த சைக்கிளைத் தள்ளிக்கொண்டு வெளியே வந்து உந்தி ஏறினார். உதடு வீங்கி மரத்திருப்பது வாயில் எதையோ வைத்து கட்டியிருப்பது போன்ற பிரமையை உண்டு பண்ணியது. பேருந்து நிறுத்தத்தை நோக்கி சைக்கிளை மிதித்தார்.

ஆலமரத்தடிக்குப் போய்விட்டு, அவர்கள் இருவரும் நீண்ட நேரம் கழித்துத் திரும்ப வந்ததும், உணவருந்திய பிறகு, "நீ

இங்க படு... அந்த பொண்ணு ரூம்குள்ள படுக்கட்டும்... அத்தை அதுகூட படுத்துப்பா..." என்று அவர் சொன்னதும் பாயை விரித்துக்கொண்டிருந்தவனிடம், "சேகர் இங்க வர்றியா..." என்று அறைக்குள்ளிருந்து அவள் அழைத்ததும், ஒரு வார்த்தை கூடப் பேசாமல் அவன் எழுந்து உள்ளே போனதும், வெளியே இருந்த இவர்கள் இருவரும் ஒருவர் முகத்தை ஒருவர் பார்த்துக்கொண்டு அப்படியே குந்தியிருந்ததும் அவரது நினைவுக்கு வந்தது.

சைக்கிளை டீக்கடை வாசலை ஒட்டி அந்த சந்தில் நிறுத்திவிட்டு, திருவையாறு செல்லும் பேருந்திற்காகக் காத்திருந்தபோது இருள் விலகி விடியத் தொடங்கியது. குருவிகளின் கீச்சொலி பெருக ஆரம்பித்தது. ஒரு மணி நேரக் காத்திருப்புக்குப் பின், கூட்டமில்லாத அந்த முதல் பேருந்து குண்டும் குழியுமான ரோட்டில் ஆடியபடிவந்து சேர்ந்தபோது நன்றாக விடிந்திருந்தது.

அடுத்த இரண்டு மணி நேரத்தில், கும்பகோணம் பேருந்து நிலையத்தில் சென்று இறங்கியபோது ஏதோ ஒரு பெயர் தெரியாத தீவில் இறக்கிவிடப்பட்டவரைப்போல அவர் மிகவும் தனிமையாக உணர்ந்தார்.

34

ரமணி வீட்டின் குறுக்கே இங்கும் அங்குமாக நடந்துகொண்டிருந்தாள். இதில் அவளது குற்றமென்று எதுவும் இல்லாவிட்டாலும்கூட, அவள் எதோ பிழை செய்துவிட்டவளைப் போல அமைதியற்று அலைந்து கொண்டிருந்தாள். மூர்த்தியிடம் வந்து எதையோ சொல்ல முயல்பவள் போலவும், பிறகு அவனிடமிருந்து விலகிச் செல்பவளைப் போலவும் அவளது மனம் அலைக்கழிந்தது. அவள் ராஜேந்திரனுக்காகக் காத்திருக்கத் தொடங்கினாள். அவர் எவ்வளவு சீக்கிரம் வரமுடியுமோ அவ்வளவு சீக்கிரம் வீட்டுக்கு வந்துவிட வேண்டும் என்று ஏங்கினாள். வேறு யாரையும் விட, அவரிடம் மட்டுமே அவள் தனக்குத் தேவையான ஆசுவாசத்தை உணரமுடியும் என்று அவளது உள்ளுணர்வு அவளை உந்திக்கொண்டே இருந்தது. சோமுவின் எதிர்வினை இதற்கு என்னவாக இருக்கும் என்று அவளால் அனுமானிக்க முடியவில்லை. ஆனால் இதை எதிர்கொள்வது மிகவும் சிக்கலுக்குரிய காரியம் என்றும், இது தனது வீட்டோடு மட்டும் நிற்கப்போவதில்லை என்றும் தோன்றியது. கோபால் வந்து வீட்டு வாசலில் இரைந்துவிட்டுப் போனதில் வலுவான செய்தியொன்று இருக்கிறது. “இது இனிமேல் உனது வீட்டுப் பிரச்சினை மட்டும் அல்ல...” என்பதுதான் அது. துயரமோ தோல்வியோதான் வெறும் தனி மனிதர்களின் அல்லது ஒரு குடும்பத்தின் பிரச்சினையாக மட்டும் இருக்கிறது. ஆனால் இதைப் போன்ற பெண் விவகாரம் என்றால் ஊரின் பொதுவான கரிசனத்துக்கு ஆட்பட்டுவிடுகிறது. இதற்குப் பெயர் கரிசனமா? கோபாலுக்கு ரஞ்சிதாவின் மேல் இருப்பது பொறுப்பா? ராஜேந்திரன் மீது என்றாவது பரிவு இருந்திருக்கிறதா அவனுக்கு? அவனுக்கு என்றில்லை யாருக்கும்தான். இப்படி யோசிக்கையில், அவள் ஒரே சமயத்தில் ஆழ்ந்த கசப்புக்கும் அதிருப்திக்கும் உள்ளானாள். அது அவளுக்கு ஒருவித மூர்க்கத்தை வரவழைத்தது. மிக ஆழமாக, மிகவும் ரகசியமாக, “அப்படி என்ன யாரும் செய்யாத பெரிய தவறை ரஞ்சிதா செய்துவிட்டாள்...” என்று நினைத்தாள். அப்படி யோசித்த கணத்தில் அவளது உடல் தன்னிச்சையாக நடுங்கியது. அவள் அதிலிருந்து வெளியேற விரும்பினாள். அந்த நடுக்கத்திலிருந்து வெளியேறுவது வெறும் அச்சத்திலிருந்து மட்டும் வெளியேறிவிடும் அற்ப காரியமாக இல்லை என்பதும் அவளுக்குப் புரியவே செய்தது. அப்படி

யோசித்துக் கொண்டிருக்கும் போதுதான், தனது சுபாவத்துக்கு மாறாக, "மூர்த்தி, இங்க வாடா" என்று அவனை வீட்டின் உள்ளே அழைத்தாள். உரத்து வெளிப்படும் அக்குரல் சிதறலாக இருந்தது. அதன் தொனியில் அதுவரை சாத்தியப்பட்டிருக்காதவொரு நிதானம் வெளிப்பட்டது போலவும் இருந்தது.

சம்பவத்தைக் கேள்விப்பட்டதிலிருந்து உறைந்துபோய் உட்கார்ந்திருந்தவனிடம் அந்தக் குரல் உடனடி அசைவைக் கொண்டு வந்தது. கட்டளைக்குப் பணிபவன் போல மூர்த்தி எழுந்து உள்ளே போனான்.

"போயி புலவரைப் பார்த்து விஷயத்தை அவர்கிட்ட சொல்லி, நான் கூப்டேன்னு அவரை அழைச்சிட்டு வா..."

அவனுக்கு அவளது அறிவிப்பு விசித்திரமாக இருந்தது. தானும் அது பற்றியே யோசித்துக் கொண்டிருந்ததை அவன் அவளிடம் சொல்லவில்லை. சைக்கிளை எடுத்துக்கொண்டு கிளம்பினான்.

தெருவில் எல்லோரும் அவனையே உற்றுப் பார்ப்பது போலவும், நகைப்பது போலவும் இருந்தது. இதை அவமதிப்பு என்று கருதும் நிலையிலிருந்து தாம் முன்னேறி நகர்ந்துவிட்டோம் என்று அவன் இதுவரை நினைத்திருந்ததை சோதித்துப் பார்க்கும் செயலே இப்போது நடக்கிறது என்று அவன் நினைத்தான். அதன் உறுதித்தன்மை மீதான உரையாடலாக மாறி அவனுக்குள் அது சுழலத் துவங்கியது.

அவனுக்கு ஒரு விஷயம் மின்னலைப் போல மனதிற்குள் தோன்றி மறைந்தது. ரஞ்சிதாவால் அந்தச் சூழலில் வாழமுடியாது. அவள் திரும்பி வரும்போது, இங்கு தன்னை எப்படிப் பொருத்திக்கொள்ளப் போகிறாள் என்பதே அது. அப்படி ஒரு எண்ணம் வரவும், அவனுக்கே தனது சிந்தனை மீது அதிர்ச்சியாக இருந்தது. அவளைக் குறித்து தான் ஏன் இவ்வளவு விலகி நின்று யோசிக்கிறோம் என்று தனக்குத் தானே கேட்டுக்கொண்டான். எப்போதாவது நடவு ஆட்களை அழைப்பதற்கு அந்தத் தெருவுக்குள் நுழைகையில், எப்போது அங்கிருந்து வெளியேறுவோம் என்றே அவனுக்குத் தோன்றியிருக்கிறது. அங்கிருந்து நிறைய படித்தவர்கள் வெளியே வந்திருக்கிறார்கள், இதோ சீட் கவர் கம்பெனியில் கூட பாதி ஆட்கள் அவர்கள்தான். ஆனாலும் அந்தத் தெரு மிகவும் மெதுவாகத்தான் மாறிக்கொண்டிருக்கிறது. இங்கு இருக்கும் ஏதோ ஒன்று அங்கு இல்லை. சென்று சேரும் வழி அடைத்துக்கொண்டிருக்கிறது. அது என்ன என்று எவ்வளவு

யோசித்தும் அவனது புத்திக்கு எட்டவில்லை. இது குறித்து புலவரிடம் விவாதிக்கவேண்டும் என்று நினைத்தான்.

அவனுடைய அவதானத்தை, நீ சொல்வது சரிதான், என்று புலவரும் ஆமோதித்தார்.

அவர் வீட்டில்தான் இருந்தார். எத்தனை வருடங்களாகிறது அவருடைய வீட்டிற்கு வந்து. பள்ளிக் காலத்தில் வந்தது. அவரது வீடு முழுக்கவும் மாறியிருந்தது. இரண்டு பேர் அரசு வேலைக்குப் போவதன் சுவடுகள் வீட்டில் தெரிந்தன. அதே சமயம் அரசு வேலையின் சலிப்பும், நிச்சயமின்மையும் அங்கு பிரதிபலிக்கவே செய்தது. வயலில் வேலை செய்யும் கூலியாளைப் போலவே அரசு உத்தியோகஸ்தனும் சிந்திக்கிறான் போல. அவனால் மிராசுதாரரைப் போல சிந்திக்கமுடிவதில்லை. அவரை விட அதிகம் சம்பாதித்தாலும் சோமுவைப் போல ஒரு அரசு அதிகாரி சிந்திக்க முடியாது. அதுவும் பள்ளி ஆசிரியனுக்கு அது எப்படி சாத்தியம்? இந்த வேலை அவனிடமிருந்து ஏதோ ஒன்றை அப்புறப்படுத்துகிறது. அதுதான் புலவரையும் சலிப்பூட்டியிருக்கவேண்டும். சரியான நேரத்தில் அவர் அதை இனங்கண்டிருந்தார்.

இந்த வேலை தம்மை எரிச்சலூட்டுகிறது, சோர்வுறச் செய்கிறது என்கிற முடிவுக்கு அவர் வந்திருந்தார். இந்தப் பதினைந்து வருட ஓட்டம் இறுதியில் தன்னை எங்கு கொண்டு போய் வைத்திருக்கிறது என்று ஆலோசிக்கும்போதுதான், அதனடியில் மறைந்திருந்த வெறுமை மிதந்து மேலே வந்திருக்கிறது. அதுவே மூர்த்தியின் குடும்பத்துடனான உறவைப் புதுப்பித்துக்கொள்ள அவரைத் தூண்டியிருக்கவேண்டும். அது வெறும் ஒரு குடும்பத்துடனான உறவு என்றில்லாமல் தன்னையே புதுப்பித்துக்கொள்வது என்பதாக அவருக்கு மாறியிருக்கிறது.

ரமணிதான் தன்னிடம் இதை சொல்லச் செய்திருக்கிறாள் என்பதை அறிந்தபோது அவர் ஆழ்ந்த குற்றவுணர்ச்சிக்கு ஆளானார். அது சுயநிந்தனையாக வளர்ந்து அவர் முன் நின்றது. அவ்வுணர்ச்சியின் உக்கிரத்தை, அவரது முகத்தைப் பார்த்துக்கொண்டு நிற்கும் மூர்த்தியின் இருப்பு இன்னும் அதிகரிக்கச் செய்தது.

"உக்காரு...!" என்று சொல்லிவிட்டு உள்ளே போய் சட்டை பேண்ட்டுடன் வெளியே வந்தார்.

சைக்கிளை சுவரில் சாய்த்து வைத்துவிட்டு, "வா... நாம் இதில் போகலாம்..." என்று தனது ஸ்கூட்டரைக் காட்டினார். அந்த அபத்த கணத்திலும் அவரது தமிழ் ரசிக்கத்தக்கதாக இருந்ததை மூர்த்தி கவனித்தான்.

"அவள் வீட்டை விட்டுப்போனதைப் பற்றி நீ என்ன நினைக்கிறாய்..."

"அவ இந்த சாதியப் பத்தியெல்லாம் பெருசா யோசிச்சிருக்க மாட்டா... அப்புறம் அவளுக்கு காதல் பத்தி கூட என்ன அபிப்ராயம் இருக்கும்னு எனக்கு தெரியல."

"ஏன் அப்டி சொல்ற?"

"... ... ..."

"உன்ன மாதிரி அவ படிச்சிருக்கல, அப்புறம் பள்ளிப் படிப்பைத் தவிர வேற புத்தகம் படிக்கிற பழக்கம்கூட அவளுக்கு இல்லை, அதனால அவளோட அறிவு மேல உனக்கு சந்தேகம் இருக்கு அப்படித்தான?"

"... ... ..."

"படிப்பு ஒரு தகுதிதான், நான் அதை இல்லையென்று சொல்லவில்லை. ஆனால் படிப்பின்மை என்பது தகுதிக்குறைவு என்றும் ஆகிவிடாது."

மூர்த்திக்கு இந்த கூற்றை மறுத்துப் பேசவேண்டும் என்கிற ஆவேசம் வந்தது. எதற்காக எல்லாவற்றையும் பொதுமைப்படுத்தவேண்டும் என்று நினைத்தான். இதோ புலவர் கைக்கொண்டிருக்கும் எல்லா கவுரவமும் அந்தஸ்தும் படிப்பின் வழியாக அவர் அடைந்ததுதான். பிறகு என்ன கல்விக்கு எதிரான ஒருவித பாசாங்கான எதிர் நிலைப்பாடு என்று அதிருப்தியடைந்தான். "படிப்பு ஒரு தகுதிதான் அதை ஒத்துக்கொள்வதற்கு ஏன் தயங்கவேண்டும்..." எனும் குமைச்சலாக அது மாறியது. அது ஒரு தகுதி இல்லை என்பதன் வழியாக அவர் யாரை சமாதானப்படுத்த முயல்கிறார் என்று அவனுக்குப் புரியவில்லை. தாம் ஏதோ ரஞ்சிதாவைக் கைவிட்டு விட எத்தனிப்பதைப் போலவும், இந்த சமாதானத்தின் வழியாக அவர் அந்தக் கருத்துக்கு எதிராக அவனைத் தயார்படுத்த முயல்கிறார் என்பது போலவும் நினைத்தபோது மூர்த்தியை அந்த உரையாடல் சுய பச்சாதாபத்திற்குள் தள்ளியது.

தனது சிறிய அனுபவங்களின் வழியாக அவன் படிப்பு என்பதை ஒருவித அதிகாரம் என்பதாகவும் கண்டடைந்திருந்தான். படிப்பு உள்ளீடற்ற மேட்டிமைத்தனம் ஒன்றை உருவாக்கி நிறுத்துகிறது. அதுவொரு கனிந்துவிட்ட பாவனையை வரித்துக்கொள்ள முயல்கிறது. அதன் ஆழத்தில் ஒரு நிச்சயமற்ற தன்மையை உருவாக்கி அந்த அதிகாரத்துக்கு எதிராக நிறுத்துகிறது. சோமுவிடம் இருக்கும் சலனமற்ற தொனி ஏன் மகேந்திரனிடம் இருந்ததேயில்லை என அவன் மீண்டும் மீண்டும் ஆலோசித்திருக்கிறான். அதுவொரு தற்சார்பு நிலையா? கல்வி என்பது நீண்ட பற்சக்கரங்கள் கொண்டதொரு பெரிய எந்திரத்தில் கொண்டு போய் அதைக் கைக்கொண்டவனைப் பிணைத்துவிடுகிறதா? கானல் நீரைப் போல, எப்போதும் தீராத தாகத்தைப் போல ஒன்றாக ஆகி அது படித்தவன் முன்னால் நின்றுவிடுகிறதா? இவ்வளவு தாழ்வுணர்ச்சி ஏன் வருகிறது? எங்கிருந்து மலை மலையாய் தயக்கம் வந்து தலையில் கொட்டுகிறது? இந்த சங்கடங்கள் எப்போதும் கிருஷ்ணனுக்கு இருப்பதில்லையே ஏன் என்ற கேள்விகள் அவனுக்குள் மோதி மோதி எழுந்துகொண்டே இருந்தன.

ஆனால் புலவரை எதிர்த்துப் பேசும் மனநிலையில் இப்போது அவன் இல்லை. அதே சமயம் அவன் வருவித்துக்கொண்ட அமைதி ரஞ்சிதா மீதான கோபத்தைக் கிளறிவிடுவதாக மாற்றம் கொண்டது. “இதை அவள் செய்திருக்கக் கூடாது...” என்ற அக்குரல் மனதிற்குள் மீண்டும் மீண்டும் எதிரொலித்தது.

“ஏன்... அவள் ஏன் இதை செய்திருக்கக்கூடாது?” என்கிற விசாரணைக்கு பதில் இல்லை. அந்த கேள்வி வரும்போதெல்லாம் அவன் புலவரின் ஆகிருதிக்குள் பதுங்கிக்கொள்ள விரும்பினான். அவரை எதிர்த்துப் பேசாமல் இருப்பதற்கு அதுவும் ஒரு காரணம். புலவர் அவனது மனதை உடைக்கும் விதமாக எதையும் சொல்லிவிடப் போவதில்லை. இன்னும் சொல்லப் போனால் அவனது தத்தளிப்புகள் எதுவும் அவரது பிரக்ஞைக்கே வந்திருக்காது. ஆனால், தானே இரண்டு வெவ்வேறு ஆட்களாக மாறி நின்று செய்துகொண்டிருக்கும் விவாதம் மூர்த்தியை அமைதியின்மையின் சுழலில் இழுத்துவிட்டது.

இருவரும் வீட்டை அடைந்தபோது ரமணி திண்ணையை ஒட்டிய வாசலிலேயே நின்றுகொண்டிருந்தாள். அவளுடன் வேறு பெண்கள் யாரும் இல்லை. புலவர் வண்டியை நிறுத்தியதும், “வாங்க...” என்று சொல்லிவிட்டு படியேறி வீட்டின் உள்ளே போனாள்.

புலவரும் மூர்த்தியும் பின்னால் நடந்தார்கள்.

உள்ளே கிடந்த பெஞ்சில் புலவர் உட்கார்ந்ததும், சடசடவென உடைந்து அழுதாள் ரமணி. புலவர் இதை எதிர்பார்த்திருக்கவில்லை. மூர்த்திக்கும் அவளது செய்கை ஆச்சர்யமாக இருந்தது. புலவர் மிகவும் சங்கடப்பட்டுவிட்டார். இதற்கு எவ்வாறு ஆறுதல் சொல்வது என்று அவருக்குப் புரியவில்லை. மூர்த்தியின் இருப்பு, அவரை ஆறுதலாக நாலு வார்த்தைகள் சொல்ல விடாமல் தடுத்தது. ரமணியின் மனது கோணக்கூடாது என்பதற்காக, இதற்கு எதிராக ஏதாவது சொல்லிவைத்தால், பிறகு தான் அவனுடன் மேற்கொள்ளும் உரையாடல்களுக்கு அது எதிரானதாக இருக்குமே என்று அஞ்சுபவரைப் போல அவர் அமைதியாக இருந்தார். அப்படி இருப்பது அந்தச் சூழலை மேலும் அபத்தமாக்குவது போலவும் அதிலிருந்து உடனே வெளியேறிவிட வேண்டும் என்று நினைத்தவரைப் போலவும், "இது ஒன்னும் அவ்வளவு பெரிய விஷயம் இல்ல... மனச போட்டு ரொம்ப கஷ்டப்படுத்திக்காதீங்க அமைதியா இருங்க" என்று தணிந்த குரலில் ரமணியை நோக்கி சொன்னார்.

இப்படி ஒரு வார்த்தை அவரது வாயிலிருந்து வருவதற்காகக் காத்திருந்தவளைப் போல, ரமணி அழுகையை நிறுத்திவிட்டு, அலைந்துகொண்டிருந்த முந்தானையால் கண்களை துடைத்துக்கொண்டு மூக்கை உறிஞ்சினாள். மூர்த்தி எந்த அசைவும் இல்லாமல் அதைப் பார்த்துக்கொண்டிருந்தான். குனிந்திருந்த புலவரின் புருவங்கள் நெரிந்துகொண்டிருந்தன. அடுத்து என்ன செய்வது என்று அவர் தீவிரமாக ஆலோசிப்பது போல இருந்தது. ரமணியின் அழுகை அவரை மிகவும் பொறுப்புள்ளவராக ஆக்கிவிட்டது. கையறு நிலையில் வெளிப்படும் ஒருத்தியின் கண்ணீர் அதன் முன்னால் நிற்பவனின் தோளில் பாரத்தை சுமத்துகிறது. அதுவொரு முடுக்கும் விசையைப் போல செயலாற்றுகிறது. உள்ளிருந்து ஓயாத உறுமலை உற்பத்தி செய்துகொண்டே இருக்கிறது. இப்போது புலவர், ரஞ்சிதா விவகாரத்துடன் ஆழமாக பிணைக்கப்பட்டுவிட்டார். சற்று நேரம் அமைதியாக அந்த பெஞ்சிலேயே உட்கார்ந்திருந்தவர் பிறகு எழுந்து வெளியே வந்து திண்ணையில் குந்திக்கொண்டார்.

மூர்த்தியும் அவர் பின்னாலேயே எழுந்து வந்தான். அடுத்து அவர் மகேந்திரனிடம் இது குறித்து பேசப்போவார் என்று எதிர்பார்த்தான். ஆனால் அவரோ அப்படி எந்த

சமிக்ஞையையும் வெளிக்காட்டாமல் இறுகிப் போனவராக இருந்தார். கிட்டத்தட்ட மகேந்திரன், ராஜேந்திரனிடமிருந்து தன்னைத் துண்டித்துக்கொண்டிருந்தான். நிலம் மீதான பிணக்குகள் உறவுகளை இல்லாமலாக்கி விட்டிருந்தது. மேலும் ராஜேந்திரனுடன் உறவு பாராட்டுவது சுமையை வலிந்து ஏற்றிக்கொள்வது என்பதாக அவன் கற்பிதம் கொண்டிருந்தான். அந்த அச்சமே முரண்பாடுகளின் மூர்க்கத்தைக் கூட்டியது. தனது தேர்வின் மீது விடாப்பிடியாக நின்றான். பிறகு அந்த துண்டு நிலத்துடன் ராஜேந்திரனுடனான உறவையும் பிய்த்துக்கொண்டு வெளியேறியிருந்தான்.

ரமணி எதையோ மறந்துவிட்டவளைப் போல அடுக்களைக்குள் நுழைந்துகொண்டாள். பிறகு கொல்லைப்புறம் போவதும் அங்கு எழும் அடிப்பம்பின் ஓசையைக் கொண்டு அவள் ஏதோ செய்ய முயல்கிறாள் என்றும் தெரிந்தது. முகம் கழுவுகிறாள் போல.

புலவருக்கு ஒரு கணம் 'கோபாலைப் போய் பார்த்து பேசலாமா...' என்று தோன்றியது. அந்த நினைவு வந்த வேகத்துக்கு அதை அழித்தார். அதற்கு இரண்டு காரணங்கள் இருந்தன. ஒன்று அவனது நிலைப்பாடு என்னவாக இருக்கும் என்று அவருக்குத் தெரிந்தது. இரண்டாவது அவனிடம் பேசி இதற்கு தீர்வு கண்டுவிடலாம் என்று நினைத்தால், எதற்கு ரமணி தன்னை வரச் சொல்லியிருக்கவேண்டும் என்று நினைத்தார். அப்போதுதான் அவருக்கு ரத்தினத்தின் நினைவு வந்தது.

தெருவுக்கு வந்து வண்டியை எடுத்தார். மூர்த்தி எதுவும் சொல்லாமல் அவரருகில் போய் நின்றான். வண்டியில் ஏறி உட்கார்ந்து அதை உதைத்து உயிர்ப்பித்ததும், திடீரென முடிவெடுத்தவர் போல, "சரி பரவால்ல, வா வந்து உக்காரு" என்று அவனிடம் சொன்னார்.

இருவரும் ரத்தினத்தின் வீட்டை அடைந்தபோது, அங்கு மாணிக்கமும் இருந்தார். இருவரும் திண்ணையில் உட்கார்ந்திருந்தார்கள். மாணிக்கத்தின் உடலில் அவசியமற்ற பதற்றம் கூடி வருவதைப்போல மூர்த்திக்குத் தோன்றியது. புலவர், ரத்தினத்தின் உடல் மொழியில் வெளிப்படும் அமைதியின்மையை தீர்க்கமாக உணர்ந்தார். பிறப்பின் வழியாகக் கடத்தப்படும் அப்பதட்டத்தை இனங்கண்டபோது புலவரின் அகம் ஒருமுறை தடக்கென அதிர்ந்து மீண்டது. மாணிக்கமும் ரத்தினமும் கல்வியிலோ அந்தஸ்திலோ ஒன்றில்லை. ஆனால் அவர்கள் இருவரும் எக்காலத்திலும்

ஒன்றுதான். தங்களால் அறுத்துக்கொள்ள முடியாதபடி ஆழமாக பிணைக்கப்பட்டிருக்கிறார்கள். இந்தப் பதட்டம் அந்தச் சங்கிலியின் உராய்வில் இருந்து எழும்பி வருவதுதான் என்று புலவருக்குப் புரிந்தது. ரத்தினமோ அந்தப் பதட்டத்தின் பின்னால் பதுங்கிப் பதுங்கி உருமிக்கொண்டிருக்கும் ஆத்திரத்தை அடக்கிவைத்துக் கொண்டவராக இருந்தார். அவரால் இதன் அடுத்த நிகழ்வுகள் என்ன என்பதை அனுமானிக்க முடிந்தது. என்னதான் இன்று பேராசிரியர் என்றாலும், சோமுவின் வயலில் நாற்று விசிறிய, முறத்தின் மீது இலையை விரித்து வரப்பில் வைத்து பரிமாறப்பட்ட சோற்றை உண்ட தனது பால்யத்திலிருந்து அவர் இன்னும் வெளியேறியிருக்கவில்லை. இந்த ஊர் அவரது நினைவின் அடுக்குகளில் இருக்கும் வரை அதிலிருந்து அவரால் வெளியேற முடியாது. இங்கிருந்து தப்பித்து ஓடுவது அதற்குத்தான். ஆனால் இங்கிருந்து எது அவரை விரட்டுகிறதோ அதுதான் திரும்பவும் அவரை விரட்டிகொண்டு வந்து மட்கிக்கிடக்கும் அந்த வேரின் மீது குவிக்கிறது. இந்த அபத்தத்தின் வெம்மையில் துவண்டு போயிருந்தார் அவர்.

வாங்க, என்று அழைத்து இருவரையும் திண்ணைக்கு முன்பிருந்த ஆலோடியில் உட்கார வைத்தார். மாணிக்கம்தான் நாற்காலிகளைக் கொண்டு வந்து அவர்கள் முன்னால் போட்டார். மாணிக்கம் மூர்த்தியைப் பார்த்து ஸ்னேகமாக சிரித்தார். அதில் ஒருவித சமாதான பாவம் கவிந்திருந்தது. மூர்த்தியால் அதை சகிக்கமுடியவில்லை. மாணிக்கம் கொஞ்சம் அலட்சியமான உடல் அசைவைக் காண்பித்திருக்கலாம், அப்படி நடந்திருந்தால் இந்த நாற்காலியில் இன்னும் கொஞ்சம் சாய்ந்து உட்காரும் தோரணையை தாம் கைகொண்டிருக்கமுடியும் என்று அவன் நினைத்தான். அப்படி நினைத்த கணத்தில் அந்த இடத்தை விட்டு விலகி நடந்துவிடவேண்டும் என்றும் அவனுக்குத் தோன்றியது. தன்னுடைய இருப்பு அந்த சூழலில் மிகவும் அபத்தமானதாக இருப்பதாக அவனுக்குப் பட்டது. சில நிமிடங்கள் அப்படியே கண்ணை மூடி இந்த விஷயத்தைத் தன் தாத்தா கையாளுவதாக நினைத்துப் பார்த்தான். உடலில் ஓர் இறுக்கம் வந்து தாடைகள் இறுகின. மனதில் ஒரு ஓரத்தில் தோல்வியின் கசப்பு பரவி தொண்டையை நோக்கி ஏறியது.

“இல்லை... தான் அப்படி இருக்கமுடியாது...” என்று தனக்கு மட்டும் கேட்கும் குரலில் சொல்லிக்கொண்டான். இந்த இடத்தில் சோமு மிகவும் பொருத்தமற்றவர் என்று நினைத்தான். அதே சமயம் அவரைப் பொருத்திப் பார்க்கையில் வேறு எதன்

வழியாகவும் கிட்டாதவொரு ஆசுவாசம் சாத்தியமாவதையும் உணர்ந்தான்.

ரத்தினமும் புலவரும் அந்த சம்பாஷணையை எங்கிருந்து தொடங்குவது என்று சில விநாடிகள் தவித்தார்கள். அவர்களுக்கும் மூர்த்தி அங்கிருப்பது தர்மசங்கடத்தை உண்டாக்கியது. அந்த நெருக்கடியான சூழலை அவன் கலைத்துவிட விரும்பினான். அந்த நாற்காலியிலிருந்து எழுந்தவன், அப்படியே அந்த ரீப்பர் கதவைத் திறந்துகொண்டு அங்கிருந்து வெளியேறினான். புலவர் அவனிடம் எங்கு போகிறாய் என்று கேட்கவில்லை. அவனது உள்ளுணர்வு அவர் எதுவும் கேட்கமாட்டார் என்று முடிவு செய்தது சரிதான். ரத்தினம் அவன் நடப்பதைத் தனது பார்வையால் பின் தொடர்ந்தார்.

"நான் வீட்ல இருக்கேன்... நீங்க பேசி முடிச்சிட்டு சீக்கிரம் வாங்க..." என்று அவனது குரல் அங்கிருந்து ஒலித்தது.

வழக்கத்துக்கு மாறான மூர்க்கத்துடன் அந்தக் குரல் இரைந்தது போல ரத்தினத்துக்கும் மாணிக்கத்துக்கும் தோன்றியது. ஆனால் புலவர் மட்டுமே அந்தக் குரலின் ஆழத்தில் உறைந்திருந்த கவலையின் ரேகையைக் கண்டார். அதில் வெளிப்பட்ட துயரம் விசித்திரமான முறையில் அவரை நிதானத்துக்குக் கொண்டு வந்தது. மூர்த்தியின் குரலில் கவிந்திருந்த கையறுநிலையை மிகவும் நேர்மறையான உணர்வாக அவர் இனங்கண்டார். அதில் எரிச்சலோ, கோபமோ, காழ்ப்போ இல்லை.

அவன் இதிலிருந்து வெளியில் இருக்கிறான். அல்லது அதுவும் இதுவுமல்லாத புகை மூட்டத்தின் நடுவே நின்றுகொண்டிருக்கிறான். கிட்டத்தட்ட ரத்தினம் நிற்பதைப் போல.

இதிலென்ன தப்பு இருக்கிறது என்பதற்கும், இப்படி நடந்திருக்கக்கூடாது என்பதற்குமான விளிம்பில் நின்று கொண்டிருந்தார் ரத்தினம். செய்தியைக் கேள்விப்பட்டதிலிருந்து ஊசல் குண்டைப் போல அவரது மனம் அலைந்தபடியே இருந்தது. அதன் ஆழத்தில் மிக அமைதியானதொரு குரல், சேகரின் துணிச்சல் மீது களிப்படையவும் செய்தது. தண்ணீரின் கரிய ஆழத்தில் பாயும் சூரிய ஒளியைப் போல, அதன் கிரணங்களை சிதறடித்துக்கொண்டு அக்களிப்பு ஊடுருவியபடியே இருந்தது. தாம் அலைவுறும் அதே அர்த்தத்தில் மாணிக்கமும் அதை உணர்ந்துகொண்டிருப்பாரோ என்று ரத்தினம் சந்தேகப்பட்டார். ஒரே நேரத்தில் அதிர்ச்சியையும் தன் நினைப்பு

மீதான குற்றவுணர்ச்சியும் அவருக்கு ஏற்பட்டது. ஆனால் மாணிக்கத்துக்கு அத்தகைய தத்தளிப்புகள் எதுவுமில்லை. "இதை சேகர் செய்திருக்கக்கூடாது..." என்று அவர் மனதார நினைத்தார். இப்படி யோசித்த கணத்தில் வெள்ளையம்மாவின் வசையொன்று வந்து மனதில் உதித்து பின்பு விலகியது. அந்தி வானத்தில் மடையான் பறந்து போகும் கீற்றுப் போல ஒரு தடம் மட்டும் அப்போது அவரிடம் மிச்சமிருந்தது. உண்ட வீட்டிற்கு துரோகம் இழைத்துவிட்டதான கசப்பு எழுந்தது. இப்போது அந்த மடையான் கவனால் வீழ்த்தப்பட்டு அதன் இறகுகள் தரையை நோக்கி நீந்தின.

மூர்த்தி அந்த இடத்தை விட்டு அகன்றது ரத்தினத்துக்கு ஆசுவாசமாக இருந்தது. மாணிக்கம் அவர்கள் இருவரும் என்ன பேசுகிறார்கள் என்று வேடிக்கை பார்ப்பதான முகபாவனையை வருவித்துக்கொண்டார். அவருக்கு புலவர் வந்து ரத்தினத்துடன் பேசுவதைக் காண ஆறுதலாக இருந்தது.

ரத்தினம்தான் தொடங்கினார்.

"அந்தப் பொண்ணு ஏன் இப்படி அவசரப்பட்டுது?"

"இதெல்லாம் புள்ளைங்க யோசிச்சா செய்யுது..."

இப்படிச் சொன்னதும், புலவருக்கு மூர்த்தி சொன்னது உரைத்தது. அவன் இதைத்தான் வேறு வார்த்தைகளில் சொன்னான். அவன் இங்கு இருந்திருந்தால், "ரத்தினத்தின் கூற்றுக்கு இவ்வாறு பதில் சொல்லியிருக்க மாட்டோமோ..." என்று நினைத்தார்.

"ரெண்டும் எங்க போயிருக்குன்னு தெரியுமா?"

"தெரியலையே..."

ரத்தினம் திரும்பி மாணிக்கத்தின் முகத்தைப் பார்த்தார்.

"அவனுக்கு சொந்தக்காரனுங்கன்னு பெருசா யாருமில்ல. இருக்க ஒண்ணு ரெண்டு பேரும் சுத்தி சுத்தி இங்கதான் இருக்கானுவ" என்று சொல்லிவிட்டு பிறகு திடீரென நினைவு வந்தவர் போல, "அவன் அம்மா வகையில் உறவுக்காரி ஒருத்தி திருவையாறு தாண்டி ஒரு ஊர்ல இருக்கா. அங்க போயிருக்கதுக்கு வாய்ப்பு இருக்கான்னு தெரியல..."

புலவர் இதை மனதிற்குள் குறித்துக்கொண்டார். ஆனால் மேற்கொண்டு மாணிக்கத்திடம் அவர் ஒன்றும் கேட்கவில்லை.

ரத்தினத்தின் மனைவி தண்ணீர் கொண்டு வந்து கொடுத்தாள். புலவர் வாங்கிக் குடித்தார். செம்பைக் கொடுத்துவிட்டு திரும்பி நடந்தவளிடம், இந்தாம்மா என்று அழைத்து கொஞ்சம் மீதித் தண்ணீருடன் உடனே அதைத் திருப்பிக் கொடுத்தார்.

"கொஞ்சம் டீ இல்ல காஃபி தரவா?"

"இல்லமா வேணாம்."

அவள் வற்புறுத்தவில்லை. மவுனமாக அங்கிருந்து அகன்றாள்.

குழந்தைகள் கதவை ஒட்டி நின்றுகொண்டு மிரட்சியான கண்களுடன் தகப்பனையும் அவருடன் அமர்ந்து பேசிக்கொண்டிருக்கும் புலவரையும் பார்த்தன. மாணிக்கம் கை நீட்டி அவற்றை அருகில் அழைத்தார். வந்து அவரது கால்களில் சாய்ந்து நின்றுகொண்டன.

பேசிக்கொண்டிருக்கையில் புலவர், அந்த ஆலோடியில் உட்கார்ந்துகொண்டு தெருவின் மீது கண்களை ஓட்டினார். ஆட்கள் டூ வீலர்களில் வேகமாக வருவதும் போவதும் தெரிந்தது. அந்த இடத்திலிருந்து சொந்த சாதிக்காரர்களைப் பார்க்கையில் அவர்கள் மீது ஒருவித விலக்கம் வருவது போலவும், அவர்களிடம் அஞ்சத்தக்கதொரு சுபாவம் இருப்பது போலவும் புலவருக்குப் பட்டது. இத்தனைக்கும் ரத்தினத்தை வந்து பார்ப்பதோ அல்லது அவருடன் பேசிக்கொண்டிருப்பதோ புலவருக்கு புதிதல்ல. ஆனால் அதில் ஒரு வரம்பு இருந்திருக்கிறது. அரூபமான எல்லை இருந்திருக்கிறது. மீறவே முடியாது என்று ஆழ்மனதில் உறைந்து போயிருக்கும் ஆயிரம் ஆண்டு கால கட்டுப்பாட்டின் களிம்பேறிய சுவர் இருந்திருக்கிறது. அதை மீறவேண்டும் என்ற ஆசை ரத்தினத்துக்கோ, அல்லது அப்படி மீறினால் என்ன நடக்கும் என்கிற கற்பனை செய்யவேண்டிய அவசியம் புலவருக்கோ இருந்திருக்கவில்லை.

இப்போது அது நடந்திருக்கிறது. இனியும் நடக்கும். நடந்துகொண்டேதான் இருக்கும். அவர் இந்த விவகாரத்தில், விலகி வெளியே நின்று பார்க்கும் ஒருவராகத் தன்னைப் பொருத்திக்கொள்ள முயன்றார். ஒருவித சோதனை போல இதைச் செய்து பார்க்க விரும்பினார். ஆனால் ரமணியின் பூஞ்சையான முகமும் அதில் கோர்த்து நின்ற கண்ணீரும் அவரது மனதில் தோன்றி அவரது எத்தனத்தை கலைத்துப் போட்டது. "இல்லை... இதில் நடுவில் நிற்க உனக்கு விதியில்லை..." என்று அவருக்கு

அது அறிவுறுத்தியபடியே இருந்தது. இதிலிருந்து இப்போது வெளியேற வேண்டுமென்றால் ரத்தினம் குறுக்கிட்டு, ஏதாவது சொல்லவேண்டும் என்று புலவர் எதிர்பார்த்தார்.

அதை யூகித்தவர் போல ரத்தினமும், "எனக்கு இந்த விஷயத்துல என்ன சொல்றதுன்னு தெரியல... எந்த நினைப்புல இந்தப் பய இப்படி ஒரு காரியத்தைப் பண்ணினான்னும் தெரியல. இது நிலைக்குமா. அந்தப் பொண்ணால இங்க வந்து வாழதான் முடியுமா..."

புலவர் எதுவும் பேசாமல் அவரது முகத்தையே பார்த்துக்கொண்டிருந்தார்...

"இது ஒன்னும் ஊர்ல உலகத்துல நடக்காத காரியம் இல்ல. நடக்குறதுதான். எப்ப தெரியுமா?"

"... ... ..."

"அவன் பறப்பயலாவே இருந்தாலும் படிச்சவனா இருக்கணும், படிச்சவனா இருந்தா மட்டும் போதாது... வேலைல இருக்கவனா இருக்கணும், அது மட்டும் போதாது. அவன் கண்ணுக்கெட்டாத தொலைவுல இருக்கவனா இருக்கணும். அப்படி இருந்துச்சுனா அந்தப் பொண்ணு வீட்டுக்கு எந்தப் பிரச்சினையும் இருக்காது... இது ஒரு கிசுகிசு மாதிரி இந்த சம்பவத்தை கொஞ்ச நாளைக்கு பேசுவானுவோ... அப்புறம் மறந்துடுவானுவோ..."

இதைச் சொன்னபோது ரத்தினத்துக்கு மூச்சிரைப்பது போல இருந்தது. யார் மீதோ தான் கோபமாக இருப்பது போலவும், அதை வெளிப்படுத்த வழியற்று சுயநிந்தனை போல அக்குரல் தன்னைப் பிளந்துகொண்டு வெளிப்படுவதாகவும்அது இருந்தது.

ரத்தினம் சொன்னதை புலவர் பரிசீலித்துப் பார்த்தார். அது உண்மைதான். ஆனாலும் பாதிதான் உண்மை. ரத்தினம் தனது வெகுளித்தனத்தை வெளிப்படுத்துவது போல தோன்றியது. இருந்தாலும் ரத்தினம் சொன்னதிலிருந்து அதன் அடுத்த விஷயங்களை யோசித்தார். ரஞ்சிதா வந்து பறத்தெருவில் குடியேறினால், அது ராஜேந்திரனை இந்த ஊரிலிருந்து முழுக்கவும் அப்புறப்படுத்தி விடும். சோமு இதை எப்படி எதிர்கொள்வார் என்று புலவரால் கற்பனை செய்யமுடியவில்லை. இதையெல்லாம் விட இந்த விவகாரத்தில், "இது நடந்திருக்கக் கூடாது..." என்று அவரது மனதின் ஓயாத ஒரு பகுதி அரற்றிக்கொண்டே இருக்கிறதே ஏன் என்று அலைக்கழிப்புடன் யோசித்தபடியே

இருந்தார். கல்லூரியில் படிக்கும் காலம் தொடங்கி தாம் பிரசங்கம் செய்துகொண்டிருக்கும் ஒன்றிற்கு எதிராக ஏன் சிந்தித்துக்கொண்டே இருக்கிறோம் என்றும் நினைத்தார். கனவுக்கும் எதார்த்தத்துக்குமான அப்பட்டமான தன்மை அவரது கண்களை கூசச் செய்தது.

"இது ஏன் சகிக்க முடியாததாக இருக்கிறது...?" என்று மூர்த்தி தன்னிடம் கேட்டால் அவனுக்கு என்ன பதில் சொல்வது என்பதை அவரது மனம் ஆராய்ச்சி செய்தபடியே இருந்தது. அதைவிட "இதில் உங்களது மனம் உங்களிடம் எவ்வாறு செயல்படுகிறது..." என்கிற அந்தரங்கமான கேள்வியை அவன் கேட்டுவிட்டால் அதை எப்படி எதிர்கொள்வது என்று உண்மையிலேயே அவர் அஞ்சினார். தனது முதல் கலவியைப் பற்றி அச்சமும் பதட்டமுமாகத் தன்னிடம் பகிர்ந்துகொண்டதைக் கூட அவரால் எளிதாக எதிர்கொள்ளமுடிந்தது. தனது பிரத்யேக வெளிப்படைத் தன்மை குறித்து உவகை கொள்ளும் சாத்தியத்தையும் கூட அவருக்கு அது வழங்கியிருந்தது. அடுத்த தலைமுறை இளைஞன் ஒருவனுடன் தோளில் கைபோடும் தனது நித்தியத்தின் பெருமிதம் குறித்த விம்மல் கூட அதில் இருக்கத்தான் செய்தது. ஆனால் இந்த விஷயம் மட்டும் அவரைத் தைத்துக்கொண்டே இருக்கிறது. அது விரைவுபடுத்தும் மறுபரிசீலனைகள், அவரது எல்லைகளைத் தாண்டுபவையாக இருந்தன.

ரஞ்சிதா சேரிக்கு வருவது, ஒரு பெண்ணாக அவளுடையது மட்டுமில்லை. அப்படி வருவதன் வழியாக, இங்கு நிலவும் இழிவின் ஒரு பகுதியை தனது தோளில் சுமந்துகொள்ளவே அவள் வருகிறாள். பிறகு அரூபமாக அவள் மற்றவர்களுக்கு அந்தப் பொறுப்பைப் பகிர்வாள். அவள் ஒரு குறியீடாக நிலைத்துவிடுவாள். அதை அனுமதிப்பதற்குத்தான் தனது மனது தடுமாறுகிறது, அதனால்தான் இது நடந்திருக்கக்கூடாது என அகம் ஓயாமல் அரற்றுகிறது என்று தெளிவடைய முயன்றார். ஆனால் மனதின் இன்னொரு பகுதி அதுமட்டுமல்ல என்று சொல்லிக்கொண்டே இருந்தது. இந்த சாதி கவுரவத்தின் பின்னால், மிக ஆழமாக, குகைக்குள் பதுங்கியிருக்கும் சிறுத்தையின் கண்களைப் போன்ற ஒளிரும் தன்மைகொண்ட அதிகார வேட்கை இருக்கிறது. இது போரின் வழியாக வெற்றிகொள்ளப்பட்டிருக்கிறது. போரென்றால் ஸ்தூலமானது மாத்திரம் அல்ல. நூற்றாண்டுகளாக மனதின் ஒவ்வொரு அணுவிலும், நிலையாமையும் அது குறித்த அச்சமும் படிந்து

படிந்து வன்முறையின் சுனையாக மாறிய ஆயுதத்தால் நிலைகொண்ட அடுக்கு. காலம் இந்தக் கேட்டை மனதின் ஆழமான பரப்பிற்குள் கொண்டு சென்று பதுக்கி வைத்திருக்கிறது என்று உருவகித்தார். ஒருகட்டத்தில் வளையம் வளையமாக நினைவுகள் இறுகிக்கொண்டே போய் அதிலிருந்து வெளிவர முடியாமல் மவுனத்தில் சிக்கிக்கொண்டார்.

ரத்தினம் ஏதோ சொல்ல முயன்று அந்த அமைதியின் புதைகுழியிலிருந்து புலவரை மீட்டார். அவர் என்ன கேட்டார் என்பது புரியாமல், கனவிலிருந்து விழித்தவரைப் போல என்ன என்று கேட்டார்.

பிறகு, "இப்போதைக்கு இதில் என்ன செய்யமுடியும் என்று நினைக்கிறீர்கள்..." என்று அந்தக் கேள்வியை விரித்தெடுத்தார்

"எனக்கு உண்மையிலேயே புரியவில்லை" என்றார் ரத்தினம்.

மீண்டும் அமைதி.

பிறகுதான் ரத்தினம் அந்தக் கேள்வியைக் கேட்டார்.

"சேகர் செய்ததில் என்ன தவறு?"

அவர் சொல்லி முடிப்பதற்குள் புலவர் பதிலிறுத்தார்.

"தவறொன்றுமில்லை!"

மாணிக்கம் தனது கைகளுக்கிடையில் விளையாடிக்கொண்டிருந்த குழந்தைகளை, உள்ளே போங்க என்று அனுப்பிவைத்தார். இந்த உரையாடலில் அவர் அதிருப்தியடைந்துவிட்டவர் போல தோன்றியது.

இருவருக்கும் முகம் கொடுக்காமல் கதவைத் திறந்துகொண்டு வெளியேறினார். தெருவில் நின்று சில வினாடிகள் யோசித்தவர், பிறகு சோமுவின் தோப்பை நோக்கி நடக்கத் துவங்கினார்.

இப்போது ரத்தினமும் புலவரும் தனித்து விடப்பட்டார்கள்.

"அந்தக் கேள்விக்கு என்னை மன்னிக்கணும்" என்றார் ரத்தினம் தணிந்த குரலில்.

"அட அதுல என்ன இருக்கு..."

"இல்ல... இருக்கு. இந்த கோவத்தைக் கூட, இந்த சின்ன கேள்வியைக் கூட உங்கள மாதிரி படிச்ச ஒருத்தர்கிட்டதான் நான் ரகசியமா கேக்க முடியும் இல்லையா... என்னால இத அந்தப்

பையன் மூர்த்திகிட்ட கூட கேக்க முடியாது... அது புரியுதா உங்களுக்கு?"

"ஆமாம். ஆனாலும் மூர்த்தி ரொம்ப நல்ல பையன்."

"தெரியும்!"

"அவனை உங்களுக்குப் பரிச்சயம் உண்டா?"

"பழக்கம் இல்லைதான். ஆனா நமக்குத் தெரியாமலே சில விஷயம் ஊரைப் பத்தி புரியவரும் இல்லையா. அப்படி தெரிஞ்சிக்கிறதுதான்."

"... ... ."

"அவனுக்கு இது பெரிய சோதனை மாதிரிதான்."

"அந்தப் பொண்ணு இந்த தெருவில் ஒரு வாரம் கூட இருக்க மாட்டான்னு அவன் என்கிட்டே சொன்னான். அவளுக்கு காதல்னா என்னன்னு தெரியாதுன்னும் சொன்னான்."

"அது உண்மைதான். சேகருக்கு மட்டும் என்ன தெரியும். அப்படி தெரியாம இருக்கறதுதான் ஒரு வகையில் சரியும் கூட."

"பயமில்லாம இருக்குறத சொல்றீங்களா?"

"ஆமா... ரொம்ப யோசிக்கிற பல விஷயங்கள்ல என்ன நடந்திருக்கு வெறும் பேச்சைத் தவிர. எவனோ அது என்னன்னு தெரியாத ஒருத்தன்தான் அதத் தாண்டுறான்."

"... ... ..."

"வன்னியர் சங்கம் வந்தப்ப, தலையில மஞ்ச துண்ட கட்டிக்கிட்டு வீட்டுக்கு ஒரு ஆளு ஜெயிலுக்கு போனப்ப, அது ஏதோ அவங்க பிரச்சினைன்னு சிரிச்சிகிட்டே அங்க வேலைக்கு போனவங்கதான் எங்காளுங்க... ஆனா பாருங்க இங்க ரெண்டு அருவா படத்தை இந்த சாயம் போன சொவத்துல வரஞ்சி வச்சப்ப எவ்வளவு சலசலப்பு வந்துச்சுன்னு."

புலவர் அமைதியாகக் கேட்டுக்கொண்டார். ரத்தினம் மெல்ல மெல்ல அவருக்கே அறியாமல் பறைத்தெருவுடன் பிணைத்துக்கொண்டு பேசத் தொடங்குகிறார், அதன் மீது உடைமை கொள்கிறார் என்பது புரிந்தது.

"நம்ம தெருவுக்கு விசிகே வந்தப்புறம்தான், மதுகுல உக்காந்து அரட்டை அடிச்சிகிட்டிருந்த படையாட்சி பசங்க, டேய் பறவாத்தி போறான்டானு சத்தமா சொல்ல ஆரம்பிச்சாங்க,

அதுக்கு முன்னாடி வரைக்கும் சிகரெட் குடிக்கிற பையன் ஒப்புக்காவது என்னப் பார்த்ததும் மறைப்பான்."

"… … … … …"

"உங்களுக்கு ஒன்னு தெரியுமா, என்னோட கிளாஸ்ல, எல்லா ஜாதிப் பசங்களும் உண்டுதான். ஆனா எனக்கென்னவோ நம்ம பக்கத்துத் தெருப் பசங்களைப் பார்த்தா மட்டும் வகுப்புல சங்கடமா இருக்கும். அது ஏன்னு தெரியல… இதுவே நம்ம பாலு ஐயர் பையன பாக்குறப்ப எனக்கு அந்த சங்கடம் வர்றதில்லை. நான் இந்த தெருவ விட்டு ஓடுறதைப் பாக்குற என் ஜாதிக்காரனே, நான் ஏதோ அவனை விட்டு விலகி ஓடுறதா நினைக்கிறான். ஆனா என் பிரச்சினையே வேற… நான் அப்படியே டவுனுக்கு ஓடி, அங்கேயே கொஞ்ச வருஷம் இருந்தாலாச்சும், தலைய குனியாம இருக்குற தைரியம் வருதான்னு பாப்போம்னுதான் போறேன்."

இதை சொல்கையில் எந்த உணர்வுமற்ற வறட்சியான தொனியில் அவர் சொல்வது போல இருந்தது. இப்போதும் புலவர் குறுக்கிடவில்லை.

"இன்னொன்னு சொன்னா நீங்க சங்கடப்படுவீங்க…"

"இல்ல சொல்லுங்க."

"இப்ப வரைக்கும் அந்தத் தெரு ஆளுங்க இங்க வந்து போய்ட்டுதானே இருக்காங்க. கலியமூர்த்திக்கு கிட்டத்தட்ட இங்கதான் வாசமே…"

"… … … … . ."

"இப்ப ஒரு பொண்ணு, அதுவும் அவளா வந்து இந்தத் தெருக்காரன் கூட போயிருக்கா… இதுல நீங்களோ நானோ செய்றதுக்கு ஒண்ணும் இல்ல. ஆனா என் ஆழ்மனசுல இப்படில்லாம் நடக்குறதுதான் சரின்னு படுது. அந்தப் பொண்ணால இங்க இருக்க முடியாதுதான். அவ இருக்கவும் போறதில்ல. அந்தப் பொண்ணுக்கு ஒரு பறையன் கூட வாழறதுன்னா என்னனு தெரியல. அதுவும் சேரியில. ஆனாலும் கூட…"

ரத்தினம் இவ்வளவு வெளிப்படையாகப் பேசவும் புலவர் தைரியமடைந்தார்.

"பிரச்சினை பெரிசாகாம இருக்கணும்னா, இப்போதைக்கு இருக்க ஒரே வழி, அவங்க எங்க இருக்காங்கன்னு பார்த்து உடனே

அவங்களை அழைச்சிட்டு வர்றதுதான்... அந்தப் பையனைக் கொஞ்ச நாள் ஊருக்குள்ள வரவேணாம்னு சொல்றதுதான்.''

ரத்தினத்தின் முகத்தில் வெளிப்படையான அதிர்ச்சி தென்பட்டது. கசந்த தொனியில் புலவரின் முகத்தை ஏறிட்டுப் பார்த்தார். அது மிகவும் கூர்மையாக இருந்தது.

“சரிதான்... இந்தா கதவு ஓரமா நிக்கிறால்ல பாப்பா... அவ ஒரு சக்கிலியப் பய கூட ஓடிட்டான்னு வைங்க, நான் கூட இப்படிதான் யோசிப்பேன். இப்படி ஒரு ஏற்பாட்ட பத்திதான நானும் அப்ப ஆலோசிக்க முடியும், இந்தப் படிப்பு வேலை எல்லாத்தையும் மூட்டைக் கட்டி வச்சிட்டு...''

ரத்தினத்தின் இந்தக் கூற்று புலவரின் அந்தரங்கமான பகுதியொன்றில் அவரை காயமுறச் செய்தது. ரத்தினம் தன்னை அவமதிக்கிறார் என நினைத்தார். அடர்ந்த காட்டில் உதிர்ந்து காய்ந்த சருகளுக்கு மத்தியில் உடலை மறைத்துக் கிடக்கும் மிருகமொன்று சட்டென்று கண் விழிப்பது போல, அவருக்குள் மூர்க்கமான ஒன்று கிளர்ந்தெழுந்தது. மினுங்கும் விழிகளுடன் அவர் ரத்தினத்தின் முகத்தை ஊடுருவிப் பார்த்தார். ஆனால் அதுவோ மிகவும் களங்கமற்ற ஒன்றாக இருந்தது.

புலவர் தனது பார்வையைத் தாழ்த்திக்கொண்டார். பிறகு வழக்கமான தொனியில் மீண்டும் அமைதியாக தன்னைப் பரிசீலிப்பதில் இறங்கினார். அவருக்குத் தன் மீது இனம்புரியாத அதிருப்தி எழுந்தது. எவ்வளவு தூரம் இதிலிருந்து விலகி விட்டதாக யோசித்தாலும், ஆழ்மனதில் அந்த மிருகம் இன்னும் விழித்தபடியே தான் இருக்கிறது, அதை ரத்தினம் எழுப்பிவிட்டார், ரத்தினத்தின் ஆழ்மனதிலும் அதே மிருகம் ரணங்களுடன் முணகிக்கொண்டே கிடப்பதைப் போல என்று எண்ணினார்.

மீண்டும் இருவரும் பேசுவதற்கு எதுவுமில்லாமல் மவுனத்தில் ஆழ்ந்தார்கள். ரத்தினத்தின் தெரு ஆட்கள் சில பேர் வந்து ரீப்பர் வேலிக்கு வெளியே நின்று உள்ளே எட்டி எட்டிப்பார்ப்பது உட்கார்ந்திருக்கும் இடத்திலிருந்து தெரிந்தது. விஷயம் தீவிரமடைவதை அது உணர்த்தியது. கதவைத் திறந்துகொண்டு உள்ளே வந்து ரத்தினத்திடம் பேசுவதற்கும் அவர்களுக்கு அச்சம். அவர்களது தலைகளைக் கண்டதும் ரத்தினத்துக்கு பற்றிக்கொண்டு வந்தது. சற்று முன்பு அவரிடமிருந்த கடுமை வெளியேறி புலவருடன் சகஜ நிலைக்குத் திரும்ப முயன்றார்.

"நான் வேணா இப்ப எங்காளுங்க ரெண்டு பேர அந்த ஊருக்கு அனுப்பவா?"

"எங்க...?"

"அதான் மாணிக்கம் சொன்னாப்லல்ல, திருவையாறு பக்கம் ஒரு ஊரு... இந்தப் பய அங்க போயிருக்க வாய்ப்பு உண்டுன்னு சொன்னாப்லையே."

"வேற யாரையோ ஏன் அனுப்பிகிட்டு...?"

"அப்புறம்...?"

"நாம ரெண்டு பேரும் போவோம். வேற யாருக்கும் சொல்லவேணாம்."

"போயி...?"

"நாம போறதுதான் சிக்கலைக் குறைக்கும்."

"நான் அங்க போனதே இல்லையே..."

ரத்தினத்துக்கு இப்போது முடிவெடுப்பதில் குழப்பம் வந்துவிட்டது. இந்த நேரத்தில் மாணிக்கம் இங்கு இருந்திருக்கவேண்டும் என்று நினைத்தார். திரும்பி மீண்டும் வேலியைப் பார்த்தார். அங்கு தலைகளின் எண்ணிக்கைக் கூடியிருந்தது. அதில் கணிசமாக இளவயது ஆட்களாக இருப்பது தெரிந்தது. கிண்டலும் சிரிப்புமாக அந்த இடம் மாறிக்கொண்டிருப்பதை ரத்தினம் உணர்ந்தார்.

"சரி போகலாம்..."

"நான் காருக்கு சொல்றேன்" என்றார் புலவர்.

"எப்ப கிளம்புறது?"

"இதுல தாமதிக்க என்ன இருக்கு, உடனேதான்..."

சரி என்று சொல்லிவிட்டு ரத்தினம் எழுந்து உள்ளே போனார்.

அவர் கிளம்பி வரட்டும் என்று புலவர் காத்திருந்தார். வெளியே பேச்சுக் குரல் உயர்ந்துகொண்டிருந்தன. திடீரென ஆட்களின் எண்ணிக்கை கூடுவது போல புலவருக்குத் தோன்றியது. எழுந்து கேட்டை நோக்கி நடந்தார்.

கோபால் தனது பரிவாரங்களுடன் ரத்தினத்தின் வீட்டு வாசலில் வந்து நின்றிருந்தான். கூட்டம் விலகி வழிவிட்டது. கதவைத்

திறந்துகொண்டு உள்ளே வந்தான். பின்னாலேயே நான்கைந்து பேர் வந்தார்கள்.

"என்னண்ணே பண்றீங்க இங்க... எதுவா இருந்தாலும் அங்க வரச்சொல்லி பேச வேண்டியதுதான?"

"இல்ல அதனால என்ன... நான்தான் இங்கேயே வந்து பேசிடுவோம்னு வந்தேன்."

"எங்க இருக்காளாம் அந்தத் தேவ்டியா?"

"யார சொல்ற?"

"வேற யார சொல்வேன்?"

"அமைதியா இரு... நானும் ரத்தினமும் இப்ப அங்கதான் கிளம்பிகிட்டிருக்கோம். நீ இதுல கொஞ்சம் பொறுமையா இருக்கணும்... நம்ம புள்ளைய பத்திரமா அழைச்சிட்டு வரவேண்டியது என் பொறுப்பு."

இவர்கள் பேசிக்கொண்டிருக்கும்போதே ரத்தினம் கிளம்பி வீட்டிலிருந்து வெளியில் வந்தார். கோபாலைப் பார்த்ததும் புன்னகைத்தார். அவனும் பதிலுக்கு இறுக்கமான புன்னகையுடன் அவரைப் பார்த்தான்.

"கிளம்புவோமா..." என்றார் ரத்தினம் புலவரைப் பார்த்து.

"நீங்க போகவேணாம். அட்ரஸ் மட்டும் சொல்லுங்க. மீதிய நாங்க பாத்துக்கிறோம்" என்றான் கோபால்.

ரத்தினம் புலவரின் முகத்தை ஏறிட்டுப் பார்த்தார்.

"எனக்கு அட்ரஸ் தெரியாது. இனிமேதான் விசாரிக்கணும். போற வழியில அப்படியே தெருவுள்ள போயி கேட்டுக்கிட்டு கிளம்புவோம்னு நினைச்சேன்..."

"அதெல்லாம் ஒரு மயிரும் வேணாம், அட்ரஸ் தெரிஞ்சவனை இங்க வரச்சொல்லு" என்றான் கோபாலுடன் வந்திருந்தவர்களில் ஒருத்தன்.

"டே, சும்மாருடா..." என்றான் கோபால் அவனைப் பார்த்து.

அவனோ ரத்தினத்தை முறைத்தபடியே இருந்தான். பிறகு தனக்குள்ளேயே சொல்லிக்கொள்வது போன்ற தொனியில், ஆனால் சத்தமாக, "இன்னைக்கு எல்லாத்தையும் கொளுத்தி அள்ளிபுடுவோம் இருக்கட்டும்..." என்றான்.

புலவர் மிகவும் அமைதியாக அதே சமயம் நிலைகொள்ளாத மனநிலையுடன் ரத்தினத்தையும் கோபாலையும் பார்த்தார். "சரி நீங்க உள்ள போயி உக்காருங்க, நான் கொஞ்ச நேரத்துல திரும்பி வர்றேன்" என்று சொல்லிவிட்டு, "கோபால் நீ கொஞ்சம் வெளில வா... உன்ட்ட கொஞ்சம் பேசணும்" என்று அவனைத் தனியாக அழைத்துப் பேச முயன்றார். ரத்தினம் உள்ளே போகாமல் அங்கேயே நின்றுகொண்டிருந்தார்.

சில விநாடிகள்தான். ரத்தினத்துக்கு சொத்தென்று அறை விழும் சத்தம் உரையாடிக்கொண்டிருந்த புலவருக்குக் கேட்டது.

அவர் பதறித் திரும்புகையில் ரத்தினம் சற்று முன்பு அவர் உட்கார்ந்திருந்த நாற்காலியில் நிலைகுலைந்து சரிந்திருந்தார். உதடுகள் கோணி அழுகை முட்டிக்கொண்டு வந்துவிட்டது அவருக்கு. உள்ளிருந்து அவரது மனைவியும் குழந்தைகளும் ஓடி வந்தார்கள்.

"ஏய்... என்னப்பா நீங்க..." என்று கோபாலிடம் அவர் சொல்ல முயல்கையில், "எங்க இருக்காங்கன்னு தெரிஞ்சிடுச்சி வாங்க..." என்று வெளியிலிருந்து ஒருவன் உரக்கக் கத்துவது கேட்டது. அவன் தனது டூ வீலரை அங்கேயே நிறுத்திவிட்டு, அந்தக் கார்களில் ஒன்றில் ஏறிக்கொண்டான். கோபால் புலவருடனான உரையாடலைத் துண்டித்துக்கொண்டு அந்த இடத்தை விட்டு அப்படியே வெளியேறினான்.

புலவர் தனித்து விடப்பட்டார். அங்கேயே அந்த இடத்தில் தான் கருகி உதிர்ந்துவிட வேண்டும் என்று விரும்பினார். ரத்தினத்தின் முகத்தை மீண்டும் பார்ப்பதற்குக் கூசியது. வெளியில் வந்து வண்டியை எடுத்தபோது, அங்கு நின்றுகொண்டிருந்தவர்கள் அவரைப் பரிதாபமாகப் பார்ப்பது போல இருந்தது. எங்கு போவது என்று தெரியாமல், வண்டியை வசந்த மல்லிகை நகரை நோக்கிய சாலையில் செலுத்தினார். தூரத்திலிருந்த இலுப்பை மர நிழலில் யாரோ இரண்டு பேர் நிற்பது தெரிந்தது. நெருங்க நெருங்க அது மூர்த்தியும் கிருஷ்ணனும் என்று தெளிவானது.

35

கார்கள் அந்தக் கரடுமுரடான சாலையில் விரைந்து கொண்டிருந்தன. ரஞ்சிதாவின் உதட்டோரத்தில் மெலிதாக ரத்தம் கசிந்துகொண்டிருந்தது. லட்சுமணன் மயிரைப் பற்றி இழுத்த வேகத்தில் கீழே சரிந்து உழன்றதில் முதுகில் தண்டுவடம் பிசகிவிட்டது போல அவளுக்கு வலித்தது. புட்டத்தின் நடுவே வலி பரவி அதற்குத் தொடர்பே இல்லாமல் பாதம் வரை நீண்டு அங்கு மரத்துப்போயிருந்தது. வண்டியை ஓட்டிக்கொண்டிருந்தவன் திரும்பிப் பார்க்காமல் அவனும் ஒரு எந்திரத்தைப் போல இறுக்கமாக இருந்தான். ஓட்டுனருக்கு அருகில் சுரேஷ் உட்கார்ந்திருந்தான். பின் சீட்டில் ரஞ்சிதாவின் அருகில் லட்சுமணனும் செல்வராசும் ஆளுக்கொரு பக்கமாக இருந்தார்கள். "என்ன ஆயி எப்படி இருக்க?" என்று கேட்பதில் ஒரு குறைவும் இருந்ததில்லை லட்சுமணனிடம். ஆனால் அவன் காட்டிய வெறுப்பை ரஞ்சிதாவால் நம்பமுடியவில்லை. அவன் எப்படி இவ்வாறு இருக்கமுடியும் என்று மீண்டும் மீண்டும் தனக்குள் கேட்டுக்கொண்டாள். அவன் யாரோ போல இருந்தான். அவளுக்கும் அவனுக்கும் எந்தத் தொடர்பும் இல்லாதவன் போல, அவள் மீது அசூயை அடைந்தவன் போல. அதையும் விட அவனை மிகவும் அந்தரங்கமாக அவமதித்துவிட்டவளைப் போலவும், அதற்கு அவளைப் பழிவாங்கப் போகிறவன் போலவும் இருந்த அவனது உடல்மொழியைக் காண அவளுக்கு நடுக்கமாக இருந்தது. பின்னால் வந்துகொண்டிருந்த இன்னொரு காரில் சேகர் இருந்தான். அந்த காரில்தான் போலீஸ் உடையில் இருந்த ஒருவனும் ரெங்கநாதனும் இருக்கிறார்கள் என்பதை அவர்களது சம்பாஷணைகளிலிருந்து உணர முடிந்தது.

ரஞ்சிதாவுக்குக் கண்ணீர் பெருகி வழிந்தது. அழக்கூடாது என்று மனதிற்குள் சொல்லிக்கொண்டாள். இவன் யார் என்னை அடிப்பதற்கு என்று ரவுத்திரமாக மனதிற்குள் சொல்லிக்கொண்டாள். ஆனால் நடுங்கிப் போயிருந்த உள்ளம் தன்னைக் குவித்துக் கொள்ள முடியாமல் தடுமாறியது. அவளுக்கு உடனே மூர்த்தியைப் பார்க்கவேண்டும் போல இருந்தது. ராஜேந்திரனைப் பற்றி ஆலோசித்த கணத்தில், கையறு

நிலையில் இருக்கப் போகும் அவரது உருவத்தை எண்ணி அதிலிருந்து விரைந்து வெளியேறினாள். ஆனால் மூர்த்தியைப் பற்றி தனக்குள் பொங்கி வந்த நினைவை வளர்த்தெடுத்தாள். அப்படி யோசிக்கும்போதே, நம் மீது பிறந்தது முதல் அன்பு பாராட்டும் லட்சுமணனைப் போல அவனும் தனது வருகைக்காக வன்மத்துடன் காத்திருப்பானோ என்று நினைவு வந்து நெஞ்சை அடைத்தது. ஆனால் அதன் ஆழத்தில் மெல்லிய கீற்று போல வெளிச்சம் வந்து, இல்லை மூர்த்தி அப்படி இல்லை அவனால் அப்படி இருக்கமுடியாது என்று நினைத்தாள்.

லட்சுமணன் ரஞ்சிதாவின் பக்கம் முகத்தைத் திருப்பாமல் சாலையை வேடிக்கை பார்ப்பவன் போல குந்தியிருந்தான். அவன் பற்களைக் கடிப்பதும், அவனது முகம் இறுகி இறுகித் தளர்வதும் ரஞ்சிதாவுக்குத் துலக்கமாகத் தெரிந்தன. தன்னைக் காரில் ஏற்றிக்கொண்டு வருவது சரி, எதற்காக சேகரையும் ஏற்றிக்கொண்டு வருகிறார்கள் என்று அவளுக்குப் பிடிபடவில்லை. இல்லை... அவளுக்கு மெலிதாக ஒரு சந்தேகம் வந்தது. இருக்காது... அப்படி இருக்காது... என்று வேக வேகமாக அழித்தாள்.

"சித்தப்பா கொஞ்சம் வண்டிய நிறுத்தச் சொல்றியா?"

"எதுக்கு?"

லட்சுமணனின் குரலில் இருந்த ஆத்திரம் ரஞ்சிதாவை அச்சமூட்டியது. வண்டி இருபுறமும் வீடுகள் நெருக்கமாக இருந்த சாலையில் ஓடிக்கொண்டிருந்தது. பாபநாசமாக இருக்கலாம்.

ரஞ்சிதா அமைதியாக இருந்தாள்.

அவனும் ஒன்றும் கேட்கவில்லை. அவள் அப்படி ஒரு கோரிக்கை வைத்தது யாருக்குமே கேட்கவில்லை என்பதைப் போல அனைவரும் இறுக்கமாக இருந்தார்கள். வண்டி ஒளியைப் பாய்ச்சியபடி விரைந்துகொண்டிருந்தது. பனிக்கால பின்னிரவு.

"எனக்கு ஒன்னுக்கிருக்கணும்."

சொல்லி முடிப்பதற்குள் படாரென்று புறடியில் அடி விழுந்தது.

"அப்படியே வண்டிக்குள்ளயே போ..."

அப்போது எதிரே வந்த வாகனத்தின் பொருட்டு மெலிதாக வண்டியின் வேகத்தைக் குறைத்தான் ஓட்டுனர்.

"என்னடா பிரச்சினை உனக்கு, வெரசா ஓட்டுடா..."

அப்படியே இரண்டு காதுகளையும் பொத்திக்கொண்டு மடியில் தலையைக் கவிழ்த்தபடி உடல் குலுங்க அழத் துவங்கினாள் ரஞ்சிதா. மெல்ல மெல்ல ரமணியின் மடிக்காக ஒரு ஏக்கம் பரவி, அது ஆத்திரமாக மாறி, அப்படியே திரும்பி லட்சுமணனின் மீது பாய்ந்தாள். அவனது சட்டையைப் பிடித்து உலுக்கினாள். நகத்தால் கீறினாள். ஏ... ஏ... ஏ... என்று பைத்தியம் பிடித்தவளைப் போல கத்திக்கொண்டு அந்த சொற்ப இடத்திற்குள் உடலைப் போட்டு அலைக்கழித்தாள். துள்ளுபவளின் பாதம் வண்டியை ஓட்டிக்கொண்டிருப்பவனின் தலையில் மோதி அவன் ஒருகணம் நிலைகுலைந்து பிறகு மீண்டான். வண்டி அலைந்து பிறகு நேர்க்கோட்டுக்கு வந்தது.

ஆத்திரத்தின் உச்சியில் ஈஈஈ என்று வாயைத் திறந்து கொண்டு லட்சுமணனைக் கடிக்க முற்பட்டபோது, அவளை அசமடக்க முயன்று கொண்டிருந்த செல்வராசு அவளது மயிரைப் பற்றி இழுத்து அப்படியே முட்டியால் முகத்தில் பலமாக இடித்தான்.

மலையுச்சியிலிருந்து ரஞ்சிதா கீழே விழுந்துகொண்டிருந்தாள். கீழே தெரியும் இடம் பாறையைப் போல இருந்தது. மணல் வெளியைப் போல இருந்தது. அலைகள் மெல்லத் ததும்பும் கடலைப் போல இருந்தது. சுற்றிலும் பூவரச இலைகள் மிதந்தன. சோமு தனது வெள்ளைக் காளையைப் பிடித்தபடி நடந்துகொண்டிருந்தார். முடிவற்ற சாலையொன்றில் ராஜேந்திரன் ஒரே இடத்தில் அசையாமல் தனது சைக்கிளை மிதித்துக்கொண்டிருந்தார். சாலையோரம் இருந்த எல்லைக் கல் ஒன்றில் உட்கார்ந்திருந்த சேகர், ரத்தம் கசிந்த முகத்துடன் விழுந்துகொண்டிருப்பவளை இமை கொட்டாமல் பார்த்தபடியே இருந்தான். தனது கையிலிருந்த புத்தகத்தை விசிறி எறிந்துவிட்டு மூர்த்தி அவளை நோக்கி ஓடிவந்துகொண்டிருந்தான். பக்கங்கள் கிழிந்து காற்றில் பறந்து அவனது முகத்தை மறைத்தன.

"மூச்சி இருக்காடா செல்வராசு?"

"இருக்குண்ணே... தண்ணிய எடுத்து தெளிக்கட்டுமா?"

"வேணாம். ஒண்ணும் ஆகாது விடு... தூக்கு அப்படியே தூக்கு... தலையை என் பக்கமா குடு"

காலடியில் பாதியும் இருக்கையில் மீதியுமாக சரிந்து கிடந்தவளின் தலையை எடுத்து தனது மடிமீது கிடத்திக்கொண்டான் லட்சுமணன். செல்வராஜ் அவளது கால்களை எடுத்து தனது மடியில் வைத்துக்கொண்டு கலைந்திருந்த அவளது உடைகளை

சரி செய்தான். லட்சுமணன் அவளது முகத்தில் சிதறிக்கிடந்த முடிக்கற்றைகளை விலக்கிவிட்டு, மூச்சு சீராக வருகிறதா என்பதை உறுதி செய்தபடி, அவளை மடியில் ஒரு குழந்தையைப் போல அணைத்தபடி பிடித்துக்கொண்டான்.

காரின் மெல்லிய இஞ்சின் சப்தம் மட்டுமே இப்போது கேட்டது. சாலைகள் ஒளியால் விலகி மீளும் இருண்ட அமைதியில் கிடந்தன.

ரஞ்சிதா விழித்துப் பார்த்தபோது, எங்கிருக்கிறோம் என்பதே அவளுக்குப் புரியவில்லை. கண்களைப் பிரிக்க முயன்றாள். இமைகளின் மீது கோந்தைத் தடவி ஒட்டியதைப் அவை இறுகிக் கிடந்தன. விழிகள் உள்ளுக்குள் அசைந்தனவேயொழிய இமைகளைப் பிரிக்கமுடியவில்லை. சுற்றிலும் நாசியை வெருட்டும் நெடியேறும் மணம் வீசிக்கொண்டிருந்தது. கைகளால் தடவிப் பார்த்தாள். சுவரில் வரி வரியாக செங்கற்களின் விளிம்புகள் தட்டுப்பட்டன. இன்னும் பூசப்படாத சுவர் என்று புரிந்தது. அந்த மணம் அங்கு சிதறிக் கிடக்கும் சிமெண்டில் இருந்து வருகிறது என்பதை உணர்ந்துகொள்வதற்கு வெகு நேரம் ஆகவில்லை. கீழே வெறும் தரை. அவளது உள்பாவாடையை மீறி கீழே பதிந்திருந்த கற்கள் புட்டத்தில் குத்திக்கொண்டிருந்தன. தாம் சுவரில் சாய்ந்தபடி அருகில் கிடக்குமொரு மூட்டையின் அணைவில் கிடத்தப்பட்டிருக்கிறோம் என்பது அவளுக்குப் புரிந்தது.

இது நம் வீடு இல்லை. ஆனால் காற்றில் பரவியிருக்கும் வாசனை பழக்கப்பட்டதாக இருக்கிறது. இன்னும் இருள் விலகியிருக்கவில்லை. வெளியே பூச்சிகளின் ரீங்காரம் கேட்டுக்கொண்டிருந்தது. கோபாலின் பம்பு செட்டாக இருக்குமோ என்று நினைத்தாள். இல்லை, அது இவ்வளவு பெரிதாக இருக்காது. மேலும் அது பழைய கட்டிடம். இது கட்டப்பட்டுக்கொண்டிருக்கும் வீடு போல இருக்கிறது. எழுந்து கொள்ள முயன்றாள். கால்கள் செயலற்று இருப்பதைப் போல தோன்றியது. இடது புறக் கன்னம் பெரிதாகி இருப்பது போல மரத்திருந்தது. உறுத்தும் விலாவில் உள்ளங்கையை வைத்து அழுத்திப் பார்த்தாள். வயிறு காலியாக ஏறி இறங்கியது. அப்போதுதான் தாம் உட்கார்ந்திருக்கும் இடத்தில் ஈரம் பரவியிருப்பது அவளுக்குத் தெரிந்தது. இங்கேயே சிறுநீர் கழித்திருக்கிறோம். அல்லது பாவாடையில் இருந்த ஈரம் தரையிலும் பரவியிருக்கிறது.

தான் எங்கிருக்கிறோம், என்ன நடந்தது என்பதை கனவில் இருப்பவள் நிஜத்துக்குக் கொண்டு வர முயல்பவள் போல நினைவுகளைக் கூட்டி அந்தப் பள்ளத்திலிருந்து மேலேறி வெளியே வந்துவிட எத்தனித்தாள். கண்களைச் சுருக்கி யோசிக்க யோசிக்க இப்போது கலங்கலாக ஒவ்வொன்றும் நினைவுக்கு வருகிறது.

சேகர் எங்கே...?

உடல் ஒரு கணம் உதறி அடங்கியது. தலையிலிருந்து கால் வரை சூடு பரவியது. கை விரல்கள் நடுங்கின. பக்கத்திலிருந்த மூட்டையைப் பிடித்துக்கொண்டு எழுந்து நின்றாள். மூட்டை ஒரு பக்கமாக சாய்ந்தது. அதன் மீது அப்படியே அவளும் சரிந்து வீழ்ந்தாள். தரையில் கைகள் அலைந்து தேய்ந்தன. அந்த எரிச்சல் சுரீரென்று மூளையைத் தாக்கி எல்லாப் புலன்களையும் விழிப்புறச் செய்தது. உடலுக்கு அதீத தெம்பு வந்தது போல இருந்தது. உள்ளங்கையைத் தரையில் ஊன்றி நோகும் இடுப்பைப் பற்றி கவலை கொள்ளாமல் இப்போது முழுதாக எழுந்து நின்றாள்.

அவளது தோள் உயரத்தில் சுவரில் சன்னல்களைப் போல திறப்புகள் இருந்தன. அதிலிருந்து சிலுசிலுவென காற்று பாய்ந்துகொண்டிருந்தது. திரும்பிப் பார்த்தாள். கதவு இல்லை. பெரிய திறப்பாக இருந்தது.

வசந்த மல்லிகை நகரில் ஒரு வீடு. கட்டப்பட்டுக் கொண்டிருக்கும் ஏதோ ஒரு வீடு.

அங்கிருந்து கொஞ்ச தூரம் நடந்தால் நகரின் விளிம்பு வந்துவிடும். அந்த ஆலமரம் வந்துவிடும். அப்படியே அதையொட்டியிருக்கும் அந்த மேட்டிலிருந்து இறங்கினால் பெரிய வரப்பு. அதில் நடந்து போய் வாய்க்காலைத் தாண்டினால் வீட்டின் கொல்லைப்புறம் வந்துவிடும். அங்கிருந்து வெளியேறி வீட்டை நோக்கி ஓடவேண்டும் போல இருந்தது அவளுக்கு.

வீட்டில் அம்மா இருப்பாள். அப்பா இருப்பார். கௌரி இருப்பாள். நான் எங்கே போனேன் என்று தெரியாமல் பரிதவித்திருப்பார்கள். எனக்காகக் காத்திருப்பார்கள். என்னைத் திட்டுவார்கள். அம்மா குரலெடுத்து அழுவாள். மூர்த்தி முகத்தைத் திருப்பிக் கொள்வானாயிருக்கும்.

ஏன் முகம் இப்படி வீங்கியிருக்கிறது என்று யாராவது கேட்பார்கள். நீ வந்துட்டதான என்று கேட்பார்கள். அவன

விட்டுட்டு வந்துட்டதான என்று கேட்பார்கள். போயும் போயும் அவன்தான் உனக்குக் கிடைச்சானா என்று கேட்பார்கள்.

மனம் ஒரு நிலைக்கு வந்தது.

அப்படியே சுவரில் சாய்ந்து நின்றுகொண்டிருந்தாள். எதற்காக என்னை வீட்டுக்குக் கூட்டிப் போகாமல் இங்கு வைத்திருக்கிறார்கள் என்ற எண்ணம் அவளுக்கு அப்போதுதான் வந்தது. ஏன் யாருடைய குரலும் கேட்கவில்லை. லட்சுமணன் எங்கே? செல்வராசு எங்கே? ரெங்கநாதன் சித்தப்பா எங்கே? ஏன் ஒரு மூட்டையைப் போல இப்படி ஒரு கட்டிடத்தின் சொரசொரப்பான சுவரில் சாய்த்து வைத்திருக்கிறார்கள்?

கண்களை இடுக்கி வெளியே பார்த்தாள். ஆட்கள் இருக்கிறார்கள். மூன்று கார்கள் நிற்கின்றன. அவர்கள் ஒன்றும் தூக்கக் கலக்கத்தில் இருப்பது போல இல்லை. செல்வராசு கார்க்கதவில் சாய்ந்து நின்றுகொண்டிருக்கிறான். உள்ளே ஆட்கள் உட்கார்ந்துகொண்டிருப்பது தெரிகிறது. அது யார்?

அந்த மெல்லிருட்டிலும் பளீரெனத் தெரியும் உடையுடன் யார் அது?

கோபால். வெண்ணிற வேஷ்டி. மேல் சட்டையில்லை. தடிமனான சங்கிலி தொங்கிக்கொண்டிருக்கிறது. ரெங்கநாதன் எங்கே? என்ன செய்யவேண்டும் இப்போது? அப்படியே குந்தியிருக்கவேண்டுமா? அல்லது எழுந்து வெளியே நடக்கவேண்டுமா?

கோபால் சித்தப்பா என்ன சொல்வார். அவரும் அடிப்பாரோ? அல்லது ஏன் இப்படி செய்தாய் என்று சாத்வீகமாகப் கேட்பாரோ? அப்படிக் கேட்டால் லட்சுமணன் தன்னை அடித்ததை அவரிடம் சொல்லி அழவேண்டும்.

அவர் சாந்தமாகக் கேட்பவராக இருந்தால் எதற்காக வீட்டிற்குக் கூட்டிப் போகாமல் இங்கு வைத்திருக்கிறார்கள்? இவ்வளவு பேர் இருக்கிறார்கள், ஏன் இதில் மூர்த்தி இல்லை? ஏன் அப்பா இங்கு இல்லை? மூர்த்தியை உனக்கு வயசு பத்தாது என்று அனுப்பி விட்டார்களா? அப்பாவுக்கு வயதுக்கு என்ன குறைச்சல்? கோபால் சித்தப்பாவை விட சமர்த்து குறைச்சல். அதனால் கொஞ்சம் வசதி குறைச்சல். என்னைத் தடைபோட இவர்கள் யார்? எங்கப்பா சொல்லட்டும், நான் அவரிடம் பேசிக்கொள்கிறேன். மனம் பிறழ்ந்துவிட்டது போல உரையாடல்கள் உருவாகி குழப்பியடித்தது.

ஜி. கார்ல் மார்க்ஸ்

நடக்கத் துவங்கினாள். அவள் இருந்தது கூடம் போல இருந்த ஒரு இடம். இது கூடம்தான். அதோ அந்த இடம் இன்னொரு அறை போல. இருட்டாக இருந்தது. அங்கு சன்னல்களுக்கான திறப்பு இல்லை போல. அதைக் கடந்தால் வாசல். அங்குதான் கார்கள் நின்றுகொண்டிருக்கிறன. ஆட்களின் நடமாட்டம் அங்குதான் இருக்கிறது.

மெல்ல கால்களை வைத்து நடந்தாள். வழியில் ஆங்காங்கு உடைந்த செங்கற்களும், மரத்துண்டுகளும் சிதறிக் கிடந்தன. குறுக்கே பெரிய மூட்டை போல ஏதோ கிடக்கிறது. என்ன அது? அவள் விலகி நின்று மறைத்துக்கொண்டிருக்கும் மெல்லிய வெளிச்சதுக்கு வழிவிட்டு அவ்வெளிச்சம் அந்த மூட்டையின் மீது படும்படி பார்த்தாள்.

அது மூட்டை இல்லை. பிறகு?

ஆள். யாரோ படுத்திருக்கிறார்கள். இல்லை படுத்திருப்பது போல இல்லை. யாரோ கிடக்கிறார்கள். ஆமாம் கிடக்கிறார்கள். குப்புறக் கிடக்கிறார்கள். உடைகள் கலைந்து அலங்கோலமாக கிடக்கிறது. மேல் சட்டை இல்லாத உடம்பு என்று இப்போது தெரிகிறது. தலை முடி பறந்து கிடக்கிறது.

ரஞ்சிதாவுக்கு கண்களை இருட்டிக்கொண்டு வந்தது. அப்படியே அந்தக் கட்டிடம் இடிந்து தலையில் விழுந்துவிடுவதைப் போல அதிர்ச்சியும் வேதனையும் உடலை நடுங்கச் செய்தது. ஆக்ரோஷம் வந்தவளைப் போல பாய்ந்து சென்று அந்த உடலின் மீது கவிந்தாள். வெற்று முதுகு சில்லிட்டுப் போயிருப்பது தெரிந்தது. இல்லை, இது சேகர் இல்லை. அவனது முதுகில் இப்படி சுருக்கங்கள் இருக்காது. அவனுக்கு இவ்வளவு முடி கிடையாது. அது இவ்வளவு பரட்டையாக இருக்காது. அவன் வேட்டி கட்டமாட்டான்.

அவ்வுடலின் இருபக்கமும் கால்களை அகட்டி வைத்து அதன் தோள்மீது கைகளை வைத்து அதைப் புரட்டினாள். புரட்டிய வேகத்தில் அப்படியே அவளும் அந்தத்தரையில் புரண்டாள். இப்போது அவளது காயங்கள் மரத்துப் போயிருந்தன. பிறகு நகர்ந்து வந்து எந்த அச்சமும் இன்றி குனிந்து அந்த முகத்தைப் பார்த்தாள்.

கலியமூர்த்தி. முகமெங்கும் பரவிக் கிடக்கும் உதிரம் மட்டும் இல்லையென்றால், தலைமுடி இத்தனை தூரம் கலைந்து

அவரது தாடியுடன் ஒட்டிக்கொண்டிருக்காவிட்டால் அவர் தூங்கிக்கொண்டிருப்பது போலதான் இருந்திருக்கும்.

அடக்க மாட்டாத ஆத்திரத்துடன் ரஞ்சிதா அலறிக்கொண்டு வெளியே வந்தாள். சற்று முன்பு அங்கு நின்றிருந்த வாகனங்கள் எதுவும் இப்போது இல்லை. கோபாலோ அவனது ஆட்களோ யாரும் அங்கு இல்லை. சற்று முன்புதான் அவை அங்கிருந்து சென்றிருக்கவேண்டும். பெட்ரோல் நெடி கலந்த புகையின் வாடை மட்டும் அங்கு மிச்சமிருந்தது. இமைகளைத் திரட்டித் திரட்டி முழு கண்களாலும் அந்த வெளியைப் பார்த்துவிட ரஞ்சிதா பிரயத்தனப்பட்டாள். மூச்சை ஆழமாக இழுத்துவிட்டாள். மூர்த்தி அவளை நோக்கி ஓடிவந்தான். சற்று தூரத்தில் புலவர் நின்றுகொண்டிருந்தார். அவருக்கு அருகில் நிற்பது யார்? சேகர்தான்.

மூர்த்தியைக் காணவும் ரஞ்சிதாவுக்கு அழுகை வெள்ளமெனப் பெருகி வந்தது. பைத்தியம் பிடித்தவள்போல அவனது பெயரை உரக்க உச்சரித்தவாறு மரத்துப்போன கால்களை இழுத்துக்கொண்டு அவனை நோக்கி நடந்தாள். மூர்த்தி அவளைத் தனது தோளில் சாய்த்துக்கொண்டான். புலவர் வந்து மூர்த்தியின் முதுகைத் தொடும் வரை அவன் பிரக்ஞையற்றவனைப் போல அவளுடன் நின்றுகொண்டிருந்தான்.

நான்கு பேரும் இப்போது அந்த ஆலமரத்தினடியில் குந்தியிருந்தார்கள். கோபாலுக்கும் மூர்த்திக்கும் நடந்த சண்டையை புலவர்தான் ரஞ்சிதாவிடம் சொல்லிக் கொண்டிருந்தார். அவளுக்கு அந்த வரப்பிலிறங்கி வீட்டிற்கு ஓடவேண்டும் போல இருந்தது. ரமணியைப் பார்க்கவேண்டும் போல இருந்தது. ராஜேந்திரனின் மடியில் புதைந்துகொள்ள வேண்டும் போல இருந்தது. ஆனாலும் சன்னமாக ஒரு குரல், அந்த எத்தனத்திலிருந்து அவளை அப்புறப்படுத்தி நிறுத்தியது. சேகரைத் திரும்பிப் பார்த்தாள். அவன் உறைந்து போயிருந்தான். அவள் எழுந்து அவனருகில் போய் நின்றுகொண்டாள்.

மூர்த்தியும் புலவரும் வரப்பில் இறங்கி ஒருவர் பின் ஒருவராக வீட்டை நோக்கி நடக்கத் தொடங்கினார்கள். அவர்கள் புள்ளியாகி அந்த அதிகாலை இருட்டில் கரைவதை ரஞ்சிதா பார்த்துக்கொண்டே நின்றிருந்தாள்.

36

தனக்கு ஏன் இவ்வளவு படபடப்பாக இருக்கிறது என்பதை மாணிக்கத்தால் புரிந்துகொள்ளமுடியவில்லை. ஆனால் அவருக்கு சோமுவைப் போய் பார்க்கவேண்டும் என்றும் அவருடன் இதைப் பற்றி இரண்டு வார்த்தைகள் பேசிவிடவேண்டும் என்றும் தோன்றியது. நடக்கும்போதுதான் அவர் யோசித்தார். தனக்கு ஏன் அவர் மீது அச்சமே வரவில்லை? சேகர் நமக்கு உறவினனாக இருந்தாலும், அவனுடன் போயிருப்பது சோமுவின் பேத்தியாக இருந்தாலும், நமது கால்கள் ஏன் அந்தத் தோப்பை நோக்கி இவ்வளவு விரைவாக நடக்கின்றன? சோமுவிடம் போய் நடந்துவிட்டதற்கு மன்னிப்பு கேட்கப் போகிறோமா என்று நினைத்தார். இல்லை என்று மனது உறுதியாக மறுத்தது.

மனதின் ஆழத்தில் ரஞ்சிதா சோமுவுக்கு மாத்திரம் பேத்தியல்ல, தனக்கும் கூட அவள் நெருக்கமானவள்தான் எனும் எண்ணம் வந்தது. அவ்வுரிமை அவருக்கு சிரிப்பை வரவழைத்தது. அப்படியென்றால் ரத்தினம் சொல்வதும் சரிதானே. அவள் சேரிக்கு வரட்டும், என்ன குறைந்துவிட்டது இப்போது?

இல்லை, அது முடியாது. அது சரியில்லை. இந்தக் குழப்பங்களை சோமு மட்டுமே எதிர்கொள்ளமுடியும். அவரிடம் இதை விட்டுவிடுவதன் வழியாகவே தாம் இந்த அமைதியின்மையிலிருந்து வெளியேறமுடியும் என்று மாணிக்கம் நினைத்தார். எப்போதும் குறுகிய எல்லைகள் மட்டுமே, சிறிய அளவிலான பொறுப்புகள் மாத்திரமே அமைதியை சாத்தியப்படுத்துகின்றன. எவ்வளவு தூரம் கைவிடுகிறோமோ அவ்வளவு தூரம் அமைதி. அதற்கு எதையாவது இழக்கவேண்டியிருக்கிறது அல்லது கிழடாகி முடங்க வேண்டியிருக்கிறது. ஆனால் சோமுவுக்கு இது இரண்டுமே நடந்திருந்தாலும் அவரை எதுவுமே முடக்கியிருக்கவில்லை. அவர் மீதான பொறுப்புகளின் சுமை கூடிக்கொண்டேதான் இருக்கிறது. இப்போதும்கூட மாணிக்கத்துக்கு ஏன் இதை ராஜேந்திரனிடம் கொண்டு போகவேண்டும் என்று தோன்றவில்லை?

அவர் படலைத் திறந்துகொண்டு உள்ளே போகும்போது, சோமுவின் கொட்டகையிலிருந்து உக்கிரமான சம்பாஷணைகள் கேட்டன. மாணிக்கம் ஒரு கணம் தயங்கினார். அப்படியே திரும்பிப் போய்விட்டு சிறிது நேரம் கழித்து திரும்பி வரலாமா என்று யோசித்தார். இல்லை, எனக்கென்ன தயக்கம் என்று அவரது மனம் அவரை உந்தியது. கொட்டகையை நோக்கி நடந்தார். தான் வந்திருக்கிறோம் என்பதை அறிவிக்கும் விதமாக உள்ளே எட்டிப் பார்த்தார்.

சோமு கட்டிலின் மீது ஒரு காலை மடக்கி வைத்துக்கொண்டு, இன்னொரு காலைக் கீழே தொங்கவிட்டு உட்கார்ந்திருந்தார். எதிரே கலியமூர்த்தி நின்றுகொண்டிருந்தார்.

சோமுவின் உடல் மெலிதாக அதிர்ந்துகொண்டிருப்பது தெரிந்தது. கலியமூர்த்தியும் குரலை உயர்த்திப் பேசிக்கொண்டிருந்தார். வழக்கமாக சோமுவைப் பார்த்தாலே தலையைக் குனிந்தபடி நகர்ந்துவிடும் கலியமூர்த்தியாக அன்று அவர் இல்லை. சோமுவுடன் சச்சரவிட்டுக் கொண்டிருக்கிறார். சோமுவின் முகத்தை நோக்கி கைகளை நீட்டி குற்றம் சாட்டும் தொனியில் இரைந்துகொண்டிருக்கிறார்.

"மாணிக்கமா... வா... வா..."

அந்த சூழலுக்குத் தொடர்பில்லாத நிதானமான சோமுவின் குரல். மாணிக்கத்தின் மீது அழுத்தமான பார்வையைப் படரவிட்டார். அவரது ஒளிகுன்றிய கண்கள் மிச்சமிருக்கும் பளபளப்பைக் கூட்டி மாணிக்கத்தின் கண்களை ஊடுருவின. அசையாமல் சிறிது நேரம் பார்த்தபடியே இருந்தார்.

மாணிக்கத்தால் அந்தப் பார்வையின் பொருளை இனங்கான முடியவில்லை. அதில் தொனிப்பது குறிப்பாக என்ன உணர்வு என்பதை அவரால் அறிந்துகொள்ள முடியவில்லை. எப்படி இருந்தாலும் அதில் வெறுப்பின் சுவடையோ அல்லது கோபத்தின் வாடையையோ அவரால் நுகரமுடியவில்லை. கலியமூர்த்தியும், சோமுவும் ஒருவரை ஒருவர் முறைத்துக் கொண்டிருக்கும் அந்த சூழலைத் தவிர அங்கு ஆபத்தாக எதுவுமில்லை. இருந்தாலும் இப்போதைக்கு அங்கிருப்பது சரியில்லை என்று தோன்றியது.

அப்படியே நடந்து கவணைக்குப் போனார். ஒவ்வொரு மாடாகப் பிடித்து அவற்றிற்குத் தண்ணீர் காட்டினார். பொலிகாளை கழனித் தொட்டியை நோக்கி நீண்ட நடையாக வைத்து

நடந்தது. சீறலுடன் தொட்டிக்குள் மூக்கை ஆழமாக நுழைத்தது. பெரிய பெரிய முட்டைகள் பொரிந்து மேலெழும்பின. மொத்த நீரையும் குடித்துவிட்டு, தொட்டியின் அடிப்பாகத்தை நாவால் துடைத்துவிட்டு மாணிக்கத்தை சட்டை செய்யாமல் திரும்பி நடந்தது. இரண்டு புறமும் இருந்த தலைக்கயிறை இறுக்கமாகப் பிடித்தபடி மீண்டும் கவணையை நோக்கி காளையை செலுத்தினார். வழியிலிருந்த பசுவின் புழையை முகர்ந்துவிட்டு ஆர்வமில்லாதது போல காலை அதனது கட்டுத்தரையில் போய் நின்றது. அதைக் கட்டியவுடன் எல்லா மாடுகளுக்கும் வைக்கோல் அள்ளிப் போட்டார்.

சற்று நேரம் அங்கேயே நின்றுகொண்டிருந்தார். பிறகு மீண்டும் கொட்டகையை நோக்கி நடந்து, சோமுவின் பார்வை படும் இடத்தில் வாசலில் கிடந்த மரத் துண்டின் மீது போய்க் குந்தினார்.

"நான் எல்லாத்துலேருந்தும் விலகி ஓடணும்னு நெனச்ச ஒருத்தன்தான?"

கலியமூர்த்தியின் குரல் உரத்து ஒலித்தது. இன்னும் சூடு குறையவில்லை.

"எதை விட்டு ஓடல நீ? விவசாயம் பாக்குறவன் எதையெல்லாம் விட்டு ஓடக்கூடாதோ அதையெல்லாம் விட்டு ஓடுன மடப்பய நீ..."

"இங்கயே கிடந்து அடிச்சிகிட்டு செத்திருக்கணுமா?"

"இல்லையா அப்புறம். நீ ஓடிப்போயி கத்திரி கொல்லையில படுத்துகிட்டா எல்லாம் சரியாப் போய்டுமா? என்ன சரியாப் போய்டுச்சி இப்ப...? எல்லாம் தருசாப் போனதுதான் மிச்சம். விசாலாட்சி உத்தரத்துல தொங்குனதும், நீ பறத்தெருவுல போயி தூங்குனதும்தான் நடந்துச்சு."

"இங்க இருந்திருந்தா அவளை வெட்டிப் பொதைச்சிருப்பேன், அதான் நடந்திருக்கும்."

சோமு மிகவும் நிதானமான குரலில் சொன்னார்.

"நீ அதைதான் செஞ்சிருக்கனும். அவளை வெட்டிப் பொதைச்சிருக்கனும்..."

"... ... ..."

"நீ அத செய்யப் போயிருந்தீனா அவ உன்ன மதிச்சிருப்பா. அவளுக்குத் தேவை அவளை வெட்ட வர்ற ஒருத்தன்தான். ஆனா நீ ஓடிப்போறவனா இருந்த... அவ என்ன பண்ணா சொல்லு? உன்ன கூப்டாளா... உன்கிட்ட திரும்ப வந்தாளா... அவ கயிற கையில எடுக்குற வரைக்கும் தான் நெனச்சதுல பிடிவாதமாதான இருந்தா?"

கலியமூர்த்திக்கு ஆத்திரத்தில் உடல் நடுங்கியது. எல்லாவற்றிற்கும் அவர்தான் காரணம் எனும் இந்தக் குற்றச்சாட்டை அவரால் எதிர்கொள்ள முடியவில்லை. அதே சமயம் சோமு சொல்லும் சத்தியத்தின் சூடு அவரைப் பொசுக்கியது. ஒரே நேரத்தில் இதைச் செய்திருக்கவேண்டும் என்றும் ஆனால் தன்னால் அதைச் செய்திருக்கவே முடியாது என்றும் அவர் அலைக்கழிந்தார். இப்போது அவர் சோமுவைக் காண வந்தது, ரஞ்சிதா சேகருடன் போய்விட்ட சம்பவத்தை சோமுவிடம் சொல்வதற்குத்தான்.

சொல்லிவிட்டு...? அதுதான் முக்கியமான கேள்வி. ஏனோ அவருக்கு சோமுவிடம் சண்டையிட வேண்டும் என்று தோன்றியது. இனம் புரியாத ஆத்திரம் சோமுவின் மீது அவருக்குக் கிளர்ந்தெழுந்தது. இந்த விஷயம் கலியமூர்த்தியின் காதுக்கு வரும்போது, அவர் சேரியில் அப்போது பொன்னம்மா வீட்டில்தான் படுத்திருந்தார்.

"என்னடி சொல்ற?"

ஆமா. அதைச் சொல்கையில் அவளுக்கும் சங்கடமாகத்தான் இருந்தது. பெரியவீட்டுப் பெண் சேகரோடு போனது அவளுக்கு சகிக்கமுடியாததாக இருந்தது. விசாலாட்சியின் சாவுக்குப் பிறகு அவள் மிகவும் நடுங்கிப் போயிருந்தாள். வயல் வேலைகளுக்குக் கூட போவதில்லை. அச்சம். அதன் பிறகுதான் கலியமூர்த்தி அவளது வீட்டுக்கு வரத் தொடங்கியிருந்தார். அதைக் கேள்வி கேட்கும் தைரியம் யாருக்கும் இல்லை. கிட்டத்தட்ட அவர் தனது சொந்தங்களிடம் இருந்து அப்புறப்பட்டுப் போயிருந்தார். இதெல்லாம் சோமுவின் காதுக்கும் வந்திருந்தது.

சோமு கலியமூர்த்தியை நிராகரித்துவிட்டிருந்தார். அது ஒரு கனலைப் போல கலியமூர்த்தியிடம் கனன்று கொண்டே இருந்தது. அவர் தன்னை அழைத்துப் பேசவேண்டும் என்று எதிர்பார்ப்பவராக கலியமூர்த்தி இருந்தார். இந்த வாக்குவாதத்தின்போதுதான் சோமு என்ன நினைத்துக் கொண்டிருந்தார் என்பது அப்பட்டமாகத் தெரிகிறது.

“ரஞ்சிதா ஓடிப் போனதற்கு நீதான் காரணம்” என்று சோமு சொல்லிவிடக் கூடும் என்று அஞ்சுபவரைப் போல அவர் சோமுவின் முகத்தைப் பார்த்தபடி இன்னும் ஆத்திரம் குறையாத மனதுடன் நின்றுகொண்டிருந்தார்.

ஆனால் சோமு இந்த விஷயத்தில் என்ன நினைக்கிறார் என்று புரிந்துகொள்ள முடியாதபடி தன்னை உள்ளுக்குள் அமிழ்த்தி வைத்துக்கொண்டார். கலியமூர்த்தி மாணிக்கத்தை நோக்கித் திரும்பினார். இருவரும் ஒருவரை ஒருவர் பார்த்துக்கொண்டார்கள்.

மாணிக்கம் சோமுவின் முகத்தைப் பார்த்தார். அவர் சோமுவிடம் சொல்வதற்கு எதுவும் இல்லை. அவருக்கு எல்லாம் ஏற்கனவே தெரிந்துவிட்டிருக்கிறது.

அவர் என்ன நினைக்கிறார்? தனக்கு வயதாகிவிட்டது என்று நினைக்கிறாரா? ஊர் நாகரீகமடைந்துவிட்டது என்று நினைக்கிறாரா? இனி தாம் செய்வதற்கு ஒன்றுமில்லை என்று நினைக்கிறாரா? அல்லது இப்படி எந்த அலைக்கழிப்புகளும் இல்லாமல் அமைதியில் உறைந்து விட்டிருக்கிறாரா?

இல்லை. உறைந்துவிடுவது மட்டும் சாத்தியமில்லை. அதைத்தானே கலியமூர்த்தி செய்திருக்கக்கூடாது என்று அவரிடம் இரைந்துகொண்டிருக்கிறார்.

அப்படி யோசித்தபோதுதான் மெல்ல மாணிக்கத்துக்கு அச்சம் பரவியது. எதுவும் பேசாமல் அவர்களைப் பார்த்தபடி அமைதியாக இருந்தார். அவர்களது விவாதம் மீண்டும் உயர்ந்து வந்து இப்போது கோபாலை எட்டியது. இருவரையும் மாணிக்கத்தின் இருப்பு எந்த விதத்திலும் பாதிக்கவில்லை.

“கோபால் பண்றதெல்லாம் அப்ப சரி, அதான... உனக்கு அவன் மேல எந்த புகாரும் இல்ல அப்படித்தான...” என்றார் கலியமூர்த்தி. அந்தக் குரலில் முன்பிருந்த ஆத்திரம் குறைந்து ஒருவித கையறு நிலையின் சாயல் வந்துவிட்டிருந்தது.

“அவன் இந்த ஊரை அழிச்சிகிட்டிருக்கான்... இந்த லட்சண மசிருல உன் மடத்தனத்தால உன் சொத்தும் சேர்ந்து இப்ப அவனுக்குப் போயிருக்கு.”

“... ... ...”

“கவுரவம், மரியாதைங்கறதே இப்ப நம்ம ஊர்ல பணம்னு ஆகிப் போச்சு… அவனுக்கு கால் நக்கவும் நாலு பேரு… அதுல எல்லா சாதிக்காரனும் இருக்கான்.”

மாணிக்கம் பரபரப்படைந்தார். உரையாடல் இன்னும் சற்று நேரத்தில் ரஞ்சிதாவைக் குறித்துத் திரும்பும் சாத்தியங்கள் அவரது புலன்களைக் கூர்மையடைய வைத்தன. அவர் நினைத்தது போலவே நடந்தது.

“அந்தப் பய சொல்லித்தான், ரெண்டு மூணு கார்ல கிளம்பி போயிருக்கானுவோ…” என்றார் கலியமூர்த்தி.

சோமு குழப்பமுடன் கலியமூர்த்தியை நிமிர்ந்து பார்த்தார். அவர் ராஜேந்திரனையும் ரமணியையும் மட்டுமே எதிர்பார்த்து தோப்பில் காத்திருக்கிறார். கோபால் இதில் இறங்கியிருப்பதை அவர் அறிந்திருக்கவில்லை. ஆனால் மிக அந்தரங்கமாக அதை நினைத்து பெருமிதம் கொள்பவராகவும் அதே நேரம் அதன் பின்விளைவுகள் குறித்து அதிருப்தியடைபவராகவும் அவர் இருந்தார்.

ராஜேந்திரன் வீட்டிற்கு வந்துவிட்டிருந்தார். ஆனால் தன்னால் சோமுவைப் போய் பார்க்கமுடியாது என்று நினைத்து அப்படியே திண்ணையில் சாய்ந்து உட்கார்ந்துவிட்டார். ரஞ்சிதா வீட்டை விட்டு வெளியேறிவிட்டாள் என்பதை அவரால் எதிர்கொள்ள முடியவில்லை. அவரது புலன்களின் எல்லைக்கு மேற்பட்ட அதிர்ச்சியாக இருந்து அவரை நிலைகுலைய வைத்துவிட்டது. எதுவும் பேசத் தோன்றாமல் ரமணியின் முகத்தைப் பார்த்தபடி அவர் உறைந்து போயிருந்தார். தனித்த குரலில் எதிரும் புதிருமாக இரு வேறு உரையாடல் தரப்புகள் அவரது மனதினுள் நிகழ்ந்துகொண்டிருந்தன. அதில் ஒன்று அவரது தலைவனின் கரகரத்த உக்கிரமான குரலாக இருந்தது. முதல் முதலாக அந்தக் குரலின் முன்னால் நிற்கக் கூசினார். பிறகு தன்னை தைரியமாக எதிர்த்து முன்வைத்தார். பிறகு குற்றவுணர்வுடன் அந்த கரகரத்த குரலுடன் சமரசத்துக்குப் போனார். இறுதியில் எதுவும் தோன்றாமல் அப்படியே சமைந்தார்.

வேலிக்கு வெளியே அரவம் கேட்டது. மாணிக்கம் எழுந்து பார்த்தார்.

புலவரும், மூர்த்தியும் படலைத் திறந்துகொண்டு உள்ளே வந்துகொண்டிருந்தார்கள். புலவர் மாணிக்கத்தைப் பார்த்து புன்னகைத்தார். “இவர் ஏன் எங்கு போனாலும் மூர்த்தியையும்

கூடவே கூட்டிக்கொண்டு திரிகிறார்...'' என்று மாணிக்கத்துக்குத் தோன்றியது. ஆனாலும் அது ஒரு விதத்தில் ஆறுதலாகவும் இருந்தது. அவன் வயதுப் பையன்கள் இந்த விஷயத்தில் அவசரப்படுபவர்களாக இருப்பதை அவர் சமீப காலங்களில் பார்த்துக்கொண்டுதான் இருக்கிறார். சொந்த சாதிக்குள்ளேயே நிகழ்ந்த காதல் ஒன்றில், தொடர்புடைய ஒருத்தி கர்ப்பமாகிவிட, அவளுக்கு விஷம் புகட்டியதில் கல்லூரி படிக்கும் அவளது தம்பி முன்னின்ற விவகாரம் ஊருக்குள் கிசுகிசுக்கப் பட்டதை மாணிக்கமும் அறிந்துதான் வைத்திருந்தார். அவனைப் பார்க்கையில், மிகவும் தன்மையான நன்றாகப் படிக்கும் பையன் போலவே இருந்தான் என்பதுதான் அவரை ஆச்சர்யமூட்டியிருந்தது. சேரியில் இந்தப் பிரச்சினைகள் எப்போதுமே இருந்ததில்லை.

மூர்த்தி எதுவும் பேசாமல் சோமுவின் அருகில் போய் அமர்ந்துகொண்டான். அவர் தலையணையை நகர்த்தி வைத்து அவன் தாராளமாக உட்கார இடம் கொடுத்தார். எதிரே கிடந்த நாற்காலியில் புலவர் அமர்ந்துகொண்டார். இப்போதும் கலியமூர்த்தி நின்றுகொண்டுதான் இருந்தார். மூர்த்தியைக் காண கூச்சப்படுபவர் போல அவன் பக்கம் முகத்தைத் திருப்பாமலேயே இருந்தார்.

புலவர் தணிந்த குரலில் ரத்தினத்தின் வீட்டில் நடந்த உரையாடலையும் அங்கு கோபால் வந்ததையும் சொன்னார். ஒரு வார்த்தை கூடவோ குறையவோ இல்லை என்பது மாணிக்கத்துக்குப் புரிந்தது.

சோமு அதைக் கேட்டுக்கொண்டு அமைதியாக இருந்தார்.

சிறிது நேர அமைதிக்குப் பின், "நடந்தது நடந்து போச்சு, இதை எப்படி அமைதியா கையாளனும்னுதான் பாக்கணும். எனக்கென்னவோ கோபால் இதை ரொம்ப சிக்கலாக்கிடுவான்னு தோணுது...'' என்றார்.

"நீ என்ன பண்ணலாம்னு நினைக்கிற?''

"நம்ம பிள்ளைய பத்திரமா கூட்டிட்டு வருவோம்.''

"கூட்டிட்டு வந்து?''

இதற்குச் சொல்வதற்கு புலவரிடம் உடனடியான பதிலொன்றுமில்லை. அமைதியாக இருந்தார்.

"அப்படியே விட்ருவோம்...'' என்றான் மூர்த்தி.

சோமு குனிந்தபடியே இருந்தார். மூர்த்தியின் பக்கம் திரும்பவில்லை.

"நீ சும்மார்றா தம்பி..." என்று கலியமூர்த்தி இரைந்தார்.

"ஏன்...? வேற என்ன பண்ணனும்?" மிகக் கூர்மையாக அறுக்கும் சுனையுடன் இருந்தது அவனது குரல்.

"அது எதோ சின்னப்புள்ளைத்தனமா பண்ணிருக்கு. அந்தப் பயல ரெண்டு தட்டு தட்டி தொரத்தி விட்டுட்டு புள்ளைய கூட்டிட்டு வந்து நம்ம பயலுவ யாருக்காவது கல்யாணம் பண்ணி வைக்கிறத விட்டு, என்ன வியாக்கியானம் பேசிட்டிருக்க நீ... ஏன் தம்பி இவன் பேசுறது என்னன்னு தெரிஞ்சிதான் பேசுறானா..." என்று புலவரைப் பார்த்து கேட்டார் கலியமூர்த்தி.

மூர்த்தி இப்போது ஒரு சீண்டலான தொனிக்கு மாறிவிட்டிருந்தான். அவனுக்கு கலியமூர்த்தியை அவமதிக்கவேண்டும் என்கிற வேட்கை உந்தியது. அவனால் அதைக் கட்டுப்படுத்திக்கொள்ள முடியவில்லை. அங்கு சோமு இருப்பதையோ, புலவர் இருப்பதையோ அவன் மறந்துவிட்டான். ரஞ்சிதா அவனது அக்கா என்பதைக்கூட அவன் உதறி எறிந்துவிட்டிருந்தான்.

"தாத்தா, நீ இப்ப வச்சிருக்கீல்ல, அந்தப் பொம்பளையை கல்யாணம் பண்ணி நம்ம தெருவுக்குக் கூட்டிட்டு வந்திருந்தன்னு வையி, இந்த மாதிரிப் பிரச்சினையெல்லாம் எப்பவோ சரியாய்ருக்கும்..."

மூர்த்தியிடம் வெளிப்பட்ட இந்த மூர்க்கம் கலியமூர்த்தியை நிலைகுலைய வைத்தது. சோமுவும் ஒரு கணம் அதிர்ந்துதான் போனார்.

திடுமென்று முன்னால் நடந்த கலியமூர்த்தி அப்படியே மூர்த்தியின் முகத்தில் எட்டி உதைத்தார். அவன் நிலைதடுமாறி பின் பக்கமாக இருந்த வேலித்தடுப்பின் மீது விழுந்தான். சோமுவிடம் சிறிய அசைவுகூட இல்லை. இறுக்கமான முகத்துடன் அவர் அமைதியாக இருந்தார். தட்டியைப் பிளந்துகொண்டு கீழே விழுந்த மூர்த்தி, கீற்றுகளை பிரித்துக்கொண்டு எழ முயல்வதை அவர் திரும்பிக்கூட பார்க்கவில்லை.

புலவர் எழுந்து கலியமூர்த்தியை இறுகப் பிடித்துக்கொண்டார்.

ஆத்திரத்தின் மிகுதியில் மூர்த்திக்கு அழுகை முட்டிக்கொண்டு வந்தது. சடுதியில் கையை ஊன்றி எழுந்து நின்றான். கலவரப்பட்டு ஓடிய மாணிக்கம் நீட்டிய கையை உதறிவிட்டான். கலியமூர்த்தி இன்னும் ஆத்திரம் அடங்காமல் புலவரின் பிடிக்குள் அவனைப் பார்த்தபடியே நின்றார்.

மூர்த்தியை, உக்காரு என்றார் சோமு. தோளில் கிடந்த துண்டை எடுத்து அவனிடம் கொடுத்தார். அதை அவன் வாங்கவில்லை. துளிர்த்திருந்த கண்ணீரை புறங்கையால் துடைத்துவிட்டு புலவரைப் பார்த்தான். அவர் அமைதியாக இரு என்று கண்களால் சொன்னார்.

"காலம் மாறிப் போச்சு இல்லடா தம்பி...?" என்றார் சோமு. அதற்கு மூர்த்தி எதுவும் சொல்லாமல் அமைதியாக இருந்தான்.

கலியமூர்த்தியால் அதற்கு மேல் அங்கு நிற்கமுடியவில்லை. காலுக்கு அருகில் இருந்த தண்ணீர்ப் பானையை எட்டி உதைத்தார். பிறகு உடல் அதிர அதிர அங்கிருந்து வெளியேறினார்.

அதற்குப் பிறகு ஒரு வார்த்தைகூட பேசாமல் சோமு அப்படியே காலை நீட்டி அந்த பெஞ்சில் படுத்தார். புலவர் எழுந்து நின்று, வா என்பது போல மூர்த்தியை நோக்கிக் கைகளை நீட்டினார். அவன் அவரை நோக்கி நடந்தான். மாணிக்கம் எழுந்து போய், சோமுவின் கட்டிலை ஒட்டி, மூர்த்தி விழுந்ததால் சிதறிப் போயிருந்த கீற்றுத் தட்டியை சரி செய்து கட்டத் தொடங்கினார்.